डॉ. स्टुअर्ट गॉर्डन यांनी इ.स.१९७२मध्ये मिशिगन विश्वविद्यापीठातून पीएच.डी. प्राप्त केली. त्यांनी मराठा राज्याविषयीच्या मूळ कागदपत्रांचा अनुवाद करण्यात कैक वर्षे व्यतीत केली आहेत. त्यांनी सामाजिक बंधने आणि दरोडेखोरी, किल्ल्यांचे इतिहासातील योगदान, वारसाहक्क आणि राज्यपद, प्रतिकूल परिस्थितीतून मार्ग काढण्याची इतिहासातील उदाहरणे आणि युरोपीय पद्धतीच्या लष्कराचे झालेले अनुकरण अशा वैविध्यपूर्ण विषयांवर लेखन केलेले आहे. त्यांनी राजघराण्यांच्या वापरातील प्रतीकात्मक वस्तू आणि राजघराण्यांचे मैत्रीसंबंध या विषयांवरही संशोधनात्मक लिखाण केले आहे. डॉ. गॉर्डन यांच्या प्रकाशित साहित्यात *When Asia was the World, Shackles of Iron, A History of the World in Sixteen Shipwrecks* आणि *There and Back : Routes in Human History* ही पुस्तके विशेष लोकप्रिय आहेत.

द मराठाज्

(१६००-१८१८)

देशमुख–वतनदार–छत्रपती–पेशवा

डॉ. स्टुअर्ट गॉर्डन

अनुवाद : र. कृ. कुलकर्णी

डायमंड पब्लिकेशन्स

द मराठाज् (१६००-१८१८)
डॉ. स्टुअर्ट गॉर्डन, अनुवाद : र. कृ. कुलकर्णी

The Marathas (1600-1818)
Dr. Stewart Gordon, Translation : R. K. Kulkarni
Originally Published by Cambridge University Press-1998

प्रथम आवृत्ती : डिसेंबर, २०१६

ISBN : 978-81-8483-653-0

मुखपृष्ठ
संदीप देशपांडे

नकाशे
शाम भालेकर

अक्षरजुळणी
'अक्षरवेल', सी १८, प्लॉट नं. ५७२, दत्तवाडी, पुणे-३०

प्रकाशक
डायमंड पब्लिकेशन्स
२६४/३ शनिवार पेठ, ३०२ अनुग्रह अपार्टमेंट
ओंकारेश्वर मंदिराजवळ, पुणे-४११ ०३०
☎ ०२०-२४४५२३८७, २४४६६६४२
info@diamondbookspune.com

ऑनलाईन पुस्तक खरेदीसाठी भेट द्या
www.diamondbookspune.com

प्रमुख वितरक
डायमंड बुक डेपो
६६१ नारायण पेठ, अप्पा बळवंत चौक
पुणे-४११ ०३० ☎ ०२०-२४४८०६७७

अनुक्रम

मनोगत

नमस्कार! आज माझ्या 'The Marathas' या पुस्तकाचे मराठी रूपांतर सादर करताना मला विशेष आनंद होत आहे. या निमित्ताने दक्षिण अशिया आणि भारताच्या इतिहासाबरोबर आणि विशेषत्वाने मराठ्यांच्या इतिहासाबरोबर माझे घट्ट नाते कसे जुळत गेले, याविषयी माझे मनोगत व्यक्त करण्याची संधी मला मिळत आहे.

मी इ.स. १९७० मध्ये इतिहास संशोधनासाठी प्रथम भारतात आलो. तरुण आणि उत्साही अमेरिकन संशोधकांच्या एका छोट्या समूहाचा मी सदस्य होतो आणि आम्ही पूर्वीच्या ब्रिटिश वसाहतवादी इतिहासकारांपेक्षा वेगळे आहोत अशी आमची धारणा होती. मी अतिशय पुरोगामी राजकीय विचारसरणी असलेल्या वातावरणात वाढलो होतो आणि वसाहतवादाचा तीव्र विरोधक होतो. मी जितका ब्रिटिशांच्या भारतातील आणि जगभरातील वसाहतवादाविरुद्ध होतो, तितक्याच तीव्रतेने माझ्या देशाच्या व्हिएतनाममधील वसाहतवादी युद्धाच्याही विरुद्ध होतो. याच कारणाने वसाहतवादी देशांनी पुढे आणलेल्या इतिहासाविषयी आमच्यापैकी बरेच जण साशंक होते आणि वसाहतवादाचा पगडा कमी झालेल्या प्रदेशांमध्ये स्वतः जाऊन ओळखी वाढवणे, संदर्भ गोळा करणे आणि तेथील संस्कृतीचा प्रत्यक्ष अनुभव घेणे यांकडे आमचा अधिक कल होता.

आमच्यापैकी काहीजण शांती सेनेचे (Peace Corp) सदस्य होते, तर काही जण भारताच्या अलिप्त राहण्याच्या धोरणामुळे किंवा तेथील विकासाच्या संधींमुळे भारताकडे आकृष्ट झाले होते. त्याचबरोबर काहींना हिंदू धर्मग्रंथ, रितीरिवाज किंवा पुरातन बुद्ध धर्माविषयी आस्था वाटत होती. दुसऱ्या महायुद्धानंतर पेनसिल्व्हेनिया, बर्कले, शिकागो आणि मिशिगन येथील विश्वविद्यालयांमध्ये दक्षिण आशियाविषयी अभ्यास करणे सुरू झाले होते. तेथील प्राध्यापकांचा पगडा आमच्यापैकी बऱ्याच जणांवर होता, हेही एक कारण आम्ही भारतात येण्यामागे होते.

मी व्यक्तिशः दक्षिण अशियाच्या अभ्यासास उद्युक्त होण्यामागे बरीच कारणे होती. प्रथमतः या उपखंडाचा इतिहास इतका गुंतागुंतीचा होता की, संशोधकाला आव्हानात्मक वाटतील असे कितीतरी प्रश्न उपस्थित होत होते. दुसरे असे की, मी

जेथे जेथे जात होतो तेथे दैनंदिन व्यवहारांमध्ये, संगीताच्या कार्यक्रमांमध्ये आणि रितीरिवाजांमध्ये (मला फारसे कळत नसतानाही), मोठ्या ममत्वाने सहभागी करून घेण्यात येत होते. तिसरी गोष्ट म्हणजे, भारतीय इतिहासतज्ज्ञ आणि विद्वानांनी मला सर्वतोपरी साहाय्य केले. त्यांनी मला संदर्भ साहित्य पुरवण्यात आणि वेळोवेळी चर्चा करण्यात सतत रस दाखवला. त्याचबरोबर माझ्या चुकाही मला दाखवल्या. माझे मार्गदर्शक कै. डॉ. अ. रा. कुलकर्णी यांचा विशेष उल्लेख करायलाच हवा. मराठ्यांचा इतिहास आणि बृहत् विषयांवरील आमच्यातील संवाद कैक दशके चालू होता. शेवटी मराठ्यांच्या इतिहासात रस असलेल्या माझ्या मित्रांचा उल्लेख आवर्जून करायलाच हवा. त्यांनी निकटवर्तीय म्हणून माझा स्वीकार केला. आम्ही दररोज महाराष्ट्राच्या इतिहासाविषयी चर्चा करत होतो. माझ्या संशोधनाच्या आणि लिखाणाच्या बिकट कालखंडात त्यांनी मला मोलाची मदत केली. आमच्यातील मैत्रीला आता पंचवीस वर्षे उलटून गेली आहेत. त्यांची मुले लहान असताना मी खेळवली आहेत. त्यांना शाळेत जाताना पाहिले आहे. आता मी त्यांच्या लग्नांना उपस्थित असतो, तर काहींच्या मुलांना आता खेळवत असतो.

आता पुस्तकाविषयी माझे मनोगत व्यक्त करतो. आता वाचकांसाठी जे पुस्तक येत आहे, ते म्हणजे माझ्या 'द मराठाज्' या इंग्रजी पुस्तकाचा केवळ अनुवाद नसून त्याहून अधिक आहे. माझे पुण्यातील दोन जवळचे मित्र आणि मी मिळून आम्ही या पुस्तकाविषयी चर्चा करायला सुरुवात केली आणि त्यातूनच आम्ही संपूर्ण पुस्तकाचा काळजीपूर्वक सखोल पुनर्विचार केला. अनुवादक रवी कुलकर्णी या माझ्या मित्राचे मराठ्यांच्या इतिहासाचे ज्ञान, त्याची भौगोलिक समज आणि त्याला वाटणारी इतिहासाच्या अगणित पैलूंविषयीची आस्था या गोष्टींनी आमच्या चर्चा रंगतदार होत गेल्या. डॉ. शिरिष चिकटे या माझ्या आणखी एका मित्रालाही महाराष्ट्राच्या इतिहासाविषयी विशेष आस्था असून, आजच्या काळातील राजकीय आणि अर्थविषयक बाबींच्या इतिहासाशी असलेल्या संबंधांविषयी त्याला विशेष जाण आहे. त्यानेही या चर्चांमध्ये मौलिक भर घातली. आम्ही वर्षभर दर आठवड्याला कित्येक तास 'स्काईप' वर भेटत होतो आणि चर्चा करत होतो. प्राथमिक चर्चेनंतर रवीने अनुवाद करण्यास प्रारंभ केला. आम्ही एकेका शब्दाचा आणि वाक्यांचा कीस पाडत होतो. मूळ पुस्तकातील चुका दुरुस्त करण्याचा आम्ही प्रयत्न करत होतो आणि तशा त्या केल्याही. मी काही नवीन माहिती अंतर्भूत केली, तसेच काही मूळ उताऱ्यांचे पुनर्लेखन केले. हे पुस्तक आम्हा तिघांच्या सहयोगातून तयार झाले आहे असेच म्हणावे लागेल. कित्येक तासांच्या काहीशा मनोरंजक, आव्हानात्मक, पण समाधानकारक

अशा आमच्यातील चर्चांचे ते फलित आहे. मी व्यक्तिशः रवी कुलकर्णी आणि शिरिष चिकटे यांच्या उत्साहाबद्दल, त्यांच्या अचूक ज्ञानाबद्दल आणि त्यांनी सिद्ध केलेल्या त्यांच्या क्षमतेबद्दल आभारी आहे.

हे पुस्तक म्हणजे महाराष्ट्राचा अथवा मराठ्यांचा व्यापक इतिहास नव्हे. यातील कालावधी आणि अवकाश मर्यादितच आहे. तत्कालीन प्रबळ जमीनदार घराण्यांचे मराठ्यांच्या केंद्रीय सत्तेबरोबरचे संबंध हा विषय प्रामुख्याने या पुस्तकात चर्चिला आहे. संपूर्ण मराठा कालखंडातील घडलेल्या घटनांना आणि तत्कालीन जीवन पद्धतीला जाणून घेण्यासाठी, हे संबंध लक्षात घेणे अत्यंत आवश्यक आहे असे माझे मत आहे. यामुळे या पुस्तकात सह्याद्रीच्या कडे-कपारींच्या प्रदेशातील प्रबळ आणि शस्त्रसज्ज देशमुख घराण्यांविषयी सखोल चर्चा केली आहे. या घराण्यांकडे एखाद्या खेड्याची जहागिरी कशी आली, ठराविक प्रदेशाचे हक्क कसे आले आणि महसूल वसुलीत त्यांचे योगदान काय होते; अशा प्रश्नांची उत्तरे शोधण्याचा मी प्रयत्न केला आहे. या घराण्यांच्या संदर्भाने मराठा राजवटीचा विचार हे या पुस्तकाचे वेगवेगळेपण आहे. वाचकांना असेही दिसेल की, अशा देशमुख घराण्यांची निष्ठा स्थिर नव्हती. ते कधी दख्खनी सलतनतीची चाकरी पत्करत तर कधी मोगलांची तर कधी मराठ्यांची. एखाद्या देशमुख घराण्याचा उत्कर्ष किंवा ऱ्हास कसा होत असे हेही आपल्याला वाचायला मिळेल. या घराण्यांच्या अभ्यासाबरोबरच तत्कालीन फौजा आणि लष्करी धोरणाविषयीचा ऊहापोहही या पुस्तकात केलेला आढळेल.

असे असले तरी या पुस्तकाचा बराचसा भाग महाराष्ट्राऐवजी पेशव्याच्या उत्तरेकडील साम्राज्य विस्ताराने व्यापलेला आपल्याला दिसून येईल. खानदेश आणि माळव्यातील राज्यव्यवस्थेविषयीच्या पुणे दप्तरातील कागदपत्रांचा अभ्यास मी मुख्यत्वे केला असल्यामुळे, त्यावर मी अधिक लक्ष केंद्रित केले आहे. मी या भागातील कारभाराची घडी बसवण्याची प्रक्रिया आणि त्या भागाची प्रगती यांवर अधिक भर दिलेला आहे. त्यामुळे अठराव्या शतकातील महाराष्ट्रातील राजकारण, कर्नाटकातील लढाया आणि विजय किंवा नागपूर अथवा तंजावरच्या मराठा राजवटींविषयी वाचकाला त्रोटक माहितीच मिळेल.

येथे मुद्दाम नमूद करायला हवे की, हे पुस्तक म्हणजे मराठ्यांचा राजकीय इतिहास नव्हे. यात तत्कालीन नेत्यांचे अथवा राज्यकर्त्यांचे एकूण व्यक्तिमत्त्व किंवा त्यांच्या मानसिकतेविषयी जुजबी वर्णन केलेले आहे. तसेच मराठ्यांच्या पराभवांबद्दल कोणावर दोषारोप करणेही टाळले आहे. या पुस्तकाचा मुख्य उद्देश तत्कालीन आर्थिक आणि सामाजिक इतिहासावर भाष्य करणे हा आहे. राज्यातील आर्थिक आणि

सामाजिक स्थित्यंतर आणि साम्राज्य विस्तारामुळे येणाऱ्या कारभारातील अडचणींवर यात अधिक भर दिलेला आहे.

असे वेगळे उद्दिष्ट समोर ठेवून हे पुस्तक लिहिलेले असल्यामुळे युद्धकौशल्याच्या आणि पराक्रमाच्या अगणित कथांपैकी थोड्याच कथांचा यात अंतर्भाव करण्यात आला आहे. मुख्यत्वे घराण्यांचा इतिहास आणि पुणे दप्तरातील कारभारविषयक कागदपत्रांशी प्रामाणिक राहून व्यक्तिगत निष्ठा किती महत्त्वपूर्ण होती आणि पिढ्यानपिढ्या चालत आलेल्या गुंतागुंतीच्या कायदेशीर हक्कांचे स्वरूप कसे होते याचा शोध घेण्याचा हा एक प्रयत्न आहे. कारभाराच्या आणि महसुलाच्या बाबतीत त्यांच्या सलतनती, मोगल आणि शिवाजीच्या संघर्षपूर्ण काळातील खंडित अवस्थेपासून पेशवा काळातील अधिक नियमित आणि सुशासित अवस्थेत झालेल्या परिवर्तनाचा वेध घेण्याचा प्रयत्न मी केला आहे.

मला आशा आहे की, मुख्यत्त्वे मराठ्यांच्या राजकीय इतिहासाची ओळख असलेल्या वाचकांना, मराठ्यांच्या आर्थिक आणि सामाजिक इतिहासाचे दर्शन या छोटेखानी पुस्तकातून घडेल. मराठ्यांचा इतिहास समजून घेण्यास याचा नक्कीच उपयोग होईल. ह्या अनुवाद प्रक्रियेच्या काळात माझे लेखन पुन्हा वाचताना आणि त्याचा पुनर्विचार करताना मला जसा विशेष आनंद मिळाला, तसाच आनंद वाचकांनाही मिळेल याची खात्री वाटते.

डायमंड पब्लिकेशन्सच्या श्री. पाष्टे यांनी हे पुस्तक अतिशय मोहक स्वरूपात प्रकाशित करण्यात विशेष आस्था दाखवली, त्याबद्दल त्यांचे आणि त्यांच्या सहकाऱ्यांचे विशेष आभार व्यक्त करतो.

Stuart Gordon

डॉ. स्टुअर्ट गॉर्डन

नकाशी

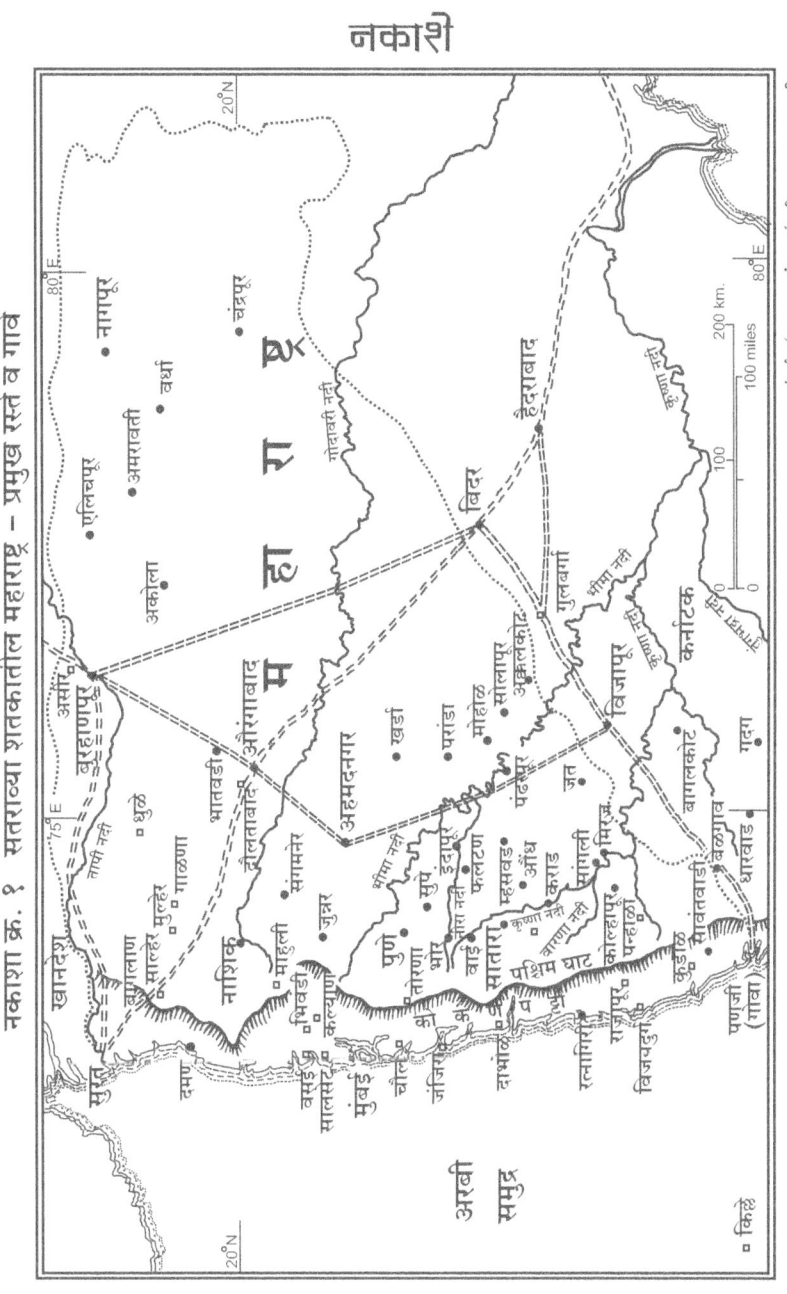

नकाशा क्र. १ सतराव्या शतकातील महाराष्ट्र – प्रमुख रस्ते व गावे

संदर्भ : 'द मराठाज्' मूळ इंग्रजी पुस्तकावर आधारित

नकाशा क्र. २ उत्तर दख्खनमधील सुमारे इ.स. १६१५–२० सालातील राजकीय व सामाजिक स्थिती गोवळकोंडा

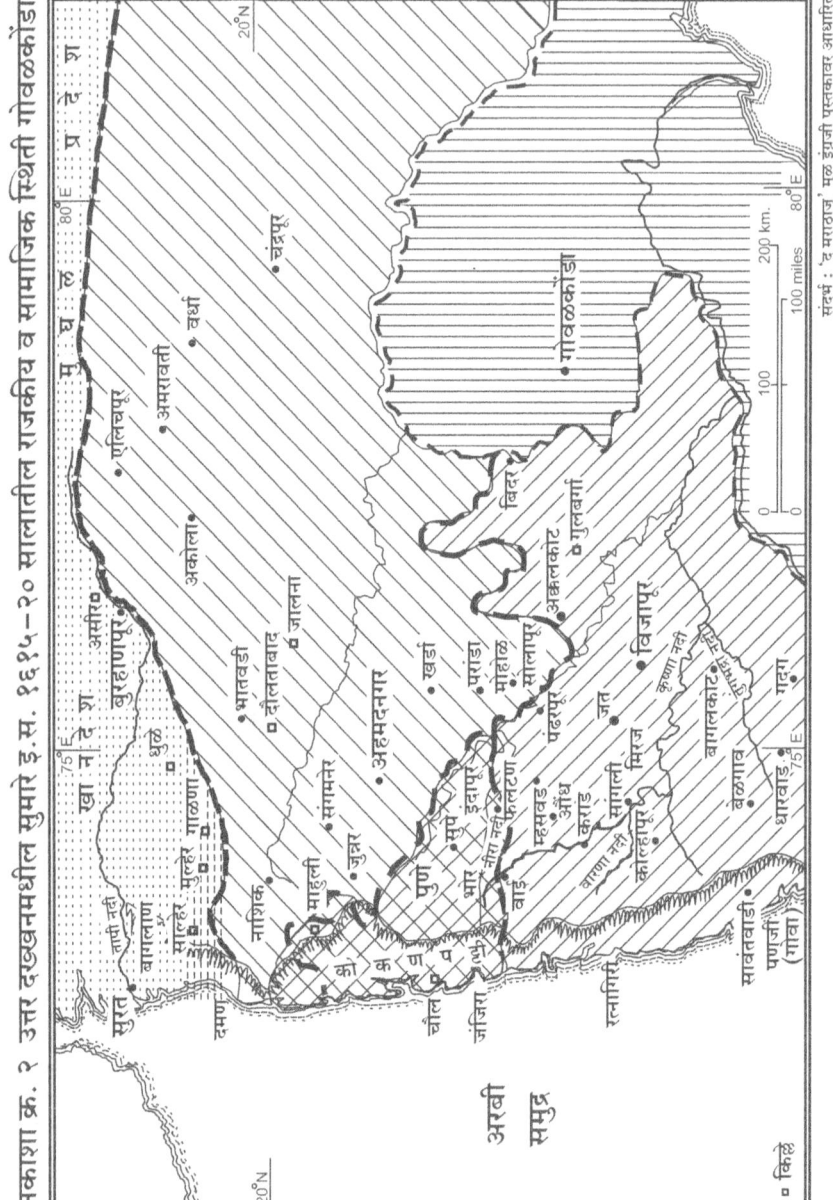

संदर्भ : 'द मराठाज्' मूळ इंग्रजी पुस्तकावर आधारित

नकाशा क्र. ३ कर्नाटक प्रदेश

संदर्भ : 'द मराठाज्' मूळ इंग्रजी पुस्तकावर आधारित

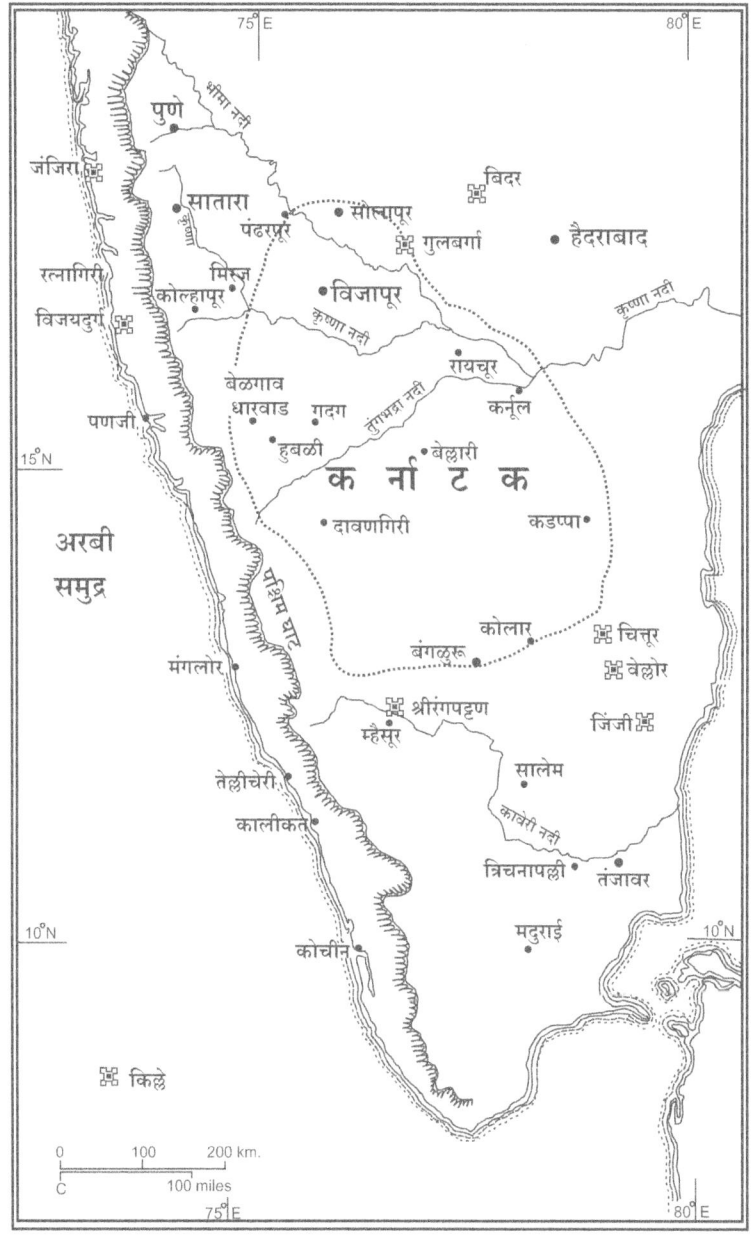

नकाशा क्र. ४

सुमारे इ.स. १६६० सालातील पुणे विभागातील प्रमुख रस्ते व किल्ले

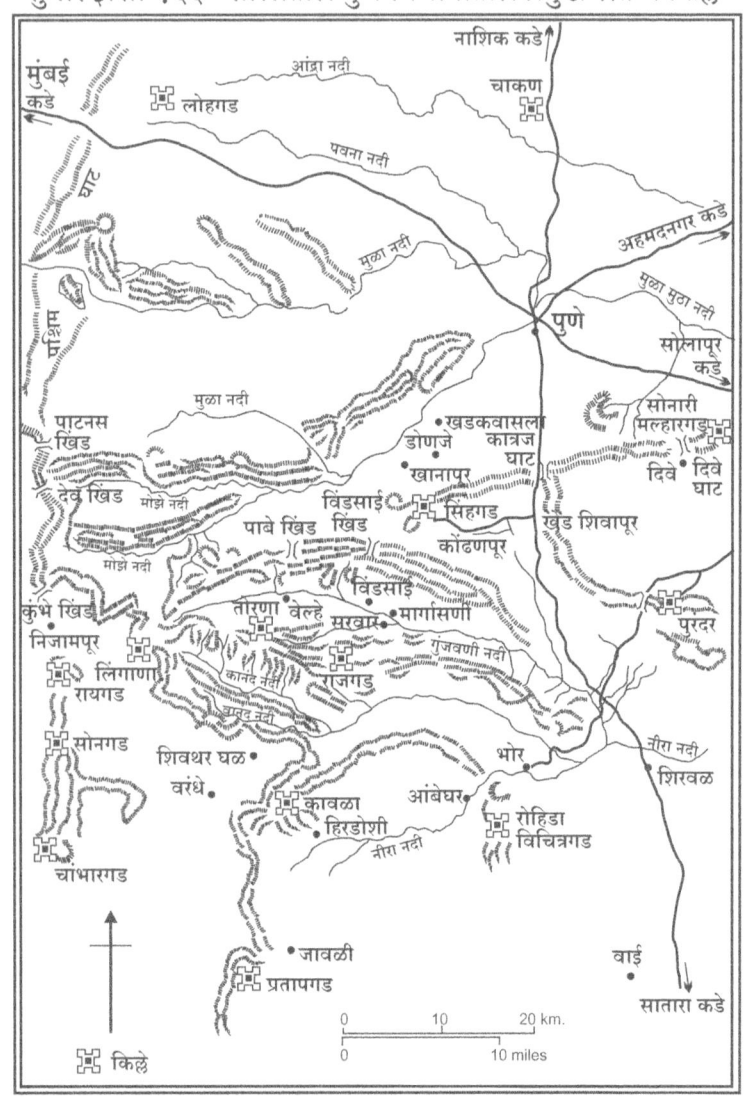

संदर्भ : 'द मराठाज्' मूळ इंग्रजी पुस्तकावर आधारित

नकाशा क्र. ५

औरंगजेबाची मराठ्यांच्या डोंगरी किल्ल्यांवरील स्वारी

इ.स.१७००-१७०७

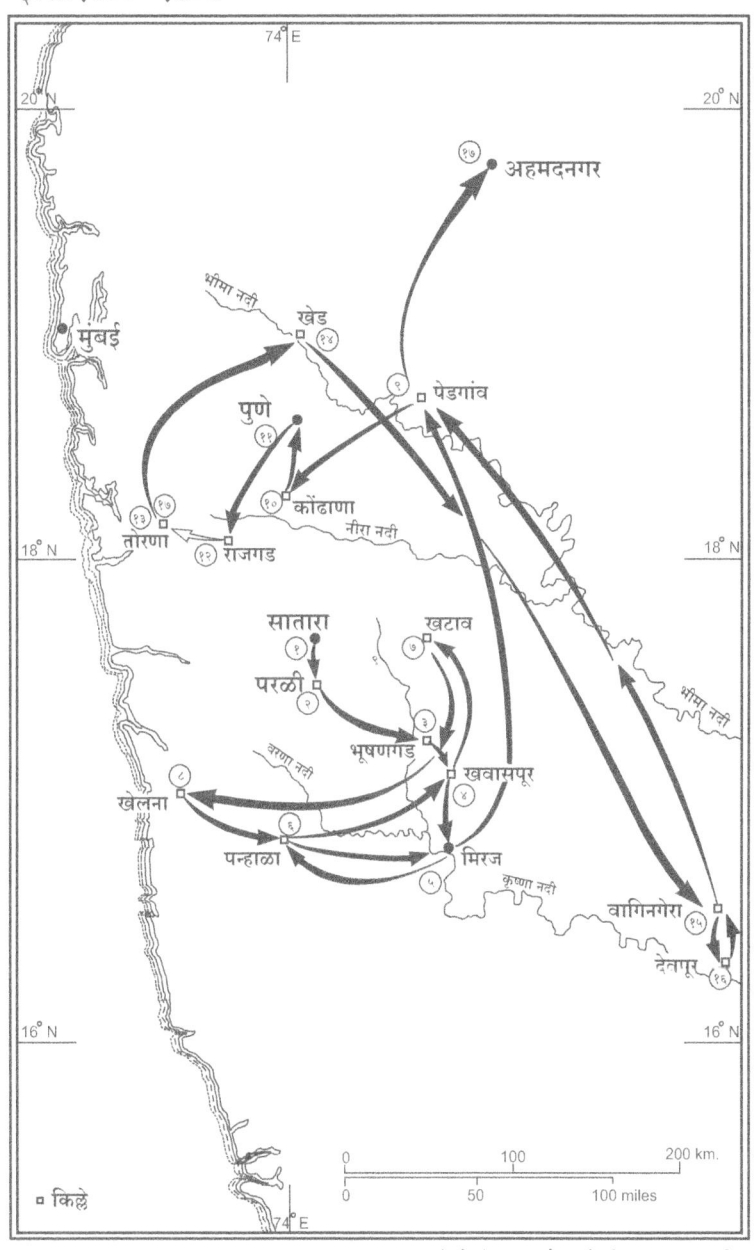

संदर्भ : 'द मराठाज्' मूळ इंग्रजी पुस्तकावर आधारित

नकाशा क्र. ६ मुघल साम्राज्याचे उत्तरेकडील प्रांत (इ.स.१७२०)

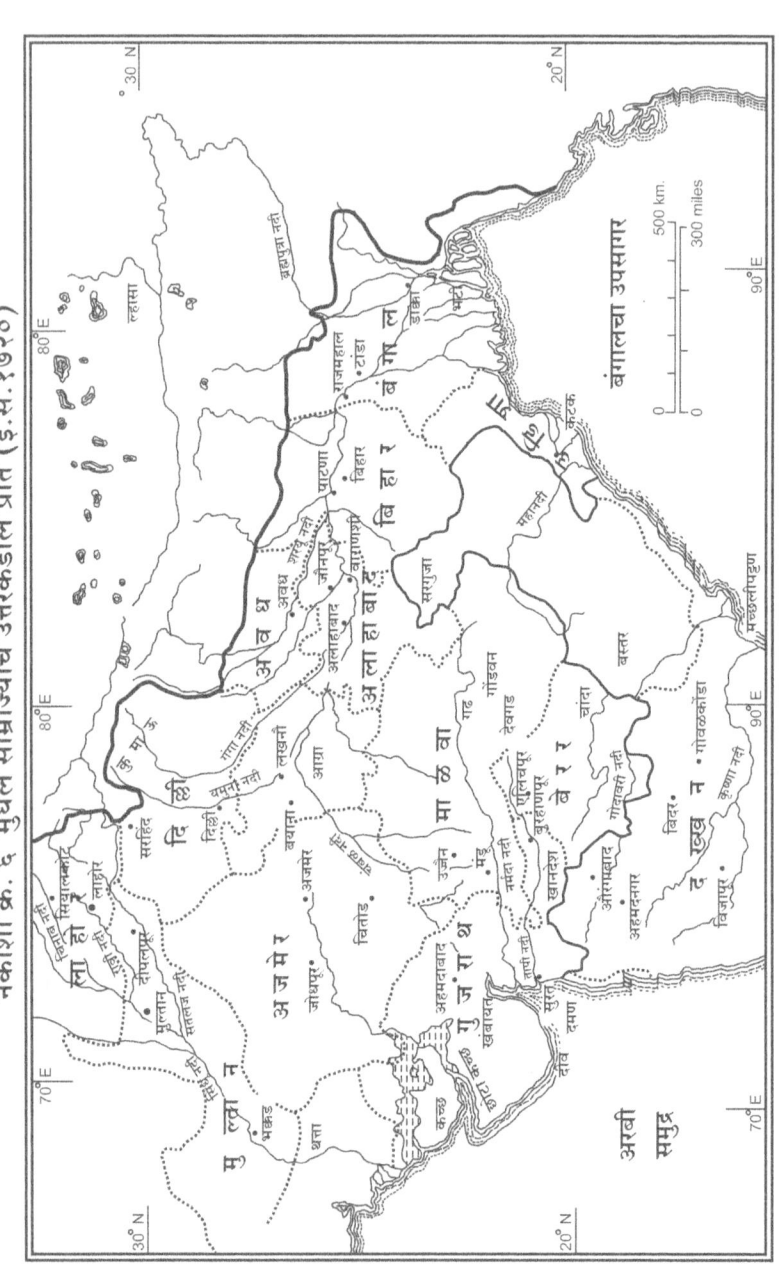

संदर्भ : 'द मराठाज्' मूळ इंग्रजी पुस्तकावर आधारित

नकाशा क्र. ७ बुरहाणपूर, खानदेश व माळवा—इ.स. सुमारे १७५०

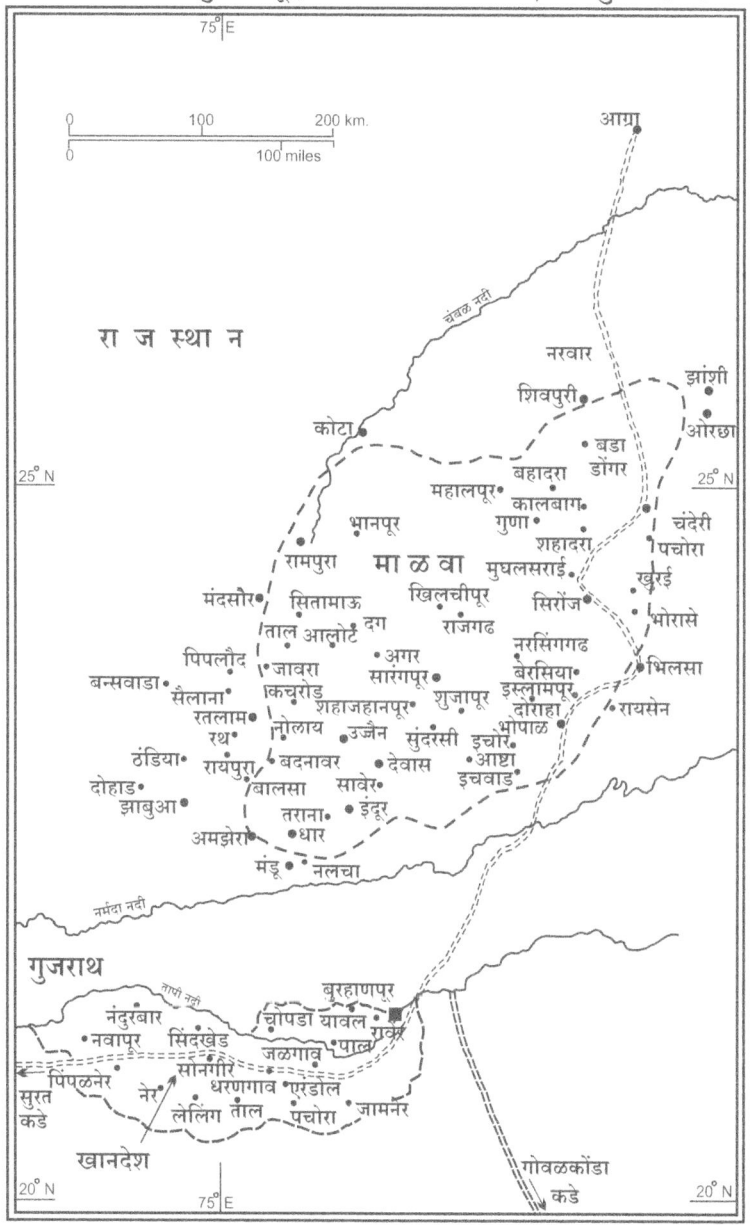

राजस्थान

माळवा

गुजराथ

खानदेश

संदर्भ : 'द मराठाज्' मूळ इंग्रजी पुस्तकावर आधारित

नकाशा क्र. ८ राजस्थान, आग्रा व अवध–इ.स. सुमारे १७४०–१७६०

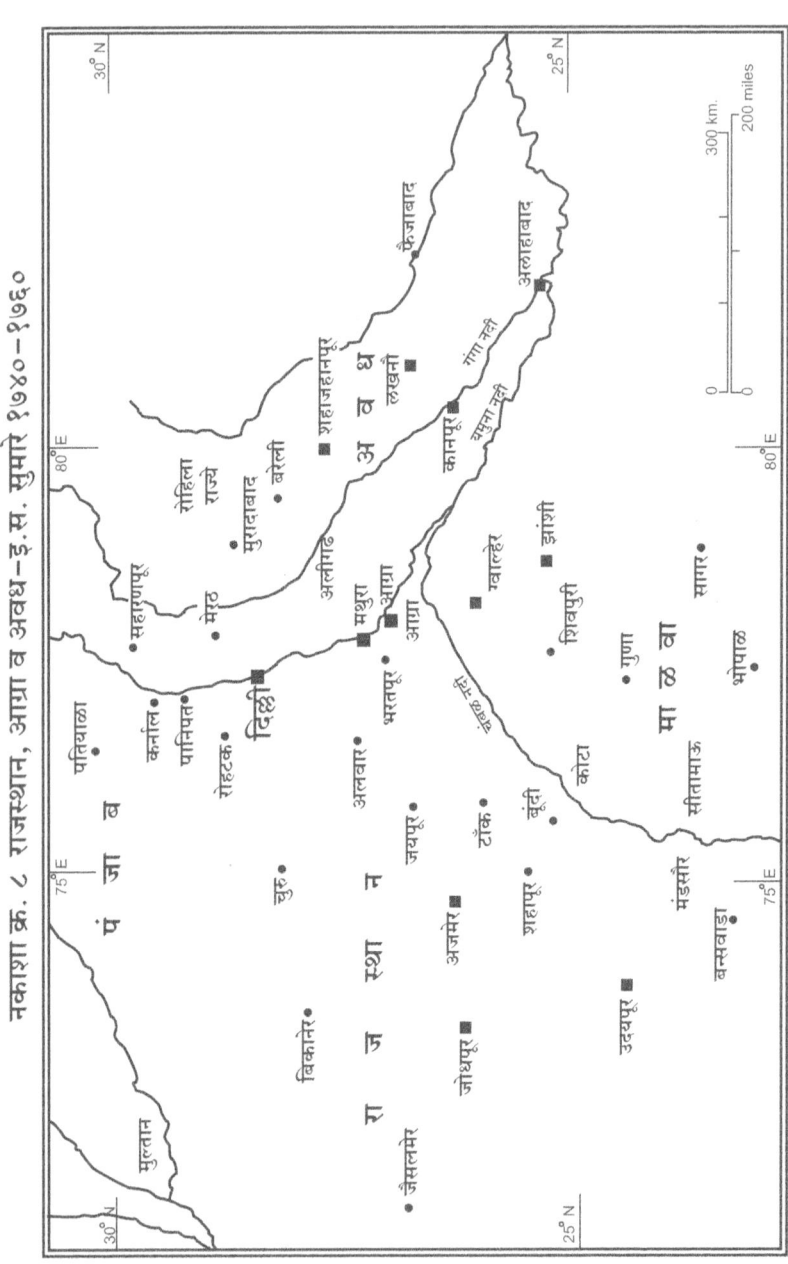

संदर्भ : 'द मराठाज्' मूळ इंग्रजी पुस्तकावर आधारित

प्रस्तावना : इतिहास-लेखन आणि संदर्भ-ग्रंथ

महाराष्ट्र आणि मराठ्यांविषयीच्या इतिहासाच्या लेखनाची सुरुवातही समकालीनच आहे. या इतिहासाविषयीचे पहिले लेखन म्हणजे बखर वाङ्मय. ब्राह्मण प्रशंसकांनी लिहिलेल्या या बखरी सतराव्या शतकाचा उत्तरार्ध आणि अठराव्या शतकाचा मध्य या कालखंडात लिहिल्या गेल्या. या बखरी एखाद्या व्यक्तीचे महात्म्य वर्णन करणाऱ्या असून, बऱ्याचदा घटनाक्रम आणि तारखांविषयी संभ्रम असलेल्या आहेत असे अभ्यासकांचे मत आहे. असे असूनही बखर वाङ्मयातील सर्वोत्तम समजल्या जाणाऱ्या 'सभासद बखर' आणि '९१ कलमी बखर' या बखरी सत्यता आणि शौर्यात्मक आणि शोकात्मक घटनांच्या माहितीसाठी अत्यंत महत्त्वाच्या आहेत. महाराष्ट्राचा लोकप्रिय इतिहास अशाच शौर्यात्मक आणि शोकात्मक घटनांवर आधारित आहे.[१]

इ.स. १८१८ मध्ये इंग्रजांनी महाराष्ट्र जिंकल्यानंतर पुढील दहा वर्षांतील दोन घटनांमुळे मराठ्यांच्या इतिहासाविषयी वैयक्तिक जिज्ञासा जागृत झाली. पहिली घटना म्हणजे जिंकलेल्या प्रदेशाविषयीचे ब्रिटिश अधिकाऱ्यांनी प्रकाशित केलेले विविध अहवाल. हे अहवाल मराठा सरकारातील कागदपत्रांच्या अभ्यासावर आणि त्या वेळच्या कारकुनांच्या आणि इतर संबंधितांच्या (मुख्यत्वे ब्राह्मण) जबान्यांवर अवलंबून होते. मराठ्यांचा बराचसा 'इतिहास' हा या ब्रिटिश अधिकाऱ्यांनी विचारलेल्या प्रश्नांना जी

---

१) दोन्ही बखरींच्या मराठी आवृत्त्यांसाठी पहा -
(संपा) वि.स. वाकसकर ९१ कलमी बखर (व्हीनस प्रकाशन, १९६२)
(संपा) शं. ना. जोशी - सभासद बखर (चित्रशाळा प्रकाशन, १९६०)

उत्तरे मिळत गेली त्यावर आधारित होता आणि त्यात दोघांमधील सामंजस्याचा अभावही दिसून येतो.[२]

याच सुमारास ख्रिश्चन धर्मप्रसारक आणि ब्राह्मण पंडितांमध्ये विस्तृत आणि सखोल चर्चा होऊ लागल्या. यात हिंदुस्थानी समाजाचे स्वरूप, हिंदुत्व आणि ब्राह्मणांचे या समाजातील स्थान या विषयांचा अंतर्भाव होता. इ.स. १८४० आणि इ.स. १८५० च्या दोन दशकांमध्ये या चर्चांमधून जाणिवा अधिक व्यापक व्हाव्या, अशी गरज भासू लागली आणि त्यातून स्थानिक धनवानांच्या मदतीने मराठी भाषेतील छापखाना सुरू झाला. यातून तत्त्वज्ञानपर आणि सामाजिक प्रश्नांबद्दलचे लिखाण प्रसिद्ध होऊ लागले. त्याच वेळी ब्रिटिश वसाहतवादी सरकारकडून जनगणना आणि न्यायव्यवस्थेच्या गरजेपोटी जाती आणि पोटजाती निश्चित करण्यावर अधिक दबाव टाकण्यात येऊ लागला.[३] या दबावामुळे ब्राह्मण आणि मराठ्यांमध्ये व्यक्तिश: आणि सामूहिकरीत्या आपल्या आणि महाराष्ट्राच्या एकूणच इतिहासाविषयी पुनर्विचार करण्याची जाणीव निर्माण झाली. काही साध्या नियतकालिकांमधून लोककथा आणि घराण्यांचे इतिहास प्रकाशित होऊ लागले आणि इ.स. १८४९-५० मध्ये इतिहासास वाहून घेतलेले 'बोधसागर' या नावाचे नियतकालिक मुंबईहून प्रकाशित होऊ लागले.

इ.स. १८६३ मध्ये ग्रँट डफने इंग्रजीत लिहिलेल्या मराठ्यांच्या इतिहासावरील पुस्तकाची दुसरी आणि सर्वदूर वितरित झालेली आवृत्ती प्रकाशित झाली आणि वादविवाद अधिक तीव्र झाले. कारकिर्दीच्या सुरुवातीस मुंबई सरकारात अधिकारी असलेल्या ग्रँट डफने, सतराव्या शतकाच्या मध्यास झालेल्या शिवाजीच्या उदयापासून, इ.स. १८१८ मधील इंग्रजांच्या विजयापर्यंतचा मराठ्यांचा विस्तृत इतिहास तीन खंडांमध्ये लिहिला.[४] या अभ्यासपूर्ण लिखाणामुळे मराठा राज्यव्यवस्था काय स्वरूपाची होती, कारभाराची मूलतत्त्वे काय होती आणि यातील मराठा आणि ब्राह्मण व्यक्तिमत्त्वांचे स्थान काय होते; या विषयांच्या भविष्यातील वादविवादांना एक प्रकारची दिशा मिळाली. येथे आपण ग्रँट डफचे काही दृष्टिकोन विचारात घेऊ. काही दृष्टिकोन पुढील प्रकरणांमध्ये

२) यांपैकी काही महत्त्वाचे अहवाल M. Elphinstone. Report on the Territories Conquered from the Peshwa (1809), T. Jenkins *Report on the Territories of the Raja of Nagpur* (1827), T. B. Jervis, *Geographical and Statistical Memoir of the konkan* (1840) W. H. Sykes "On the Land Tenures of the Dekkan" *Journal of the Royal Asiatic Society* 2 (1835) and J. Malcolm, *A Memoir of Central India* (London, 3rd ed. 1832)

३) पहा - Richard Tucker, "The early setting of the non-Brahmin Movement in Maharashtra" *Indian Historical Review* 7, 1-2 (July, 1980 - January, 1981), 134 - 58

४) ग्रँट डफ, *History of the Marathas* (London, 1818, reprinted Jaipur, 1986)

चर्चेस येतील. प्रथमत: असे दिसते की, ग्रँट डफने शिवाजीच्या उदयाच्या कालखंडाचा केवळ धावता आढावा घेतला आहे आणि महाराष्ट्रातील पूर्वीच्या राज्यव्यवस्थांशी शिवाजीने राखलेले सातत्य, हे फारसे अधोरेखित केले नाही. दुसरे असे की, ग्रँट डफच्या दृष्टीने इतिहास म्हणजे 'राजकीय इतिहास' होय. त्याला लढाया, युद्धे, दरबारांतील गटबाजी आणि व्यक्तींचे जय-पराजय यांत अधिक रुची होती. त्या काळातील अर्थव्यवस्था किंवा सामाजिक स्थिती अशा विषयांना आपल्या इतिहासात त्याने गौण स्थान दिल्याचे दिसते. तिसरे म्हणजे ग्रँट डफने मुख्य राज्यकर्त्यावर आणि त्याच्या प्रबळ सेनानींवरच लक्ष केंद्रित केल्याचे दिसते. त्याच्या लिखाणात दरबाराबाहेरच्या घटनांविषयी किंवा दरबाराशी संबंधित नसलेल्या राजकारणाविषयी फारसे भाष्य दिसत नाही. चौथी गोष्ट म्हणजे, त्याचे लिखाण काटेकोरपणे कालक्रमानुसार लिहिलेले आहे. यात पूर्वापार चालत आलेल्या प्रथा अथवा त्यांतील बदलांविषयी लिहिताना भूत-भविष्याशी त्यांची सांगड घातलेली दिसत नाही. सरते शेवटी ग्रँट डफला ब्रिटिश विजयाचा अभिमान होता आणि ब्रिटिश सैन्याने दाखवलेल्या शौर्याचे त्याला अपार कौतुक होते. त्याने मराठ्यांचे पराभव आणि मराठा राज्यकारभारातील प्रमुख व्यक्तींचा नाकर्तेपणा अधिक ठळकपणे दाखवला. यामुळेच ब्रिटिशांना विजय मिळाला असे त्याचे मत त्याने व्यक्त केले आहे.

यानंतरच्या काळातील बरेचसे ऐतिहासिक लिखाण हे ग्रँट डफच्या लिखाणाचा परिपाक असल्याचे दिसते. इतिहासकारांच्या पुढील पिढ्यांना ग्रँट डफ कसा चुकीचा होता हे दाखवणे गरजेचे होते, कारण मराठा राज्याचे महत्त्व अधोरेखित करणे हे तत्कालीन राजकारणाच्या दृष्टीने गरजेचे होते. इ.स. १८९० च्या दशकात मा. गो. रानड्यांसारख्या सुरुवातीच्या नेमस्त नेत्यांनी सतराव्या शतकातील मराठ्यांचा उदय हा राजकीय, सामाजिक आणि धार्मिक पुनरुज्जीवनाचे फलित होते असे दाखवण्याचा प्रयत्न केला. मराठ्यांचा उदय हा राष्ट्रीयत्वाचा आरंभ होता आणि शिवाजीचा मोगल साम्राज्याविरुद्धचा संघर्ष हा एका नवनिर्माण होत असलेल्या राष्ट्राने परकीयांच्या गुलामगिरीविरुद्ध दिलेला लढा होता असे सूचित करण्यात आले. रानड्यांच्या काळात ब्रिटिशांविरुद्ध जो संघर्ष नावारूपास येत होता, त्यामागील विचारसरणीनुसार शिवाजी हा सतराव्या शतकातील धर्मनिरपेक्ष राष्ट्रीय चळवळीचा नेता होता.[५]

इ.स. १९ व्या शतकातील शिवाजी आणि मराठ्यांच्या अभ्यासकांच्या आणखी

---

५) मा. गो. रानडे, *The Rise of Maratha Power* (Bombay 1900) विशेष म्हणजे मुंबईचा कारभारी माउंट स्टुअर्ट एलफिन्स्टनने त्याच्या History of India या पुस्तकात (इ.स. १९ वे शतक-पूर्वार्ध) मराठा राज्याचा एक 'देश' असा आणि शिवाजीचे कार्य म्हणजे 'स्वातंत्र्यलढा' असा उल्लेख प्रथम केला.

वेगळ्या विचारप्रणालीनुसार शिवाजी युद्धनीतीत वाकबगार होता. ब्रिटिश लेखकांना शिवाजी हा मोगलांच्या बलाढ्य फौजेविरुद्ध यशस्वी लढा देणारा एक देदीप्यमान बंडखोर वाटत होता. त्याने हुशारीने वापरलेल्या जलद घोडदळाविषयी आणि एकूण भौगोलिक स्थितीच्या उठवलेल्या फायद्याविषयी, ब्रिटिशांच्या भारतातील सैनिकी धोरणात दखल घेतलेली दिसते.[६]

ग्रँट डफच्या लिखाणावरील टीकेतून एक चांगली गोष्ट निष्पन्न झाली, ती म्हणजे मराठा राजवटीसंबंधीच्या कागदपत्रांचा शोध. याचा मुख्य स्रोत म्हणजे मराठ्यांचे केंद्रीय दप्तर. परंतु ही अगणित कागदपत्रे इ.स. १८१८ मध्ये ब्रिटिशांनी जप्त केली होती आणि ऐतिहासिक संशोधनासाठी ती उपलब्ध नव्हती. (ही कागदपत्रे राष्ट्रियत्वाचा स्फुलिंग चेतवतील आणि त्यामुळे आपल्याविरुद्ध बंड उभे राहील, अशी भीती ब्रिटिशांना वाटत होती. त्यामुळे भारताला स्वातंत्र्य मिळेपर्यंत हे पुराभिलेखागार बंदच राहिले.) यानंतरचा मुख्य स्रोत म्हणजे संस्थानिकांच्या दप्तरांमधील कागदपत्रे आणि मोठ्या घराण्यांकडील कागदपत्रे. त्यामुळे इ.स. १९०० पूर्वी महाराष्ट्रातील शिंदे, होळकर, साताऱ्याचे राजे, प्रतिनिधी घराणे, आंग्रे आणि दाभाडे यांसारख्या महत्त्वाच्या घराण्यांचे इतिहास प्रकाशित झाले.[७] इ.स. १९०० नंतरच्या दशकांमध्ये कैक निष्ठावंत संग्राहकांनी मराठ्यांच्या असंग्रहीत कागदपत्रांचा शोध घेताना, अख्खा महाराष्ट्र पिंजून काढला. यात कारभारी घराण्यांकडील कागदपत्रे, जमिनीच्या सनदा आणि दुय्यम मराठा घराण्यांकडील कागदपत्रे हाती लागली. अशी कागदपत्रे शोधून, ती छापून, प्रकाशात आणणे हे एक राष्ट्रीय कर्तव्य समजले जाऊ लागले. यातूनच नवीन आणि अधिक बिनचूक असा मराठ्यांचा इतिहास लिहिला जाऊ लागला. या संग्राहकांपैकी सर्वांत प्रसिद्ध संग्राहक म्हणजे विश्वनाथ काशिनाथ राजवाडे ऊर्फ इतिहासाचार्य राजवाडे. त्यांनी आपल्या दीर्घ प्रस्तावनांसह हजारो कागदपत्रे प्रकाशित केली.[८]

---

६) पहा - C. F. Dennis Kincaid, *The Grand Rebel : An Impression of Shivaji, Founder of the Maratha Empire,* (London, 1937)

७) या घराण्यांच्या इतिहासाची पुस्तके थोड्याच संख्येने प्रकाशित झाली होती आणि आता त्यांतील बरीच दुर्मीळ आहेत. काही पुस्तके अशी- अत्रे, 'थोरले मल्हारराव होळकर यांचे चरित्र' (पुणे १८९३), देव, 'श्रीमंत अहिल्याबाई यांचे चरित्र' (मुंबई १८९२) सरंजामे, ' 'शिंदे' ह्यांचे घराण्याचा इतिहास' (पुणे १८७२)

८) इतिहासाच्या संशोधनाला वाहून घेतलेली महत्त्वाची मंडळे याच काळात पुणे आणि महाराष्ट्रातील विविध नगरांमध्ये स्थापन झाली. त्यांच्या व्याख्यानांमुळे आणि प्रकाशनांमुळे मराठ्यांच्या इतिहासाचा शोध घेण्यास चालना मिळाली. इ.स. १९०० ते १९३० या काळात प्रकाशित झालेली घराण्यांकडील आणि इतर कागदपत्रे अशी- आपटे, "चंद्रचूड दप्तर" (पुणे १९२०), "शिवचरित्र

या खाजगी प्रकाशनांमुळे प्रेरित होऊन मुंबई सरकारने प्रचंड अशा केंद्रीय पुराभिलेखागारातील निवडक कागदपत्रे प्रकाशित करायला परवानगी दिली. यांतील पहिले प्रकाशन म्हणजे इ.स. १९१७ ते १९२५ या काळात प्रकाशित झालेले तेरा खंड. या कागदपत्रांची निवड करून त्यांना प्रकाशित करण्याचे काम रावबहादूर वाड यांनी केले.[९] त्यानंतरच्या कागदपत्रांची निवड करण्याचे काम गो. स. सरदेसाई यांनी इ.स. १९२८ मध्ये सुरू केले. आता या मालिकेचे ४५ खंड प्रकाशित झाले असून, पुढील काम चालू आहे. हे खंड वाचण्यास अवघड अशा मोडी लिपीऐवजी देवनागरीत असल्यामुळे आणि त्यांच्या सहज उपलब्धतेमुळे महाराष्ट्रातील इतिहासाच्या अभ्यासकांसाठी ते आधारस्तंभ ठरले आहेत.[१०] असे असले, तरी या खंडांमध्ये दोन उणिवा आहेत. एक म्हणजे, बहुतेक खंड ब्रिटिश राजवटीत प्रकाशित झाले असल्यामुळे आणि त्यांच्यात कोणताही विवादास्पद मजकूर प्रकाशित होऊ देण्याचे तत्कालीन सरकारने टाळल्यामुळे, बरीच महत्त्वाची कागदपत्रे आणि अडचणींचे विषय प्रकाशित झालेले नाहीत. दुसरी गोष्ट म्हणजे, जरी आजपर्यंत ५०००० पेक्षा जास्त कागदपत्रे प्रकाशित झाली असली, तरी निवडण्याच्या प्रक्रियेत बरेच विषय दुर्लक्षित राहिले आहेत. उदाहरणार्थ यांत आर्थिक इतिहासासंबंधी काही उदाहरणे दिलेली असून, दीर्घकालीन आकडेवारीचा अभाव दिसतो. त्यामुळे व्यापार, लष्करी अर्थपुरवठा किंवा जमिनींच्या हक्कांबाबत मराठा व्यवस्था न बदललेली दिसते; जे अयोग्य आहे. सामाजिक बाबतीतही संपूर्ण चित्र उभे राहत नाही.[११]

साहित्य'' सुरुवातीचे खंड- प्रकाशक-भारत इतिहास संशोधक मंडळ, य. वा. खरे (संपा) ''ऐतिहासिक लेख संग्रह'' (मिरज, १९१८ - २६), वि. का. राजवाडे (संपा) मराठ्यांच्या इतिहासाची साधने (१८९८ ते १९१८) आणि पुरंदरे दप्तर (पुणे १९२९). यांतील बरेच ग्रंथ भारत इतिहास संशोधक मंडळ, पुणे येथे उपलब्ध आहेत.

९) रावबहादूर वाड आणि पारसनीस संपादित दोन ग्रंथ *Kaifiyats, Yadis etc.* (Bombay 1908) आणि *Selections from the Satara Rajas and Peshwas Diaries* (Bombay, 1907)

१०) विविध संस्थानांमधूनही उपयुक्त कागदपत्रे उपलब्ध झाली. उदा. A. N. Bhagwat (ed.) *Holkar Shahichya Itihasachi Sadhane* (Indore, 1924 - 25). परंतु बऱ्याचदा अशी निवडलेली कागदपत्रे आणि त्यांच्या अनुषंगाने लिहिलेला इतिहास हा त्या घराण्यांचा वाजवीपेक्षा अधिक मोठेपणा दाखवण्याचा अथवा इतर घराण्यांबरोबरचे जुने वाद उगाळण्याचा प्रयत्न असे.

११) अशा विषयांची ऐतिहासिक साधने त्रोटक असल्यामुळे मराठ्यांच्या संपूर्ण कालखंडातील मिळतील त्या साधनांच्या आधारे इतिहास लिहावा लागतो. यांपैकी दोन महत्त्वाचे ग्रंथ म्हणजे S. N. Sen, *Administrative System of the Marathas* (Calcutta, 1925), *Military Systems of the Marathas* (Calcutta 1928), आणि V. T. Gune, *The Judicial System of the Marathas* (Poona, 1953)

इ.स. १९३० आणि १९४० च्या दशकांमध्ये अशा कागदपत्रांच्या प्रकाशनांचा वेग वाढला.[१२] या काळात इतिहास लेखनाच्या पद्धतीतही फरक पडला. हिंदू आणि मुसलमानांमधील संबंध खालावत गेल्यामुळे, नवीन इतिहासकारांच्या दृष्टीने शिवाजी आणि मराठा राज्य यांना वेगळे महत्त्व प्राप्त झाले. मोगलांच्या जुलमी मुसलमानी राजवटीविरुद्ध हिंदूंनी उभारलेला लढा, असे स्वरूप मराठा राजवटीला देण्यात येऊ लागले. त्यामुळे शिवाजी हा परकीय मुसलमानी सत्तेविरुद्ध संघर्ष करणारा आदर्श हिंदू राजा असे चित्र उभे राहिले.[१३] इ.स. १९४० च्या सुमारास भारतात जी राजकीय स्थिती होती, तिला ही विचारधारा अनुकूल होती. मुसलमान परकीय असून, भारतात हिंदूंचे सरकारच यायला हवे असे बुहसंख्य लोकांचे मत होते. शिवाजीच्या 'हिंदू' राजवटीत मुसलमानांना जशी वागणूक मिळत होती, तशीच सहिष्णुतेची आणि सौम्य वागणूक मिळण्याची अपेक्षा मुसलमानांनी बाळगावी असे सुचवण्यात येऊ लागले.[१४]

स्वातंत्र्यानंतरच्या दशकांमध्ये मराठ्यांच्या इतिहासाच्या अभ्यासात विविध प्रवाह निर्माण झाले. एक प्रवाह म्हणजे मराठ्यांचे प्रतिस्पर्धी असलेल्या इंग्ज, फ्रेंच, पोर्तुगीज आणि मोगलांच्या संग्रहातील मराठ्यांच्या संदर्भातील कागदपत्रांचे प्रकाशन आणि त्यांचा अभ्यास.[१५] महाराष्ट्रातील संशोधकांनी स्थानिक पातळीवरील इतिहास आणि व्यक्तिचित्रे यांची उपयुक्त माहिती प्रकाशित केली.[१६] एकंदरित विचार करता शिवाजी आणि मराठा

१२) उदा. D. B. Diskalkar, *Historical Papers of the Sindhias of Gwalior : 1777 - 1793* (Satara, 1940) *Historical Selections from Baroda State Records*, 5 Vols. (Baroda 1934-39) G. H. Khare (ed.) *Hingane Daftar*, 2 Vols. (Poona, 1945 - 47), V. V. Thakur (ed.) *Holkaranchya Itihasachi Sadhane* (Indore, 1944 - 45)

१३) गो. स. सरदेसाई *मराठी रियासत* (Bombay 1935) आणि *New History of Marathas* (Bombay 1946)

१४) महाराष्ट्र आणि मराठ्यांच्या इतिहासाच्या अभ्यासकांसाठी दोन परस्परपूरक संदर्भ ग्रंथ - 1) V. V. Divekar, *Survey of Material in Marathi on the Economic and Social History of India* (Pune 1981), 2) D. S. Kharbas, *Maharashtra and Marathas, Their History and Culture : A Bibliographic Geilde to Western Language Materials* (Boston, 1975)

१५) पहा - V. G. Hatalkar, *French Records Relating to the History of the Marathas* (Bombay, 1983); P. S. Pissurlekar, *Portuguese Maratha Relations* (Bombay 1983); J. N. Sarkar, *The Military Dispatches of a Seventeenth Century General* (Calcutta 1969); H. M. Elliot and J. Dowson, *The History of India as Told by Its own Historians* 7 Vols. (Allahabad 1964) and J. Sarkar, *House of Shivaji* (New Delhi, 1976)

१६) पहा - M. Malgaonkar, *Puars of Dewas Senior* (Bombay, 1963); S. G. Vaidya, *Peshwa Bajirao II and the Downfall of the Maratha Power* (Nagpur, 1976); A. R. Kulkarni, Maharashtra in the Age of Shivaji (Poona, 1967); G. T. Kulkarni, *The Mughal Maratha Relations : Twenty five Fateful years* (1682 - 1707) (Poona 1983); R. C. Majumdar - V. G. Dighe, *The Maratha Supremacy* Vol. 8 of the History and Culture of the Indian People (Bombay 1977)

राजवट हे राष्ट्रीय प्रतीक न राहता, त्यांना प्रादेशिक स्वरूप आले. यामागील कारण समजून घेणे सोपे आहे. ऐतिहासिक दृष्ट्या मराठ्यांनी अठराव्या शतकात उत्तर आणि मध्य भारताच्या बऱ्याच मोठ्या भागावर राज्य केले असले, तरी पूर्वीच्या राजवटीसारखी फारशी कार्यक्षम नसणारी आणि तितकीच त्रासदायक असलेली राजवट, असेच सर्वसाधारण मत मराठ्यांच्या राजवटीविषयी बनले होते.

मागील वीस वर्षांत शिवाजी आणि मराठा राजवटीला एका वेगळ्याच राजकीय संघर्षात महत्त्व आले आहे. महाराष्ट्रातील ब्राह्मण, ब्राह्मणेतर आणि इतर दलितांमधील वादांत शिवाजीच्या सामाजिक सुधारणांकडे लक्ष केंद्रित झालेले आहे. व्यक्तिश: शिवाजी मराठा असल्यामुळे तो ब्राह्मणेतर शक्तीचे प्रतीक बनला आहे. याहीपेक्षा विशेष म्हणजे शिवाजीने ज्या पद्धतीने उच्चभ्रू जमीनदारांची ताकद कमी केली, त्यात मार्क्सवादी आणि दलित लेखकांना कर्तव्यकठोरता आणि जातीजातींमधील भेद कमी करण्याचे प्रयत्न दिसून आले आणि त्यांनी त्या दृष्टीने लेखन केले.

शिवाजी आणि मराठा राज्यव्यवस्थेवर महाराष्ट्रात अलीकडे लिहिले जाणारे लिखाण तीन प्रमुख सूत्रांच्या आधारावर बेतलेले दिसते. (१) 'मराठा राज्य' म्हणजे महाराष्ट्राच्या प्रादेशिक अस्मितेची जागृती, (२) जुलमी मुसलमानी राजवटीविरुद्धचे हिंदू प्रत्युत्तर म्हणजे 'मराठा राज्य' अथवा (३) हिंदू समाजात आमूलाग्र बदल घडवून, तळागाळातील लोकांच्या उन्नतीसाठी केलेला एक धाडसी प्रयत्न म्हणजे 'मराठा राज्य.' आजचे इतिहासकार काही मूलभूत, मुख्य प्रश्नांची उत्तरे शोधण्याचा प्रयत्न करताना दिसतात. उदाहरणार्थ शिवाजी आदर्श हिंदू राजा होता का? तो सामाजिक परिवर्तन घडवणारा राजा होता का? तो किती धर्मनिरपेक्ष होता? मराठा राज्य हे खरेच हिंदू राज्य होते का? मोगलांना परकीय मानून त्यांच्याविरुद्ध मराठ्यांनी संघर्ष उभा केला होता का? मराठ्यांच्या यशाचे श्रेय जागृत झालेल्या महाराष्ट्राच्या अस्मितेला किती देता येईल? मराठ्यांच्या कोणत्या अपयशांमुळे अथवा त्यांच्यापुढील कोणत्या समस्यांमुळे ब्रिटिशांना विजय मिळवणे सुकर झाले? वगैरे.

आता स्वातंत्र्य मिळून इतका काळ उलटून गेल्यानंतर, ब्रिटिशांविरुद्धच्या मराठ्यांच्या अपयशाचा जो इतिहास ग्रँट डफने लिहिला, त्याचा आधार सोडून; नव्याने संशोधन करण्याची आवश्यकता आहे आणि तसे प्रयत्न गेल्या वीस वर्षांत इतिहासकारांकडून होताना दिसतात. या इतिहासकारांनी वेगळे विषय हाताळलेले दिसतात. या विचारवंतांनी पुणे दप्तर किंवा भारत इतिहास संशोधक मंडळातील मूलभूत साधनांचा वापर करून आणि इतर तज्ज्ञांशी आणि लेखकांशी चर्चा करून हे संशोधन केल्याचे दिसते. सर्वसाधारणपणे दरबारातील घटना किंवा मोहिमांवर लक्ष केंद्रित न करता, ग्रामीण

भाग आणि विशेषत: आर्थिक आणि राजकीय प्रकियांमधील संबंधांवर त्यांचे संशोधन अधिक केंद्रित झालेले दिसते. यांतील काही संशोधनांमध्ये सरकार आणि जातीवर्गामधील बदलत्या समीकरणांविषयी आणि ग्रामीण भागातील कष्टकऱ्यांच्या स्थितीविषयी अभ्यास केलेला दिसतो.[१७] प्रस्तुत लेखकाच्या संशोधनात विजयांचे स्वरूप, सरकार आणि प्रादेशिक ताकदीमधील संबंध आणि लष्करी पद्धतीतील बदल अशा विषयांचा समावेश आहे.[१८] इतर काही संशोधकांनी मराठ्यांच्या इतिहासावर आपली छाप पाडणाऱ्या काही घराण्यांच्या इतिहासावर लक्ष केंद्रित केले, तर काहींनी चलनव्यवस्था आणि पतपेढ्यांच्या व्यवहारांवर संशोधन केले.[१९] काही संशोधकांनी मराठेशाहीतील अंतर्गत बेबनाव आणि जहागिरी हक्कांच्या स्वरूपाविषयी संशोधन केले आहे, तर काहींनी धार्मिक आणि वाङ्मयीन इतिहासाविषयी संशोधन केले.[२०]

या पुस्तकाचे लेखन करताना या महाराष्ट्रातील आणि महाराष्ट्राबाहेरील संशोधनाचा उपयोग झाला, असे कृतज्ञतापूर्वक म्हणायला हवे. मराठा राज्य हे भारताच्या इतिहासातील एक स्वतंत्र आणि महत्त्वाचे पान आहे. या लेखनात आर्थिक आणि लष्करी प्रश्नांवर

---

१७) पहा - Hiroshi Fukazawa State and Caste System in the 18th Century Maratha Kingdom : *Hitotsubashi, Journal of Economics* (June 1968); "Rural Servants in the 18th Century Maharashtrian Village demiurgic or Jajmani system." *Hitotsubashi Journal of Economics* (Feb. 1972); Several Sections in the Cambridge Economic History of India Vol. I, C/200 - C/750 (Cambridge 1982)

१८) पहा - "The Slow Conquest : administrative integration of Malwa into the Maratha Empire", *Modem Asian Studies*, II, I (1977); "Forts and Social Control in the Maratha State", *Modern Asian Studies* 22 I (1979); "Recovery from adversity in 18th Century India : rethinking villages peasants and politics in pre-modern kingdoms", *Journal of peasant studies* 8, 4, (Fall 1979)

१९) उदा. फ्रँक पर्लीन यांचे संशोधन - "Of white 'whale' and countrymen in the 18th century maratha Deccan : extended class relations rights and the problem of rural autonomy under old regime", *Journal of peasant studies*, 5 (1978); "Proto industrialization and pre-colonial South Asia", Past and Present, 98 (1983) "Money use in late pre-colonial India" in John F. Richards (ed.) *The Imperial Monetary System of Mughal India,* (New Delhil 1978)

२०) पहा - Andre Wink, *Land and Sovereignty in India : Agrarian Society and Politics under the 18th Century Maratha Svarajya* (Cambridge 1986) पुढील विद्वानांचे लिखाण पहा - Anne Feldhaus, *The Deeds of God in Rddipur* (Oxford 1984); Eleanor Zelliot and Maxine Bernstein, *The Experience of Hinduism : Essays on Maharashtra* (Bombay 1962); S. B. Tulpule, *Classical Marathi Literature* (Wiesbaden, 1979) (Albany, 1989); G. A. Deleury, *The cult of Vithoba* (Poona 1960); M.S Mate, *Temples and legends of Maharashtra.*

आणि दीर्घकालीन प्रथा आणि घटनाचक्रांवर चर्चा केली आहे. यात ग्रँट डफ आणि इतरांनी महत्त्व दिलेल्या राजकीय घटनांना कमी महत्त्व दिले आहे. प्रथमत: या लेखनात तत्कालीन विविध राजवटींमधील मराठ्यांचे स्थान, मराठी सत्तेचा उदय आणि त्याचे विकेंद्रीकरण यांचा ऊहापोह केलेला आहे. ह्या विषयाकडे केवळ दरबारी दृष्टिकोनातून न पाहता, ज्या घराण्यांनी आपली निष्ठा मराठी राज्याला वाहिली किंवा कारणपरत्वे काढून घेतली, अशांच्या दृष्टिकोनातूनही पाहिले आहे. या लेखनातील ऐतिहासिक कालखंड केवळ मराठा कालखंडापुरता मर्यादित नाही, तर खूप आधीच्या कालखंडाशी त्याची सूत्रबद्धता दाखवण्याचा प्रयत्न केलेला आहे. उदाहरणार्थ मराठे आणि ब्राह्मणांना पूर्वीच्या सलतनतींमधून अनुभव मिळालेला असल्यामुळे; त्यांनी जेव्हा तीच कार्यपद्धती मराठा राज्यकारभारात वापरली तेव्हा मराठा राज्य हे या सलतनतींचाच वारसा पुढे चालवत असल्याचे प्रतिपादन या लेखनात केले आहे. दुसरी गोष्ट म्हणजे, मराठा राज्यातील सामाजिक स्तरांमधील बदल हा एक विषयही आपल्याला चर्चिला गेलेला दिसेल. यात जसा काहींचा सामाजिक उत्कर्ष झालेला दिसतो, तसेच काहींची राजकीय गणिते चुकल्यामुळे म्हणजे त्यांनी वारसा संघर्षात चुकीच्या पक्षाला साथ दिल्यामुळे, त्यांचा झालेला ऱ्हास दिसतो. तिसरी चर्चेत आलेली गोष्ट म्हणजे या राज्यव्यवस्थेचे अर्थकारण. विशेषत: करप्रणाली आणि पतपुरावठा यांत खंडणीपासून रीतसर करवसुली हे परिवर्तन कसे झाले हे शोधण्याचा प्रयत्न केला आहे. चौथा विषय म्हणजे निष्ठा आणि कायदेशीर वारसाहक्क, यांतील सततचे उपस्थित होणारे आणि बऱ्याचदा अनुत्तरित राहणारे प्रश्न. पाचवा विषय म्हणजे लष्कराच्या स्वरूपातील आणि तंत्रज्ञानातील बदल आणि त्याचे केंद्रावरील आणि प्रादेशिक स्तरावरील सामाजिक आणि आर्थिक परिणाम. सरते शेवटी मराठा राजवटीने भारतावर केलेले दूरगामी परिणाम. आपल्याला मराठा राजवटीने महसुली कारभार, कायदे, शिक्षणक्षेत्र, व्यापारव्यवस्था, स्थलांतर यांत केलेले बदल आणि मध्य भारत, गुजराथ आणि महाराष्ट्राचा सामाजिक आणि आर्थिक कायापालट या गोष्टींची चर्चाही वाचायला मिळेल.

१ महाराष्ट्राची भू-राजनीती

मराठा रियासतीच्या भौगोलिक परिसीमा समजून घेताना या पुस्तकात काही महत्त्वाच्या संज्ञा पुनरुल्लेखाने आढळून येतील. यांपैकी दोन सर्वांत महत्त्वाच्या संज्ञा म्हणजे 'दख्खन' आणि 'महाराष्ट्र' या होत. 'दख्खन' अथवा 'दक्षिण' ही पुरातन संज्ञा असून तिचा उल्लेख वैदिक वाङ्मयात आणि महाभारतात 'दक्षिणपथ' अशा संज्ञारूपात आढळतो. 'ताप्ती नदीच्याखालील जिंकण्यास योग्य असा भूप्रदेश' अशी त्याची व्याख्या प्रचलित होती. संपूर्ण इतिहासात उत्तरेकडून स्वारी करणाऱ्या जेत्यांचा या क्षेत्राकडे पाहण्याचा दृष्टिकोन या व्याख्येनुरूप असल्याचे दिसून येते. उत्तर हिंदुस्थानातील राज्यांची दक्षिणेकडील सीमा आणि त्यापुढील भूप्रदेश म्हणजे दख्खन असा अर्थ त्यातून अभिप्रेत होत असे. ताप्ती नदी आणि गोदावरी नदी यांमधील भूप्रदेश उत्तरेकडील साम्राज्यांना वरचेवर जोडला गेल्याचे आपणास दिसून येते. या स्थितीत गोदावरी नदीच्या दक्षिणेकडील भूप्रदेश 'दख्खन' समजला जात असे.[१] या कारणास्तव प्रस्तुत लेखकालाही 'दख्खन' या शब्दाचा अर्थ उत्तरेकडील राज्यांची दक्षिणेकडील सीमा आणि त्यापलीकडचा भूप्रदेश असाच अभिप्रेत आहे.

'महाराष्ट्र' या संज्ञेची व्याख्या तशी सोपी आहे. ज्या भूभागात 'मराठी' भाषा प्रामुख्याने वापरली जाते, तो भूभाग म्हणजे 'महाराष्ट्र'. एक भूप्रदेश म्हणून महाराष्ट्राचा उल्लेख आपल्याला इसवी सनाच्या पहिल्या शतकापासून आढळून येतो. परंतु सातव्या शतकातील शिलालेख मिळेपर्यंत हिंदुस्थानच्या नकाशातील महाराष्ट्राची स्थाननिश्चिती होऊ शकत नाही. समकालीन चीनी बौद्ध भिख्खू ह्युएनत्संगच्या कथनात महाराष्ट्राचा

१) पहा - S. M. Alam "The historic Deccan; a geographical apprisal." in V. K. Bawa (ed.) *(Aspects of Deccan History : Report of a Seminar (Hyderabad, 1975) 16-29).*

'महोलेस्क' असा उल्लेख आढळतो. कालौघात मराठीचा विकास झाल्यानंतर साधारण इसवी सन ८०० ते १३०० च्या सुमारास आपणास मराठी भाषिक प्रदेशाची निश्चिती होऊ लागते. उदाहरणार्थ चक्रधर स्वामी आपल्या नाभिक व्यवसायाच्या आणि प्रवचनांच्या निमित्ताने संपूर्ण मराठी भाषिक प्रदेशात संचार करीत असत. या दरम्यान त्यांनी कधीही कन्नड अथवा तेलगू भाषिक प्रदेशात संचार केला नव्हता आणि या गोष्टीचा त्यांना अभिमान वाटत असे. त्यांच्या प्रवासाच्या सूक्ष्म नोंदींवरून मराठी भाषिक प्रदेशाच्या सीमा सूचित होतात.[२] मराठी शिलालेखातील उल्लेख आणि वरील नोंदींमध्ये कमालीची समानता दिसून येते. हा मराठी भाषिक प्रदेश नकाशा क्र. १ मध्ये दर्शित केला आहे. नकाशातील मराठी भाषिक प्रदेशाची सीमारेषा ही काटेकोर नसून ढोबळ आहे. अलीकडील संशोधनानुसार ही सीमारेषा साधारण ५० मैलांचा पट्टा असून त्यातील बराचसा भूप्रदेश हा द्वैभाषिक आहे.[३] ही सीमारेषा निश्चित करताना इतरही काही परिमाणांचा उपयोग होतो. उदाहरणार्थ महाराष्ट्रात मुख्यत्वे गहू, कापूस आणि डाळींचे पीक घेतले जाते आणि तांदुळाचे प्रमाण कमी आढळते. परंतु आंध्र प्रदेशात तांदूळ, ऊस आणि ज्वारी- बाजरीसारख्या धान्यांचे पीक घेतले जाते.[४] तीर्थयात्रांचे मार्ग, व्यापाराच्या पद्धती आणि वैवाहिक परंपरा अशी परिमाणेही मराठी भाषिक प्रदेशाच्या सीमारेषा निश्चित करताना उपयुक्त ठरतात.

एखाद्या प्रदेशाच्या राजकीय आणि भाषिक सीमा सारख्या असण्यासही मोठा पूर्वेतिहास आहे. मराठीविषयी पाहायचे झाल्यास आपल्याला असे दिसून येते की, १२ व्या शतकाच्या सुरुवातीस जेव्हा पश्चिमी चालुक्य साम्राज्य लयास गेले, तेव्हा ते कन्नड भाषिक कर्नाटक आणि मराठी भाषिक महाराष्ट्र अशा दोन प्रदेशांत विभागले गेले. महाराष्ट्रात नव्या यादव राजवटीने त्वरित मराठी बोली भाषेस अधिकृत भाषेचा दर्जा दिला आणि महत्त्वाच्या तीर्थक्षेत्रांना राजाश्रयही दिला.

आता आपण महाराष्ट्राच्या भौगोलिक रचनेचा विचार करू. प्रथमत: असे दिसून येते की, या भूप्रदेशाच्या उत्तर व दक्षिण सीमांवर आक्रमण रोखण्यास उपयुक्त अशी कोणतीही नैसर्गिक रचना नाही. दुसरे वैशिष्ट्य असे की, हा भूप्रदेश कोकण, सह्याद्रीचे

२) पहा - M. G. Panse "Regional individuality of Maharashtra." in Bawa (ed.) *Aspects of Deccan History, 139-40.*

३) पहा - Charles J. Bennett "The morphology of language boundaries : Indo - Aryan and Dravidian in Peninsular India in David E. Sopher (ed.) *An exploration of India, Geographical Perspectives in Society and Culture (Ithaca, 1980) 234 - 51*

४) पहा - Jayashree Gokhale - Turner, "Images of Maharashtra." in N. G. Wagle *Region and Regionalism in Indian Politics (London, 1980)* See also - Anne Feldhaus, "Maharashtra as a Holy Land : A sectarian tradition."
Bulletin of the school of Oriental and African Studies, University of London, Vol. 49, No 3 (1986) 532-548.

डोंगरी घाट आणि सपाट देश अशा ठळक तीन विभागांमध्ये विभागलेला दिसतो. अरबी समुद्र आणि सह्याद्रीच्या पायथ्यापर्यंतचा सुमारे पन्नास कि.मी. रुंदीचा भूभाग म्हणजे कोकण. कोकणात दर वर्षी जवळपास ८० इंच पाऊस पडतो. कोकणच्या समुद्रकिनाऱ्यावर बरीच महत्त्वाची बंदरे इतिहासकाळापासून अस्तित्वात आहेत. कोकणपट्टीला लागून अत्यंत तीव्र चढणीच्या डोंगर-घाटांची सुरुवात होते. या डोंगररांगा महाराष्ट्राच्या उत्तरसीमेपासून दक्षिणसीमेपर्यंत पसरलेल्या असून त्यांची रुंदी साधारण पन्नास कि.मी. आहे. उंचचउंच सुळके आणि रस्ता जाऊ शकेल अशा खिंडींनी युक्त अशा ह्या डोंगररांगा, घनदाट अरण्याने सदैव आच्छादलेल्या असतात. इतिहासकाळात हे अरण्य याहूनही घनदाट होते. हा भाग भरपूर पर्जन्य वृष्टीचा असून पावसाचे बरेचसे पाणी तीव्र उतारावरून कोकणात वाहून जाते. अन्नधान्य आणि कडबा यांची कमतरता असलेल्या या भागात औषधी वनस्पती, लाकूड, मद्य यांसारखी अरण्योत्पादनेच व्यापार उदीमासाठी उपयुक्त ठरतात. जवळपास दोनशेपेक्षा जास्त असलेले डोंगरी किल्ले हे या डोंगररांगांचे प्रमुख वैशिष्ट्य म्हणून नमूद करावे लागेल. वरीलपैकी बरेच किल्ले वेगवेगळ्या राजवटींमध्ये पुन:पुन्हा बांधले गेले आहेत. राजकीय व्यूहरचनेच्या दृष्टीने या किल्ल्यांना विशेष महत्त्वाचे स्थान होते. अठराव्या शतकातील युरोपीय तोफा येईपर्यंत हे किल्ले बव्हंशी अभेद्य होते. 'देश' या नावाने ओळखला जाणारा महाराष्ट्रातील तिसरा भूप्रदेश पश्चिमेकडे सह्याद्रीलगत रुंद असून पूर्वेकडे चिंचोळा होत गेला आहे. सह्याद्रीलगतचा भूभाग हा त्याच्या पर्जन्यछायेखाली येतो आणि त्याची उत्पादकताही कमीच आहे. पूर्वेकडील भूभाग मात्र सुपीक असून लोकवस्तीही अधिक आहे.[५] उत्तरेकडील पूर्णा-तापी, गोदावरी आणि कृष्णा-भीमा या देशावरील महत्त्वाच्या नद्या असून पुरातन संस्कृतीचे अवशेष सापडलेली स्थाने आणि पंढरपूरसारखी तीर्थक्षेत्रे या भूभागात आहेत. इथे मुद्दाम नमूद केले पाहिजे की, कोकण आणि देश हे पर्यावरणाच्या दृष्टीने भिन्न असून आणि ब्रॉडेलने म्हटल्याप्रमाणे व्यापार पूरक भूप्रदेश आहेत. या भागातील शेती आणि इतर वैशिष्ट्यांविषयी चर्चा आपण पुढे करणारच आहोत.

महाराष्ट्राच्या या त्रिस्तरीय विभागणीमुळे येथील राजवटींना, आक्रमकांना आणि बंडखोरांना एका विशिष्ट भूराजकीय वस्तुस्थितीला सामोरे जावे लागले आहे. सह्याद्रीमुळे कोकण आणि देश या वेगवेगळ्या उपजाऊ प्रदेशांचे संपूर्ण विभाजन झाले आहे. देशावरील राजवटींना समुद्राकडे जाणारे व्यापारी मार्ग आणि कोकणातील शेती उत्पादनांवर ताबा मिळविण्यासाठी सह्याद्रीवर ताबा मिळविणे आवश्यक होते. बंडखोरांना लपण्यासाठी

---

५) पहा - D. G. Kulkarni, *The River Basins of Maharashtra (New Delhi, 1970), 58.*

सह्याद्रीच्या डोंगरदऱ्या अत्यंत उपयुक्त होत्या. येथून ते कोकणावर आणि देशावर छापे मारू शकत. (अर्थात डोंगरदऱ्यांमधील अन्नोत्पादन इतके कमी होते की, ही छापेमारी करणे त्यांना आवश्यकच असे.) राजवटींना आणि बंडखोरांना मान्सूनचा सामना करावाच लागे. पावसाळ्यात दुथडी भरून वाहणाऱ्या नद्यांमुळे आणि खिंडीमधून जाणाऱ्या बिकट वाटांमुळे वाहतूक दुरापास्तच असे. मान्सूनमुळे मे ते सप्टेंबर हे महिने शेतीच्या कामांसाठी आणि ऑक्टोबर ते एप्रिल हे महिने सैनिकी मोहिमांसाठी ठेवावे लागत. त्या दृष्टीने सैन्याची जमवाजमाव होत असे. बरेचसे सैनिक शेतीच्या कामांसाठी मे महिन्यापासून स्वत:च्या गावांकडे परतत असत.

अशा भौगोलिक पार्श्वभूमीवर मराठ्यांच्या इतिहासाची खरी सुरुवात साधारण इसवी सन १३०० पासून, म्हणजे उत्तरेकडून आलेल्या मुस्लीम आक्रमणांपासून होते. दिल्लीच्या तत्कालीन सुलतानाचा बंडखोर पुतण्या अलाउद्दीन खिलजी याने सुरुवातीस दख्खनवर आक्रमण केले. महाराष्ट्र आणि कर्नाटकावर लुटीच्या उद्देशाने केलेल्या या स्वाऱ्यांची परिणती यादव साम्राज्य खालसा होण्यात आणि त्याचा संपूर्ण अस्त होण्यात झाली. महाराष्ट्राच्या दृष्टीने इसवी सन १३०० ते १३२० हा काळ अत्यंत तीव्र अशा झगड्यांनी आणि लढायांनी व्यापलेला आहे. यात कित्येक प्रबळ घराण्यांचा विनाश झाला आणि कित्येकांना मुस्लीम आक्रमणांपासून वाचण्यासाठी परागंदा व्हावे लागले. त्या काळातील सुफी संतांच्या गोष्टींमध्ये मुसलमानांनी केलेल्या 'काफरां'च्या कत्तली वाखाणण्यात आल्या आहेत.[६] काही लढवय्या घराण्यांनी पुन्हा एकत्र येण्याचा प्रयत्न केला असता त्यांना अजून दक्षिणेकडे पिटाळून लावण्यात आले. (आपल्याला माहिती आहे की, आंध्रातील याच काही घराण्यांनी तुंगभद्रा नदीच्या दक्षिणेस विजयनगर साम्राज्याची स्थापना केली.) इसवी सन १३५० मध्ये जेव्हा बहामनी सलतनतीचा उदय झाला, तेव्हाच ह्या तीव्र झगडे आणि लढायांच्या कालखंडाची समाप्ती झाली. उत्तरेकडून आलेल्या बऱ्याच मुस्लिमांच्या वसाहती उदयास आल्या. बहामनी सलतनतीने दिल्लीबरोबरचे राजकीय संबंध तोडून स्वतंत्र राज्य स्थापन केले. नवीन राजवटीने लगेचच किल्ल्यांच्या उभारणीस आणि करवसुलीस सुरुवात केली. नवीन राजवटीत अतिशय तुरळक संख्येने हिंदूंचे बळजबरीने धर्मांतर करण्यात आले. धर्मांतर करण्यास सोयीचे व्हावे म्हणून कोणतीही धार्मिक बंधने लादण्यात आली नाहीत आणि हिंदू देवस्थानांची वतने तशीच पुढे चालू ठेवण्यात आली.

यापुढच्या ३५० वर्षांतील महाराष्ट्रातल्या मुस्लीम राजवटींनी सामाजिक गतिमानता, शासकीय सहभाग आणि आश्रय देण्यास योग्य योजना, सैनिकी आणि मुलकी नोकरशाही

---

६) पहा - Richard Eaton *Sufis of Bijapur 1300 - 1700 (Princeton, 1978) 19 - 44.*

आणि प्रतिकाराच्या पद्धती यांना एक विशिष्ट दिशा देण्याचे महत्त्वाचे काम केले. या शतकांमध्ये ज्या सामाजिक घटकांची विशेष भरभराट झाली ते म्हणजे मराठा आणि ब्राह्मण होत. आपण प्रथम मराठ्यांपासून सुरुवात करू या.

'मराठा' या संज्ञेच्या व्युत्पत्तीविषयी भिन्न मतप्रवाह असून त्यांतील एकही संपूर्ण समाधानकारक नाही. ह्या संज्ञेचा उगम, त्याचा व्यवहारातील वापर आणि त्यातून निर्देशित होणारे सामाजिक घटक यांविषयीचे स्पष्टीकरण आढळून येत नाही. व्युत्पत्तीविषयी भाष्य करणारा एकही मतप्रवाह ही संज्ञा एका विवक्षित काळातच का उदयास आली आणि कोणत्या विवक्षित घटनाक्रमामुळे उदयास आली हे सांगू शकत नाही. तसे पाहता 'मराठा' ही संज्ञा 'बंगाली' किंवा 'तमिळ' या संज्ञांपेक्षा वेगळी आहे. बंगाली भाषिक प्रदेशात पूर्वापार राहत आलेला, बंगाली बोलणारा प्रत्येक जण हा बंगाली म्हणून समजण्यात येतो. त्याचप्रमाणे तामिळी ब्राह्मण अथवा तामिळी ख्रिश्चन हे सगळे तमिळच समजण्यात येतात. परंतु सगळे मराठी भाषिक हे मराठा समजले जात नाहीत, जसे राजस्थानातील सगळ्यांना रजपूत म्हणण्यात येत नाही.

'मराठा' ही संज्ञा जुनी असली तरी शिलालेख अथवा इतर स्वरूपात सापडणारे त्यासंबंधीचे पुरावे दुर्मीळ आणि संदिग्ध आहेत. उदाहरणार्थ बेडसा येथे असलेल्या गुंफेतील शिलालेखात (इसवी सन पहिले शतक) एका राणीचा नामोल्लेख 'महाराठिणी' असा आढळून येतो. त्याचप्रमाणे इसवी सनाच्या पाचव्या शतकातील सिंहिली बखर दस्तऐवजात या भूभागाचा उल्लेख 'महारट्ठा' असा आढळतो. या पुरातन पुराव्यांमधेही 'मराठा' या संज्ञेचा अर्थ महाराष्ट्रातील रहिवासी एवढाच मर्यादित आहे. आधीच्या मुस्लीम बखरकारांची धारणाही सर्वसाधारणपणे अशीच होती. अलबिरुनी (इ.स. १०२०) नर्मदा नदीच्या दक्षिणेकडील भूप्रदेशाचा उल्लेख 'मरहट देश' असा करतो. तर इब्न बटूटा (इ.स. १३४०) च्या नोंदीनुसार दौलताबादच्या भोवती असलेल्या लोकांना 'मराठा' असे संबोधण्यात येत असे.

पुढील २०० वर्षांच्या काळात 'मराठा' या संज्ञेला एक नवीन वजन प्राप्त झाल्याचे आढळते. मराठा पुढाऱ्यांकडे आपल्या अनुयायांसह बहामनी साम्राज्याची चाकरी करणारे अथवा त्याविरुद्ध बंडखोरी करणारे अशा दृष्टीने पाहण्यात येऊ लागले.[७] 'मराठा' या संज्ञेकडे पहाण्याचा हा दृष्टिकोन फरिश्ताने इ.स. १६०० च्या सुमारास 'दख्खनचा इतिहास' लिहीत असताना चांगलाच रूढ झाला होता. आर्थिक स्थैर्य आणि सुबत्तेमुळे नवीन

---

७) पहा - U.N.Deshpande, *(Smritisthal)* (Pune, 1939, reprinted 1960) यात भातोबा त्याच्या श्रोत्यांना उद्देशून म्हणतो की, मुसलमानांची कितीही आक्रमणे झाली आणि राजकीय उलथापालथी झाल्या तरी (यादवांचे) मराठा राज्य अबाधित राहील. 'स्मृतिस्थल' हा महानुभावांचा ग्रंथ इ. स. १४-१५ व्या शकात लिहिला गेला असे समजले जाते.

जातीवर्गाची निर्मिती होते, या सर्वमान्य सिद्धांताला अनुसरूनच हा घटनाक्रम घडल्याचे दिसून येते.

इ.स. अठराव्या आणि एकोणीसाव्या शतकातील अनेक साधनांच्या आधारे आपल्याला माहीत आहे की, मराठा वर्ग अथवा जात ही कुणबी, लोहार, सुतार, भंडारी, ठाकर आणि धनगर अशा जातींतील घराण्यांच्या समावेशातून निर्माण झाली आहे. या जाती इ. स. च्या १७ व्या शतकातही होत्या आणि आजही आहेत.[८] मग प्रश्न असा

---

८) एका शतकाहून अधिक काळ महाराष्ट्राविषयी संशोधन करणाऱ्या इतिहासज्ज्ञांमध्ये 'मराठा' या वेगळ्या सामाजिक घटकाच्या अस्तित्वात येण्याच्या काळाविषयी बरीच चर्चा होत आली आहे. हा घटक यादव काळात अस्तित्वात आला, का मोगलांविरुद्ध लढणाऱ्या दख्खनी सलतनतींकडे करत असलेल्या सैनिकी चाकरीतून निर्माण झाला, याविषयी मतभिन्नता दिसून येते. इ.स. चौदाव्या शतकात लिहिल्या गेलेल्या महिकावतीच्या बखरीत यादव राजाच्या सैनिकांनी आपल्या कुटुंबासह उत्तर कोकणात नवी वसाहत स्थापन केल्याचा उल्लेख सापडतो. कालौघात आपल्या सैनिकी कौशल्याचा पुढील पिढ्यांना विसर पडला आणि त्यांनी वेगवेगळे व्यवसाय अंगिकारले आणि यातूनच पुढे कुणबी, लोहार, सोनार असे व्यवसायांवर आधारित घटक निर्माण झाले असे या बखरीत नोंदवले आहे. पुढील काळात त्यांना त्यांच्या सैनिकी परंपरेची जाणीव झाल्याचा उल्लेखही या बखरीत येतो. ही बखर अस्सल असली तरी तिच्यात वर्णन करण्यात आलेल्या कालखंडानंतर सुमारे ३०० वर्षांनंतर ती लिहिली गेली. इतक्या मोठ्या कालावधीत कैक संदर्भ बदलू शकतात. महाराष्ट्राच्या इतर भागात अशा विस्मृतीत गेलेल्या सैनिकी परंपरेविषयीचे उल्लेख आजवर तरी प्रकाशात आलेले नाहीत. (पहा : महिकावतीच्या बखरीविषयीचे इतिहासाचार्य राजवाड्यांचे विवेचन आणि त्यावर डॉ. रा. चिं. ढेरे यांनी केलेले भाष्य.)

'मराठे' खरे कोण होते आणि त्यांचा इतिहास काय होता यांविषयी जाणून घेण्याचा प्रयत्न आर. इ. एन्थोवेन याने आपल्या 'Tribes and Castes of Bombay (Bombay 1922) या निबंधात केल्याचे दिसते. त्याने मराठ्यांच्या उगमाविषयीच्या कैक सिद्धांतांची चर्चा केली असून हे सर्व सिद्धांत शक्य असतील असे वाटते. परंतु शिलालेख अथवा ताम्रपटांसारखा ठोस पुरावा उपलब्ध नसल्यामुळे या सिद्धांतांना पुष्टी मिळू शकत नाही. 'मराठा' या संज्ञेविषयीचा स्पष्ट उल्लेख इ.स. चौदाव्या शतकात आढळतो. (पहा : *In the Absence of God : the early years of an Indian sect / a translation of Smritisthal* - ॲन फेल्डहाऊस आणि शं. गो. तुळपुळे यांच्या प्रस्तावनेसह - Honolulu : University of Hawaii Press, 1992) नंतरच्या काळात इब्न बटुटा या प्रवाशाने 'मराठा' या संज्ञेचा उल्लेख केला आहे. इतिहासकार फरिश्ताच्या (इ.स. १५६० - १६२०) विपुल लिखाणातही ही सज्ञा आढळते. प्रस्तुत लेखक या प्रश्नाच्या निराकरणाची जबाबदारी महाराष्ट्राविषयी संशोधन करणाऱ्या समर्थ इतिहासकारांवर सोपवू इच्छितो. एक गोष्ट मात्र सत्य आहे की, इ.स. सोळाव्या, सतराव्या आणि अठराव्या शतकात कित्येक सैनिक हे मूळच्या कुणबी, लोहार किंवा तत्सम घटकांमधून सैनिकी सेवेत आले आणि त्यांना 'मराठा' म्हणून संबोधण्यात येऊ लागले. एन्थोवेनने पुराव्यानिशी असे शाबित केले आहे की, विसाव्या शतकाच्या सुरुवातीच्या दशकात मराठ्यांना ते मूलतः कुणबी, लोहार, सुतार अथवा तत्सम असल्याची जाणीव होती. (पहा : एन्थोवेन III पान ४ - ४२)

पडतो की, मराठा हे कुणबी किंवा इतरांपेक्षा वेगळे कसे? या प्रश्नाचे उत्तर मराठ्यांची अभिमानास्पद लष्करी परंपरा आणि त्यायोगे त्यांना मिळालेले वतन आणि इनामाचे अधिकार यांच्याशी निगडित आहे. या अधिकारांमुळेच मराठे आणि इतर सामान्य शेतकरी, लोहार अथवा शिंपी यांच्यातील फरक विशेषत: स्थानिक पातळीवर प्रकर्षाने उठून दिसतो.

आता दुसरा प्रश्न असा पडतो की, 'मराठा' या संज्ञेचा उदय इ.स. १४०० ते १६०० याच विवक्षित काळात का झाला? बहामनी लष्कर आणि बहामनी साम्राज्याच्या पाच वारसदार राज्यांच्या लष्करांमध्ये 'मराठा' या संज्ञेचा उगम झाल्याची शक्यता अधिक जाणवते. या लष्करांमधील विविध तुकड्यांपैकी भारतात जन्मलेल्या मुस्लीम सैनिकांच्या तुकड्या आणि 'अफगाणी' म्हणजे अलीकडेच अरबस्तान किंवा मध्य आशियातून आलेल्या परदेशी मुस्लिमांच्या तुकड्यांच्या तुलनेत, मराठी भाषिक सैनिकांच्या तुकड्यांना संबोधित करण्यासाठी 'मराठा' ही संज्ञा वापरात आली असावी. विजापूरच्या इब्राहिम आदिलशहाने (इ. स. १५३५-५७) त्याच्या सैन्यातील दख्खनी आणि अफागी सैनिकांचा वरचष्मा कमी करण्यासाठी मोहिमांच्या वेळी मराठी भाषिक सैनिकांविषयी अधिक पसंती दर्शविली होती.[९] याच काळात अहमदनगरच्या मुस्लीम राजवटीने मराठीला सरकारी भाषेचा दर्जा दिला. कालौघात 'मराठा' या संज्ञेला एक विशेष स्थान मिळत गेले. सुरुवातीच्या संदर्भांनुसार मराठी भाषिक घोडदळातील सैनिकांना 'बारगीर' असे संबोधण्यात येत असे. या बारगीरांकडे स्वत:चा घोडा अथवा इतर आयुधे नसत. 'मिरात-इ-अहमदी' मध्ये अशा सैनिकांचा उल्लेख 'अहमदनगरचे बारगीर' असा आढळतो. पुढील काळात त्यांचे रूपांतर मराठा लष्करी अधिकाऱ्यांखालील मराठा तुकड्या असे झाले. 'मराठा' या संज्ञेच्या आणि मराठा कुळांच्या अशा संदिग्ध उगमामुळेच १९ व्या शतकात जेव्हा 'खऱ्या' मराठा कुळांची यादी बनविण्यात आली, तेव्हा त्यात बरीच भिन्नवाक्यता आढळून आली.[१०]

'मराठा' आणि 'रजपूत' या दोन्ही संज्ञांच्या उगमामध्ये आणि त्या त्या कुळांच्या उत्कर्षामध्ये बरेच साधर्म्य आहे. रजपूतांची लढाऊ वृत्ती मुघल साम्राज्याच्या चाकरीतून वृद्धिंगत झाली. कालौघात नातेसंबंध आणि वैवाहिक मर्यादांमुळे ह्या रजपूत कुळांना राजस्थानातील इतर समाजापेक्षा वेगळी ओळख प्राप्त झाली. यशस्वी लष्करी कारकिर्द आणि त्यातून प्राप्त होणारी वतनदारी आणि स्थानिक पातळीवरील मोठेपणा यांद्वारे

---

९) पहा - I. A. Ghauri. "Organization of the army under the Sultanets of Deccan." *Journal of the Pakistan Historical Society, 14, 3 (July 1966) 147 - 171.*

१०) अशा प्रकारच्या तीन याद्या एन्थोवेनने त्याच्या The Tribes and Castes of Bombay, III (Bombay, 1922), 21 - 25 या निबंधात विचारात घेतल्या आहेत.

कोणतेही कूळ स्वत:ला रजपूत म्हणवून घेऊ शकत असे. राहणीमान आणि खाण्यापिण्याच्या सवयींमधील श्रीमंती बदल, महान परंपरेला अनुसरून जवळपासच्या तीर्थक्षेत्रांना आश्रय देणे आणि कुटुंबातील विधवा पुनर्विवाहांना अटकाव करणे; या गोष्टींमुळे रजपूत होण्याची प्रक्रिया सुकर होत असे.[११] भिन्न परंतु आर्थिक दृष्ट्या दुर्बळ अशा रजपूत कुळाशी जोडलेले विवाहसंबंध आणि लष्करी कामगिरीतील सततचे यश या भांडवलावर एखादे कूळ रजपूत ठरत असे. या अनुषंगाने रजपूत आणि भिल्लांसारख्या मध्य भारतातील इतर जमातींमधील संबंध दस्तऐवजांमधून नोंदले गेले आहेत.[१२]

प्रस्तुत लेखकाला 'मराठा' ही संज्ञा याच पद्धतीने विकसित झाली असावी असे वाटते. प्रथम काही कुळांना लष्करातील चाकरीमुळे इतर सामान्य शेतकऱ्यांपेक्षा वेगळी ओळख प्राप्त झाली. त्यांना मिळालेल्या जहागिऱ्या आणि वतनांमुळे ते महसूल वसुलीतही सहभागी झाले. यामुळे स्थानिक पातळीवर त्यांच्या प्रतिष्ठेत आणखी भर पडली. याचबरोबर या कुळांच्या जीवनशैलीत लष्करी शिक्षण, शिकारी, वेगळी उठावदार वेषभूषा (उदा. जास्त पेचदार पगडी), आहारातील फरक, वंशावळ आणि कुळश्रेष्ठत्वाविषयीच्या जाणकारांची स्वत:च्या चाकरीत नेमणूक आणि विधवा पुनर्विवाहावरील बंधने या गोष्टींचाही अंतर्भाव झाला. पुढील काळात या वैशिष्ट्यांची परिणती मराठा कुळांच्या रितीभातींविषयी जागरूक असलेल्या दृढ नातेसंबंधामध्ये आणि एकात्म समाज निर्माण होण्यात झाली. या प्रक्रियेला जहागिरींमुळे आर्थिक सुबत्तेचा आधार होता. आपण असे म्हणू शकतो की, 'मराठा' ही संज्ञा नातेसंबंधांमधून आणि परस्परांमधील व्यवहारांमधून उदयास आलेल्या एका लष्करी कर्तृत्ववान समाजाचे द्योतक म्हणून रूढ झाली.

मराठ्यांच्या राजकीय इतिहासात प्रकर्षाने दिसून येणारी त्यांच्यातील दुफळी आणि

---

११) पहा - Norman Ziegler, "Some notes on Rajput loyalties during the mughal period." in J. F. Richards (ed.) *Kingship and Authority in South Asia (Madison, Wis, 1978)* या विषयीची अधिक सखोल चर्चा D. H. A. Kolff च्या *Naukar, Rajput and Sepoy : The Ethnohistory of Military Labour Market in Hindustan, 1450 - 1850 (Cambridge, 1990)* या निबंधात वाचायला मिळते. Kolff च्या म्हणण्यानुसार शिख, पठाण, रजपूत, अफगाण अशा कित्येक संज्ञा जातीवाचक समजल्या गेल्या असल्यातरी त्या खरेतर सैनिकीपेशाशी आणि त्यातून मिळणाऱ्या अवांतर प्राप्तीशी निगडीत होत्या.

१२) सुरजीत सिन्हा - "State formation and Rajput myth in tribal central India, *Man in India 42, I (January-March 1962), 35 - 80.* 'जात' ही कायमच राजकारणाशी निगडीत होती आणि आहे या निकोलस डर्कच्या विचाराशी प्रस्तुत लेखक सहमत आहे. पहा : *The Hollow Crown : Ethnohistory of an Indian Kingdom (Cambridge, 1987).* या अनुषंगाने निकोलस डर्कबरोबर चर्चा करायला मिळाल्याबद्दल लेखक आभारी आहे.

गटा-तटांचे राजकारण. याचे मूळ हे मराठा समाजाच्या वर उल्लेखिलेल्या निर्मिती प्रक्रियेत दिसून येते. बरीचशी नामवंत मराठा कुळे साधारण एकाच वेळी परंतु पाच वेगवेगळ्या दख्खनी मुस्लीम राजवटींमधे नावारूपास आली. (यांपैकी बरीच कुळे ही समाजमान्यता आणि उज्ज्वल परंपरेच्या बाबतीत मराठा राज्याची निर्मिती करणाऱ्या शिवाजीच्या कुळाच्या तोडीस तोड होती. त्यांनी शिवाजीच्या हुकमतीस विरोधही केला होता. हा भाग प्रस्तुत लेखनाच्या ओघात पुढे येणारच आहे.) ठरावीक भूभागातील जहागिऱ्यांच्या जोरावर त्या त्या भागात या कुळांनी आपले बस्तान व्यवस्थित बसविले. जहागिरदार म्हणून मिळालेली प्रतिष्ठा सोडून पुन्हा केवळ लष्करी चाकरी करणे या कुळांना कमीपणाचे वाटू लागले. काहीही झाले तरी आपल्या जहागिऱ्या आणि जमीन महसूल अधिकार वाचवण्याचे या कुळांचे सततचे प्रयत्न याचेच द्योतक आहेत.

उपरनिर्दिष्ट रजपूतांप्रमाणेच मराठा या नवीन जातीवर्गाचा विकासही संपूर्ण मराठा राजवटीच्या कालखंडात आणि नंतर एकोणिसाव्या शतकातही चालू होता. अस्सल मराठा कुळे निश्चित करून त्यांची यादी बनविण्याचे आणि 'मराठा' जात मर्यादित करण्याचे प्रयत्न करण्यात आले. यासाठी गरीब, सामान्य शेतकऱ्यांना शक्य नसलेली जीवनशैली आणि विशेष रितीभातींचा अवलंब करण्यात आला. उदाहरणार्थ सामान्य शेतकऱ्यांच्या स्त्रियांना शेतात किंवा घराबाहेर काम करावेच लागत असे; पण मराठ्यांनी आपल्या कुळातील स्त्रियांवर या बाबतीत निर्बंध घातले. अस्सल मराठ्यांनी लष्करी पेशाच स्वीकारण्यावर विशेष भर दिला गेला.

आता हे थोडेसे विषयांतर थांबवून आपण पुन्हा चौदाव्या-पंधराव्या शतकातील महाराष्ट्राकडे वळू या. महाराष्ट्रात मुस्लीम राजवटी सुरू झाल्यानंतरच्या परिस्थितीतील बदल काही समाज घटकांना प्रकर्षाने जाणवला असेल. लढवय्या जातींचे सामाजिक ध्रुवीकरण झाले होते अथवा नवीन राजवटींच्या सेवेत ते रूजू झाले होते. या परिस्थितीचा ब्राह्मणांवर आणि विशेषत: राजाश्रय उपभोगणाऱ्या ब्राह्मणांवर काय परिणाम झाला असावा असा प्रश्न उपस्थित होतो. उदाहरणार्थ महाराष्ट्रातील यापूर्वीच्या हिंदू राजवटींमध्ये राजाज्ञेनुसार केवळ पीक-पाण्यासंबंधात नव्हे, तर संपूर्ण वैश्विक व्यवहार सुरळीत चालावेत यांसाठी वेगवेगळे यज्ञविधी केले जात असत. नवीन मुस्लीम राजवटींमध्ये हे यज्ञविधी करणे बंद झाले, तेव्हा याचा ब्राह्मणांवर काय परिणाम झाला असेल? दुसरे उदाहरण :- कौटिल्याच्या अर्थशास्त्रावर आणि इतर ग्रंथांवर आधारित हिंदू राजकीय विचारधारणेनुसार वर्णसंस्था आणि जातीसंस्थांमधील व्यवहारांविषयी ब्राह्मणांच्या सल्ल्यानुसार मध्यस्थी करणे, हे राजावर नैतिकदृष्ट्या बंधनकारक असे. नवीन राजवटीतील राजेच हिंदू धर्मशास्त्रानुसार 'राजा' म्हणविण्यास योग्य अशा वर्णाचे नव्हते. इतकेच नव्हे, तर त्यांना

माहीत नसलेल्या जातीय वादांमधे पडण्याची त्यांची इच्छाही नव्हती. अशा प्रसंगी ब्राह्मणांची स्थिती काय झाली असेल? वस्तुस्थिती अशी आहे की, हे बदल जितके वाटतात तेवढे परिणामकारक नव्हते. दख्खनमधील मुसलमान हे संख्येने फारच थोडे होते. किल्ले आणि नगरांमध्येच प्रामुख्याने वास्तव्य असलेल्या या मुस्लीम राज्यकर्त्यांचा अधिकार केवळ मूलभूत प्रशासनावरच होता. सर्वसाधारण राज्यकारभार आणि करवसुली या बाबतीत हे राज्यकर्ते स्थानिक पातळीवरील हुशार अधिकाऱ्यांवर सर्वस्वी अवलंबून होते.[१३] प्रथमपासून वेगवेगळे ब्राह्मण गट दख्खन मधील मुस्लीम राजवटीच्या चाकरीत होते आणि राज्यकारभार सुरळीत ठेवण्यात त्यांचा महत्त्वपूर्ण सहभाग होता. करसंकलन व्यवस्थापनाच्या खालच्या आणि मध्यम श्रेणीतील पदांवर या ब्राह्मणांच्या नेमणुका होत असत. इ.स. १५ व्या १६ व्या शतकात बहामनी साम्राज्य लयाला गेल्यावर त्याचा वारसा सांगणाऱ्या अहमदनगरच्या मुस्लीम राजवटीच्या अंमलाखाली संपूर्ण महाराष्ट्राचा कारभार आला.[१४] या राजवटीचा सर्व कारभार अप्रत्यक्षपणे देशस्थ ब्राह्मणच बघत होते. त्यांना मुस्लीम राजवटीचा काहीच त्रास सहन करावा लागला नाही. खरे पाहता या राजवटीत त्यांचा सामाजिक स्तर उंचावला असेच दिसते. महसुलाचे कायदे आणि व्यवहार त्यांच्या चांगलेच परिचयाचे होते आणि सतराव्या शतकाच्या मध्यात उदयास आलेल्या नवीन मराठा साम्राज्याचा कारभार पाहण्याची योग्य क्षमता त्यांच्यात होती.

संपूर्ण इसवी सनाच्या पंधराव्या सोळाव्या शतकात सरकार-दरबारी आणि ब्राह्मणी आधिपत्याखालील मंदिरांबाहेर हिंदू धर्मात बरीच स्थित्यंतरे होत होती. स्थानिक आणि फिरस्ती धर्मोपदेशक सामान्यांना समजायला सोप्या अशा हिंदू धर्माचा प्रसार करायला लागले होते. याचेच पुढे भक्ती संप्रदायात रूपांतर झाले. नवीन उदयास आलेल्या मुस्लीम सत्तेला प्रत्युत्तर म्हणून या संप्रदायाला लोकाश्रय मिळाला असा समज होणे स्वाभाविक आहे. पण आपल्याला एक गोष्ट लक्षात घ्यावी लागेल की, एकतर ह्या संप्रदायाची

---

१३) पहा - Hiroshi Fukazawa, 'A study of the local administration of Adilshahi sultanate (AD 1489 - 1686)'

Hitosubashi Journal of Economics (June 1963), 37 - 65. See also I. A. Ghauri - "Local governments under the Sultanates of Bijapur and Golconda." Journal of the Research society of Pakistan 3, 102 (Jan - Apri / 1966), 43 - 62.

१४) विशेष लक्षात घेण्याजोगी गोष्ट म्हणजे शेकडो वर्षांच्या सलतनतींच्या कारभारात महाराष्ट्रातील सर्वसामान्यांच्या भाषेत असंख्य पर्शियन शब्दांचा समावेश झाला. कारभाराची संपूर्ण भाषा पर्शियन होती. यात भूसर्वेक्षण आणि भूमापनाचाही समावेश होता. परंतु पर्शियन भाषेचा पगडा याहूनही अधिक होता. या काळातील मराठी भाषेतील तीस टक्क्यांहून अधिक शब्द पर्शियन होते. आजही मराठी भाषेतील कैक शब्दांचे मूळ पर्शियन असल्याचे जाणवते.

सुरुवात महाराष्ट्रात झाली नाही आणि दुसरे म्हणजे ह्या संप्रदायाचा उदय मुस्लीम सत्ता स्थापनेच्या कितीतरी आधी झाला. साधारण दहाव्या शतकाच्या मध्यास या संप्रदायाचा उदय तमिळ प्रदेशात झाला आणि तत्कालीन औपचारिक आणि काहीशा जाचक वैदिक रूढी-परंपरांच्या विरोधातील ती प्रतिक्रिया होती. ईश्वराविषयी आणि विशेषत: कृष्णाविषयीच्या आंतरिक भक्तीची शिकवण भक्तांना समजेल अशा त्यांच्या मातृभाषेत देण्याचा परिपाठ भक्ती संप्रदायाने सुरू केला.[१५]

आपल्याला असे दिसून येते की, महाराष्ट्रातही भक्ती संप्रदायाची सुरुवात मुस्लीम आक्रमणांपूर्वीच झाली. ईश्वरावरील आंतरिक भक्ती आणि बोली भाषेतील प्रवचने आणि लेखन या भक्ती संप्रदायातील तत्त्वांचा प्रसार तामिळनाडूप्रमाणेच महाराष्ट्रातही साधारण दोनशे वर्षांपूर्वीच सुरू झाला होता. पंढरपूर केंद्रित भक्ती संप्रदायाच्या या काळातील संत नामदेवांच्या साहित्यात उपर निर्दिष्ट तत्त्वांचे प्रतिबिंब आपणास दिसते. विशेष म्हणजे साधारण इ.स. १३१०-५० या कालखंडातील प्रवचनकार संत नामदेव हे ब्राह्मण नसून शिंपी होते. ईश्वरावरील सर्वव्यापी भक्तीने बाह्य जगातील हलक्या जातीच्या भक्तांना मंदिरात जाण्यास मज्जाव करण्यासारख्या रूढीची बंधने झुगारून दिली आणि त्याचबरोबर आध्यात्मिक उन्नतीसाठी जात आड येऊ शकत नाही हेही दाखवून दिले. यातूनच समाजातल्या सर्व स्तरांतील भक्तांनी एकत्रितपणे पंढरपूरच्या यात्रेची परंपरा सुरू करण्यास प्रोत्साहन मिळाले. यातून एक क्रांतिकारक संदेश समाजमानसात खोलवर रुजला. यामुळे मंदिरातील विधी आणि प्रांपचिक क्रियाकर्मांवरील ब्राह्मणांच्या मक्तेदारीला धक्का बसला. ईश्वराप्रती प्रेम आणि भक्तीच जर खरी असेल, तर केवळ ब्राह्मणांनाच ज्ञात असलेल्या मूर्तिपूजेच्या बाह्य सोपस्कारांना काहीच अर्थ नाही ही भावना सामान्य भक्तांमधे दृढ झाली.

या पार्श्वभूमीवर मुस्लीम आक्रमण आणि सत्तास्थापनेमुळे येथील समाजाच्या मूलभूत धार्मिक आणि आध्यात्मिक विचारसरणीवर ओढवलेल्या संकटाचा सामना करण्याचे सामर्थ्य भक्ती संप्रदायात निर्माण झाले होते. अशा उद्भवलेल्या परिस्थितीला वेगवेगळ्या प्रकारे समाजाने सामोरे गेल्याची कित्येक उदाहरणे आपल्याला वेगवेगळ्या काळात आणि वेगवेगळ्या संस्कृतींमध्ये आढळून येतात. या प्रक्रियेत सर्वांत प्रथम समाजाच्या श्रद्धेला जागृत केले जाते आणि या श्रद्धेच्या जोरावर धार्मिक आक्रमणांना प्रत्युत्तर दिले

---

१५) भक्ती संप्रदायाविषयीचे विविध प्रदेशांचा विचार करून केलेले सर्वेक्षण समजण्यासाठी पहा : 'The medieval bhakti movement in History : an essay on the literature in English - लेखक Eleanor Zelliot - "*Hinduism : New Essays in the history of Religion (Leiden, 1976) - Bardwell L. Smith (ed.)*

जाते. अत्यंत भाविकतेने परमेश्वराला विनविण्यात येते. समाजाच्या धार्मिक आणि आध्यात्मिकतेचे संरक्षण करण्याची जबाबदारी ज्या संस्थांवर अथवा घटकांवर असते अशांच्या क्षमतेवर शंका व्यक्त केली जाते. कालौघात जर परिस्थितीत सुधारणा झाली नाही, तर संस्कृतीच्या वेगवेगळ्या अंगांविषयी प्रश्न उपस्थित केले जातात. या अनुषंगाने आपल्याला असे दिसून येते की, भक्ती संप्रदायाने अशा उद्भवलेल्या परिस्थितीला जबाबदार म्हणून हिंदू धर्मातील जाती व्यवस्थेवर ठपका ठेवला आहे. परकीय आक्रमण यशस्वी होण्यास ही जाती व्यवस्थाच कारणीभूत असल्याचे ठाम प्रतिपादन भक्ती संप्रदायाने केले. जातींवर जाचक नियम आणि सामाजिक बंधने लादणाऱ्या ब्राह्मणी धर्मरचनेचे हे अपयश मानले गेले. अशा प्रकारे स्वत:तील दोष शोधण्याच्या प्रक्रियेतूनच पुढे नवीन धार्मिक आणि आध्यात्मिक रचना उदयास येते. एकीकडे अशा नवरचनेत आपल्याला नवीन राजवटींशी वेषभूषा, खाण्या-पिण्याच्या सवयी, त्यांची भाषा, त्यांची महसूल आणि न्याय व्यवस्था यांच्याशी जुळवून घेण्याची वृत्ती दिसतेच; पण पुढे जाऊन धर्मांतर करण्याचीही मनोवृत्ती दिसते. तर दुसरीकडे भक्ती संप्रदायाप्रमाणे हा कलियुगाचाच प्रभाव असून हा अंतिम अंधकारमय काळ आहे असा विचार समाजमानसात रुजणे हेही घडून येते.

एतद्देशीय समाजाने वैयक्तिक पातळीवर मुस्लीम संस्कृतीशी वेगवेगळ्या प्रकारे जुळवून घेतले असले; तरी भक्ती, तत्त्वज्ञान आणि इस्लाममध्ये महत्त्वाची असलेली 'परमेश्वरावरील श्रद्धा' हा समाईक धागा जुळल्याचे दिसून येते. बऱ्याच हिंदू आणि मुस्लीम संत-कवींनी श्रद्धेवर आधारित प्रार्थना आणि उपासनेचा प्रयत्न केला. मराठी संत-कवींपैकी काही मुस्लीम धर्मीय होते. उदाहरणार्थ शा मन्तोजी बहामनी (बिदरच्या राजघराण्यापैकी) आणि हुसेन अंबरखान. हुसेन अंबरखानाने भगवद्गीतेवर भाष्य केले असून तो सच्चा गणेशभक्त होता.[१६] स्थानिक पातळीवर हिंदूंनी मुस्लीम संतांच्या पीर-दर्ग्यांमधे जाऊन श्रद्धेने प्रार्थना करण्याची कितीतरी उदाहरणे आहेत. जातीपातींच्या पलीकडे जाणारी इस्लाममधील बंधुत्वाची मूलभूत संकल्पना काही हिंदूंना अत्यंत आकर्षक वाटली. महाराष्ट्रभर या संकल्पना शिकविल्या जाऊ लागल्या आणि लवकरच उत्तर हिंदुस्थानातही त्याचा प्रसार झाला.

---

१६) पहा - A. R. Kulkarni, "Social relations in Maratha country in the medieval period." *Indian History Congress Proceedings, Thirty Second Session (Jabalpur, 1970), 238 - 239* या व्यतिरिक्त शेख महम्मदसारखे इतरही मुस्लीम संत-कवी भक्ती संप्रदायाशी निगडित विषयांवर लिहित होते आणि उपदेश करत होते.

अशा प्रकारच्या व्यापक आणि दीर्घकालीन चळवळींमधे दिसणारे वेगवेगळे गुंतागुंतीचे पदर आपल्याला भक्ती संप्रदायातही दिसून येतात. सामंजस्य, उत्साह आणि भावनिकता, जाती विरोध, ब्राह्मण विरोध, सर्वधर्म समावेशकता, इस्लामविषयीचे आकर्षण इत्यादी. महाराष्ट्रातील तत्कालीन हिंदुत्वाचे तत्त्वज्ञान पराकोटीचे रूढिप्रिय, मंदिरांशी निगडित, ब्राह्मणी वर्चस्वाखाली दबलेले, जातीधिष्ठित आणि कर्मकांडांसंबंधी संस्कृत प्रचूर असे होते. अशा हिंदुत्वाला विरोध करण्याचे आणि सतत विसंवाद घडवण्याचे काम सर्वप्रथम भक्ती तत्त्वज्ञानाने केले हे आपण कायम लक्षात ठेवायला हवे. आपल्याला असेही जाणवते की, भक्ती तत्त्वज्ञानाने धर्मातीत, राजकीय अथवा लष्करी स्वरूपाचे केलेले भाष्य नगण्य असेच होते. कोणीही मुस्लीम राजवटीच्या विरोधात प्रचार केल्याचे आढळून येत नाही. आपण असेही म्हणू शकतो की, भक्ती तत्त्वज्ञानाने व्यक्ती आणि समाज यांच्या संदर्भातील नैतिक वर्तणुकीच्या अनेक नवीन व्याख्या प्रचलित केल्या. समाजातील वेगवेगळ्या घटकांचे या तत्त्वज्ञानाच्या वेगवेगळ्या दृष्टिकोनांशी नाते जुळले गेले. उदा. जाती विरोधी दृष्टिकोन समाजातील खालच्या जातींना जास्त आपलासा वाटला. नवीन उदयास आलेल्या उच्चभ्रू मराठा समाजाला स्थानिक तीर्थक्षेत्रांना आश्रय देण्याची संधी मिळाली आणि व्यापाऱ्यांनी त्यांच्या व्यापाराच्या मार्गांवर नवीन प्रार्थनास्थळे प्रस्थापित केली.[१७]

आता आपण महाराष्ट्रातील या बौद्धिक आणि धार्मिक उत्थानातून बाहेर पडून लष्करी चाकरीतून उदयास आलेल्या उच्चभ्रूंना कोणते विशेष अधिकार मिळाले याविषयी थोडी विस्तृत चर्चा करू या. एक साधा प्रश्न उद्‌भवतो की, सतराव्या शतकातील महाराष्ट्रात असे काय होते की, ज्याच्या प्राप्तीसाठी समाजातील भिन्न घटकांमधे चढाओढ लागावी? जमीन हे कारण तर नक्कीच असू शकत नाही; कारण लोकसंख्येच्या तुलनेत जमीन विपुल होती. व्यापारातून निर्माण होणार रोख पैसा हेही कारण असू शकत नाही. महाराष्ट्रात आणि विशेषत: देशावर रोख पैसा चलनात कमीच होता. याविषयीच्या काही पुराव्यांचा विचार करू या. प्रथमत: बुरहानपूर ते सूरत आणि बुरहानपूर ते विजापूर असे महत्त्वाचे व्यापारी मार्ग या प्रदेशातून जात असले, तरी त्यावरील व्यापारकेंद्र म्हणावी

---

१७) विशेष उल्लेखनीय बाब म्हणजे एकाही संत-कवीने स्वत:चा उल्लेख 'मराठा' असा केलेला आढळत नाही. सर्व संत स्वत:चा उल्लेख घराण्याच्या आणि शिंपी, कुंभार, माळी अशा जातींच्या नावाने करताना दिसतात. प्रस्तुत लेखक Eleanor Zelliot च्या या विचारांशी सहमत आहे आणि या काळात 'मराठा' ही संज्ञा तितकीशी रूढ झाली नव्हती याचा प्रत्यय यावरून येतो असे मानतो.

अशी शहरे तुरळकच होती. (पहा : नकाशा क्र. १)[१८] दुसरे असे की, स्थानिक दान-बक्षिशींचे स्वरूप रोखीऐवजी दानपत्राअंतर्गत येणाऱ्या खेड्यांमधील उत्पादने किंवा विविध सेवांच्या स्वरूपात असे.[१९] तिसरे असे की, १६ व्या शतकाच्या पहिल्या पन्नास वर्षांतील महसूल वसुलीच्या पुराव्यावरून चलनातील रोखीचे प्रमाण अत्यल्प असल्याचे निदान होते. उदाहरणार्थ शिरवळ शहराजवळील बराच काळ पडीक असलेली जमीन लागवडीखाली आणण्यासंबंधीच्या व्यवहाराचा एक उल्लेख आपल्याला आढळतो. त्या अनुसार ठरलेली किंमत अदा करण्याचा कालावधी हा पाच वर्षे होता आणि विशेष म्हणजे त्याचे स्वरूप रोख रक्कम नसून धान्य, कडबा आणि नंतर कापूस अशा स्वरूपात होते. याच काळातील पुण्याजवळील खेड गावातील बहामनी सरकारच्या महसूल वसुलीचे स्वरूप उत्पादनाच्या एक तृतियांश हिस्सा असे होते. यासाठी शेतजमिनीची मोजणीही केली नव्हती आणि वर्षागणिक महसुलाच्या मागणीत फेरबदल करण्याची तरतूदही नव्हती. सामान्यत: इ.स. १६२०-३० या काळातील महाराष्ट्रासंबंधीच्या महसुलाच्या बाबतीतील मलिक अंबरच्या तिसऱ्या सरकारी सारा निश्चितीत रोख स्वरूपातील सारा वसुलीसंबंधी असमर्थता दिसून येते आणि प्रत्येक लागवडीच्या क्षेत्रागणिक धान्य आणि कडबा याच स्वरूपात सारा निश्चिती केल्याचे दिसते.[२०] या काळात जरी रोख चलनाची कमतरता असली आणि मोठ्या बाजारपेठा तुरळक असल्या, तरी खेडी संपूर्णत: आत्मनिर्भर होती किंवा व्यापार होतच नव्हता असे नव्हे. उलटपक्षी १७ व्या शतकात सूरत आणि बुरहाणपुरातील मोठ्या प्रमाणातील कापसाच्या व्यापारात उत्तर महाराष्ट्र आणि खानदेशाचा सहभाग होता. सुरतेतील नोंदीनुसार कापसापासून विणलेल्या सुती कापडाच्या १५० पेक्षा अधिक प्रकारांमधील बरेच प्रकार खानदेशात विणले जात होते आणि निर्यात केले जात होते.[२१] थोडे दक्षिणेकडे कोकण आणि देश यांमध्ये प्रादेशिक

---

१८) महाराष्ट्रात पैठण हे एकमेव शहर असे होते की, ज्याचे नाव तेथे बनणाऱ्या वस्तूशी निगडित झाले होते. पैठण हे रेशमी पैठणी शालूंसाठी प्रसिद्ध होते. जुन्नर कागद उद्योगासाठी तर चौल हे हातमाग आणि नौकाबांधणीसाठी प्रसिद्ध होते. पण ही शहरे व्यापारी केंद्रे नव्हती. महाराष्ट्रातील शेतीव्यतिरिक्त उत्पादनांसाठी पहा : H. Fukazawa, *The Cambridge Economic History of India Vol I : C1200 - C1750 (Cambridge, 1982)*

१९) अशी बरीच कागदपत्रे ग. ह. खरे संपादित ऐतिहासिक फारसी साहित्य १ ते ४ (भारत इ. सं. मंडळ, पुणे १९३४ - १९६१) यात पाहायला मिळतात. याशिवाय पहा - (A. R. Kulkarni), *Maharashtra in the age of Shivaji (पुणे १९६७) पान ११).*

२०) पहा- Ghauri - "Local government" - 44 - 45

२१) पहा- S. P. Sangar, "Indian fabrics (17th century) in A. G. Pawar (Convener) *Maratha History Seminar, (Kolhapur, 1971) 39 - 53.* याशिवाय पहा - S. P. Sangar, "The Khandesh textiles in the 17th centary" *Journal of Historical Research, 16, 2, 59 - 62.*

पातळीवर व्यापार चालत असे. शिवाय बंदरांमधून चालणारा व्यापारही प्रगत होता. देश आणि कोकण नैसर्गिकरित्या परस्परपूरक त्या काळीही होते. कोकणातील उत्पादने देशावर बनू शकत नव्हती. उदाहरणार्थ नारळ (ओले - सुके नारळ, झावळ्यांपासून बनणाऱ्या चटया आणि दोर, स्वयंपाकात आणि केसांना लावायचे नारळाचे तेल), आंबे, फणस, सुपारी, सुके मासे, समुद्राच्या पाण्यापासून बनवलेले मीठ, औषधी वनस्पती, मध, भात, दागिन्यांसाठी शिंपले, लाकूड, बांबू इत्यादी. १७ व्या शतकातील देशावरच्या बाजारपेठांमधील कागदपत्रांमधून या सर्व उत्पादनांचा उल्लेख आढळतो. आता देशावर उत्पादन होणारी, पण कोकणात न होणारी उत्पादने पहा. ऊस (गूळ), कापूस, कांदे, लसूण, तंबाखू, हळद (माशांवरील प्रक्रियेसाठी) इत्यादी. सर्वांत महत्त्वाचे म्हणजे देशावर पिकणाऱ्या डाळी. कोकणात भरपूर पडणाऱ्या पावसामुळे भाजीपाला मर्यादित काळातच उपलब्ध होऊ शके. त्यामुळे भाताबरोबर पूरक अन्न म्हणून डाळींचा वापर होत असे. पाऊसकाळ वगळता या उत्पादनांनी भरलेले बैलांचे तांडे घाट उतरून अथवा चढून कोकणातील अथवा देशावरील आठवड्याच्या बाजाराला येत असत. वरील उत्पादनांशिवाय महाराष्ट्राबाहेरून येणाऱ्या लोखंडी आणि तांब्या-पितळेच्या वस्तूही बाजारात येत असत.[२२]

व्यापारीदृष्ट्या परस्पर पूरक प्रदेशांमधील मागणी आणि पुरवठा यांतील समतोल राखण्याचे काम समुद्र किनारपट्टीवरून चालणारा व्यापार व्यवस्थित पार पाडत होता. मसाल्याचे पदार्थ, नारळ, लाकूड, छप्पराची कौले इत्यादी वस्तू उत्तरेकडे सिंध-काठियावाडला घेऊन जाणारी जहाजे परतीच्या प्रवासात घोडे, सुकामेवा, खजूर इत्यादी गोष्टी घेऊन येत असत.

वरील सर्व विवेचनाद्वारे आपण महाराष्ट्रात कशाच्या प्राप्तीसाठी चढाओढ लागावी या प्रश्नाचे उत्तर शोधण्याचा प्रयत्न केला आहे. त्यावरून आपण असा निष्कर्ष काढू शकतो की भूमी, व्यापार-उदीम यांच्याऐवजी उपजीविकेसाठी लागणाऱ्या उत्पादनांपेक्षा अधिक उत्पादनाच्या मालकी हक्कात वाटा मिळविण्यासाठीच ही चढाओढ होती. या प्रदेशात वर्षानुवर्षे सातत्याने शेती उत्पादनाच्या ४० ते ५०% उत्पादन अशा वेगवेगळ्या हक्कदारांमध्ये आणि राज्यकर्त्यांना वाटले जात होते. गाव पातळीवर पाटील आणि महसुलाचा हिशेब ठेवणारे कुलकर्णी हक्कदार होते. २० ते १०० गावे असणाऱ्या

---

२२) या माहितीसाठी लेखक Mr. G. T. Mantri यांचे विशेष आभार मानत आहे. जवळजवळ पन्नास वर्षे कामानिमित्त त्यांनी कोकण आणि देशावरील कित्येक खेडी, नगरे आणि बाजारपेठांशी संपर्क ठेवला. त्यांच्या निरीक्षणांना O.H.K. Spate and A.T.A. Learmonth यांच्या *India and Pakistan : A General and Regional Geography (Bungay, Suffolk, 3rd edition, 1967) 694 - 696* या निबंधात पुष्टी मिळते.

परगण्यांच्या पातळीवर देशमुख आणि नोंदी ठेवणारे देशपांडे होते. या स्थानिक ग्राम श्रेष्ठींमध्ये सरकारी साऱ्याचा १५% हिस्सा विभागला जात असे. याशिवाय काही हिस्सा सैन्याच्या निर्वाहासाठी सरंजामदारांना अथवा विशेष कामगिरी केलेल्या इनामदारांना दिला जात असे.

या व्यवस्थेविषयीचा इतिहास जरी खूपच त्रोटक प्रमाणात ज्ञात असला, तरी यातील पाटीलकी आणि देशमुखी हक्क हे अत्यंत महत्त्वाचे हक्क नव-वसाहतींमुळे उत्पन्न झाले याची विशेष नोंद घ्यायला हवी. सोळाव्या-सतराव्या शतकात महाराष्ट्राची लोकसंख्या इतकी कमी होती की, नदीकाठची सुपीक जमीनही सहज उपलब्ध होती. जो कुणी आपल्या कुटुंब-कबिल्याच्या साहाय्याने ही जमीन पिकाऊ करत असे, तो त्या नवीन खेड्याचा प्रमुख किंवा पाटील होत असे. थोडक्यात तो त्या गाव जमिनीचा मालक होत असे आणि नंतर येणाऱ्यांना कसायला देत असे. (यामुळेच १८ व्या शतकातील नोंदीनुसार तत्कालीन पाटील तेव्हाही ३० ते ४०% शेतजमिनीचे मालक होते.) याहीपुढे जाऊन एखादा विशेष कर्तृत्ववान माणूस अशा पद्धतीने बरीच मोठी जमीन लागवडीखाली आणून त्या प्रदेशात बरीच खेडी वसवण्यात यशस्वी होत असे. ओघानेच तो अशा खेड्यांच्या समूहाचा प्रमुख म्हणजे देशमुख होत असे. आपण असेही म्हणू शकतो की, प्रत्येक देशमुख हा प्रथम पाटील असे.[२३] येथे असेही नमूद करावयास हवे की, पर्जन्यछायेखालील महाराष्ट्रात गावे उजाड होण्याचे आणि परत नव्याने वसवले जाण्याचे चक्र चालूच होते. उदाहरणार्थ व्यवस्थित नोंद केल्या गेलेल्या १६३० सालच्या 'महादुर्ग' दुष्काळाच्या वेळी अशा प्रकारे गावे उजाड झालेली आणि पुन:श्च संधी मिळताच वसवली गेल्याचे आढळते.

महाराष्ट्रात राजकीय स्थिरता आणि माफक सुबत्ता असतानाच्या काळातही दळण-वळणाच्या साधनांची कमतरताच होती. त्यामुळे पाटीलकी आणि देशमुखी हक्क हे केवळ विशेष कामगिरीबद्दल अथवा प्राविण्याबद्दल दिलेली बक्षिसी अशा मर्यादित स्वरूपाचे नव्हते तर सारा निश्चिती आणि वसुली, न्यायनिवाडा, फेरसुनावणी, स्थानिक पातळीवरील सैनिक भरती आणि वेगवेगळ्या सभा-समारंभामधील धार्मिक विधींचे यजमानपद अशा जबाबदाऱ्याही यात अंतर्भूत होत्या.

साधारण सतराव्या शतकात हे हक्क आणि ह्या जबाबदाऱ्या 'सनद' या स्वरूपात लिहिल्या जाऊ लागल्या. 'सनद' म्हणजे हक्कदार आणि सरकार यांच्यातील एक करार असे. त्याद्वारे आर्थिक, सैनिकी, न्यायिक आणि धार्मिक हक्कांची आणि जबाबदाऱ्यांची

---

२३) काही देशमुख हे ब्राह्मण, प्रभू, मुस्लीम आणि जैनही होते परंतु बव्हंशी देशमुख हे मराठा होते.

औपचारिक निश्चिती केली जात असे. सदरहू सनदांमधून सूचित होणाऱ्या हक्कदारांच्या वेगवेगळ्या भूमिकांविषयी चर्चा करण्यापूर्वी पत्रव्यवहार आणि इतर कागदपत्रांमध्ये आढळणाऱ्या हक्कदार आणि राज्यकर्त्यांमधील औपचारिक संबंधांविषयी समजून घेणे आवश्यक आहे. प्रथम आपण मध्यवर्ती सरकार आणि देशमुख यांच्यातील करार पाहू या. (पुणे अभिलेखागार येथील दप्तरांमध्ये असे डझनावारी करार पाहायला मिळतात.) विजापूर अथवा अहमदनगरच्या सुलतानाशी इमान राखणे, ठराविक वार्षिक खंडणी सरकारी खजिन्यात अथवा त्या भागातील सरकारी अधिकाऱ्याकडे जमा करणे, नेमलेल्या अधिकाऱ्याला सहकार्य करणे आणि स्वतःच्या योग्य व्यवहाराच्या हमीसाठी कोणी जामीनदार देणे अशा गोष्टी देशमुखाने करणे अपेक्षित असे. त्याच्या स्थानिक जबाबदाऱ्यांपैकी सर्वांत पहिली आणि महत्त्वाची जबाबदारी, म्हणजे शेतीचा विकास आणि त्या भागाची भरभराट. (यात परागंदा झालेल्या शेतकऱ्यांना परत आणून पुन्हा कसायला लावणे हेही अंतर्भूत असे.) देशमुखाने सैन्याची शिबंदी बाळगणे अपेक्षित असे. त्या भागात शांतता राखणे, शत्रूवरील स्वारीच्या वेळी अथवा जवळच्या शिरजोर देशमुखांचे अथवा बेइमान सरकारी अधिकाऱ्यांचे पारिपत्य करणे यासाठी ही शिबंदी उपयुक्त ठरत असे. आवश्यकतेनुसार देशमुखाने न्यायसभा आयोजित करून केंद्रसरकारसाठी निवाड्यांची नोंद ठेवणे अपेक्षित असे. या व्यतिरिक्त रस्त्यांची देखभाल करणे, किल्ले बांधणे, त्याभागातून जाणाऱ्या सैन्यासाठी चारा-चंदी जमा करणे इत्यादी कामांसाठी स्थानिक बिगारी लोक पुरवण्याची जबाबदारीही देशमुखावर असे.

आता आपण देशमुखाचे हक्क पाहू या. देशमुखाला अनुवांशिक हक्काने करमुक्त जमिनी आणि खेडी दिलेली असत.[२४] यातून उत्पन्न होणारे कर आणि येणी वसूल करण्याचे अधिकार देशमुखाला मिळत. याशिवाय स्थानिक पातळीवरील इतर करांच्या रकमेच्या

---

२४) महाराष्ट्रात या आणि नंतरच्या काळातही चार वेगवेगळ्या प्रकारचे जमिनीच्या मालकी संबंधांचे हक्क प्रचलित होते. या हक्कदारांकडून कमी दराने कर आकारणी होत असे. यातील प्रथम हक्क म्हणजे 'वतन.' कोणत्यातरी कामात विशेष कर्तबगारी दाखवल्याबद्दल हा पिढीजात हक्क दिला जात असे. या हक्कदारांमध्ये देशमुख, पाटील आणि गाव/परगणा पातळीवरील नोंदी ठेवणारे कुलकर्णी, देशपांडेही असत. दुसरा हक्क म्हणजे 'इनाम' हा हक्कही पिढीजात असून विशेष कामगिरी अथवा कौशल्याबद्दल दिला जाई. हा हक्क करमुक्त नसे, पण करात सवलत मिळे. तिसरा हक्क म्हणजे 'सरंजाम' किंवा 'मोकासा.' मुख्यत्वे शिबंदीच्या खर्चासाठी काही रक्कम जमीन स्वरूपात दिली जात असे. यावरील आकारल्या जाणाऱ्या करात सवलत नसे, पण सरकारात जमा होणारा कर शिबंदीच्या खर्चासाठी दिला जाई. चौथा हक्क म्हणजे 'वृत्ती.' विद्वानांना अथवा धार्मिक स्थळांना देण्यात येणाऱ्या दीर्घकालीन देणग्या असे याचे स्वरूप असे. याविषयीची चर्चा सतराव्या शतकातील रामचंद्रपंत अमात्य लिखित 'आज्ञापत्र' या राज्यकारभारासंबंधातील महत्त्वपूर्ण अशा प्रबंधात वाचायला मिळते.

काही टक्के रक्कम स्वत:साठी घेण्याचा अधिकारही असे. हे कर रोख अथवा धान्याच्या वा इतर वस्तू स्वरूपात वसूल केले जात असत. उदाहरणार्थ जकात, बाजारपेठ कर, दंड आणि विहीर-पाणीपट्टी हे कर रोखीच्या स्वरूपात वसूल केले जात. वस्तू स्वरूपातील करांमधे चांभारांकरवी जोडे, सुतारांकरवी शेतीच्या साधनांची दुरुस्ती आणि देखभाल लाकूडतोड्यांकरवी लाकूड, महारांकरवी वेगवेगळी कामे, बागाइतदारांकरवी नारळ-आंबे आणि गावातर्फे वेठबिगार अशांचा समावेश असे. या व्यतिरिक्त स्थानिक समारंभाचे यजमानपद आणि सरकार दरबारी आपल्या भागातील खेड्यांचे प्रतिनिधित्व करण्याचा अधिकार असे. त्याचबरोबर सशस्त्र सैनिक पदरी बाळगण्याचा हक्कही देशमुखाला असे.[२५]

मध्य १६ व्या शतकातील उपलब्ध दस्तऐवजांवरून महसूल व्यवस्थेतील विशेष तरतुदींची माहिती मिळते. बहुतेक वेळी वार्षिक पीक उत्पन्नाची साधी वाटणी केली जात असे. उदा. मावळ सुभ्यातील रोहिड खोऱ्यातील एका खेड्याच्या हद्दीतील शेतजमिनीविषयीच्या नोंदीनुसार एकूण उत्पन्नाच्या अर्धा हिस्सा सरकार नावे आणि अर्धा हिस्सा गावासाठी अशी विभागणी केल्याची तरतूद आढळते. यासाठी कोणतीही मोजणी केल्याचे, जमिनीची प्रत तपासल्याचे अथवा शेतमालाची किंमत गृहीत धरल्याचे आढळत नाही.[२६] अशा तुरळक सनदीवरून देशमुख हा सारावसुली करणारा आणि उपजाऊ क्षेत्र वाढवणारा, मेहनती स्थानिक सरकारी अधिकारी असावा असे चित्र उभे राहते.

आता आपण मध्य १७ व्या शतकातील एका सनदेतील देशमुखी हक्कांच्या संपूर्ण शर्ती पाहू या. आपण उदाहरणादाखल सातारा जिल्ह्यातील प्रसिद्ध घोरपडे घराण्याला देण्यात आलेली सनद पाहू या. ही सनद १६९६ मध्ये पुढे चालू ठेवलेली दिसते.[२७] देशमुखाच्या विनंतीवरून मराठा छत्रपतींनी त्यांना वैयक्तिक मुलाखतीची संधी दिली

---

२५) पहा - Fukuzawa, "Local administration of Adilshahi Sultanate." 47 - 55.

२६) B. G. Tamaskar, "Life and Work of Malik Amber" (Delhi, 1987) 261 - 262. या प्रकरणात सरकारी करनिर्धारणाविषयी ग्रामस्थ असमाधानी होते आणि त्यांना सतराव्या शतकाच्या सुरुवातीच्या दशकांत मलीक अंबरने विकसित केलेल्या पद्धतीने करनिर्धारण करावे असे वाटत होते. सदरहू कागदपत्रानुसार एका निर्धारक अधिकाऱ्याची नेमणूक होणे अपेक्षित होते. त्याने देशमुख, कुलकर्णी, मुकादम आणि इतर प्रतिष्ठित नागरिकांसह त्या संपूर्ण परगण्यातील खेड्यांचा दौरा करणे अपेक्षित होते. त्यांनी प्रत्येक शेताची प्रतवारी करायला हवी होती. शेतकऱ्याशी चर्चा करून उत्पादनाचा अंदाज बांधणे अपेक्षित होते. याउप्पर वेगळ्या अधिकाऱ्याकरवी या नोंदीची खातरजमा करणेही अपेक्षित होते.

२७) या सनदीचा मूळ संपूर्ण तपशील जाणून घेण्यासाठी पहा : V. G. Khobrekar (ed.), *Records of Shivaji Period* (Bombay 1974) 92 - 94

असावी. या भेटीदरम्यान छत्रपतींनी त्यांना सनद प्रदान केली. या सनदेद्वारे देशमुखाच्या साताऱ्याजवळील वंदन किल्ल्याच्या मालकी हक्काला आणि पूर्वीच्या आदिलशाही सरकारने दिलेल्या देशमुखी हक्कांना मान्यता दिली. त्यांचे अबाधित हक्क पुढीलप्रमाणे होते.

१) पिकाऊ जमिनीच्या प्रत्येक चावरामागे एक चतुर्थांश रुपया (१ चावर म्हणजे साधारण ६० एकर)

२) प्रत्येक विणकराच्या दरसाल उत्पादनाच्या एक चतुर्थांश टक्के उत्पादन

३) प्रत्येक खेड्यातील तेल्याकडून दररोज १/८ शेर (जवळपास ३ औंस) उत्पादन

४) प्रत्येक आमराईतून प्रत्येक १०० फळांपैकी ५ फळे

५) प्रत्येक बैलपोळ्याला गूळ आणि तेल (वजनाविषयी कोणताही उल्लेख नाही)

६) प्रत्येक खेड्यातून प्रत्येक बिघा (अंदाजे २.५ एकर) जमिनीमागे दर वर्षी १/७२ शेर (साधारण औंसापेक्षा कमी) तूप/खवा/चक्का

७) प्रत्येक खेड्यातील प्रत्येक चावरामागे जिरायती उत्पादनाच्या १७ १/२ टक्के उत्पादन.

याशिवाय सदरहू हणमंतराव कृष्णाजी घोरपडे देशमुखाकडे बऱ्याच खेड्यांची पाटीलकीही होती. पूर्वीच्या आदिलशाही सनदेनुसार प्रत्येक १०० खंडी धान्यामागे ५ खंडी धान्य त्याला मिळत असे. राजारामाकडून त्याला आणखी दोन खेडी मिळाली. याहीपुढे जाऊन या देशमुखाला दोन सेनापतींमध्ये समेट घडवून आणण्याच्या स्तुत्य कामगिरीबद्दल राजांकडून एक चावर कोरडवाहू जमीन आणि १२ १/२ एकरची आमराई नवीन इनाम म्हणून मिळाली.

...इनाम बरहुकूम अदलशहा व देहाये २ दोनी तुम्हांस कुल बाब कुल कानू देखील हली पटी व पेस्तरपटी व झाडाझडोरा पडले पानसहित खेरीज हकदार व इनामदारकरून आपले स्वाधीन करून घेऊन तुम्ही व तुमचे पुत्रपौत्रादि वौंश परंपरे देखील हली पटी व पेस्तर पटी खेरीज हकदार करून आपले स्वाधीन करून घेऊन तुम्ही व तुमचे पुत्रपौत्राची वंशपरंपरेने अनभऊन सुखरूप असणे यासी हिंदू कोणी कथला करील त्यासी वाराणसीमध्ये गोहत्या केल्याचे पातक लागेल व मुसलमान होता कोणी इस्कील करील त्यासी मकेमध्ये सोर मारिल्याचे पातक लागेल यैसे जाणोन तुम्हास चालवितील जाणिजे निदेश समक्ष....[२८]

---

२८) पहा - V. G. Khobrekar, *Records of Shivaji Period*, see also A. R. Kulkarni, *Maharashtra 39 - 43*

केवळ या एका देशमुखी हक्काविषयीच्या सनदीवरून आपण या व्यवस्थेतील वेगवेगळ्या वैशिष्ट्यांबाबत अवगत होतो. प्रथमत: या सनदीद्वारे केवळ देशमुखी अधिकारच दिले गेले असे नसून त्या एकाच भूप्रदेशापुरत्या इतर बऱ्याच हक्कांची मालिकाच दिल्याचे दिसते. आपण या हक्कांना मुलकी हक्क म्हणू या. वरील सनदेवरून सदरहू एकाच माणसाकडे एका प्रबळ किल्ल्याची मालकी, देशमुखी अंमलाखालील तीन गावांची पाटीलकी, काही एकर जमिनीवरील पिढीजात इनामी हक्क आणि एका खेड्यातील आमराई असल्याचे दिसते. सतराव्या शतकात महाराष्ट्रातील जमीनदार व शिबंदी बाळगणाऱ्या उच्चभ्रू घराण्यांचे हक्क साधारण वरील व्यवस्थेप्रमाणेच होते. दुसरे असे की, देशमुखी हक्कांविषयी बृहत राजकारणापासून अलग असलेले आणि पुरातन काळापासून पिढीजात चालत आलेले हक्क असा अन्वयार्थ लावणे चुकीचे होईल. याउलट वरील सनदेनुसार छत्रपतींनी वैयक्तिक मुलाखतीदरम्यान विशेष कौतुकास्पद कामगिरीबद्दल देशमुखी हक्क दिल्याचे लक्षात घ्यावे लागेल. देशमुख हे तत्कालीन राजकारणातील अतिशय ताकदवान आणि सक्रीय मध्यस्थ होते. या विषयीचे विवेचन आपण पुढे करणारच आहोत. तिसरे असे की, वरील सनदेमध्ये गावपातळीवरील पाटीलकीचे अधिकार आणि जबाबदाऱ्यांचा उल्लेख दिसत नाही. हे हक्क स्थानिक पातळीवरील चालीरिती आणि व्यवस्थेवर अवलंबून होते आणि त्यात राजा क्वचितच हस्तक्षेप करत असे. या ठिकठिकाणच्या पाटीलकी हक्कांमध्ये तफावत असली, तरी या ठिकाणी त्यांतील काही घटक नोंदणे संयुक्तिक होईल. पाटलाला सरकारी रोख जमा-महसुलाच्या छोटा हिस्सा मिळत असे. परंतु इतर स्वरूपातील मिळकत बरीच असे. प्रत्येक शेतकऱ्याकडून थोडे थोडे धान्य, कडधान्य आणि पशुपालन करणाऱ्यांकडून कोंबड्या आणि मांस मिळत असे. खेड्यातील कारागिरांकडून जोडे, कापड, निरोप्याची सेवा आणि ढोल-ताशे वादन अशा गोष्टी विनामूल्य मिळत असत. सरते शेवटी गावात साजऱ्या होणाऱ्या दसरा, दिवाळी आणि होळी अशा सण-समारंभाचे यजमानपद पाटलाकडे असे.[२९] सदर पाटीलकीचे हक्क नव्या घराण्याकडे वर्ग होत असताना त्यांनाही गावकऱ्यांची मान्यता असावी लागे. बऱ्याचदा गावकरी अशा बदलास विरोध व्यक्त करीत. उदाहरणार्थ

---

२९) पाटीलकी हक्कांसाठी पहा : S. N. Sen, *Administrative System of Marathas (Calcutta, 1976) 131 - 134.* जमिनीच्या सीमांसंबंधीच्या विवादांच्या निवाड्यांसाठी पहा. V. T. Gune, *The Judicial System of the Marathas (Pune 1953), 203.*

एका प्रसंगी शिवाजीने असे पाटीलकीचे हक्क दुसऱ्याच्या नावे वर्ग करायचे ठरविले असता गावकऱ्यांनी पुढील शब्दांत त्याला प्रत्युत्तर दिल्याचे दिसते. ''आम्ही गरीब शेतकरी असलो, तरी कोणत्याही दबावाखाली आमचे गाव दुसऱ्या पाटलाच्या आधिपत्याखाली देणार नाही. परंतु आपण या प्रदेशाचे स्वामी आहात. आपणच जर असा निर्णय घेतलात तर आम्ही हतबल आहोत.''[३०] चौथे असे की, उपरनिर्दिष्ट सनदपत्रामध्ये कुलकर्णी अथवा देशपांडे (अनुक्रमे गाव आणि परगणा पातळीवरील हिशेब नोंदींचे हक्क) यांच्या हक्कांचा उल्लेख नाही, हे असे अपेक्षित आणि रीतसरच आहे. घोरपडे घराणे मराठा होते आणि खात्रीने निरक्षर असणार. हिशेब, नोंदी ठेवणारे ब्राह्मण आणि सुशिक्षित असणार. या अनुषंगाने या काळात काही ब्राह्मण घराण्यांकडेही देशमुखी हक्क असल्याचे आढळते याचीही नोंद घ्यायला हवी.

आता सनदेच्या शर्तींनुसार देशमुखाला कोणकोणत्या जबाबदाऱ्या पार पाडाव्या लागत ते पाहू या. शांततेच्या काळात आणि उत्तम पाऊस-पाणी झाल्यास देशमुख मुख्यत्वे राज्याचा महसूल अधिकारी म्हणून कार्यरत असे. महाराष्ट्रातील प्रकाशित ऐतिहासिक कागदपत्रांमधून देशमुखाचे असेच चित्र प्रतीत होत असे. या कागदपत्रांमध्ये आपल्याला केंद्र सरकारने पाठवलेल्या सरकारी महसूल अधिकाऱ्यांबरोबर देशमुख असल्याचे आढळते. आपल्याला तो किरकोळ दिवाणी कज्ज्यांमध्ये निवाडा करताना दिसतो. शेतकऱ्यांना लागवडीचे क्षेत्र वाढवण्यास उद्युक्त करताना दिसतो आणि या नवीन क्षेत्राची रीतसर दप्तरी नोंद कुलकर्णी ठेवतो का नाही हेही पाहताना दिसतो. देशमुखाच्या कुटुंबात वारशावरून जर वादंग झाला, तर सरकार हस्तक्षेप करून हक्कांची वाटणी करत असे.

आपत्कालीन परिस्थितीतील देशमुखाचे जबाबदार वर्तन हे जास्त लक्षवेधक असे आणि त्याची उदाहरणेही बरीच पाहायला मिळतात. एका आरंभीच्या काळातील म्हणजे इसवी सन १६०० मधील पुणे प्रभागातील एका पत्राद्वारे आपल्याला अशा आपत्कालीन परिस्थितीविषयी माहिती मिळते. पत्रात या प्रभागातील शेतकरी, व्यापारी, मुकादम आणि देशमुखांनी अहमदनगरच्या निजामशाही सरकारशी संपर्क साधल्याचा उल्लेख आहे. ते असे म्हणतात की, येथील मोकासा हक्कदाराच्या कारभारामुळे या भूभागातील ओलिताखालील जमिनी, कोरडवाहू जमिनी, गावामधील घरे आणि बागा असे सगळे उजाड झाले आहेत. रहिवासीही परागंदा झाले आहेत. यावर उपाय म्हणून सरकारतर्फे

३०) पहा - A. R. Kulkarni, "Social mobility in Maharashtra," in A. G. Pawar (Convener), *Maratha History Seminar (Kolhapur, 1971) 109 - 10.*

देशमुखास पुढील वर्षासाठी अतिशय कमी दराने जमीन महसूल वसूल करावा आणि पुढील सात वर्षांत तो हळूहळू वाढवावा अशी आज्ञा करण्यात आलेली आहे, ज्यायोगे पडीक जमिनी पुन्हा लागवडीखाली येतील.[३१] यावरून देशमुखाला केवळ स्थानिक अधिकाऱ्यापेक्षा अधिक महत्त्वाची भूमिका बजवावी लागे असे सूचित होते. या प्रसंगी सदरहू देशमुखावर ज्यामुळे गावकरी परागंदा झाले त्या कारणाचे निवारण करणे, त्यांना शोधून काढणे वा त्यांच्या जागी बदली व्यक्तींना नेमणे, गाव पुन्हा वसविण्यासाठी प्रयत्न करणे आणि महसूल वसुलीत दरवर्षी वृद्धी होईल हे बघणे अशा बऱ्याच जबाबदाऱ्या टाकल्याचे दिसते.

परंतु हेही खरे आहे की, देशमुखी हुद्याचे आणि त्याच्या कामाचे खरे स्वरूप अशा एखाददुसऱ्या पत्रावरून समजणे अवघड आहे. त्यासाठी आपल्याला त्या घराण्याचा सतराव्या शतकातील दीर्घकालीन पत्रव्यवहार तपासावा लागेल. योगायोगाने प्रकाशित झालेल्या साताऱ्यापासून साधारण १०० कि.मी. पूर्वेकडे असलेल्या म्हसवड गावच्या (पहा नकाशा क्र.१) माने घराण्याकडील कागदपत्रांवरून आपल्याला अशा दीर्घकालीन अवलोकनाची संधी मिळते. प्रथमत: १६६६-६७ मधील काही कागदपत्रांमधून आदिलशाही सरकार स्थानिक सैन्यबळाबाबत आणि अशा सैन्यबळाच्या मोठ्या युद्ध मोहिमांमधील सहभागाबाबत त्या भागातील देशमुखांवर किती अवलंबून होते ते दिसते.

एप्रिल १६६६

सय्यद इलाश सर्जाखान यानी दरबारास अर्ज केला की रताजी वलद नरसिंगराव माने देशमुख यानी राजा जयसिंगाबरोबर लढाईत उत्कृष्ट कामगिरी बजावली... तो आता आशा करितो की बादशाही कृपा होऊन पुर्वीप्रमाणे सनद मिळावी. उपर्युक्त खानाच्या विनंतीवरून रताजी वलद नरसिंगराव माने यास उपर्युक्त महालाची सरदेशमुखीची कृपा केली आहे. उपर्युक्तास सरदेशमुखी आहे असे समजून हुकुमाप्रमाणे वागावे.[३२]

यासोबतच्या कागदपत्रांमध्ये राताजी माने याचा उल्लेख माण परगण्याचा आणि नव्याने इनाम मिळालेल्या कळढोण गावाचा देशमुख आणि सरदेशमुख असा दिसतो. त्याला सरकारी महसुलातील सरदेशमुखांच्या योग्यतेचा हिस्सा मिळण्याची तजवीज आहे. याहीपुढे जाऊन मोगलांविरुद्धच्या युद्धातील त्याच्या कामगिरीबद्दल मंगळवेढे परगण्याची सरदेशमुखी आणि दहा गावांतर्फे दर साल प्रत्येकी एक सुवर्ण होन प्रदान करून त्याचा सन्मान केल्याचे दिसते. नकाशात जर आपण हा इनामात मिळालेला भूभाग पाहिला, तर आपल्याला अशा हक्कांचे 'मुलुखी' स्वरूप पुन:श्च आढळते.

कळढोण हे म्हसवडपासून साधारण २० मैलांवर नैऋत्य दिशेला आहे तर मंगळवेढे

---

३१) पहा - Khobrekar, *Records of Shivaji*; 11-12

३२) पहा - Khobrekar, *Records of Shivaji*, 124.

पूर्वेला ४० मैलांवर आहे. हे दोन्ही भाग माने घराण्याच्या मूळ माण परगण्याच्या लगतच असावेत. राताजीला दर साल प्रत्येकी एक होन देणाऱ्या दहापैकी सात गावे म्हसवडपासून साधारण २०-३० मैलांच्या परिघात वसलेली होती.

याच महिन्यातील इतर काही कागदपत्रांमध्ये राताजीच्या सैन्याचा वापर त्याच्याच भागात केल्याचे दिसते. अली आदिलशहा राताजीला लिहितो...

बादशाही हुकुमाप्रमाणे कर्यात कासेगाव येथील गावे हे फरासखाना व बहेली या खात्यातील लोकांना मुकासा म्हणून चालू आहेत. यावेळी दरबारास समजले की नायकजी पांढराच्यावतीने पुंजाजी नावाचा जमातदार याने दांडगाई केली आहे. कर्यात मजकूर हुज्जती शिवाय आपल्या ताब्यात आणली असून तेथील महसूल गोळा करीत आहे. हे फर्मान मिळाल्याबरोबर तुम्ही जमीयतेनिशी व स्वारानिशी पुंजाजीस जाऊन तंबी देऊन कर्यात मजकुरातून त्यास हकलून द्यावे (व तसे) दरबारास कळवावे.[३३]

नायकजी पांढरेच्या हकालपट्टीनंतर दोन महिन्यांनी विजापूर दरबारच्या वतीने उंची वस्त्रे देऊन राताजी मानेचा सत्कार करण्यात आला. *"शाबास शाबास, आता त्याच्या सर्फराजेसाठी बादशाही खिलत पाठविला आहे. तो घेऊन त्याने स्वत: सन्मानित व्हावे."*[३४] त्यानंतर तीन आठवड्यांतच राताजीला एका दुसऱ्या कामगिरीवर जाण्याची आज्ञा झाली.

आदिलशहा लिहितो -

दरबारास समजले की नरसोजी नावाच्या प्रजाजनाने जामदारखान्याच्या खात्यातील अल्पवयी मुलास मुकासा असलेल्या मलगांव परगणे कागल याजवरती तुंगीचा खोटा दावा लावला आहे. यशवंतराव माणकोजी मौजे बेन्नुरचा पाटील याच्या आसऱ्याने त्याचे स्वार व हशम घेऊन मौजे मलगांव येथे गेला. २०९ गुरे व प्रजेची चीजवस्तू नेली व लुटली... आता हे फर्मान मिळताच तेथील यशवंतराव व नरसोजी यास तंबी देऊन सदरील गुरे, माल, चीजवस्तू परत आणून मौजे मलगांव येथील मुकदम व हुद्देदार यांच्या स्वाधीन करावे... मौजे मलगांव येथील प्रजेस कौल व दिलासा देऊन आबादानी करावी की पूर्वीपेक्षा अधिक आबादी होईल. नरसोजी व यशवंतराव यास ताबडतोब कैद करून हशमाबरोबर हुजूर पाठवावे. यातच त्यांचा उत्कर्ष आहे याबाबत ताकीद जाणावी व परत फिर्याद येऊ देऊ नये.

मान्यांच्या म्हसवडपासून कोकणातील मालगाव हे २२० मैलांपेक्षा लांब आहे

---

३३) पहा - Khobrekar, *Records of Shivaji* 129

३४) पहा - Khobredar, *Records of Shivaji* 130

जून महिना संपता संपता ऐन पावसाळ्यात घाटातून जाणे-येणे कठीण गेले असणार. यासाठी नक्कीच आठवड्यापेक्षा जास्त कालावधी लागला असणार. तेथून कैद्यांना बंदोबस्तात विजापूरला पोहोचवण्यासाठीही कित्येक आठवडे लागले असणार.

पुढील वर्षी राताजीने विजापूर दरबारचा अंमल प्रस्थापित करण्यासाठी स्वत:च्या शिंबदीचा वापर करून आणखी दोन मोहिमा यशस्वी केल्या. अली आदिलशहा द्वितीयच्या हुकुमावरून एका खंडोजी नावाच्या माणसाला त्याला इनामात दिलेल्या गावातून हद्दपार करून, गाव पुन्हा सरकारी ताब्यात घेण्याची कामगिरी राताजीने केली. एका भागातील निंबाळकर बंधूंना तो भाग शिवाजीचा नसून अली आदिलशहाचा असून तो सोडण्याबाबत त्यांना समज देण्याचेही काम राताजीने केले. या दोन्ही कामगिऱ्या यशस्वी पार पडल्या असल्या पाहिजेत, कारण त्यानंतर राताजीचा उंची वस्त्रे देऊन मरातब केल्याच उल्लेख आहे.

या कामगिऱ्या आणि जबाबदाऱ्यांवरून देशमुखांचे काम किती गुंतागुंतीचे होते हे प्रकर्षाने जाणवते. ते ग्रामीण भागातील सैन्यबळ उभे करणारे प्रमुख आधार होते. अशा सैन्याचे महत्त्व किल्ल्यातील शिंबदीपेक्षाही अधिक होते. आपण त्यांना आक्रमणे परतवणारे, बंडखोरांचे पारिपत्य करणारे आणि इतर सैन्याबरोबर राज्यांच्या मोठ्या मोहिमांमध्ये सहभागी होणारे अशा विविध भूमिकांमध्ये पाहतो. अशा या इमानी घराण्यांचे विजापूरच्या बादशहाबरोबर असलेले जवळचे संबंध त्यांना आलेली पत्रे, मिळालेली मानाची वस्त्रे आणि बादशहाबरोबर व्यक्तिगत संवाद साधण्याची मिळणारी संधी यावरून लक्षात येतात.

याहीपेक्षा अधिक बिकट राजकीय परिस्थितीत देशमुखी पद केवळ ग्रामीण मुलखातील एक उच्चभ्रू पद एवढ्यापुरतेच मर्यादित न राहता विशेष जोखमीचे आणि गुंतवणुकीवर मोठा लाभ मिळवून देणारे पद बनले होते. संपूर्ण सतराव्या शतकाचे हे एक वैशिष्ट्यच म्हणायला हवे. ही गोष्ट अधिक स्पष्ट होण्यासाठी आपण सांगली आणि साताऱ्याजवळील कराडच्या यादव घराण्याचे उदाहरण पाहू या.[३५] इ. स. १७१६ मधील घराण्याच्या म्हणण्यानुसार ते पिढ्यानपिढ्या कराडचे देशमुख असून त्यांच्या देशमुखीची

३५) यादव घराण्याकडील बरीच कागदपत्रे शिवाजी विद्यापीठाने प्रकाशित केली आहेत. घराण्याकडील वतनाच्या विभागणी संबंधाच्या कागदातील (३३२, इ.स. १७१६) मौखिक जबानीत आदिलशाहीतील चाकरीच्या इतिहासाचा अंतर्भाव आहे. पहा D.A. Pawar (ed.) *ताराबाई कालीन कागदपत्रे* (कोल्हापूर १९६९) या अनुवादात मदत केल्याबद्दल लेखक श्री. शिरीष चिकटे यांचा आभारी आहे.

सुरुवात सतराव्या शतकाच्या पहिल्या दशकात झाली.[३६] (वस्तुस्थितीनुसार साधारण इ.स. १५०० च्या सुमारास यादव घराण्याने जगदाळे घराण्याकडून काही हक्क विकत घेतले. बहामनी सुलतानाने जप्त केलेला काही जमीनजुमला सोडवण्यासाठी जगदाळ्यांना सुलतानाला मोठा नजराणा पेश करायचा होता. त्यासाठी जगदाळ्यांनी काही हक्क यादवांना विकले होते. इतर हक्क आणि विशेषत: कराडची देशमुखी यादवांना नंतर १७ व्या शतकात मिळाले.) बहुधा इ.स. १६२० च्या सुमारास कोण्या मुधोजी निंबाळकराचा काही अज्ञात कारणांपायी यादवांबरोबर तंटा निर्माण झाला होता, ज्यात त्याने कराडच्या किल्ल्यावर कब्जा केला. विजापूर सरकारने निंबाळकराची बाजू घेत कराडच्या यादव कुटुंबाकडून देशमुखी हक्क काढून घेतले.[३७] यायोगे यादवांवरती मोठीच आपत्ती ओढवली. त्या दिवसापासून यादव कुटुंबाचे महसूल उत्पन्न बंद झाले. त्याच भागातील एका खेड्यात त्यांना वास्तव्य करावे लागले आणि ज्याची देशमुखी अजूनही चालू आहे अशा नातलगाच्या (बहुधा चुलत घराणे) आश्रयास जावे लागले. पुढील वीस वर्षे या कुटुंबाविषयी फारशी माहिती उपलब्ध नाही. मध्यंतरीच्या काळात कराडचे देशमुखी हक्क विजापूर दरबारातील बऱ्याच मानकऱ्यांकडे हस्तांतरीत होत गेले आणि नंतर ते शिवाजीचे वडील शहाजीराजे यांच्याकडे आले. सतराव्या शतकातील मधल्या दशकांमध्ये यादव शहाजीकडे आणि विजापूर दरबाराकडे त्यांची कराडची देशमुखी त्यांना परत मिळावी यासंबंधी मागणी करत होते.[३८] ज्या चुलत घराण्याच्या आश्रयाला

---

३६) राज्यकर्ते आणि देशमुख यांच्यातील ताणतणावांविषयी प्रस्तुत लेखक Andre Wink या इतिहासकाराविषयी कृतज्ञता व्यक्त करत आहे. Andre Wink च्या लिखाणाचा आणि त्याच्यासह केलेल्या चर्चांचा या पुस्तकासाठी विशेष उपयोग झाला आहे. सरकार आणि देशमुखांमधील गुंतागुंतीच्या मुद्यांविषयी Andre Wink याने जगदाळे घराण्याच्या कागदपत्रांच्या केलेल्या अभ्यासातून एक वेगळा दृष्टिकोन दिसून येतो. जगदाळे हे कराड भागातील जहागिरीवर हक्क सांगणारे होते. Andre Wink यांनी प्रकाशित आणि अप्रकाशित कागदपत्रांचा अभ्यास करून ही हकिकत तयार केली आहे.

पहा - *Land and Sovereignty in India : Agrarian Society and Politics under the Eighteenth Century Maratha Svarajya* (Camoridge, 1986) 162 - 65.

३७) जगदाळे घराण्याकडील कागदपत्रांमधून यादवांनी निबांळकरांच्या साहाय्याने विजापुरी प्रदेशात छापे मारले याविषयीचा स्पष्ट उल्लेख आढळतो. याच कारणास्तव यादवांकडून जहागिरी काढून घेण्यात आली असे दिसते.

३८) जगदाळे घराण्याकडील कागदपत्रानुसार कराड जवळच्या मसूर गावी गोतसभा बोलावण्यात आली. यात शेतकरी, कारागीर आणि विजापुरी अधिकारी सहभागी होते. जुन्या सनदीवरून मसूरची देशमुखी जगदाळे घराण्याकडे होती असा निर्णय या गोतसभेने दिला. कागदपत्रांनुसार शिवाजीने आपले हक्क सोडण्याच्या विजापुरी आदेशाकडे दुर्लक्ष केले. यादवांकडील कागदपत्रात या घटनेचा उल्लेख नसणे अपेक्षितच आहे.

हे यादव कुटुंब आले होते, त्यांच्या मदतीने यादव कुटुंबातील एक मुलगा आधी आणि एक मुलगा नंतर असे शिवाजीच्या चाकरीत रुजू झाले.[३९] कराडची देशमुखी शहाजीनंतर वारसा हक्काने शिवाजीकडे आली होती. पुढील ४० वर्षे यादव मुलांनी शिवाजी आणि त्याच्या वारसदारांना विनवून आणि महत्त्वाच्या कामगिऱ्या बजावून ही देशमुखी परत मिळवायचे प्रयत्न केले. पण दर वेळी हे प्रकरण प्रलंबित केले गेले आणि नाकारले गेले. या प्रकरणात यादव बंधूंनी शक्य असेल त्या वजनदार असामींकरवी रदबदली करण्याचे भरपूर प्रयत्न केले. इ.स. १६८९ मध्ये जेव्हा मराठेशाहीवर निकराचे हल्ले होत होते अशा काळात या वाटाघाटींना काहीसे गांभीर्याने घेतले गेले आणि त्यांना दोन खेडी वतन म्हणून मिळाली; पण कराडची देशमुखी मिळू शकली नाही. अखेरीस अठराव्या शतकाच्या सुरुवातीस यादवांनी मोगलांची चाकरी पत्करली आणि औरंगजेबाकडून त्यांना कराडची देशमुखी परत मिळाली.

यादव घराण्याच्या वरील हकिकतीवरून आपण बरेच निष्कर्ष काढू शकतो. प्रथमत: देशमुखी हक्क हे दरबारातील राजकारणाशी खोलवर निगडित होते. यादवांनी आदिलशाही दरबाराला डिवचल्यामुळे त्यांना त्यांची देशमुखी गमवावी लागली. दुसरे म्हणजे देशमुखी गमावल्यावर त्यांना कोणाचाही आधार राहिला नाही आणि उत्पन्नही थांबले. त्यांच्याकडे वडिलोपार्जित जमीनही नव्हती. यादव कुटुंबाला नातेवाइकाकडे आश्रयाला जावे लागले आणि सामान्य सैनिकाप्रमाणे पुन्हा चाकरीची सुरुवात करावी लागली. एकूण राजकीय व्यवस्था पाहता हे अतिशय गंभीर स्वरूपाचे नुकसान होते. साधारणपणे दरबारातील दोन पक्षांच्या कलहात 'चुकीच्या' पक्षाला पाठिंबा दिल्यामुळे अथवा आपल्या भागातील परकीय आक्रमणामुळे असे नुकसान बऱ्याच जणांना सोसावे लागे. शिक्षेचे स्वरूप सौम्य असेल तर दंडात्मक कारवाईनंतर हक्क परत मिळत असत. थोड्या कडक शिक्षेच्या वेळी वास्तव्याच्या मूळ प्रदेशापासून दूरच्या प्रदेशातील हक्क गमवावे लागत असत. याहीपेक्षा अधिक शिक्षेत देशमुखी हक्कांमधील काही महत्त्वाचे हक्क, गावाचे म्होरकेपण किंवा वतनातील किल्ले गमवावे लागत. (या वतनात सारामुक्त जमिनी आणि इतर उत्पन्नाचा समावेश असे.) सर्वांत मोठे नुकसान म्हणजे संपूर्ण वतन जप्त होणे. यादवांचे नुकसान अशा प्रकारचे होते. तिसरा निष्कर्ष असा की, असे जप्त केलेले देशमुखी हक्क दरबारातील एखाद्या मुस्लीम सरदाराला देण्यात अथवा त्या भागात वास्तव्यास नसलेल्या एखाद्या मराठा सरदारास (शहाजी आणि नंतर शिवाजी) देण्यास

---

३९) मध्यंतरीच्या काळात इ.स. १६५९ मध्ये शिवाजीच्या बंदोबस्तासाठी आलेल्या अफझलखानाला पाठिंबा देण्याची चूक जगदाळे घराण्याकडून झाली. अफझलखानाच्या पराभावानंतर शिवाजीच्या सैन्याने जगदाळेचा किल्ला जिंकून घेतला. या वेळी जगदाळे घराण्याचा प्रमुख मारला गेला.

काहीच अडचण नसे. त्या काळात असे बऱ्याचदा घडत असे. बरेच देशमुखी हक्क कौटुंबिक कलहामुळे अथवा वारंवार उद्‌भवणाऱ्या दुष्काळांमुळे (१६३०-३६, १६५०-५५, १६९०-९३, १७१०-१२) विकले तरी जायचे किंवा विभागले तरी जायचे.[४०] या काळातील सततची आक्रमणे आणि लढाया या त्याहूनही हानिकारक होत्या. महाराष्ट्राचा कोणताही भाग पाहिला तर तो त्या शतकात साधारण दर दहा वर्षांनी आक्रमणांना सामोरा गेलेला दिसतो. दुसरे असे की, जमिनीच्या तुलनेत शेतकऱ्यांची संख्या खूपच कमी होती. त्यामुळे शेतकऱ्यांशी नीट संवाद साधून आणि सैन्यबळाच्या जोरावर जर त्यांच्या रक्षणाची हमी देण्यात एखादा देशमुख यशस्वी झाला, तर तो इतर भागापेक्षा आपल्या भागातील शेती वाढवू शकत असे.[४१]

वर उल्लेख केलेल्या माने घराण्याच्या कागदपत्रांमधे अशा देशमुख आणि शेतकऱ्यांमधील वाटाघाटींची पद्धत पाहायला मिळते. (येथे पुन्हा एकदा अशा घराण्यांकडील अशा खाजगी कागदपत्रांचे महाराष्ट्राचा इतिहास समजण्यासाठीचे महत्त्व अधोरेखित कारायला हवे. अशा कागदपत्रांचा शोध घेऊन ती प्रकाशात आणण्याचे काम पुढे चालू ठेवण्याची गरज आहे.) इ.स. १६७० च्या उत्तर दशकात औरंगजेबाच्या मोगल सेनेबरोबर विजापूर सरकारची जीवनमरणाची लढाई चालू होती. इतिहास बऱ्याचदा ठिकठिकाणचे सैनिकी वेढे आणि लढाया यांवरच लक्ष केंद्रित करताना दिसतो. पण देशमुखांबरोबरील वाटाघाटीही तेवढ्याच महत्त्वाच्या होत्या. ऑक्टोबर १६७८ च्या दरम्यान औरंगजेबाकरवी नागोजी माने (राताजीचा मुलगा) यास संदिग्धपणे सरदेशमुखी देऊ करण्यात आली. (जी विजापूर दरबारतर्फे आधीच देण्यात आली होती.) याव्यतिरिक्त जर नागोजी मोगलांना सामील झाला, तर त्याला जमादारीही (काही लष्करी मनसब) देऊ करण्यात आली. यानंतर सात वर्षे हे प्रकरण तसेच पडून होते. मध्यंतरीच्या काळात

---

४०) पहा : Khobrekar - *Records of Shivaji* यादवांच्या देशमुखी हक्कांच्या विभाजनासाठी पहा. D.A.Pawar *ताराबाईकालीन कागदपत्रे* - ४८८-८९, दुष्काळातील हक्कांच्या विक्रीसंबंधी पहा - A.R.Kulkarni - *Maharashtra* ९६ - ९७.

४१) ग्रामपातळीवरील महसूल व्यवस्थेसंबंधातील बऱ्याच प्रचलित संज्ञा स्थिर आणि सुरक्षित शेतीऐवजी एखादा भाग दुष्काळामुळे उजाड होणे आणि पुनर्वसित होणे या चक्राशी जास्त निगडित आहेत. उदा. 'उपरी' ही संज्ञा अनिवासी आणि गावाच्या आश्रयास आलेल्या शेतकऱ्याविषयीची आहे. मूळ शेतकरी परागंदा झाला असल्यास त्याची जमीन उपरी शेतकऱ्याच्या मालकीची व्हावी म्हणून काही नियम वा तरतुदी होत्या. याचबरोबर परागंदा झालेल्या शेतकऱ्यांना परत आणण्यासाठीही बऱ्याच सवलती देऊ करण्यात येत. याविषयीची बरीच कागदपत्रे पुणे दप्तरातील 'पेशवा खानदेश रुमाल क्र. १८७ (सरदेशमुखी हिशेब) आणि क्र. १९८ यात पाहायला मिळतील.

विजापूरशाहीचा पाडाव झाला होता. औरंगजेबाने नागोजीला कळविले की, नुकताच माण परगणा मोगल साम्राज्याचा भाग झाल्यामुळे नागोजीला लष्करी सेवेबद्दल १,३५०,००० दाम (३३,७५० रुपये) एवढी जहागिरी प्रदान करण्यात येत आहे. याच पत्रात तळटीप म्हणून शत्रूने मान्यांकडून बळकावलेले म्हसवड शहर पुन्हा देखभालीसाठी नागोजी मानेला दिल्याचा आदेश आहे.[४२]

आपल्याला जर उपरनिर्दिष्ट मजकूर असलेली कागदपत्रेच तेवढी मिळाली असती, तर आपला असा ग्रह होण्याची संभावना होती की, मोगल साम्राज्याला मान्यांसारख्या स्थानिक देशमुखांवर कोणत्याही शर्ती लादणे सहज शक्य होत असे. पण आपल्याला आणखीही अशी कागदपत्रे मिळाली आहेत की, जी वरील आदेश पत्रानंतर १० वर्षांच्या कालावधीनंतरची आहेत. या काळात नागोजीने निभावण्याच्या लष्करी सेवेचा दर्जा, त्याबद्दल त्याला मिळणारा मेहेनताना आणि त्याच्या कुटुंबातील आणखी कोणाला मोगलांकडे चाकरी करण्याची संधी मिळेल यांसंबंधी नागोजी आणि औरंगजेब यांच्यात अजूनही घासाघीस चालू असल्याचे दिसते. नागोजी सात हजारी मनसब, त्याच्या भागातील सात किल्ल्यांचे आधिपत्य, म्हसवडजवळच्या सात परगण्यांची जहागिरी आणि तेथील फौजदारी स्वरूपाच्या गुन्ह्यांचा निवाडा करण्याचे हक्क या शर्तींवर अडून बसला होता. याशिवाय मानाचा नगारा, हत्ती, घोड्याचा सोन्याचा सरंजाम, रु. ७००००/- तत्काळ रोख, त्याच्या घोड्यांपैकी एक चतुर्थांश घोड्यांवर मुद्रांकन (यातील गर्भितार्थ म्हणजे त्याने जितकी शिबंदी बाळगणे अपेक्षित आहे, त्यापेक्षा कमी बाळगावी लागणे.) आणि त्याच्या भागातील सैन्याच्या छावणीला चारा-पाणी पुरवण्याच्या बंधनातून मुक्ती अशा गोष्टीही नागोजीला हव्या होत्या. औरंगजेब मात्र त्याला फक्त म्हसवडपासून दूरच्या बेरर प्रांताच्या महसुलातून पाच हजारी मनसब देऊ करत होता आणि कुटुंबातील दुसऱ्या कोणाला चाकरी देण्याचीही त्याची तयारी नव्हती. एक वर्षानंतर ही मनसब तीन हजारापर्यंत खाली आली. सरते शेवटी नागोजी इ.स. १७०० मध्ये चार हजारी मनसब पत्करून मोगलांच्या चाकरीत रुजू झाला. या जहागिरीसाठी त्याला मोठा नजराणा आणि चांगल्या वर्तणुकीची हमी द्यावी लागली. एक वर्षानंतर हमीपत्र जारी करण्यात आले, पण नागोजीला अपेक्षेपेक्षा खूपच कमी लाभ झाला. केवळ दोन किल्ल्यांचे आधिपत्य त्याला मिळाले. रोख रक्कम, मानाचा नगारा, सोन्याचा सरंजाम अशा त्याच्या मागण्या धुडकावण्यात आल्या. पुढील दोन वर्षांत नागोजीने मोगलांची चाकरी सोडून शिवाजीचा मुलगा राजारामाच्या आधिपत्याखाली मराठ्यांची चाकरी

---

४२) पहा - Khobrekar, *Records of Shivaji* 134-137.

पत्करली.[४३] याची चर्चा आपण पुढे करणार आहोत.

आत्तापर्यंतच्या चर्चेनुसार सतराव्या शतकातील महाराष्ट्रातील देशमुखांच्या स्थानाविषयी काय बोध होतो? प्रथमत: देशमुख (आणि त्यांचे कुटुंबीय) हे राजा आणि त्याचा दरबार आणि त्याच्या भागातील खेडूत शेतकरी यांच्यातील दोघांशीही प्रत्यक्ष संवाद साधू शकणारा दुवा होते. दुसरे असे की, राज्यकर्त्यांसाठी असे हक्क देणे हे शहरी संस्कृतीबाहेरील, ग्रामीण, किल्ल्यावर आधारित अशा तुलनेने गरीब शेतीप्रधान भागातील जनतेची राजनिष्ठा मिळविण्याचे आणि वाढवण्याचे एक प्रमुख साधन होते. तिसरे असे की, वादग्रस्त शासनव्यवस्थेखाली देशमुखांची भूमिका बदलत असे. शांतता आणि सुबत्तेच्या चांगल्या काळात देशमुख एक सरकारी अधिकारी असे. त्याचे हक्क आणि इतर लाभ हे सरकारतर्फे देण्यात येणाऱ्या सनद पत्रात लिखित स्वरूपात नक्की करण्यात येत. तो त्याच्या भागातील महसूलाची निश्चिती करणे आणि त्याची वसुली करणे यांत सरकारी अधिकाऱ्याची मदत करे.[४४] तो स्थानिक दिवाणी कज्जे सोडवत असे. स्वत:च्या शिबंदीच्या बळावर त्या भागातील चोर-लुटारूंना पकडत असे आणि मोठ्या मोहिमांमध्ये या शिबंदीसह सामील होत असे. त्याचा पगार कराराच्या शर्तीनुसार नक्की केला जात असे. देशमुखाच्या जबाबदाऱ्या एवढ्याच असाव्यात असा समज कागदपत्रांवरून होणे सहज शक्य आहे. कारण बरीचशी सरकारी कागदपत्रे ही शांतता आणि स्थैर्याच्या कालखंडांतीलच आहेत. आधी नमूद केल्याप्रमाणे प्रकाशित निवडक कागदपत्रांमध्ये सुव्यवस्था, स्थैर्य आणि सातत्य यांच्यावर विशेष भर दिलेला आपल्याला आढळतो.

परंतु १७ व्या शतकाचा कालखंड हा सर्वच बाबतीत प्रतिकूल होता. संपूर्ण महाराष्ट्रात वेगवेगळ्या राज्यांमध्ये सीमावाद होते. अशा अस्थिर वातावरणात देशमुख हे केवळ महसूल व्यवस्थेतील पगारी अधिकारी असल्यापेक्षाही जास्त मोठी जोखीम उचलणारे ग्रामीण भागातील उद्योजक आणि मध्यस्थ होते. बराचसा प्रदेश दुष्काळ आणि युद्धे यांच्यामुळे वारंवार उध्वस्त होत असे. त्यामुळे देशमुखी हक्क उपलब्ध होत

---

४३) माने घराण्याकडील संपूर्ण हक्क नोंदवलेला कागद वाचण्यासाठी पहा - 'शिवचरित्र साहित्य' पुणे, भारत इतिहास संशोधक मंडळ, १९२६-६५, खंड ५, ८४५. पहा Khobrekar, *Records of Shivaji*, 138

४४) देशमुखाच्या हद्दीतील जमिनीची मोजणी, प्रतवारी आणि नोंदणी यांमुळे सरकारला माहिती मिळवणे आणि वसुली करणे सोयीचे जाई. ही सार्वकालिक पद्धत मोगल आणि दक्षिणी सलतनतींमध्ये सारखीच होती. पहा - R. F. Alavi 'Murshid Kulikhan's Revenue Reforms in Deccan' *Studies in Medieval Deccan* (Delhil 1977) 61-72.

होते आणि त्या त्या भागाचे रक्षण करण्याची आणि पुन्हा वसवण्याची क्षमता ज्या कुटुंबांमध्ये असे, ते हे हक्क मिळवत असत. प्रत्येक देशमुख मोठ्या गढीत राहत असत. बऱ्याचदा एकापेक्षा जास्त गढ्याही त्यांच्या मालकीच्या असत. ते त्यांच्या मुलांना युद्धकलेचे शिक्षण देत असत. आधी वर्णन केल्यानुसार लष्करी सेवेत विशेष शौर्य दाखविल्याबद्दलही असे हक्क मिळत होते. बरीच वर्षे राज्याच्या शत्रूंशी मुकाबला करण्यात व्यतीत केल्यास या हक्कांमधे वाढही होत असे. ज्या काळात अंतर्गत कलह अथवा आक्रमणांमुळे एखादी राजवट दुबळी होत असे, त्या काळात देशमुखांचे स्थान आणखी प्रबळ, महत्त्वाचे आणि अधिक जोखमीचे होत असे. अंतर्गत कलहात आणि वारसांच्या वादात त्यांना कोणाचातरी पक्ष घेणे भाग पडत असे. अशा आणीबाणीच्या प्रसंगी लष्करी बळ आणि पाठिंब्यावर देशमुख नवा सत्ताधीश स्थापित करत असत अथवा बरबाद होत असत. ते ही जोखीम पत्करत असत; कारण त्यांनाही राज्य यंत्रणेची तितकीच गरज असे, जितकी गरज या पक्षांना त्यांची असे. त्यांच्या अखत्यारीत असलेल्या भागातील महसूल वसुलीच्या त्यांच्या हक्कांना कायदेशीर मान्यता देणे राज्ययंत्रणेच्याच हातात असे. त्यांना मिळालेली सनद आणि सरकारचा पाठिंबा यांच्या जोरावरच ते त्यांच्या इतर नातलगांवर, बऱ्याचदा त्यांचा विरोध न जुमानता अधिकार गाजवू शकत असत ही त्यांच्या दृष्टीने महत्त्वाची बाब होती. त्यामुळे महाराष्ट्राचा इतिहास हा या अशा देशमुखांचा इतिहास आहे. त्यांच्या या स्थानाविषयी मराठा राज्यातील एक उच्च अधिकारी आणि सतराव्या शतकातील राजकारणाचे आणि राज्यकारभाराचे व्यासंगी निरीक्षक रामचंद्र नीळकंठ यांनी केलेले विश्लेषण विलक्षण मार्मिक आहे. आपल्या आज्ञापत्रात ते लिहितात...

ते स्वल्पच परंतु स्वतंत्र देशनायकच आहेत. सार्वभौमापासून बलन्यूनतेने उतरती परंपरा बळवंत राखोन दुर्लभ वर्ततच आहेत, परंतु त्यास साधारण गणावे असे नाही. हे लोक म्हणजे राज्याचे दायादच आहेत. आहे वनत इतकियावर कालक्रमणा करावी, सर्व देशाचा स्वामी म्हणजे राजा, त्याशी निष्ठेने वर्तावें, कोणाचा अन्याय न करावा, ही यांची बुद्धी नाही. जंव जंव नूतन संपादावे व बळकट व्हावे, बळकट झाले म्हणजे एकाचे घ्यावे, दावे दरवडे करावे, हा यांचा सहज हव्यास. राजशासन होईल हे जाणोन अगोदर दुसऱ्याचा आश्रय करतात, स्थळे बांधतात, देश मारितात, समयी जीवाचीही तमा धरीत नाहीत; परचक्र आले म्हणजे वतनाच्या आशेने आगोदर सलूख करितात, स्वतां भेटतात, तिकडील भेद इकडे इकडील भेद तिकडे करून राज्यात शत्रूचा प्रवेश करितात, मग तेच राज्याचे अपायभूत होऊन दुःसाध्य होऊन जातात. याकरितां या

लोकांचे संरक्षण परम युक्तिजन्य आहे.[४५]

वरील अवलोकनावरून सतराव्या अठराव्या शतकातील दख्खनमधील गुंतागुंतीच्या राजवटींना समजून घेताना, राज्यांच्या तथाकथित सीमा आपण विचारात घेऊ शकत नाही. आपल्याला वेगवेगळ्या घराण्यांच्या एकमेकात गुंतलेल्या वेगवेगळ्या मुलकी हक्कांचा विचार करावा लागतो. जेव्हा एखादे घराणे एका पक्षाचा त्याग करून दुसऱ्या पक्षाला जाऊन मिळत असे; तेव्हा धार्मिक, आर्थिक, न्यायिक, लष्करी असे वेगवेगळे हक्क त्या पक्षाकडून काढून घेऊन दुसऱ्या पक्षाला देत असत. सीमेपलीकडील राजवटींना आपले इमान आणि हक्क देण्याऐवजी बऱ्याचदा या घराण्यांची निष्ठा पक्षांतर्गत बदलत असे.

या काळातील खेडेगावांविषयी आपल्याला काय म्हणता येईल? स्थैर्य असलेली, स्वत:पुरती शेती करणारी, फारशी सामाजिक विषमता नसलेली आणि व्यापारात फारसा सहभाग नसलेली; असे जे त्यांचे सर्वसाधारण वर्णन (अवलंबित्व सिद्धांत अथवा वैश्विक प्रणाली सिद्धांत यांमध्ये) केले, जाते ते आपल्याला काही गोष्टींमुळे अमान्य करावे लागेल. प्रथमत: महाराष्ट्राच्या वेगवेगळ्या भागांमध्ये व्यापारातील सहभाग आणि नगदी शेती उत्पादन यांबाबतीत बरीच तफावत आढळते. खानदेश आणि औरंगाबाद या उत्तरी भागांमध्ये बऱ्याच काळापासून परंपरागत कापसाची शेती आणि त्याचे उत्पादन केले जात होते. सोळाव्या शतकात मोगल काळात यात बरीच वाढ झाली. दुसरे असे की, आधी वर्णिल्याप्रमाणे मराठे सातत्याने दख्खनी मुसलमानी राजवटीमध्ये लष्करी चाकरी करत होते. याचा अर्थ असा की, छोट्या खेड्यांमधील माणसे ही मोहिमेवर जात होती. याबद्दल बऱ्याचदा त्यांना रोख मेहनताना मिळत होता. बाह्य जगाचा अनुभव घेऊन ते पुन्हा खेड्याकडे परतत असत. तिसरे असे की, या माणसांची जगण्याची धडपड केवळ गावकुसातच मर्यादित नव्हती. युद्ध, अवर्षण आणि उपासमार या समस्यांना तोंड देण्यासाठी देशांतर करणे ही सर्वसामान्य कृती असे. साधारणपणे एकाच कुटुंबातील भावंडे एकाच खेड्यात राहत असत त्यामुळे देशांतर करताना त्यांच्यापैकी कोणालातरी दूरच्या नातेवाइकाच्या आश्रयाला जावे लागे. अशा परमुलखातून आलेल्या लोकांसाठी एक वेगळी व्यवस्था गावांमध्ये प्रचलित होती. त्यांना 'उपरी' म्हणजे भूमिहीन मजूर असे संबोधण्यात येई आणि शेती कामासाठी त्यांचा उपयोग करून घेतला जाई. कालौघात त्यांचा तेथे जम बसल्यास ते जमीन मालक किंवा मिरासदार होत असत. काही वेळेला देशांतर करून पत्नीच्या नातलगांकडेही आश्रयाला जावे लागत असे. वर्षागणिक आढळून

---

४५) 'आज्ञापत्र' संपादक डॉ. प्र. न. जोशी (व्हीनस प्रकाशन, १९९७) पान २९

प्रस्तुत लेखक महाराष्ट्राच्या इतिहासातील देशमुख घराण्यांचे महत्वपूर्ण स्थान या विषयातील कैक चर्चाबद्दल फ्रँक पर्लीन यांचा आभारी आहे.

येणारा शेती उत्पादनातील फरक आणि निर्वासन-पुनर्वसनाच्या सुस्पष्ट नोंदींवरून आपल्याला देशांतराच्या आणि उद्योजकतेच्या स्वरूपाविषयी अंदाज येतो आणि गावे ही वाटतात तितकी स्थिर आणि कुंठित नव्हती असे म्हणावे लागते. चौथी गोष्ट म्हणजे गावपातळीवरील विविध सामाजिक स्तर. आपण जाणतो की, गावाचा प्रमुख आणि ब्राह्मण नोंदणी अधिकारी यांच्याकडे सर्वाधिक जमिनी आणि इतर वस्तुरूपातील आणि सेवारूपातील हक्क असत. याशिवाय सरंजामदार किंवा जहागिरदार असे सरकारी हक्कधारक त्यांच्या हक्काच्या गावात राहत असत. सामान्य शेतकऱ्यांपेक्षा त्यांचा आर्थिक स्तर बराच उच्च असे. देशमुखांप्रमाणेच हेही गावातील उच्चभ्रू असत. सरकार आणि ग्रामस्थांमधे मध्यस्थाची भूमिका निभावणारे असे उच्चभ्रू बरेच प्रबळ असत. शेवटी आपल्याला हेही लक्षात घ्यायला हवे की, सामान्य शेतकरी हेही काही मोठ्या उलथापालथींमध्ये मूकपणे भरडले जाणारे नव्हते, तर तेही मध्यस्थाची भूमिका निभावत असत. दर साल ते सरकारी सारानिश्चिती मान्य करीत किंवा ती धुडकावून लावून ग्राम प्रमुखाला पुन्हा बोलणी करण्यास भाग पाडत. विशेष म्हणजे ग्रामप्रमुख जर परमुलखातून असेल किंवा गावातील असूनही त्या पदास योग्य नसेल (म्हणजे पूर्वीच्या प्रमुखाचा अनौरस मुलगा), तर सामान्य शेतकरी त्याची नेमणूक अमान्य करू शकत आणि त्यांना योग्य वाटेल अशाला पाठिंबा देत असत. [४६]

---

४६) डॉ. अ. रा. कुलकर्णी *Social Mobility* 109 - 110

२ | मराठे आणि दख्खनी सलतनती

या प्रकरणात सतराव्या शतकातील महाराष्ट्रात असलेल्या देशमुखांविषयीच्या आणि एकूणच राजकीय परिस्थितीच्या ढोबळ चर्चेपासून, अहमदनगर आणि विजापूर सलतनतींमधील काही विवक्षित घटनांकडे आपण वळू या. या घटना मराठेशाही स्थापन करणाऱ्या शिवाजीचा उदय होण्यास पायाभूत ठरल्या. येथे आपण दुय्यम सेनापती पदापासून स्वत:च्या बळावर सलतनतीत सत्तापालट घडवू शकणाऱ्या आणि शिवाजीचे वडील असलेल्या शहाजीवर आणि सतराव्या शतकातील मध्य काळात घडलेल्या घटनांवर लक्ष केंद्रित करू या.

शिवाजीच्या कुळासंबंधी चर्चा करण्यापूर्वी आपण सतराव्या शतकातील युद्ध पद्धतीविषयी जाणून घेऊ या. या पार्श्वभूमीवर शतकाच्या सुरुवातीला मलिक अंबरने आणि नंतरच्या काळात शिवाजीने आणलेले युद्धनीतीतील नवीन प्रवाह समजून घेणे सुलभ होईल.

सतराव्या शतकात मोगल, आदिलशाही अथवा निजामशाही असो; त्यांची मुख्य सेना म्हणजे एक हलते शहरच असे. घोडदळावर मुख्य भर असलेल्या या सैन्यात दोन घोडेस्वारांमागे तीन घोडे असत. प्रत्येक घोडेस्वाराबरोबर एक चाकर आणि एक मोतद्दार असे. घोडदळाला पूरक अशा तोफा आकाराने मोठ्या असत आणि त्यांना ओढायला डझनावारी बैल लागत. काहींसाठी बैलांची संख्या शेकड्यांच्या घरात जात असे. या सैन्याबरोबर आवश्यक वस्तूंचा पुरवठा करण्यासाठी संपूर्ण बाजारही प्रवास करत असे. सेनापतींसाठी हत्ती असत. सैनिकांसाठी आणि इतर खर्चासाठी मोठा खजिना समवेत असे. सैनिक मोहिमेबरोबरच्या बाजारात आपल्याला आवश्यक असलेल्या गोष्टींची खरेदी करत असत. या बाजारात खोगीर बनवणाऱ्यांपासून नर्तकींपर्यंत सर्व व्यावसायिक

असत. असा हा अवाढव्य पसारा सांभाळत निघालेली ही मोहीम दिवसाकाठी दहा मैलांपेक्षा जास्त मजल करू शकत नसे आणि दर आठवड्याला दोन दिवस मुक्कामाचे असत.

जेव्हा एखादे राज्य दुसऱ्या राज्यावर आक्रमण करत असे, तेव्हा आक्रमणकर्त्या राज्याने स्वत:च्या राज्यातील अंतर्गत समस्या तात्पुरत्या का होईना सोडवल्या असा निष्कर्ष आपण काढू शकतो. राजाने मोहिमेसाठी सेनापतीची नियुक्ती केली म्हणजे दरबारातील सेनापती पदासाठी उत्सुक असलेल्या दुसऱ्या गटांची कुरकुर शांत करण्यात त्याला यश मिळाले असे आपण म्हणू शकतो. राजाकडे सैन्याचे आगाऊ पगार देऊन मोहिमेस सुरवात करण्यासाठी लागणाऱ्या रोख रकमेची सोय झालेली असणार. मोहिमेच्या खर्चासाठीच्या रकमेची राजाने स्वत: अथवा कर्जाच्या स्वरूपात तजवीज केलेली असणार. मोहीम यशस्वी होण्यासाठी लागणाऱ्या एकूण सैन्यबळाचा अंदाज त्याने बांधला असणार. वेगवेगळ्या देशमुख, जमीनदार आणि दुय्यम राजांकडून बरेचसे सैन्य गोळा झालेले असणार. ही सगळी जुळवाजुळव होईपर्यंत पावसाळ्याच्या पूर्वी मोहीम यशस्वी करण्यासाठी आवश्यक तेवढा वेळ मिळावा असे नियोजन करावे लागत असेल.[१]

अशा पद्धतीने महिना महिना ज्या मोहिमेची आखणी चाललेली असणार, त्याबद्दल गुप्तता कशी बाळगणार? दरबारातील बातमीदारांनी परराज्याच्या दरबारातील त्यांच्यासारख्याच बातमीदारांना मोहिमेच्या तयारीविषयी कळवले असणार. कोणाविरुद्ध मोहीम निघणार याविषयी तर्क केले जात असणार. राजकीय घटनांचे विश्लेषण करण्यात तरबेज असलेल्या अशा बातमीदारांनी बव्हंशी बरोबर अंदाज बांधले असणार. तसेही मोहीम सुरू झाल्यानंतर काही दिवसांतच तिचा रोख कोणाविरुद्ध आहे हे कळतच असणार.

आधी म्हणल्याप्रमाणे दर दिवशी अंदाजे १० मैल एवढ्या धीम्या गतीने आणि एकूणच सैन्याच्या आकारमानानुसार कित्येक आठवडे किंवा महिन्यांनंतर अखेरीस सैन्य, ज्याला खरे तर सरहद्द म्हणणे अयोग्य होईल अशा प्रदेशात पोचत असेल. अशी सरहद्द म्हणजे दोन मुख्य भूप्रदेशांना जोडणारा एक रुंद पट्टा असे. या पट्ट्यातील देशमुख किंवा दुय्यम राजे त्यांचे कर आणि इमान दोन्ही राज्यांपैकी कोणालाही देत असतील, दोघांनाही देत असतील अथवा कोणालाच देत नसतील; हे त्या राज्यांच्या सापेक्ष ताकदीवर अवलंबून असे. या भागावर आधिपत्य मिळवण्यासाठी आक्रमक राजा स्थानिक अधिकाऱ्यांना आणि पाटील-देशमुखांना त्याच्या तळावर कराची रक्कम आणि त्यांच्या

१) मोहिमेवर सैन्य पाठवण्याची प्रक्रिया दखखनी सलतनतींपेक्षा मोगलांमध्ये अधिक चांगली रुळवली होती. त्यांच्याकडे लष्करी छावण्या, अधिकारी आणि प्रशिक्षित सैन्य होते.

हक्कांची सनदपत्रे घेऊन भेटीस बोलवत असे. या निमंत्रणाला मान देऊन येणाऱ्यांना मानाची वस्त्रे आणि आक्रमक राजातर्फे त्यांचे हक्क शाबित करणारी नवी सनदपत्रे दिली जात.

त्यानंतर जे दुय्यम राजे-देशमुख आले नसतील त्यांना जरब दाखवून, कर वसुली करण्यासाठी सैन्याच्या काही तुकड्या त्यांच्या मागावर पाठवल्या जात. असे शिरजोर देशमुख आणि दुय्यम राजे त्यांच्या गढी-किल्ल्यांच्या आश्रयाला जात. एखादी तोफखाना आणि तोफांसाठी आणि सुरुंगांसाठी भरपून दारूगोळा बाळगणारी सुसज्ज सेना स्थानिक छोटे किल्ले सहज घेऊ शकत असे. पण मोठे किल्ले तग धरून राहत. किल्ल्याला वेढा घातल्यावर सेनापती जवळपासच्या गावातील म्होरक्यांना तळावर येऊन खंडणी भरण्याविषयी आणि त्यांचे मालकी हक्क नव्याने मंजूर करून घेण्यासाठी बोलावत असे. पुनःश्च काही येत, काही येत नसत. अशा बंडखोरांची गावे उध्वस्त करण्यासाठी मग काही सैनिक पाठवण्यात येत. परंतु असे सैनिक येण्यापूर्वीच ग्रामस्थ आपला मुक्काम जवळपासच्या जंगलात किंवा दुसऱ्या सुरक्षित परगण्यात किंवा जवळच्या किल्ल्यात हलवत असत.

मध्यंतरीच्या काळात आक्रमित राजाबरोबरची बोलणी शिगेला पोचत. आक्रमणकर्ता आधीच्या युद्धात हरलेल्या भूभागाची भरपाई किंवा तत्सम मागण्या करत असे. आक्रमित राजा खोटी आश्वासने देत असे किंवा उलट प्रस्ताव मांडत असे. दूतांकरवी किंवा बातमीदारांकरवी अफवा पसरवल्या जात. काही लाभदायक शक्यतांविषयी सूचक उल्लेख केले जात किंवा रीतसर प्रस्ताव पाठवले जात.

आक्रमणकर्त्या राजाला शत्रूच्या मुलखात घुसून हल्ले करावे की, काही अंतरावर तळ ठेवावा याचा सतत आढावा घ्यावा लागे. बऱ्याचदा अशा सरहद्दीवरील प्रदेशातून फारसे उत्पन्न मिळत नसे. वसूल केलेली खंडणी आणि किल्ल्यांभोवतीचे वेढे अथवा पळून गेलेल्या ग्रामस्थांच्या शोधमोहिमा यांच्यावरील होणाऱ्या खर्चाचा मेळ बसत नसे. आणि पावसाळा जवळ आला असेल, तर आक्रमणकर्त्याकडे वेळेचीही कमतरता असे.

दरम्यानच्या काळात आक्रमित राज्यालाही आक्रमणकर्त्यासारख्या समस्यांना तोंड द्यावे लागे. सेनापती नियुक्त करताना दरबारातील वेगवेगळ्या गटांची समजूत घालणे, पैसा गोळा करणे, राजाची वैयक्तिक आणि देशमुखांची फौज उभी करणे वगैरे. साधारणपणे आक्रमित राजा वाट पाहण्याचे धोरण स्वीकारत असे आणि आक्रमकाला आपल्या प्रदेशात खोलवर येऊ देत असे. यामुळे आक्रमकांच्या रसद पुरवण्याचे अंतर वाढत असे. मुकाबला पुढे ढकलला जात असे आणि आक्रमकांना त्यांचा तळ बऱ्याचदा त्यांच्या विरोधातील गावकरी आणि स्थानिक म्होरक्यांचे प्राबल्य असलेल्या भागात टाकावा लागत असे.

जेव्हा आक्रमणकर्ता राज्याच्या अंतर्गत भूप्रदेशातील देशमुखांकडून आणि गावांमधून खंडणी वसूल करायला लागे, तेव्हा आक्रमित राज्याला प्रत्युत्तर देणे भाग पडे आणि त्याचे सैन्य कूच करे. एव्हाना वाटाघाटी आणखी व्यापक होत; कारण दोन्ही पक्ष एकमेकांच्या सैन्यात फूट पाडण्याचा प्रयत्न करत असत. सेनापतींना, राज्यपदासाठीच्या उत्सुकांना, जमीनदारांना आणि भाडोत्री सैनिकांना भुलवण्यासाठी वेगवेगळ्या गोष्टी देऊ केल्या जात. बऱ्याचदा कित्येक महिने दोन्ही सैन्य आमनेसामने तळ ठोकून बसत. दूतांची ये-जा चालू असे. हेरगिरीचे प्रयत्न चालू असत आणि पैशांचे आणि हक्कांचे हस्तांतरण होत असे.

शेवटी एखाद्या पक्षाला त्याच्यापुढील समस्या निवारण करणे अशक्य होई. उदाहरणार्थ मोहीम रेंगाळल्यामुळे बराच उशीर झाला असे किंवा सैन्याचा पगार चुकता करण्यासाठी पैशांची कमतरता जाणवू लागे किंवा अंतर्गत कलह हाताबाहेर जाऊ लागे किंवा प्रतिपक्ष फाटाफूट करण्यात बरेच यश मिळवत असे. आक्रमित राजापुढील समस्या अधिक बिकट झाल्या, तर तो खंडणी देऊ करत असे. अशा वेळी आक्रमणकर्ता राजा माघार घेत असे आणि सीमाभागातील प्रदेशावर स्वत:चे वर्चस्व प्रस्थापित करून पावसाळ्यापूर्वी सुरक्षित प्रदेशात सैन्य हलवण्याचा प्रयत्न करत असे.

लढाई करणे हे दोन्ही पक्षांसाठी जास्त धोकादायक असे; पण हेही खरे की, उद्भवलेल्या परिस्थितीतून काही लाभ मिळवायचा असेल, तर आक्रमकांपुढे तोच एक मार्ग असे. साधारणपणे लढाईही छोट्या कालावधीची असे आणि त्यासाठी आखलेले डावपेचही ढोबळ असत. सैन्य उजवी, डावी, मधली अशा फळ्यांमधून चाल करून येत असे. घोडदळ हातघाईची लढाई लढत असे. शेवटच्या क्षणी जर काही वाटाघाटी शिजल्या, तर एखादी फळीच्याफळी युद्ध सोडून जात असे किंवा प्रतिपक्षाला जाऊन मिळे किंवा वरवरची लढाई लढत असे. एखादी फळी दुबळी पडताना दिसली, तर तिच्या मदतीला राखीव फौजेला पाठवण्यात येई. या सगळ्या धावपळीत युद्धभूमीवर धुळीचे लोट उसळत असत. त्यामुळे आणखीनच गोंधळाची परिस्थिती निर्माण होत असे. बहुतांश सैनिक हे सैनिकी पेशातील नसत आणि त्यांना मोठ्या डावपेचांविषयी किंवा हालचालींविषयी कोणतेही प्रशिक्षण दिलेले नसे. डावपेच आखणे अवघड होत असे. लढाईचा शेवट हा सहभागी राजाच्या किंवा सेनापतीच्या सुरक्षिततेवर अवलंबून असे. असा राजा अथवा सेनापती पकडला किंवा मारला गेला किंवा त्याने माघार घेतली, तर त्याचे सैन्य फुटत असे आणि सर्व सामानसुमान, तोफा आणि इतर साधने युद्धभूमीवर टाकून पळून जात असे.

जर समजा आक्रमित राज्याचा पराभव झाला; पण त्याचा राजा शत्रूच्या तावडीतून

निसटला, तर तो आणि त्याच्यासोबतचे सैनिक हे किल्ल्याच्या आश्रयाला जात आणि बचाव बळकट करून वाट पाहत. बऱ्याच मोहिमांचा अंत हा आक्रमक राजाने खंडणी वसूल केल्यानंतर आणि जर पावसाळा तोंडावर आला असेल, तर त्याने माघार घेतल्यानंतर होत असे.[२]

एखाद्या मोठ्या किल्ल्याला वेढा घालण्यासाठी एका विशेष पद्धतीने आर्थिक आणि इतर व्यवस्थापनाचे नियोजन करावे लागे. बचावात्मक युद्ध खेळण्यात बरेच फायदे असत. किल्ल्यावर भरपूर पाणी आणि कित्येक वर्षे पुरेल इतका अन्नसाठा असे. काही किल्ल्यांमधे तर उपयुक्त शेतजमीनही असे. किल्ल्यांमध्ये तबेले आणि सैनिकांच्या निवासाचीही सोय असे. वेढा घालणाऱ्याकडे हे काहीच नसे. चंदी-चाऱ्याच्या गरजेपोटी जवळपासचा भूभाग कधीच वैराण झालेला असे. पावसाळा सुरू झाल्यावर तर परिस्थिती आणखी बिकट होत असे. लष्कराचा मुक्काम तंबूमध्ये असे. माणसे आणि घोडे यांना बराच त्रास होई. लांब पल्ल्याच्या तांड्यांवरून धान्य घेऊन येणाऱ्या व्यापाऱ्यांना वेढ्याच्या स्थळापर्यंत पोहोचणे दुरापास्त होई. बरोबर आलेल्या देशमुख आणि जमीनदारांच्या शिबंदींमध्ये बहुतेक जण शेतकरी असल्याने त्यांना शेतीच्या कामांसाठी गावाकडे परतण्याची घाई असे.[३]

वेढ्यात अडकलेल्या राजाची वेढा कमकुवत व्हावा यासाठी सर्व प्रकारची कारस्थाने आणि वाटाघाटी चाललेल्याच असत. राजाने आपले काही सैन्य किल्ल्याबाहेर ठेवलेले असे. हे सैन्य रसद घेऊन येणाऱ्या तांड्यांवर हल्ले करत आणि किल्ल्याजवळच्या भागातील शेतकऱ्यांना त्या भागातून निघून जाण्यासाठी उद्युक्त करत. त्यामुळे छावणीतील बाजारात धान्य महाग होत असे आणि नंतर सैन्यावर उपासमार आणि रोगराई ओढवत असे.

असा मोठा किल्ला जिंकण्यासाठी लागणारे तंत्रज्ञान त्या काळात उपलब्ध नसल्याने वेढा घालणाऱ्याकडे किल्ल्यामधे फितुरी करवून, त्याद्वारे किल्ल्याचा मुख्य दरवाजा उघडून घेणे एवढाच उपाय उरे.

असा वेढा जर पावसाळ्यातही जारी राहिला, तर दिवसागणिक किल्ला घेण्याच्या आशा धूसर होत जात. आक्रमक राजापुढील अडचणी आणखी तीव्र होत. त्याचा खजिना संपत येत असे. त्याहीपेक्षा वाईट म्हणजे मागे राजधानीत त्याच्याविरुद्धच्या

---

२) या कित्येक मुद्यांविषयी अधिक जाणून घेण्यासाठी पहा - I. H. Ghauri, 'Organization of the army under the Sultanates of Deccan' *Journal of the Pakistan Historical Society*, 14, 3 (July, 1966) 147-171

३) येथे हे नमूद करायला हवे की महाराष्ट्रातील घोडदळांचे काही अधिकारी सीकेपी समाजातील होते. याचे कारण म्हणजे यादवकाळापासून त्यांच्या घराण्यात सैनिकी परंपरा होती.

हालचालींना वेग येत असे आणि त्यांचे पारिपत्य करण्यासाठी तो स्वत: अनुपस्थित असे. त्याच्या राज्यात बंडाळी माजू शकत असे. या अशा अवस्थेमुळे सतराव्या शतकाच्या अंतापर्यंत काही किल्ले अजिंक्य का राहिले याचा अंदाज आपल्याला येऊ शकतो. तसेच ही राज्ये वर्षानुवर्षेच नव्हे तर काही शतकांच्या कालखंडात संपूर्ण पराभव न होता कशी तग धरू शकली हेही आपण समजू शकतो.

सतराव्या शतकातील अशा युद्धपद्धतीच्या पार्श्वभूमीवर महाराष्ट्रात घडलेल्या काही विशिष्ट घडामोडींचा आता विचार करू या. याच काळात महाराष्ट्रात एका वेगळ्या प्रकारच्या युद्ध पद्धतीचा म्हणजे 'बारगीरगिरी'चा विकास झाला. मराठा साम्राज्याचा संस्थापक असलेल्या शिवरायांच्या घराण्याचा उदय, बारगीरगिरीचा विकास आणि अहमदनगरच्या साम्राज्याचे नशीब या गोष्टी एकमेकांशी इतक्या निगडित आहेत की, अहमदनगर साम्राज्याच्या पतनाच्या पस्तीस वर्षांच्या कालखंडाची विस्तृत चर्चा करणे आवश्यक आहे. हे करताना उतारास लागलेल्या साम्राज्यातील अंतर्गत गूढ कलहापेक्षाही चाकरीत असलेले मराठा सरदार आपल्या चर्चेच्या केंद्रस्थानी असतील.[४]

आपल्याला शिवाजीराजांच्या घराण्यातील त्यांचे आजोबा मालोजीराजे भोसले यांच्या आधीच्या पूर्वजांविषयी काहीच माहिती नाही. या घराण्याकडे दौलताबाद जवळील आणि वेरूळच्या गुंफांच्या जवळील वेरुळ या एकमेव गावाची परंपरागत पाटीलकी होती. कागदपत्रातील नोंदीनुसार सिंदखेडचे मराठा जहागिरदार जाधव यांच्याकडे मालोजीराजे प्रथम चाकरीला होते असे आढळते. अहमदनगर सरकारच्या लष्करी चाकरीत उत्तम कामगिरी बजावल्यामुळे जाधव घराण्याला ही जहागिरी मिळाली होती. जाधवांच्या चाकरीत मालोजीराजे हे साधे शिलेदार होते. मालोजींनी जाधवांची विशेष मर्जी संपादित केली असली पाहिजे, ज्यायोगे जाधवांनी आपल्या मुलीचा विवाह मालोजींच्या मुलाशी लावून दिला. साधारण इ.स. १६०० च्या सुमारास भोसले घराण्याच्या नात्यातील मुधोळच्या घोरपड्यांचा अहमदनगरच्या शेजारच्या आणि प्रतिस्पर्धी असलेल्या विजापूर साम्राज्याच्या चाकरीत चांगला जम बसला होता.[५]

इ.स. १५९४ मध्ये अहमदनगरच्या बुरहान निजाम शहा याच्या निधनानंतर निजामशाही दरबारात तीव्र स्वरूपाची अंतर्गत दुफळी माजली. यात दख्खनी मुसलमान आणि परदेशी मुसलमान यांच्यात संघर्ष उभा राहिला आणि राणी चांदबीबीच्या रूपात

४) बहामनी साम्राज्य आणि अहमदनगर, विजापूर आणि गोवळकोंडा या त्यांच्या वारस सलतनतींचा इतिहास थोडक्यात जाणून घेण्यासाठी पहा - H. K. sherwani and P. M. Jashi - '*History of Medieval Deccan* (1295 - 1724), Vol I (Govt. of Andhra Pradesh, 1973)

५) पहा - G. S. Sardesai, *New History of Marathas* I, (Bombay, second impression, 1957), 51

तिसरी फळी निर्माण झाली. मोगलांना याची व्यवस्थित कल्पना असल्यामुळे त्यांनी लगेचच निजामशाहीच्या उत्तरसीमेवरील खानदेशातून आक्रमण केले. (वीस वर्षांपूर्वीच मोगलांनी खानदेश जिंकला होता.) चांदबीबीचा प्रतिकार मोडून काढत अकबराच्या आधिपत्याखाली मोगलांनी अहमदनगर शहर आणि किल्ला यांवर इ.स. १६०० मध्ये कब्जा मिळवला. परंतु राजधानीचा पाडाव झाला, तरी निजामशाही लयाला गेली नाही. बऱ्याच सरदारांकडे सैन्य होते आणि ते पोसू शकेल इतकी जमीन होती. आधी अकबर मृत्युशय्येवर होता आणि नंतर मोगल मसनदीसाठीचे वारसायुद्ध जवळपास पाच वर्षे चालल्यामुळे निजामशाहीविरुद्धच्या मोहिमेचा विशेष पाठपुरावा मोगलांकडून केला गेला नाही. नवीन बादशहा जहांगीरने दख्खन जिंकण्याची मोहीम पुनश्च सुरू करण्यास १६०८ साल उजाडावे लागले.

या मधल्या कालावधीत उर्वरित अहमदनगर साम्राज्याचा प्रमुख म्हणून मालिक अंबरचा उदय झाला. तो अबिसिनियातील गुलाम होता आणि अहमदनगरच्या सैन्यातील एक मामुली शिपाई होता. मलिक अंबरला इ.स. १५७१ मध्ये बगदाद मधून अहमदनगरला आणण्यात आले. जवळपास १००० गुलाम सैनिकांपैकी तो एक होता.

गुलाम सैन्य ही संकल्पना विस्मयकारक आणि अशक्यप्राय वाटते. एखादा गुलाम आपल्या मालकासाठी का लढेल? जगाच्या इतिहासात वेगवेगळ्या सांस्कृतिक पार्श्वभूमीच्या राजांनी एका ठराविक कारणासाठी गुलाम सैनिक विकत घेतल्याचे आढळते. त्यांना माहीत असे की, त्यांच्या राजवटीच्या प्रारंभी त्यांना बऱ्याचदा गादीवर हक्क सांगणाऱ्या स्वतःच्या कुटुंबातील स्पर्धकांविरुद्ध लढावे लागे. त्यामुळे त्यांना पराकोटीच्या निष्ठावंत सैनिकांची गरज भासे. अशा सैनिकांचा राजघराणे, धर्म, वंश, गटबाजी किंवा भाषेशी कोणताही संबंध नसणे आवश्यक असे. राजाने लढा म्हणल्यावर लढणे हेच त्यांचे काम असे. सशस्त्र बंडे मोडून काढण्यासाठी राजाला त्यांचा भरवसा वाटे.

गुलाम सैन्य प्रथम मध्यपूर्वेत उदयास आले. महम्मदाच्या वेळी मक्केत इथिओपियाचे गुलाम सैनिक होते. इ.स. ८०० च्या सुमारास बगदादच्या खलिफाच्या सैन्यात प्रामुख्याने गुलाम सैनिकच होते. त्यानंतर ही पद्धत इतरत्र रुजू झाली. उदाहरणार्थ दिल्लीत १३ व्या शतकात, इजिप्तमध्ये १५ व्या शतकात, ओटोमान साम्राज्यात कैक शतके; तर दक्षिण भारतातील सलतनतींमध्ये १६ व्या शतकात असे गुलाम सैन्य बाळगण्यात येऊ लागले. या सैनिकांच्या गरजेमुळे हिंद महासागर आणि अरबी समुद्रातून त्यांचा व्यापार सुरू झाला. असे असूनही राजाच्या निष्ठावंत सैनिकांचा प्रश्न सुटला नाही. हे सैनिक महाग तर असतच, पण त्यांनी स्वतःच्या ताकदीवर

वेगळा गट बनवण्याचा धोकाही असे.

अशा गुलाम सैनिकांपैकी एक असलेल्या मलिक अंबरने इ.स. १५९४ मधील मोगल आक्रमणानंतर विजापूर आणि गोवळकोंडा येथील दरबारात नोकरी मिळवण्याचा प्रयत्न केला होता. पण इ.स. १५९७ मध्ये तो पुन:श्च निजामशाहीत परतला होता. राजधानी अहमदनगरचा मोगलांकरवी पाडाव झाला, तेव्हा कोकण किनारपट्टीचा उत्तरेकडील भाग आणि दौलताबादपर्यंतचा काही भाग मलिक अंबरच्या अखत्यारीत होता. मोगलांच्या मुख्य मोहिमा मिया राजू या दुसऱ्या सरदाराविरुद्ध होत्या. या मिया राजूकडून संपूर्ण उत्तर महाराष्ट्र आणि दक्षिण खानदेशातील मोगलांच्या किल्ल्यांना आणि फौजेला बराच उपद्रव होत होता. मोगलांच्या मसनदीसाठीचे वारसायुद्ध उत्तरेकडे केंद्रित होताच मलिक अंबरने मिया राजूबरोबर पुणे-नाशिक भागात लढाई लढली आणि इ.स. १६०८ मध्ये त्याचा पराभव केला. बरेचसे मोगल सैन्य उत्तरेत गुंतून पडल्याने मलिक अंबरच्या सैन्याने खानदेश, बेरर आणि गुजराथ या मोगल प्रदेशांत सतत छापे घातले.

दहा वर्षांच्या सततच्या युद्धकाळानंतर इ.स. १६१० ते १२ यामधील काळात मलिक अंबरने त्याची सुप्रसिद्ध असलेली परगणावार महसूल निश्चितीची योजना उत्तर महाराष्ट्रात राबविली. मराठ्यांच्या इतिहासाला अनुलक्षून सांगायचे, तर याच काळात मलिक अंबरने आपल्या सैन्यात बऱ्याच मराठा कुळांचा समावेश केला. मलिक अंबरने इ.स. १६१३ मध्ये मोगल आणि पोर्तुगिजांबरोबर आणि इ.स. १६१५ मध्ये पुन्हा मोगलांबरोबर लढाया लढल्या, त्यामुळे त्याला तातडीने सैन्यभरती करणे भाग पडले आणि त्याने मराठ्यांना भरती करून घेतले.

इ.स. १६१६ च्या फेब्रुवारी महिन्यात मोगल आणि मलिक अंबर यांच्यात मोठी लढाई झाली. ऐन लढाईपूर्वी काही आठवडे मोगलांतर्फे मलिक अंबरच्या मराठा सरदारांना भरपूर आमिषे दाखवून आपल्याकडे वळवण्यात आले. परिणामत: मलिक अंबरचा पराभव होऊन त्याला दौलताबादच्या किल्ल्यात आश्रय घ्यावा लागला. मोगलांच्या बळकट वेढ्यातून सुटण्यासाठी त्याला अहमदनगरचा किल्ला मोगलांना द्यावा लागला. निजामशाहीचा उरलेला भाग त्याच्या अखत्यारीत होता; पण पुढील वर्षी त्याने मोगलांच्या चाकरीत प्रवेश केला.

इ.स. १६१७ ते १६१९ या काळात मलिक अंबरने आपल्या राज्याची पुनर्बांधणी केली, सैन्यभरती केली; पण मोगलांना कोणताही उपद्रव दिला नाही. इ.स. १६१९ च्या सुमारास मात्र प्रमुख मोगल सैन्य हे उत्तरेत अडकले होते. बादशहा काश्मीरच्या मोहिमेवर होता आणि राजपुत्र खुर्रम पंजाबातील कांग्रा किल्ला काबीज करण्यात व्यग्र होता. मलिक अंबरने ही संधी साधून मोगलांविरुद्ध पुन:श्च मोहीम उघडली. त्याने अहमदनगरचा

किल्ला काबीज केला आणि उत्तर महाराष्ट्रात थेट खानदेशपर्यंत छापे मारण्यात यश मिळविले.[६]

मलिक अंबरने मोगलांच्या प्रदेशात आतपर्यंत मारलेल्या या छाप्यांमुळे शेवटी मोगलांना याची दखल घेणे भाग पडले. जहांगिराने इ.स. १६२० मध्ये आपला शहजादा शहाजहानला मोठ्या फौजेनिशी उत्तर महाराष्ट्रात मलिक अंबरच्या बंदोबस्तासाठी रवाना केले. या वेळी मलिक अंबरचा पराभव झाला आणि त्याने दौलताबादच्या किल्ल्याचा आश्रय घेऊन तहाची बोलणी सुरू केली. यात काही मुलूख मोगलांना देऊन आणि मोठ्या रकमेची हमी देऊन अहमदनगर राज्याचे आधिपत्य स्वतःकडे राखण्यात मलिक अंबरला यश मिळाले. लवकरच पुन:श्च मोगलांचे लक्ष उत्तरेकडील घडामोडीवर केंद्रित झाले. जहांगिर बादशहाच्या मृत्यूच्या बऱ्याच आधीपासून वारसायुद्धाला सुरुवात झाली होती. या वारसायुद्धात पाच वर्षे खर्ची पडली. त्यानंतर पुन:श्च एकदा दख्खन जिंकून घेण्याचा विषय ऐरणीवर आला.

इ.स. १६२१-२४ या कालावधीत दख्खनमधील शेजारच्या मुस्लीम राजवटींविरुद्ध मलिक अंबरचे तंटे चालू होते. एका लढाईत अकस्मातपणे त्याला बिदर लुटण्यात आणि विजापूरला वेढा घालण्यात यश मिळाले. इ.स. १६२४ मध्ये ज्या लढाईत मलिक अंबरला मोगल आणि विजापूरच्या एकत्रित फौजेचा पराभव करण्यात यश मिळाले, त्या भातवडीच्या लढाईची पार्श्वभूमी ही अशी आहे.

आपण परत एकदा मलिक अंबरच्या सैन्यातील मराठ्यांवर लक्ष केंद्रित करू. शिवाजीचा आजोबा मालोजी या संपूर्ण कालावधीत आणि अहमदनगर राज्याच्या अस्तित्वाच्या चढ-उतारांमध्ये त्याच्याच चाकरीत होता. आपल्याला मालोजीविषयी काही तुरळक, पण लक्षवेधक उल्लेख सापडतात. उदाहरणार्थ इ.स. १६२१ मध्ये मालोजी हा वादग्रस्त कानद खोऱ्यात महसूल वसुलीचा गुमास्ता म्हणून कार्यरत होता. पुढील वर्षी इंदापूरच्या लढाईत त्याचा मृत्यू झाला, तोपर्यंत त्याचा मुलगा शहाजी याने वयाच्या २० व्या वर्षीच मलिक अंबरच्या सैन्यात एक दुय्यम सेनापती म्हणून आपले स्थान पक्के केले होते.[७]

अहमदनगर राज्याच्या इतिहासातील या कालखंडाविषयी आपण तीन निष्कर्ष काढू शकतो. एक म्हणजे मलिक अंबरच्या सैन्यात बहुतेक सगळे मराठा होते. 'शिवभारत'

---

६) अहमदनगरचा किल्ला भुईकोट होता, त्यामुळे सह्याद्रीच्या डोंगरी किल्ल्यांप्रमाणे जिंकण्यास अवघड नव्हता.

७) जदुनाथ सरकार : *House of Shivaji* (New Delhi, 1978), 27.

या संस्कृत काव्यात जे बहुदा शिवाजीने लिहून घेतले होते, या गोष्टीला दुजोरा मिळतो. या काव्यात १६२४ मधील भातवडीच्या लढाईतील सैनिकी तुकड्यांची यादी दिलेली आहे.[८]

दुसरे असे की, काही मराठा तुकड्यांनी चाकरीत पक्ष बदलल्याचेही आढळते. हे कायमच घडत असे, पण एखाद्या लढाईच्यापूर्वी अशी फाटाफूट घडवून आणण्याचे प्रमाण वाढत असे. उदाहरणार्थ भातवडीच्या लढाईपूर्वी काही मराठा सेनाप्रमुख मोगलांना जाऊन मिळाले होते. यात शहाजीचाही समावेश होता. परंतु प्रत्यक्ष लढाईला तोंड फुटण्यापूर्वी तो पुन:श्च अहमदनगरच्या चाकरीत रुजू झाला.[९] तिसरी महत्त्वाची गोष्ट म्हणजे या कालखंडात ज्याला दख्खनमध्ये बारगीरगिरी म्हणून संबोधतात, त्या गनिमी काव्याचा मलिक अंबरने केलेला यशस्वी वापर ही होय. यात शत्रूबरोबर समोरासमोर लढण्याऐवजी त्याची रसद तोडणे, आपले स्थान वरचढ रहावे अशा दृष्टीने हालचाल करणे आणि जलद गतीने मुख्य युद्धभूमीपासून दूर असलेल्या दुबळ्या ठिकाणावर हल्ले करणे यांचा समावेश असे.[१०] उदाहरणार्थ इ.स. १६१९-२० मधील लढायांत मोगलांविरुद्ध मलिक अंबरला यश मिळाले, कारण त्याने ज्या प्रदेशावर मोगल सैन्य चंदी-चाऱ्यासाठी अवलंबून होते त्याला उपद्रव पोहोचवला आणि सैन्याची रसद तोडली. यावरून आपण म्हणू शकतो की, ज्या गनिमी काव्याचा शिवाजीने १६५० नंतर खुबीने उपयोग केला, तो त्याच्या आधीच्या पिढीपासून महाराष्ट्रात चांगलाच रुळला होता.

भातवडीच्या लढाईनंतर (कदाचित शहाजीपेक्षा त्याच्या दुसऱ्या नातेवाईकांना जास्त बक्षिसी दिल्यामुळे) शहाजी निजामशाही सोडून विजापूरच्या चाकरीत रुजू झाला. परंतु ज्यावर अहमदनगर आणि विजापूर दोघेही हक्क सांगत होते, त्या पुणे विभागाचे जहागिरी हक्क शहाजीने स्वत:कडेच ठेवले. इ.स. १६२६ ते १६२८ या कालखंडातील

---

८) पहा - P. P. Patwardhan and H. G. Rawlinson, 'Sourcebook of Maratha History' (Calcutta, 1978), 5.

९) भातवडी हा एक छोटा किल्ला होता. अहमदनगरच्या आग्नेय दिशेला सोळा कि.मी. वर हा किल्ला काळीनदी नावाच्या एका लहान नदीच्या काठावर बांधलेला होता. येथे एक सरोवरही होते. मलिक अंबरने हे सरोवर फोडून दलदल निर्माण केली. रसद तोडली आणि रात्री हल्ले केले. पहा - Omar H. Ali, 'Malik Amber Power and Slavery across Indian Ocean (Oxford, Oxford University Press, 2016) 90-91

१०) 'बारगीर' या पर्शियन शब्दाचा अर्थ म्हणजे स्वत:च्या मालकीचा घोडा नसलेला सैनिक. त्याला राजाच्या मालकीचा घोडा दिला जाई. त्याचा दर्जा शिलेदारापेक्षा निम्न असे, कारण शिलेदाराकडे स्वत:चा घोडा आणि शस्त्रे असत. पहा - S. N. Sen, 'The Military System of the Marathas' Kolkata, new ed. 1958), 4-5. पहा - J. T. Molesworth, A dictionary, Marathi and English (Bombay, 2nd ed. 1857), 575.

शहाजीच्या हालचालींविषयी काहीही माहिती उपलब्ध नाही.

इ.स. १६२६ च्या मध्यास मलिक अंबरचा मृत्यू झाला आणि लवकरच अहमदनगरच्या कारभारात अंतर्गत कलह उफाळून आला. लवकरच विजापूरचा इब्राहिम आदिलशहाही मृत्यू पावला (सप्टेंबर १६२७). हा राजाश्रय खंडित झाल्यामुळे शहाजीने विजापूर दरबारची चाकरी सोडली आणि इ.स. १६२८ मध्ये सुरुवातीच्या काळात तो पुन:श्च अहमदनगरच्या चाकरीत रुजू झाला आणि तेथील गोंधळाच्या राजकारणात सहभागी झाला. आपल्याला शहाजीच्या या चाकरीच्या कालखंडाविषयी फारशी माहिती नाही. फक्त भातवडीच्या लढाईच्या वेळी ज्या पदावर तो चाकरी करत होता, त्यापेक्षा वरच्या सेनापती पदावर तो परतल्यावर चाकरी करू लागला. उदाहरणार्थ एका उल्लेखानुसार इ.स. १६२९ मध्ये पूर्व खानदेशात फळी पाडण्याच्या कामगिरीत मोगलांकडून पराभव पत्करताना तो ६००० घोडदळाचे नेतृत्व करत होता.[११]

मोहिमेच्या सुरुवातीला शहाजहानने अहमदनगरच्या शहाजी आणि इतर सेनानींविरुद्ध सैन्याच्या तुकड्या पाठवल्या. इ.स. १६२९ च्या डिसेंबर महिन्यात शिवाजीचा जन्म होण्याआधी, जिजाबाई सात महिन्यांची गरोदर असताना या कुटुंबाला पलायन करावे लागले. ९१ कलमी बखरीनुसार जिजाबाईचे वडील लखुजी जाधव या वेळी मोगली चाकरीत होते आणि निजामी प्रदेशातील जुन्नर भागात शहाजी आणि त्याच्या सैन्याच्या पाठलागावर होते. (लखुजी जाधवाने इ.स. १६२० मध्ये निजामशाही सोडून मोगलांची चाकरी पत्करली आणि दहा वर्षे इमाने इतबारे चाकरी केली. एप्रिल १६३० मध्ये तो पुन्हा निजामशाहीत रुजू झाला.) जिजाबाईला प्रवास झेपेना, त्यामुळे शहाजीने रक्षणासाठी काही शिबंदी देऊन तिला जवळच्या शिवनेरी किल्ल्यावर पाठवले.

इ.स. १६३० च्या मध्यास निजामशाही सुलतानाला आपले प्रमुख सरदार फुटून मोगलांना मिळतील अशी भीती वाटू लागली. त्याने त्याच्या फत्तेखान नावाच्या वजिराला कैदेत टाकले. त्याला काही दिवसांपूर्वीच निजामशाहीत आलेल्या लखुजीबद्दलही विश्वास वाटत नव्हता. लखुजी आपल्या गुप्त गोष्टी मोगलांना सांगेल अशी भीती त्याला वाटत होती. त्याने भर दरबारात लखुजी आणि त्याच्या मुलांची हत्या करवली.[१२]

लखुजी जाधवांचे उरलेले दोन मुलगे आणि शहाजी दरबारातून जीव वाचवून पळाले आणि त्यांनी मोगल बादशहाकडे चाकरीसाठी अर्ज केला. बादशहातर्फे सर्वांच्या शिबंदीच्या खर्चासाठी तजबीज करण्यात आली. शहाजीला सुरुवातीला जुन्नर-संगमनेर

---

११) जदुनाथ सरकार - *'House of Shivaji'* 28-29

१२) ९१ कलमी बखर, संपा. वि. स. पाकसकर (व्हीनस प्रकाशन पुणे) ८-१०

या भागात आणि नंतर नाशिकला पाठवण्यात आले. इ.स. १६३१ च्या सुरुवातीला त्याला मोगल चाकरीतून काढून टाकण्यात आले. त्यामुळे त्याने पुण्याच्या आसपास छापे मारायला सुरुवात केली. या प्रदेशाच्या उत्तरेकडे अहमदनगरचा ताबा होता तर दक्षिण भाग विजापूरकडे होता. विजापूरने शहाजीच्या विरुद्ध मोठी फौज पाठवली आणि त्याला उत्तरेकडील निजामशाही प्रदेशात हुसकून लावले. शहाजी जुन्नर परगण्यातील निजामशाही सुभेदाराच्या आश्रयास गेला.

इ.स. १६३२-३३ मधील महत्त्वपूर्ण घटना म्हणजे मोगलांनी औरंगाबादजवळील दौलताबादच्या प्रचंड किल्ल्याला घातलेला वेढा. निजामशाहीचा वारस असलेला अल्पवयीन सुलतान आणि त्याचा वजीर या वेढ्यात अडकले गेले. शहाजी निजामशाही फौजेबरोबर किल्ल्याबाहेर होता. त्याने मोगल छावणीवर हल्ले चढवले. परंतु विजापूरच्या सैन्याला वेढा उठवण्यात अपयश आल्यानंतर जून १६३३ मध्ये वजिराने शरणागती पत्करून किल्ला मोगलांच्या हवाली केला.

पुढील तीन वर्षे सक्षम राज्यशासनाच्या अभावाचा शहाजीने फायदा उठवला. तो दुसऱ्या एका अल्पवयीन वारसदाराला पुढे करून त्याच्या नावाने उत्तर महाराष्ट्रातील निजामशाही मुलखातील मोठ्या प्रदेशावर राज्य करू लागला. यात जुन्नर, संगमनेर आणि नाशिक येथील किल्ल्याचा आणि भूप्रदेशाचा समावेश होता. त्याने लुटलेल्या खजिन्यातून ८ ते १२ हजारांचे घोडदळ उभे केले आणि दौलताबादच्या भागात धाडी घालू लागला.

इ.स. १६३५ च्या जानेवारी महिन्यात मोगलांचा दख्खनचा नवा सुभेदार खान-ए-दौरान याच्या नेतृत्वाखाली मोठ्या फौजेने शहाजीचा पाठलाग सुरू केला. त्याचा खजिना लुटला आणि त्याचे ३००० सैनिक पकडले. त्यानंतर शहाजहान बादशहाने स्वत: मोठ्या फौजेसह शहाजीवर स्वारी केली. फौजेच्या काही तुकड्यांनी त्याच्या कोकणातील प्रदेशावर हल्ले केले आणि चामरगुंड्याजवळचा भाग बेचिराख केला. उरलेल्या फौजांनी त्याच्या किल्ल्यांवर हल्ला केला. ही मोहीम काही महिने चालली; पण नंतर विजापूरविरुद्ध स्वारी सुरू झाल्यावर ही मोहीम आवरती घेण्यात आली.[१३]

इ.स. १६३०-३२ या काळात उत्तर महाराष्ट्राची राजकीय स्थिती अत्यंत गोंधळाची होती. सतत होणाऱ्या पक्षबदलांचे पर्यवसान शेवटी दौलताबादच्या पाच महिने चाललेल्या मोगलांच्या वेढ्यात झाले. सतत तीन वर्षे पावसाने हुलकावणी दिल्याने मुलूख उजाड

---

१३) जदुनाथ सरकारांनी पर्शियन आणि पोर्तुगीज साधनांच्या आधारे ह्या गोंधळाच्या कालखंडाविषयी लिहिले आहे. पहा *House of Shivaji*, 28 - 47

झाला होता. यातून उद्‌भवलेल्या 'महादुर्ग' दुष्काळामुळे बराच प्रदेश ओस पडला होता. अशा या नैसर्गिक आपत्तीच्या काळातही युद्ध चालूच होते. विजापूरकडून अहमदनगरच्या मदतीसाठी मोठे सैन्य पाठवण्यात आले. शहाजी या मोहिमेत विजापूरच्या सैन्याबरोबर होता असे दिसून येते. परंतु या अहमदनगर आणि विजापूरच्या एकत्रित फौजेचा मोगलांनी पराभव केला आणि दौलताबादचा किल्ला काबीज केला. अहमदनगरच्या सैन्यातील ताकदवान सेनानींनी आपापल्या भागात माघार घेऊन मोगलांविरुद्धचा लढा चालूच ठेवला. शहाजीने दौलताबादहून माघारी पत्करली आणि पराभूत अहमदनगर राज्याच्या दक्षिणेकडील काही भागावर कब्जा केला. यात नाशिक-पुणे-अहमदनगर अशा त्रिकोणी प्रदेशाचा समावेश होता. या प्रदेशावरील त्याची पकड तशी कमकुवत असूनही अहमदनगर फौज सोडून चाललेल्या बऱ्याच सैनिकांना त्याला आपल्या चाकरीत लावून घेता आले आणि बघता बघता याने २०००-१०००० सैनिकांची फौज उभी केली.

यानंतरच्या काळात म्हणजे इ.स. १६३४-३६ च्या दरम्यान शहाजीची ताकद इतकी वाढली की, तो कोणालाही राज्यपदी बसवू शकत होता. दौलताबादच्या पाडावानंतर मोगलांनी तेव्हाच्या नावापुरत्या राजाला कैदेत टाकले. परंतु शहाजीने शाही खानदानातील एका मुलाला सिंहासनारूढ करून त्याच्या नावाने लढा चालू ठेवला. एका वर्षात त्याच्या फौजेने जुन्नरचा किल्ला आणि उत्तर कोकणाचा बराच प्रदेश जिंकून घेतला. त्याने आपला मुक्काम जुन्नरच्या किल्ल्यात हलवला. त्याच्या फौजेचे संख्याबळही सुमारे १२००० पर्यंत वाढले. या वर्षाच्या उत्तरार्धात तो दौलताबादच्या परिसरात हल्ले करू लागला आणि त्याचा प्रतिकार मोडून काढण्यासाठी मोगलांना मोठी मोहीम हातात घ्यावी लागली. शिवभारत या काव्यातील उल्लेखानुसार शहाजीच्या फौजेच्या संख्येत होणारे बदल हे घाटगे, काटे, गायकवाड, कंक, चव्हाण, मोहिते, महाडिक, पांढरे, वाघ, घोरपडे अशा आणि इतर स्वतंत्र मराठा सरदारांच्या तुकड्यांच्या येण्याजाण्यामुळे होत होते. महत्त्वाचा मुद्दा म्हणजे हे सैनिक राज्य अथवा राजाऐवजी त्याच्या सरदारांशी अधिक एकनिष्ठ होते.[१४]

विजापूर दरबारात अहमदनगरच्या निजामशाहीच्या संदर्भात दोन गट पडले होते.

---

१४) स्वतंत्र मराठा साम्राज्याची स्थापना करणाऱ्या शहाजीपुत्र शिवाजीविषयी विस्तृत चर्चा आपण करणारच आहोत. येथे आपण त्याच्या जन्माच्या वेळी (इ.स. १६३०) आणि बालपणी जी गोंधळाची राजकीय स्थिती होती त्याची नोंद घेत आहोत. याच सुमारास महादुर्गचा दुष्काळ, निजामशाहीचा अस्त, मोगलांचे आक्रमण आणि त्याचा प्रतिकार करण्यात शहाजीला आलेले अपयश या घटनाही घडत होत्या. सह्याद्रीच्या पूर्वभागात लोकांचे आयुष्य या काळात फारच जिकिरीचे होते असेच म्हणावे लागेल.

एका गटाला मोगलांच्याविरुद्ध लढण्यासाठी निजामशाही कोणत्याही परिस्थितीत वाचली पाहिजे असे वाटत होते. तर दुसऱ्या गटाला मोगलांबरोबर तह करून निजामशाहीचा मुलूख आपसात वाटून घ्यावा असे वाटत होते. जोवर पहिला गट प्रबळ होता, तोवर शहाजीच्या मोगलांविरुद्धच्या प्रतिकाराला विजापूरचा पाठिंबा होता. पण इ.स. १६३५ मध्ये दुसरा गट प्रबळ झाला.

इ.स. १६३६ मध्ये आदिलशाही आणि मोगलांमध्ये शांतता करार झाला. या तहानुसार विजापूरने शहाजीचा पाठिंबा काढून घेतला. सरते शेवटी शहाजी माहुलीच्या किल्ल्यात असताना त्याला वेढण्यात आले आणि ऑक्टोबरमधे तो आणि त्याने सिंहासनावर बसवलेला निजामशहा मोगलांना शरण आले. या शरणागतीच्या शर्तीनुसार शहाजी विजापूरच्या चाकरीत रुजू झाला. त्याला जुन्नर आणि माहुलीचे किल्ले मोगलांना द्यावे लागले. यानंतर मोगलांचा उत्तर महाराष्ट्र काबीज करण्यातील शहाजीचा अडसर दूर झाला. मोगल आणि विजापूर यांच्यातील तहानंतर इ.स. १६३६ मधील महाराष्ट्रातील राजकीय स्थिती कशी होती ते पाहू या. मोगलांच्या ताब्यात दौलताबादसह उत्तर महाराष्ट्रातील गालना, जालना, अहमदनगर, उदगीर असे किल्ले; तसेच खानदेश आणि बेररमधील महत्त्वाचे किल्ले आले होते. विजापूरच्या ताब्यात पुणे आणि त्या परिसरातील किल्ले, इंदापूर-मध्य महाराष्ट्राचा बराचसा प्रदेश आणि संपूर्ण कोकण आले. याचबरोबर अहमनगरच्या निजामशाहीचा संपूर्ण अस्त झाला.

आपण मोगलांच्या ताब्यातील उत्तर महाराष्ट्राचा विचार तूर्तास बाजूला ठेवून शहाजीच्या विजापूर दरबारातील चाकरीच्या नव्या अध्यायावर लक्ष केंद्रित करू या. शिवाजीची कारकिर्द आणि मराठ्यांचे स्वातंत्र्याचे प्रयत्न समजून घेताना विजापूरच्या विवक्षित इतिहासाकडे दृष्टी टाकणे आवश्यक आहे. शिवाजीच्या कारकिर्दीचा विचार अलगपणे करणे सहज शक्य आहे. कारण तो एकूण साम्राज्यातील राजधानीपासून दूर असलेल्या क्षुल्लक अशा पुणे परिसरात मोठा झाला. परंतु पुणे आणि सह्याद्रीचे घाट विजापूर साम्राज्याचा भाग होते हे लक्षात ठेवायला हवे.

बहामनी साम्राज्याच्या अस्तानंतर त्यांच्या पाच वारसदारांपैकी विजापूरचे राज्य सगळ्यात प्रबळ होते. इ.स. १६ व्या शतकाच्या सुरुवातीला विजापूरशाही साम्राज्यवृद्धीच्या प्रयत्नात होती. सुलतान अली (प्रथम) (इ.स. १५५ ८-८०) याने विजापूरच्या प्रदेशात सत्ता बळकट केली होती. सुयोग्य प्रशासन व्यवस्था कार्यान्वित केली होती. व्यापारवृद्धी करताना विजापूर शहराचा बराचसा विकासही घडवून आणला. त्याच्या सुरुवातीच्या शासन काळात त्याने सोलापूर आणि नळदुर्ग हे दक्षिण महाराष्ट्रातील किल्ले जिंकले. तालीकोटाच्या लढाईत (इ.स. १५६५) अहमदनगर, विजापूर आणि

गोवळकोंड्याच्या संयुक्त फौजांनी विजयनगरचा पराभव केला. या वेळी विजापूरशाहीने कृष्णा आणि तुंगभद्रा या नद्यांमधील संपूर्ण प्रदेश आणि धारवाडजवळील बराच मोठा प्रदेश काबीज केला. हा काबीज केलेला प्रदेश सुलतानाने स्वत:च्या स्वामित्वाखाली घेतल्याने, त्याला भेडसावणाऱ्या एका प्रश्नावर अंशत: तोडगा काढणे शक्य झाले. जे उमराव त्यांच्या मालकीच्या मोठ्या भूभागामुळे शिरजोर झाले होते, त्यांच्यावर वर्चस्व स्थापित करण्यात सुलतानाला यश आले. त्याने या भागात स्वत:ची प्रशासन व्यवस्था मजबूत केली आणि त्यातून मिळणाऱ्या महसूलातून स्वत:च्या मालकीची फौज दुप्पटीपेक्षा जास्त म्हणजे ८००० घोडेस्वारांपर्यंत वाढवली.

आपल्या विषयाच्या संदर्भात या वाढीव फौजेत कोण भरती करण्यात आले हे जाणणे महत्त्वाचे आहे. सैन्याच्या आणि प्रशासनाच्या सर्वांत वरिष्ठ पदी मुसलमान होते. सैन्य आणि प्रशासनाच्या सर्वोच्च पदाला 'वकील' असे म्हणत. यालाच नंतर 'वजीर' म्हणू लागले.[१५] वरिष्ठ प्रशासन व्यवस्था छोटेखानी होती आणि त्यांचे प्रमुख काम राजाच्या मालकीच्या जमिनीवरील करवसुली आणि अंकित राज्यांकडून खंडणी वसूल करणे हे होते. या प्रशासकीय अधिकाऱ्यांव्यतिरिक्त काही मोठे सेनापती आणि राजवाड्यावरील अधिकारी यांचे स्थानही महत्त्वाचे होते. राज्यातील उत्कृष्ट जमिनीची मालकी या उच्चभ्रू व्यक्तींकडे जहागिरीच्या स्वरूपात होती. या उच्चभ्रूंची संख्या मर्यादित रहाण्याची दोन कारणे होती. एक म्हणजे भारताची पश्चिम किनारपट्टी पोर्तुगीजांच्या वर्चस्वाखाली असल्याने अरबस्तान आणि पर्शियातून येणाऱ्या मुसलमानांना या मार्गे भारतात येणे अवघड झाले होते. तसेच उत्तरेकडील मोगल साम्राज्यामुळे तेथील मार्गही बंद झाले होते. याची परिणती म्हणून बहुसंख्य स्थानिक हिंदूंना सैन्यात आणि प्रशासनात भरती करावे लागले. इतर दख्खनी राज्यांप्रमाणे विजापूर राज्यालाही अशी भरती करावी लागली. यात जिंकलेल्या प्रदेशातील जमीनदारच केवळ नव्हते तर इतरांनाही घोडदळात थेट चाकरीवर घेण्यात आले. (हे चित्र आपल्याला उत्तरेकडील अहमदनगरच्या राज्यासंदर्भातील कागदपत्रांमधूनही बघायला मिळते.) या नवीन भरतीत बहुसंख्येने स्थानिक मराठा तर होतेच; पण लिंगायत आणि विजयनगरच्या पाडावानंतर उपलब्ध झालेल्या इतर लढवय्या जमातींतील लोकही होते. त्याचप्रमाणे विशेषत्वे महाराष्ट्रातील देशस्थ ब्राह्मण आणि ब्राह्मण नसूनही लेखनिक असलेले प्रभू यांनी मध्यम आणि निम्न स्तरावरील प्रशासकीय पदांवर लवकरच आपले वर्चस्व प्रस्थापित केले.

---

१५) पहा - I. F. Ghauri, 'Central Structure of the Kingdom of Bijapur' *Islamic Culture,* 44, I (Jan 1970), 21 या काळातील विजापूरविषयीच्या विस्तृत माहितीसाठी पहा - Richard Eaton, *Sufis of Bijapur (1300 - 1700* (Princeton, 1978)

राजाच्या स्वामित्वाखाली असलेल्या जमिनींमधील वाढ आणि प्रशासकीय नोकरशाहींच्या विकासामुळे दख्खनी राज्यांच्या एकूण रचनेत काही अडचणी उत्पन्न झाल्या. सुलतान आणि वजिरातील संबंध अधिक गुंतागुंतीचे आणि तणावपूर्ण झाले. वजीर हा केवळ प्रशासनाचा प्रमुख नव्हता तर त्याच्या ताब्यात सुलतानाचे शिक्केही होते आणि सुलतानाच्या वतीने तो हुकूम सोडू शकत असे. तो जितका कार्यक्षम असे, तेवढे सुलतानाचे उत्पन्न तर वाढत असेच; पण वजिराचे प्राबल्यही वाढत असे. जर एखादा प्रबळ आणि राज्यकारभारावर हुकमत असलेला सुलतान सत्ताधीश असेल, तर वजीर हा केवळ एक प्रामाणिक अधिकारी असे; पण जर सुलतान वयाने लहान किंवा कमकुवत असेल किंवा राज्यकारभार बघू शकत नसेल (आजारपण किंवा अनुपस्थिती किंवा जनानखान्यात आणि चैनीत गुरफटल्यामुळे), तर अशा वेळी वजीरच राज्य करत असे. ही परिस्थिती अहमदनगर, गोवळकोंडा आणि विजापुरातही बघायला मिळते. या परिस्थितीचा उल्लेख येथे करण्याचे कारण की, मराठा राजांवर एका शतकानंतर त्यांच्या मालकीच्या मुलखाची व्यवस्था पहाण्याची वेळ आली, तेव्हा त्यांनाही या परिस्थितीला तोंड द्यावे लागले.[१६]

सुलतान इब्राहिम (द्वितीय) (इ.स. १५८० - १६२७) याच्या संपूर्ण कारकिर्दीत त्याची विजापूरची सलतनत एक भरभराटीला आलेली आणि सर्वांना सामावून घेणारी सलतनत म्हणून आपल्यासमोर येते. स्वतः सुलतानाला हिंदू तत्त्वज्ञान आणि संगीताविषयी आस्था होती. त्याच्या पदरी बहुसंख्य हिंदू कलाकार तर होतेच, पण सैन्य आणि सरकारातही हिंदूंचे संख्याबळ जास्त होते. राजधानीतील लोकसंख्या पाच लाखांहून अधिक होती. विविध जाती-धर्मातील लोकांच्या वास्तव्याने वैशिष्ट्यपूर्ण बनलेले विजापूर अतिशय संपन्न शहर होते. युरोपियन व्यापाऱ्यांना येथील भरभराटीला आलेल्या सूत आणि रेशमाच्या व्यापाराविषयीची जाणीव होती. कापसाचे सूत दक्षिण भारतातून येई तर रेशीम चीनमधून आयात होई. त्यापासून कापड बनवून ते पुन्हा निर्यात होई[१७] दरबारातील सांस्कृतिक समावेशकता भाषेच्या बाबतीतही दिसून येते. दरबारात पिढ्यानपिढ्या दक्षिणेत राहत असलेल्या दख्खनी मुसलमानांचे प्राबल्य होते. त्यांच्या भाषेवर (अरबी-पर्शियन या त्यांच्या मूळ भाषा, उत्तर हिंदुस्थानातील पूर्व वास्तव्यामुळे तेथील उर्दू, ब्राह्मणांचे संस्कृत आणि आम जनतेच्या मराठी, तेलगू आणि कानडी या भाषा) या सर्वांचा प्रभाव होता. ही 'दख्खनी' भाषा दरबारी तर होतीच, शिवाय घरोघरी

---

१६) पहा - I. F. Ghauri, "Regency in the Sultanates of Bijapur and Golconda" *Journal of the Pakistan Historical Society,* 15, 1 (January 1967), 19 - 37

१७) पहा - Sherwani and Joshi, *History of Medieval Deccan'* 263-26

आणि बाजारातही वापरली जात होती. आपल्याला ज्ञात आहे की, स्वत: सुलतान इब्राहिम द्वितीय हा पर्शियन भाषेपेक्षाही ही दख्खनी भाषा आणि मराठी अधिक उत्तम बोलू शकत होता.

शिवाजीच्या बालपणी महाराष्ट्रातील ग्रामीण भागात आणि विशेषत: पश्चिम घाट परिसरात विखुरलेल्या किल्ल्यांना सत्ताकेंद्र म्हणून विशेष महत्त्व होते. विजापूरची ओळख ही शहरांचे आणि किल्ल्यांचे राज्य अशीच होती. पण हे अंशत:च खरे होते. सुलतानाने थेट नियुक्त केलेले अधिकारी फक्त मोठ्या आणि महत्त्वाच्या किल्ल्यांचे प्रशासन बघत होते. (बरेचसे छोटे किल्ले आणि गढ्या ह्या आधी वर्णन केल्याप्रमाणे स्थानिक देशमुखांच्या आणि मुख्यत्वे मराठ्यांच्या आधिपत्याखालीच होते.) मोठ्या किल्ल्यांना त्यांच्या देखभालीसाठी आणि त्यावरील शिबंदीसाठी जवळपासच्या काही खेड्यांचा महसूल बांधून दिलेला होता. अहमदनगरच्या निजामशाहीतही उत्तर महाराष्ट्रात अशीच व्यवस्था होती. उदाहरणार्थ १६ व्या शतकाच्या सुरुवातीला निजामशाहीच्या संस्थापकास दौलताबादच्या किल्ल्याचा ताबा त्यावरील मराठ्यांच्या शिबंदीने दिला होता.

या ग्रामीण भागातील विजापुरी सत्तेचे अस्तित्व नावापुरते आणि क्वचितच जाणवणारे होते. प्रथमत: येथे २२ परगणे असे होते की, जे ठराविक वार्षिक खंडणी देत असत. या परगण्यांमध्ये सरकारचे अस्तित्व नगण्यच होते. उरलेली बरीचशी चांगली जमीन ही उच्चभ्रूंच्या अखत्यारीत होती. ते दरबारात उपस्थित असत अथवा मोहिमेवर असत. त्यांच्या जमिनीची देखभाल त्यांचा ब्राह्मण अधिकारी वर्ग करत असे. थेट सरकारी अखत्यारीतील जमिनीच्या देखभालीसाठी लष्करी आणि व्यवस्थापकीय अशी संयुक्त जबाबदारी टाकलेला अधिकारी असे. त्याचा 'हवालदार' असा हुद्दा असे. त्याच्या अधिकार कक्षेत बरेच परगणे येत आणि त्याचे वास्तव्य त्या भागातील सर्वांत मोठ्या शहरात असे. त्याच्यावर जहागीर-वतनांमधील फेरबदलांची संबंधित ग्रामस्थांना माहिती देणे, सारानिश्चिती आणि त्याची वसुली करणे, किल्ल्यांवर लक्ष ठेवणे आणि कनिष्ठ लष्करी अधिकाऱ्यांच्या शिबदीचा आढावा घेणे अशा जबाबदाऱ्या असत.[१८] अशा अधिकाऱ्याच्या सतत होणाऱ्या बदल्यांमुळे त्याचा प्रभावही कमीच असे. या सरकारी जमिनी नदी क्षेत्रातील सुपीक जमिनी असत आणि हा प्रदेश व्यवस्थित वसवलेला असे. या भागाव्यतिरिक्त असलेल्या प्रदेशात तर मुसलमानी विजापूर सलतनतीचा प्रभाव फारच कमी असे. शहाजीच्या ताब्यातील पुण्याच्या नापिक प्रदेशात आणि सह्याद्रीच्या डोंगराळ

---

१८) याविषयीच्या विस्तृत माहितीसाठी पहा - S. N. Sen, '*The Military System of the Marathas*' (Calcutta, reprinted ed. 1978)

भागात वरील कारणांमुळेच विजापूरकरांचे अस्तित्व नसल्यासारखेच होते.

दक्षिण महाराष्ट्रात विजापुरी सत्ता घट्ट पाय रोवून उभी होती. परंतु उत्तर महाराष्ट्रात निजामशाही आणि मोगलांमधील इ.स. १६०० ते १६३० या काळातील सततच्या लढायांमुळे प्रशासकीय व्यवस्था खिळखिळी झाली होती. पुणे, नाशिक आणि अहमदनगरच्या परिसरातील प्रदेश किमान दहा वेळा तरी या काळात हस्तांतरित झाला. मोठ्या किल्ल्याच्या जवळची गावेच तग धरून राहिली होती. तेथील ग्रामस्थांना लढणे किंवा पळून जाणे याची सवय झाली होती. शत्रूला दाणागोटा मिळू नये म्हणून गावे उद्ध्वस्त करणे आणि पिके जाळून टाकणे या पूर्वापार चालत आलेल्या डावपेचांमुळे इतर बहुतेक गावे होरपळून गेली होती. निजामशाहीच्या उतरणीच्या काळात मलिक अंबरने (इ.स. १६१० - २५) ह्या डावपेचांचा अतिशय कौशल्याने वापर केला आणि मोगलांना जवळपास दोन दशके झुंजवत ठेवले. इतर गावांकडून सारावसुली आणि त्याविषयीच्या माहितीसाठी वारंवार लष्करी बडगा दाखवायला लागे. देशमुखांसारख्या ग्रामप्रमुखांना सरकारी तिजोरीतून क्वचितच देय रक्कम मिळत असे. त्यांच्या ताब्यात गावातील करमुक्त जमिनी आणि शेती उत्पन्नातील काही हिस्सा असे. या अशा उजाड प्रदेशातूनही महसुलाची व्यापक व्यवस्था मलिक अंबरने लावली ही विशेष नोंद घेण्यासारखी गोष्ट म्हणावी लागेल. या व्यवस्थेत समयानुरूप रोख अथवा रोख नसल्यास धान्याच्या स्वरूपात वसुली करण्याची लवचिकता होती.[१९]

या अशा स्थितीला तेव्हाच्या लष्करी मराठा घराण्यांनी कसे तोंड दिले ते आता पाहू या. या स्थितीची काही वैशिष्ट्ये पुढीलप्रमाणे होती.

१) व्यापार आणि चलनी पैशाची कमतरता[२०]

२) यात भर म्हणून या भागात इ.स. १६३० मध्ये पडलेल्या दुष्काळामुळे उजाड झालेला प्रदेश ज्यामुळे आर्थिक परिस्थिती आणखी खालावलेली

---

१९) मलिक अंबरच्या महसुली पद्धतीविषयी अधिक माहितीसाठी पहा - A. R. Kulkarni, "Towards a History of Indapur." in D. W. Atwood, M. Israel and N. K. Wagle, *City, Countryside and Society in Maharashtra* Toronto University of Toronto, 1988), 132.

२०) नाणकशास्त्रज्ञांच्या मते अहमदनगर आणि विजापूरशाहीच्या उत्तरार्धातील आणि शिवाजीच्या काळातील सध्या उपलब्ध असलेल्या नाण्यांची संख्या विचारात घेता आणि त्याचाबरोबर टांकसाळींविषयीच्या उपलब्ध माहितीनुसार आणि छापेमारीतील लुटीच्या रक्कमा विचारात घेता एकूण चलनाचे प्रमाण मोठे होते. प्रस्तुत लेखकाला याविषयी शंका आहे. पश्चिम महाराष्ट्रात दुष्काळामुळे आणि सततच्या लढायांमुळे बिकट स्थिती होती. विक्री करावी असे अधिकचे उत्पन्न नव्हते, त्यामुळे बाजारातील चलन कमीच असणार. या विषयातील नाणकतज्ज्ञ आणि अर्थकारणाच्या इतिहासाचे अभ्यासक अधिक संशोधन करतील असे वाटते.

३) मोगलांकरवी निजामशाहीचा पाडाव

४) अतिशय प्रबळ आणि वाढत चाललेली विजापूरशाही

५) विजापूरच्या सैन्यातील कमी होत चाललेली परदेशी मुसलमानांची संख्या आणि त्यायोगे मराठा तुकड्यांचे वाढलेले महत्त्व

अशा स्थितीत मराठ्यांनी अनुसरलेल्या पद्धतीत आपल्या प्रदेशातील शेती आणि विजापूरच्या सैन्यातील निष्ठावान चाकरी असा मेळ घातला होता. दोन्ही गोष्टी लाभदायक होत्या. प्रदेशातील लोकवस्ती मोठ्या प्रमाणात कमी झाल्यामुळे उरलेल्यांना त्यांच्या भागातील चांगल्या जमिनी पिकाखाली आणण्याची संधी मिळाली. त्याचबरोबर स्थानिक हक्कांसह प्रादेशिक अधिकारी होण्याचीही संधी उपलब्ध झाली. पुन:श्च नव्याने सुरुवात केलेल्या शेतीसाठी सरकारने अनुकूल कर-सवलत देऊ केली. या शेतीला विजापूरच्या सैन्यातील चाकरीची जोड मिळणे खूपच फायदेशीर होते. दुष्काळामुळे शेती होऊ शकली नाही तरी लष्करी चाकरी सुरूच असे. चांगल्या पीकपाण्याच्या काळातही कुटुंबातील काहींना दूरच्या प्रदेशातही उत्पन्नाचे साधन उपलब्ध होते. या चाकरीचा उपयोग महाराष्ट्रातील जहागिऱ्या चालू ठेवण्यात तर झालाच; पण त्यामुळे समाजातील स्थानही मानाचे झाले. तुंगभद्रेचे खोरे किंवा कोकणपट्टी अशा महाराष्ट्राबाहेरील अधिक भरभराटीच्या प्रदेशातील जहागिऱ्या मिळण्याची शक्यता वाढली.

ज्या मराठा घराण्यांनी विजापूरची चाकरी पत्करली त्यांपैकी काहीच नावे आपल्याला ज्ञात आहेत. (जी भविष्यातील मराठा इतिहासात ठळकपणे दिसून येतात.) उदाहरणार्थ सावंतवाडीचे सावंत, मुधोळचे घोरपडे, फलटणचे निंबाळकर, जावळीचे मोरे, भविष्यातील जत संस्थानचे संस्थानिक आणि शिर्के, मोहिते आणि माने घराणी.[२१] याशिवाय हजारोंच्या संख्येने लोक विजापूरच्या चाकरीत रुजू झाले होते. परंतु त्यांची नावे ज्ञात नाहीत. आपण या काही घराण्यांचा अभ्यास केला, तर साधारणपणे मराठे हे एकट्याने किंवा दोघे सख्खे भाऊ किंवा काही चुलत भाऊ अशा छोट्या समूहरूपात चाकरीला लागल्याचे आढळते. असेच जर का चाकरीचे वळण असेल, तर विजापूरच्या चाकरीचे आकर्षण महाराष्ट्रात सर्वदूर पसरले असणार आणि बहुतेक सर्व गावे आणि त्यांतील कुटुंबे या चाकरीकडे आकर्षित झाली असणार.

शांततेच्या काळात सरकार या घराण्यांवर दीर्घकालीन वचक ठेवण्यासाठी, त्यांच्यातील चालू असलेल्या वतने आणि हक्कांबाबतच्या वादांमधे मध्यस्थी करत

---

२१) या घराण्यांची यादी तत्कालीन संस्कृत काव्य 'शिवभारत' यात पाहायला मिळते. पहा : Patwardhan and Rawlinson, *Sourcelbook*, 5.

असे.[२२] सरकारच्या दृष्टीने ही घराणी आणि त्यातल्यात्यात देशमुखांची घराणी ही खड्या लष्करासाठी पूरक ठरण्याची शक्यता असे. त्यासाठी सरकारी खजिन्यातून काही खर्चायचीही आवश्यकता नसे. 'शक्यता' असे म्हणण्याचे कारण की, या घराण्यांमधील पुरुष मुख्य सैन्यात दाखल होतीलच असे नसे. त्या वेळचा हंगाम, त्या घराण्यांचे रबारातील वेगवेगळ्या गटांबरोबरचे संबंध, एखाद्या मराठा सेनापतीचा वरदहस्त आणि घराण्यातील अंतर्गत ताणतणाव यांसारख्या गोष्टींवर त्या पुरुषांचे मुख्य सैन्यात दाखल होणे अवलंबून असे.

दरबारातील अंतर्गत कलहांमुळे या घराण्यांना काही वेळा काही संधी उपलब्ध होत असत. हे विजापूर दरबाराबाबत वरचेवर घडत असे. काही मोजकेच सुलतान तीस वर्षांहून अधिक काळ जगले. त्यामुळे बऱ्याचदा सुलतानपद अल्पवयीन मुलाकडे जात असे. अशा वेळी त्याच्या प्रतिनिधीकडे विरोधी गटांवर वचक ठेवण्याइतकी ताकद असे आणि कधी तो स्वत:च सुलतान होत असे. विरोधकांचा कल सुलतानाच्या आईकडे असे. या दोन गटांना आलटून पालटून पाठिंबा देताना चाणाक्ष मराठे त्यांच्या शिबंदीच्या बदल्यात जास्तीत जास्त लाभ मिळवण्यात यशस्वी होत. कधीतरी त्या मराठ्यांच्या स्वत:च्या कुटुंबातच फूट पडत असे आणि कोणी एका गटाला पाठिंबा देत, तर कोणी दुसऱ्या गटाला पाठिंबा देत. ह्या आणीबाणीच्या परिस्थितीचा शेवट होण्याचे काही घटनाक्रम असत. त्यांपैकी कोणत्यातरी एका घटनाक्रमाने असा शेवट होत असे. एका घटनाक्रमात सुलतान राज्यकारभार स्वत:च्या ताब्यात घेत असे आणि प्रतिनिधीचा दर्जा कमी करत असे. दुसऱ्या घटनाक्रमात ज्यांच्या मनात प्रतिनिधीविषयी असूया असे, ते त्याचा वध करण्यात यशस्वी होत. तिसऱ्या प्रकारात विरोधकांची बंडाळी यशस्वी होऊन प्रतिनिधीला कैद करण्यात येत असे किंवा चौथ्या प्रकारात प्रतिनिधी किंवा त्याचे विरोधक बाह्य राजकीय शक्तीची मदत घेत. याच प्रकारची आणीबाणी इ.स. १६८० त उद्‌भवली आणि त्यातून मोगलांना दख्खन जिंकण्याची संधी मिळाली.

अंतत: एखाद्या राज्याची चाकरी करताना त्याच्या विरुद्धच बंड करण्याचे कृत्य एखादे मराठा घराणे करत असे. परंतु हे केवळ एका विशिष्ट परिस्थितीतच घडत असे. वारसाहक्काचे वाद किंवा गंभीर स्वरूपाचा परकीयांचा हल्ला अशात सरकारचे लक्ष गुंतलेले असले की, बंडाळी होण्याची शक्यता असे. ज्या भागातून बंड करायचे तो भाग सरकारने बंड मोडून काढण्यासाठी पाठवलेल्या सैन्यापासून सुरक्षित केलेला असावा लागे. उदाहरणार्थ डोंगराळ प्रदेश, जेथे तोफखाना निरुपयोगी ठरे आणि रसदीचे मार्गही

---

२२) या प्रकारचे बरेच कज्जे V. T. Gune *Judicial System of the Marathas* (Poona 1953) 64 - 65) यात नोंदवले आहेत. याशिवाय पहा - G. H. Khare A letter of assurance from Ali Adilshah I. *Indian Historical Records Commission* (October 1945)

जिकिरीचे आणि लांब पल्ल्याचे असत. हा भाग जर नापीक असेल आणि महसुलाच्या दृष्टीने कमकुवत असेल, तर त्याचा फायदा होत असे. या सर्व गोष्टी शिवाजीच्या मध्य सतराव्या शतकातील स्वराज्य स्थापनेच्या मोहिमेच्या वेळी जुळून आलेल्या दिसतात.

विजापूरच्या चाकरीतील इतर घराण्यांचा वरील प्रमाणे वर्णन केलेला कल लक्षात ठेवून आपण पुन्हा एकदा शहाजी आणि त्याच्या विजापूरच्या चाकरीविषयी लक्ष केंद्रित करू. पूर्वीच्या जहागिरीचा हिस्सा असलेल्या पुणे परगण्याचे जहागिरी हक्क परत मिळवण्यात शहाजी यशस्वी झाला.[२३] ह्या प्रदेशास मोगलांच्या सततच्या हल्ल्यांमुळे इ.स. १६३०-४० या काळात प्रचंड नुकसान सोसावे लागले. या दशकाच्या उत्तरार्धात हा प्रदेश बव्हंशी उजाड झाला होता.[२४] मोगल आणि विजापूरकरांमधील तहानुसार शहाजीला महाराष्ट्रात वास्तव्य करण्यास परवानगी नव्हती. त्यामुळे या जहागिरीची देखभाल करण्याची जबाबदारी १० वर्षांच्या शिवाजीवर टाकण्यात आली. दादोजी कोंडदेव व्यवस्थापक म्हणून नियुक्त करण्यात आले. विशेष महत्त्वाचे म्हणजे शहाजीच्या पुणे जहागिरीच्या हक्कांमध्ये पाटीलकीचे हक्क, देशमुखी हक्क आणि जहागिरदारी हक्क या सगळ्यांचे मिश्रण होते आणि हे हक्क शहाजीच्या विजापूर सरकारच्या समाधानकारक चाकरीवर अवलंबून होते.

ज्या तहाद्वारे शहाजी विजापुरी चाकरीत रूजू झाला, त्या तहामुळे इतरही काही परिणाम झाले. उत्तरेकडून होणाऱ्या मोगलांच्या हल्ल्यापासून सुटका होताच विजापूर आता दक्षिणेकडील साम्राज्य विस्तारावर लक्ष केंद्रित करू शकत होते. इ.स. १६३७-४० या काळातील मोहिमेच्या प्रत्येक हंगामात विजापूरच्या सैन्याने कृष्णा आणि तुंगभद्रा ओलांडून म्हैसूर भागात घुसखोरी केली. मालनद जिंकण्याच्या विजापूरच्या मोहिमेचे नेतृत्व रुस्तुम-इ-जमान याच्याकडे होते. तेव्हा त्याच्या फौजेतील सेनानींमध्ये शहाजी होता. विजयनगरच्या पाडावानंतर सत्ताधीश झालेल्या त्या भागातील नायकांचा विजापूरच्या सैन्याने पराभव केला आणि सन १६३९ मध्ये बंगळुरु काबीज केले. बंगळुरुचे रक्षण करण्याची आणि आसपासच्या प्रदेशाची घडी बसवण्याची जबाबदारी शहाजीवर टाकण्यात आली. शहाजीची ताकद म्हणजे जवळपास दहा वर्षे त्याच्याबरोबर लढाया लढलेले अनुभवी सैनिक. तसेच त्याच्या पदरी ब्राह्मण अधिकारी होते, जे ग्रामीण भागातून करवसुली करण्यात वाकबगार होते. यांच्या बळावर बंगळुरू विभागात स्वत:ची मिळकत बनवण्याच्या दृष्टीने शहाजीचे प्रयत्न सुरू झाले.

---

२३) जदुनाथ सरकार, *House of Shivaji*, 41

२४) पहा - A. R. Kulkarni, *Maharashtra in the Age of Shivaji* (Poona, 1967)

दुर्दैवाने आपल्याकडे या काळातील घटनांचा तपशील उपलब्ध नाही. परंतु विजापूरच्या मुख्य फौजेपुढे शहाजीला आपला मुलूख राखणे शक्य झाले नाही. इ.स. १६४१ मध्ये हिंदू राजांनी एक सार्वत्रिक बंड पुकारले. अफझलखानाच्या नेतृत्वाखालील विजापूरच्या फौजेत शहाजी सामील झाला आणि केंग नायकाच्या ताब्यातील बसवपट्टणच्या नव्या किल्ल्यावरील हल्ल्यातही शहाजीचा सहभाग होता. या मोहिमेत हा किल्ला आणि वेल्लोरसह इतर बरेच किल्ले जिंकण्यात आले.[२५]

इ.स. १६४२ ते १६४५ या काळातील शहाजीच्या हालचालींविषयी आपल्याला फारच त्रोटक माहिती मिळते. इ.स. १६४२ ते १६४४ या कालावधीत कधीतरी जिजाबाई आणि शिवाजी शहाजीला भेटायला बंगळुरूला गेले.[२६] शहाजीने दुसऱ्या पत्नीच्या दोन मुलांसह आपले सर्व कुटुंब विजापूरच्या दरबारात नेले होते. काही महिन्यांनंतर शिवाजी आणि जिजाबाई पुण्यास परतले. या भेटीत बापलेकात काय संवाद झाला याविषयी काहीच माहिती नाही. इ.स. १६४४ मध्ये इक्केरीच्या किल्ल्याच्या अनुषंगाने पुनःश्च लढाईला तोंड फुटले. विजापूरने जिंकलेला सदरहू किल्ला स्थानिक राजाने पुन्हा जिंकून घेतला होता. या संपूर्ण मोहिमेत शहाजीच्या फौजेचा सहभाग असावा; पण मोहिमेच्या बातमीपत्रांमध्ये याचा उल्लेख आढळत नाही. कदाचित शहाजी या मोहिमेत सहभागी न होता आपल्या बंगळुरुच्या जहागिरीतच राहिला असावा.

विजापूर दरबाराकडून करण्यात आलेल्या इ.स. १६४८ मधील अटकेविषयी जाणून घेताना सरकार आणि शहाजीसारखे प्रबळ सरदार यांच्यातील सततचे तणाव समजून घ्यावे लागतील. यासंबंधीचे उल्लेख कागदपत्रांमधे जवळपास नसल्यासारखेच आहेत. पण इ.स. १९३० मध्ये जदुनाथ सरकारांना पुण्याजवळील एका घराण्याकडील दप्तरात मिळालेल्या एका पत्रात इतर कागदांपेक्षा थोडा जास्त तपशीलवार उल्लेख सापडतो. हे पत्र पुण्याच्या दक्षिणेकडील भोरच्या कान्होजी नाईक जेधे या देशमुखाला लिहिले आहे. या पत्रात विजापूरच्या प्रतिनिधीला मदत करून, दादोजी कोंडदेव या शहाजीच्या कारभाऱ्याचा पाठलाग करून, त्याचा बंदोबस्त करण्याची आज्ञा सदरहू देशमुखाला करण्यात आली आहे. याचे कारणही स्पष्टपणे देण्यात आले आहे. 'शहाजीने दरबाराविरुद्ध बंडखोरी केली आहे,' असा उल्लेख असून त्याचा कारभारी दादोजी कोंडदेव कोंढाणा भागात मोहीम चालवत आहे असेही नमूद केले आहे. हे पत्र ऑगस्ट १६४४ मध्ये

२५) जदुनाथ सरकार *House of Shivaji* 54

२६) शहाजी आणि शिवाजी यांच्यातील या भेटीदरम्यानच्या संवादाविषयी इतिहासकार विविध अंदाज व्यक्त करतात, परंतु कागदोपत्री पुरावा नसल्याने प्रस्तुत लेखक त्याविषयी भाष्य करणे अयोग्य समजतो.

लिहिले आहे.[२७] या मोहिमेविषयी आणि तिच्या अंतिम परिणामांविषयी आपल्याला काहीच माहिती नाही. परंतु या पत्रावरून असे शाबित होते की, शिवाजीने त्याच्या वडलांच्या पुण्याच्या जहागिरीचे अधिकार स्वत:च्या ताब्यात घेऊन दादोजी कोंडदेवांच्या मृत्युपूर्वी कितीतरी काळ आधी विजापूरच्या स्वामित्वाला आव्हान देणे सुरू केले होते. विजापूरच्या कागदपत्रांमध्ये काही काळानंतर इ.स. १६४४ च्या सुमारास वरीलप्रमाणेच घटनाक्रम परत एकदा घडला असा उल्लेख सापडतो; पण त्याबाबतचा कोणताही तपशील दिलेला नाही.

या माहितीवरून शहाजीने विजापूर सरकारविरुद्ध (इ.स. १६३१ आणि १६४६) ज्या मोहिमा केल्या, त्यामुळेच त्याच्या अटकेची पार्श्वभूमी तयार झाली असे म्हणता येईल. दक्षिणेकडील मदुराई, जिंजी आणि त्रिचनापल्लीच्या नायकांनी विजयनगरचा राजा श्रीरंग (तृतीय) याच्यापासून मुक्त होण्याचे प्रयत्न चालू केले होते. यात त्यांनी विजापूरकडे मदतीची विनंती केली. विजापूर आणि गोवळकोंड्याच्या संयुक्त फौजांनी जिंजीला वेढा घातला. याच लांबलेल्या वेढ्याच्या काळात शहाजीला अटक करण्यात आली. शहाजीसारखा वरिष्ठ सरदार मोहिमेच्या ठरलेल्या योजनेव्यतिरिक्त स्वत:चा वेगळा मार्ग अनुसरत असल्याचा मुख्य सेनापती मुस्तफा खान याला राग आला. शहाजी वेगवेगळ्या नायकांशी वाटाघाटी करत होता आणि त्यांना गोवळकोंडा सरकारच्या चाकरीत समाविष्ट होण्याविषयी सांगत होता. कदाचित इतर मुस्लीम सरदारांना त्याच्या बंगळुरु परिसरातील वाढत्या प्रभावाविषयी असूया वाटत असावी किंवा दक्षिणेकडील हिंदू नायकांबरोबरील वाटाघाटींमधील त्याचा सहभाग पसंत नसावा. इ.स. १६४८ च्या सुमारास स्वच्छपणे दिसून येते की, विजापूर फौजेतील उच्च स्थानावरील सेनानींमध्ये केवळ दोन मराठा सरदार होते आणि त्यांपैकी एक शहाजी होता. सर्वांना सामावून घेण्याची राज्यकारभाची पद्धत इब्राहिम (द्वितीय) (इ.स. १५८०-१६२७) च्या मृत्यूनंतर लयाला गेली आणि विजापूरच्या इतिहासातील कट्टरतावादी कालखंड पुन:श्च सुरू झाला होता.[२८] इ.स. १६४० ते ५० या दशकाच्या शेवटच्या काळात इब्राहिम (द्वितीय) चा वारसदार सुलतान मुहम्मद दीर्घकालीन प्रकृती अस्वास्थामुळे दुबळा झाला होता. या दुखण्यातच त्याचा पुढे इ.स. १६५६ मध्ये मृत्यू होणार होता. सत्तेसाठी वेगवेगळ्या गटांमध्ये संघर्ष चालू होता. या वातावरणात राजकीय धोरणात लवकर बदल झाला. शहाजीला जेरबंद करून विजापूरला का आणले आणि त्याला त्याचे सर्वांत महत्त्वाचे दोन किल्ले (पुण्याजवळचा कोंडाणा

---

२७) जदुनाथ सरकार 'An early Supporter of Shivaji, *Indian Historical Quarterly,* 7 (1931), 362 - 364.

२८) पहा - Eaton *Sufis,* 95 - 96

आणि बंगळुरुचा किल्ला) सोडण्याविषयी कसा दबाव आणला असेल याचा आणि वर्षभरातच त्याला क्षमा का करण्यात आली याचा अंदाज आपण बांधू शकतो.

'शिवभारत'सारखा मराठ्यांचा इतिहास आपल्याला असे सांगण्याचा प्रयत्न करतो की, मुलाच्या बंडखोरीमुळे वडलांना अटक झाली. परंतु याच्या विरुद्ध भरपूर पुरावा उपलब्ध आहे. शहाजीची अटक हा मुख्यत्वे विजापूर दरबारातील अंतर्गत राजकारणाचा भाग होता. शहाजीची गैरवर्तणूक, त्याची अटक, कारावास आणि सुटका यांविषयी वर्णन करताना त्यासंबंधीच्या कागदपत्रांमध्ये कोठेही शिवाजीच्या हरकतीचा उल्लेख नाही.

आपल्याला इ.स. १६४८ ते १६६० या कालखंडात शहाजीविषयी कोणत्याही साधनांद्वारे फारशी माहिती मिळत नाही. आपल्याला माहीत आहे की, विजापूर आणि दक्षिणेकडील नायक यांच्यातील संघर्ष सुरूच होता. यात विजापूरची बहुतेक वेळा सरशी होत असे. इ.स. १६४८ च्या उत्तरार्धात जिंजीच्या किल्ल्याचा पाडाव झाल्यानंतर मदुराई आणि तंजावरच्या राजांवरील दबाव वाढायला लागला. शहाजीचे या काळातील वास्तव्य बंगळुरुला नसून विजयनगरच्या जुन्या राजधानीजवळील कनकगिरीला होते. त्याचा मुलगा एकोजी बंगळुरुतच वास्तव्यास होता. शहाजी आणि त्याच्या फौजेने विजापूर आणि गोलकोंडा यांच्यातील युद्धात भाग घेतला. त्याचा मुलगा संभाजी कनकगिरीच्या राजाने केलेल्या उठावात मारला गेला. (इ.स. १६५४)[२१] या कालखंडातील महत्त्वाच्या घटना म्हणजे मुहम्मद आदिलशहाचा मृत्यू आणि त्यानंतर विजापूरच्या दरबारात उद्‌भवलेली गोंधळाची परिस्थिती या होत. बऱ्याच उच्चभ्रू सरदारांनी त्यांच्या जमिनी आणि त्यांच्या निष्ठा विजापूर सलतनतीतून काढून घेतल्या आणि ते मोगलांच्या चाकरीत रुजू झाले. मोगलांचा नूतन बादशहा औरंगजेबाने या संधीचा फायदा उठवत विजापूर सलतनत खालसा करण्याची योजना आखली. या पार्श्वभूमीवर शिवाजीचा स्वतंत्र राज्य स्थापण्याचा मनसुबा स्पष्टपणे दिसू लागला आणि इ.स. १६५५ च्या सुमारास तो अनिवार्यही झाला.

आपण पुढील प्रकाणात शिवाजीच्या दृष्टिकोनातून त्याच्या पुणे विभागाच्या भोवतालची धोकादायक परिस्थिती आणि त्याने राबवलेल्या उपाययोजनांविषयी चर्चा करणारच आहोत. परंतु आता विजापूर दरबारच्या दृष्टिकोनातून याचा विचार करताना 'शिवाजी' या पेचावर मात करण्यासाठी काय उपाययोजना केली ते पाहू या. विजापूर दरबाराने शिवाजीला वठणीवर आणण्यासाठी बरेच प्रयत्न केले. कागदपत्रांमधील उल्लेख संदिग्ध असले तरी विजापूरचा पहिला उपाय म्हणजे वडील आणि मुलात तेढ निर्माण करणे. विजापूरकडून शहाजीला आश्वासन देण्यात आले की, त्याच्या मुलाच्या

२१) पहा - Sardesai, *New History*, 87.

बंडखोरीचा शहाजीवर काहीही परिणाम होणार नाही आणि त्याच्या जहागिऱ्याही तशाच पुढे चालू राहतील.

26 May 1658. At this time it has been reported to His Majesty that owing to the disloyalty and audacity of Shivaji Bhonsle you are alarmed lest his faults should be laid on your head. Be it known to this loyal subject that the improper conduct and acts of Shivaj are evident to His Majesty. Therefore the faults of Shivaji will not be laid on you, but his offences are imputed to him only.[30]

याच आश्वासनाला अनुसरून शहाजीला त्याच्याकडून काढून घेतलेली बंगळुरुच्या किल्ल्याच्या आसपासच्या प्रदेशाची जहागिरी त्याला परत देण्यात आली.

शिवाजीच्या पारिपत्यासाठी पाठवलेल्या अफजलखानाच्या आधिपत्याखालील फौजेचा पराभव झाल्यानंतर इ.स. १६५९ ते १६६२ या कालावधीत शहाजीने विजापूर दरबार आणि शिवाजी यांच्यात मध्यस्थी करण्याचा प्रयत्नही केला. दोघांमध्ये समेट घडवून आणण्यासाठी शहाजी पुण्याला आला. बारा वर्षांनंतर प्रथमच पिता-पुत्राची भेट झाली.[३१] ही भेटच त्यांची अखेरची भेट ठरली, कारण इ.स. १६६४ च्या पूर्वार्धात शिकार करताना झालेल्या अपघातात शहाजीचा मृत्यू झाला.

आता आपण या मोठ्या सलतनतीच्या राजकारणापासून, मोगलांच्या आक्रमणापासून विषयांतर करून पुण्यासारख्या एका लहानशा परगण्याकडे वळूया. देशावरील सखल प्रदेशाकडून सह्याद्रीच्या डोंगराळ भागात येऊ या. मोठ्या सलतनतीतील चाकरीविषयी न बोलता घोड्याच्या पाठीवर स्वार होऊन शिकार करणाऱ्यांच्या साध्या आयुष्याविषयी बोलू आणि शहाजी या वडलांचा विषय थांबवून त्याचा पुत्र शिवाजी आणि त्याने उभारलेल्या मराठा साम्राज्याचा विचार करू.

---

३०) हे अवतरण विजापूर पुराभिलेखातील एका मूळ फारसी पत्रातून घेतलेले आहे. जदुनाथ सरकारांनी अशी बरीच पत्रे अनुवादित केली पण त्याचे संदर्भ दिलेले नाहीत. पहा - Sarkar, "*House of Shivaji* पान ८४

३१) इतिहासावरील काही लिखाणात शहाजी आणि शिवाजी सतत संपर्कात होते असा अंदाज व्यक्त करण्यात येतो. विशेषत्वे त्यांनी महाराष्ट्र स्वतंत्र करण्याच्या दृष्टीने संयुक्त योजना आखली होती असेही विधान केले जाते. परंतु जेधे शकावली आणि नंतरच्या चिटणीस बखरीतील या विषयीचे संदिग्ध निर्देश वगळता आजमितीला कोणताही ठोस पुरावा उपलब्ध नाही. उपलब्ध पुराव्यावरून शिवाजीची कामगिरी ही स्वतंत्रपणे स्वबळावर केलेली होती. कैकदा त्याची शहाजीबरोबर मतभिन्नता असल्याचेही जाणवते.

३ शिवाजी (इ. स. १६३० - ८०) आणि मराठा राज्यव्यवस्था

आता आपण मराठा रियासतीची स्थापना करणाऱ्या शिवाजीच्या चरित्राची सुरुवात करू या. (या लेखनात वर्णन केलेल्या घटनांविषयी लिहिताना लेखकाने कमीतकमी दोन विश्वासार्ह बखरींचा किंवा इतर खात्रीलायक पुराव्यांचा आधार घेतलेला आहे.) शिवाजीसारख्या असामान्य व्यक्तिमत्त्वाचा आणि त्याच्या देदीप्यमान कर्तृत्वाचा विचार आपल्याला मागील दोन प्रकरणांमध्ये वर्णन केलेल्या राजकीय आणि सामाजिक परिस्थितीच्या पार्श्वभूमीवर करावा लागेल. या संदर्भात पुढील मुद्दे अतिशय महत्त्वाचे ठरतात. (१) महाराष्ट्राची झालेली जवळपास संपूर्ण वाताहत, (२) विजापूर आणि मोगल या दोन मोठ्या सत्तांमधील संघर्ष, (३) शिवाजीच्या वडलांचे विजापूरबरोबरचे खोलवर गुंतलेले संबंध आणि (४) शिवाजीइतकेच ज्यांचे हक्क कायदेशीर होते आणि सत्ताही कायदेशीर होती अशा प्रबळ देशमुख घराण्याचे महाराष्ट्रातील अस्तित्व.

शिवाजीचा जन्म फेब्रुवारी १६३० मध्ये झाला.[१] शहाजी आणि जिजाबाई या दाम्पत्याचा हा द्वितीय पुत्र. पुणे जिल्ह्याच्या उत्तर भागातील शिवनेरी या डोंगरी किल्ल्यावर शिवाजीचा जन्म झाला. आपण बघितले आहे की, शिवाजीच्या बालपणीचा हा काळ सततच्या लढायांनी आणि दुष्काळाने व्यापलेला होता. शहाजीने मोगलांकडील थोड्या

१) जवळपास समकालीन असलेल्या जेधे शकावलीत शिवाजीचा जन्म इ.स. १६२७ मध्ये झाला असे दिल्यामुळे काहीसा संभ्रम निर्माण झाला. परंतु त्याच्या जन्माच्या वेळी तयार केलेल्या जन्मकुंडलीची एक प्रत राजस्थानात उजेडात आली, ज्यावरून 'शिवाजीचा जन्म इ.स. १६३० मध्ये झाला,' या विधानाला पुष्टी मिळाली. पहा : Raghubir Singh, Correct date and year of Shivajis birth fresh evidence from Rajasthan Collections, in B. R. Kamble (ed.) *Studies in Shivaji and his times* (Kolhapur, 1982) 11 - 28)

कालावधीसाठी केलेली चाकरी सोडून त्यांच्याविरुद्ध बंड पुकारले होते. मोगलांनी सह्याद्रीच्या घाटांमधून कोकणापर्यंत त्याचा पाठलाग केला होता. यानंतरही मोगलांविरुद्ध शहाजीने विजापूरच्या साहाय्याने काही मोहिमा राबवल्या होत्या. पण त्यात त्याला विशेष यश मिळाले नाही. शिवाजी आणि जिजाबाई स्थलांतर करत होते. जिजाबाईच्या माहेरच्यांनी मोगलांची चाकरी स्वीकारली होती आणि शहाजीपासूनही त्यांची ताटातूट झाली होती. इ.स. १६३६ मध्ये जेव्हा शहाजीला विजापूरच्या चाकरीत जाणे भाग पडले, तेव्हा कुठे शिवाजी आणि जिजाबाईला पुण्यातील वास्तव्यात स्थिरता आली.

आपण यापूर्वी पाहिलेच आहे की, विजापूर सरकारकडून पुण्याची जहागिरी पुन:श्च मिळविण्यात शहाजीला यश आले. या जहागिरीची जबाबदारी दादोजी कोंडदेवावर सोपवण्यात आली. या सनदेचा मूळ गाभा हा पुणे परगण्यातील तीन गावांची पाटीलकी आणि पुण्यापासून दक्षिण-पूर्वेकडील सुमारे १३५ कि.मी. वरील इंदापूरची देशमुखी असा होता. त्यामुळे हे घराणे फार प्रबळ नसले, तरी देशमुखी घराणे होते. याशिवाय शहाजीकडे पुणे विभागाचे मोकासा हक्कही होते. विजापूरच्या महसुली कायद्यानुसार शहाजीकडे वारसास्वरूपाचे सरकारी महसुलातील रोख अथवा वस्तुरूपातील हिस्सा मिळण्याचे हक्क होते आणि हे उत्पन्न शिबंदीच्या खर्चासाठी होते. शहाजीकडे पुण्याची देशमुखी नव्हती. ज्या प्रदेशाचा मोकासा हक्क शहाजीकडे होता, तो प्रदेश भौगोलिक दृष्ट्या साधारण त्रिकोणी होता. त्याच्या दक्षिण सीमेवर नीरा नदी होती तर उत्तर-पूर्वेला भीमा नदी होती. सह्याद्रीच्या घाटाचा काही भाग ही पश्चिम सीमा होती. हा प्रदेश साधारण १६० कि.मी. दक्षिणोत्तर आणि तितकाच पूर्व-पश्चिम असा पसरलेला होता. विशेष म्हणजे सध्याच्या पुणे जिल्ह्यासारखाच हा प्रदेश तेव्हाही होता. (पहा नकाशा क्र. १)[२] आधी नमूद केल्याप्रमाणे या प्रदेशातील किल्ले हे वेगवेगळ्या घराण्यांच्या ताब्यात होते, जे त्यांना सनद रूपाने विजापूर सरकारकडून मिळाले होते. शिवाजीच्या बालपणीच्या काळाविषयी फारशी माहिती उपलब्ध नाही. पुणे विभाग सततच्या लढायांमुळे आणि १६३० च्या दुष्काळामुळे उजाड झाला होता. पुण्याचा कारभारी या नात्याने दादोजी कोंडदेवाने या प्रदेशाच्या पुनर्वसाहतीचे आणि विकासाचे काम हाती घेतले. पुराव्यानुसार आपण असे नक्कीच म्हणू शकतो की, हे काम तितके सोपे आणि शांतपणे होण्यासारखे नव्हते. एका उल्लेखानुसार 'आल्या आल्या दादोजीने बारा मावळांचा ताबा घेतला. मावळे

---

२) पहा - G. S. Sardesai, *New History of the Marathas* (Bombay, Second impression, 1957), 98

देशमुखांची देशमुखी जप्त केली आणि ज्यांनी विरोध केला, त्यांचा वध करण्यात आला.'[३] यावरून दादोजीने नक्कीच लष्करी बळाचा वापर केला असणार असे दिसते.

इ.स. १६४२ ते ४४ मधील काळात जिजाबाई आणि शिवाजीला बंगळुरुला बोलावण्यात आले. औपचारिकरित्या शिवाजीला विजापूर दरबारात सादर केल्यानंतर शिवाजी आणि जिजाबाई पुण्यास परतले. शिवाजीच्या शिक्षणाविषयी जी माहिती उपलब्ध आहे त्यानुसार त्याला थोडे फार लिहिणे, वाचणे शिकवले गेले. जहागिरदाराच्या मुलास आवश्यक असे घोडेस्वारी आणि युद्धशास्त्राचे धडे देण्यात आले. आणि त्याचबरोबर प्रचलित धार्मिक रितीरिवाज आणि परंपरेविषयी अवगत करण्यात आले. त्याने बहुतेक कारभारी दादोजीच्या पुनर्वसनाच्या आणि मूलभूत सुविधांमध्ये सुधारणा करण्याच्या प्रयत्नांमध्ये सहभाग घेतला असावा.

मागील प्रकरणातील उल्लेखानुसार इ.स. १६४४ मध्ये शहाजीचा विजापूर दरबारबरोबर संघर्ष उद्‌भवला आणि त्यातूनच त्याची अटक झाली आणि त्याच्या जहागिरीवर जप्ती घालण्यात आली. यात शिवाजीच्या अधिकारातील जहागिरीही होती. या भागातील खोपडे आणि जेधे-देशमुख या दोघा सेना प्रमुखांना शिवाजीकडील प्रदेश ताब्यात घेण्याचा हुकूम विजापूर दरबाराने केला. पण ह्या हुकुमाची अंमलबजावणी होण्याच्याआतच तो रद्द करण्यात आला. या काळात शिवाजीने त्याच्या जहागिरीच्या आसपासच्या डोंगराळ भागाचा अभ्यास केला आणि सह्याद्रीच्या डोंगर-घाटांशी त्याचा चांगलाच परिचय झाला. यातूनच पुण्यावर ज्याची हुकमत चाले असा कोंढाणा किल्ला त्याने घेतला.

इ.स. १६४७ मध्ये कारभारी दादोजी कोंडदेव याचा मृत्यू झाला आणि शिवाजीने कारभार आपल्या हातात घेतला. त्याने कारभार हाती घेताच विजापूर दरबारला आव्हान देण्यास सुरुवात केली. शिवाजीने चातुर्याने (किंवा दुसऱ्या लिखित पुराव्यानुसार लालूच दाखवून) तोरणा किल्ला काबीज केला आणि तेथील मोठा खजिना हस्तगत केला. पुढील दोन वर्षांच्या कालावधीत त्याने उत्तरेकडील मार्गाची राखण करणारा पुण्याजवळचाच चाकणचा किल्लाही जिंकून घेतला. मध्यंतरीच्या काळात तोरण्यावर मिळालेल्या खजिन्यातून, तोरण्याच्या पूर्वेकडे आठ कि.मी. वरील एका डोंगरमाथ्यावर एक नवा किल्ला बांधला. त्याने त्याचे 'राजगड' असे नामकरण केले. पुढील दहा वर्षे राजगडावर शिवाजीची राजधानी होती. विजापूर विरुद्धच्या या हालचाली यशस्वी होऊ शकल्या कारण विजापूरच्या सुलतानाच्या आजारपणामुळे तेथे आणीबाणीची परिस्थिती होती.

---

३) पहा - Sabhasad Bakhar as translated in S. N. Sen, *Life of Siva Chhatrapati* (Calcutta, 1920), 3

याच काळात शिवाजीने आपल्या भागातील प्रतिस्पर्धी मराठा घराण्यांविरुद्ध कारवाई केली. *सुपे महाल येथें कोणे एके जागी संभाजी मोहिता म्हणून सावत्र आईचा भाऊ मामा होता. तो महाराजांनी महालावरी ठेवला होता. त्याचे भेटीस शिमग्याचे पोस्त मागावयास म्हणून गेले. मामास कैद करून ठेविलें. त्याचे तीनशें घोडे पागेचे होते व द्रव्यही बहुत होते, वस्तभाव, कापड हस्तगत करून सुपे देश साधिला.*[४]

नजीकच्या काळातच शिवाजीने जुन्नर शहरावर हल्ला केला. यात तीनशे घोडे, तीनशे होन किमतीच्या वस्तू आणि शिवाय कपडे आणि दागिने लुटून नेले.

इ.स. १६४८ मध्ये शहाजीला पुन्हा कैदेत टाकण्यात आले. ही अटक शिवाजीच्या पुंडाव्याबद्दल नव्हती तर शहाजी गोवळकोंड्याबरोबरील कटात सहभागी असल्याबद्दल होती. (हा सहभाग असेल अथवा नसेलही) विजापूरचे गोवळकोंडा जिंकून घेण्याचे प्रयत्न चालू होते. अशा वेळी ही मोहीम लांबणीवर पडावी असा कट गोवळकोंडा आणि शहाजीने मिळून रचल्याचा संशय होता. या वेळी शिवाजी आपल्या वडलांच्या सुटकेसाठी फार काही करू शकत नव्हता. त्याने मोगलांच्या अहमदनगर येथील अधिकाऱ्याला विजापूरवर हल्ला करण्याची विनंती केली आणि त्या बदल्यात आपली सेवा देण्याची तयारी दाखवली. पण ही विनंती मोगलांनी धुडकावून लावली. शिवाजीने पुरंदरजवळील विजापुरी फौज परतवून लावली. एका वर्षात शहाजीची सुटका झाली. शिवाजीने आपल्या वडलांची जहागिरी मजबूत करण्याचे प्रयत्न सुरूच ठेवले. त्याने बारामती आणि इंदापूरच्या किल्लेदारांना आपल्या बाजूला फितवले आणि सर्वांत महत्त्वाचे म्हणजे पुण्यापासून ३२ कि.मी. वरील पुरंदर किल्ला जिंकून घेतला. *सवेंच पुरंदरगड इदलशाही येथे नीळकंठराव म्हणोन ब्राह्मण गडास खावंद होते, ते मेले. त्यांचे पुत्र दोघे ते एकांत एक भांडू लागले. त्यांची समजावीस करावयास म्हणून राजे पुरंदरास गेले आणि ते दोघे भाऊ कैद करून तोही गड आपणच घेतला. आपले ठाणे बसविले.*[५]

सरतेशेवटी शिवाजीने पुरंदर किल्ला जिंकल्यानंतर लवकरच विजापूरतर्फे बंडखोर शिवाजी विरुद्ध मोहीम पाठवण्यात आली. गोवळकोंड्याबराबेर संगनमत केल्याबद्दल ज्या सुमारास शहाजीला अटक करण्यात आली होती, त्याच काळात ही मोहीम पाठवण्यात आली. परंतु वेढा यशस्वी करण्यासाठी लागणाऱ्या साधनांच्याअभावी शिवाजीकडून पुरंदर परत मिळविण्यास या मोहिमेला अपयश आले.

इ.स. १६५० ते १६५५ या काळात शिवाजीने आपल्या सैन्यात देशमुखांना आणि इतर सैनिकांना सामील करून घेतले आणि पुणे विभागातील त्याच्या वर्चस्वाला होत

---

४) सभासद बखर, पान ३.

५) सभासद बखर, पान ५.

असलेला विरोध मोडून काढला.[६] या काळात विजापूरतर्फे त्याच्याविरुद्ध काहीच कारवाई करण्यात आली नाही, कारण सुलतान आजारी होता आणि विजापूरचे मुख्य लक्ष गोवळकोंड्याविरुद्धच्या मोहिमेवर होते.

आगामी वर्षी (इ.स. १६५६) शिवाजीने आपल्या वडलांच्या जहागिरीच्या सीमा ओलांडून नजीकच्या दक्षिणेकडील प्रदेश जिंकून घेतले. दक्षिणेकडील डोंगराळ भागात मोरे घराण्याची जहागिरी होती. विजापूर दरबाराकडून त्यांना वर्षानुवर्षे हे वतनी हक्क देण्यात आले होते. शिवाजीने सावकाश पण पद्धतशीरपणे मोऱ्यांचे स्थानिक अधिकारी (पाटील आणि इतर वतनदार) आपल्याकडे फितूर करून घेण्याचे आणि मोऱ्यांची ताकद कमी करण्याचे प्रयत्न चालवले होते. मोरे घराण्यातील एकाला वारसा हक्काच्या वादात 'मदत' करण्याचे आश्वासनही शिवाजीने दिले. या सगळ्याची परिणती मोरे समर्थक आणि शिवाजीचे समर्थक यांच्यातील लढाईत झाली. शिवाजीने जावळीच्या खोऱ्यावर कब्जा मिळवला आणि एका महिन्याच्या वेढ्यानंतर जावळीचा किल्लाही सर केला. या मोहिमेतील शिवाजीचे डावपेच कठोर होते आणि त्यातील दगाफटका हा जाणीवपूर्वक अमलात आणला होता. मे महिन्यापर्यंत त्या भागातील सर्वात बेलाग असा रायगड किल्ला शिवाजीने काबीज केला. यात मोऱ्यांच्या चार भावांचा लढाईत मृत्यू झाला. शिवाजीचा मोऱ्यांच्या ताब्यातील जमिनीवर कायदेशीररित्या काहीच हक्क नव्हता. त्यामुळे ही कारवाई आपल्या प्रतिस्पर्ध्याचा काटा काढणे आणि त्याचा प्रदेश जिंकून घेणे याच हेतूने करण्यात आली, याविषयी बखरींमध्येही एकवाक्यता आढळते. शिवाजीने या मोहिमेत केवळ एक किल्ला जिंकला असे नव्हे, तर त्याला मोठा खजिनाही प्राप्त झाला. याचा वापर करून त्याने रायगडजवळ आणखी एक किल्ला बांधला तो म्हणजे प्रतापगड. याचबरोबर देश आणि कोकण जोडणाऱ्या आठ महत्त्वाच्या घाट रस्त्यांवर शिवाजीने ताबा मिळवला.[७]

इ.स. १६५५ ते १६६० हा काळ विजापूरसाठी आणि एकूण सगळ्या महाराष्ट्रातील राजकारणासाठी गोंधळाचा होता. एक वर्षाहून अधिक काळ विजापुरी सुलतान

६) 'जेधे शकावली' या दस्तऐवजात या घटना वाचायला मिळतात. अनुवाद - P. P. Patwardhan and H. G. Rawlinson *Source book of Maratha History* (Calautta 1978) 35. 'आज्ञापत्र' या मराठ्यांच्या राजकारण शास्त्रावरील आपल्या प्रबंधात रामचंद्र नीळकंठ मोरे, शिर्के, सावंत आणि दळवी यांसारख्या दुराग्रही देशमुखांना बंडखोर मानतात आणि त्यांची गणना दख्खनी मुस्लीम सलतनती, मोगल, युरोपीय लोक आणि कर्नाटकातील नायक अशा इतर शत्रूंमध्ये करतात. पहा - 'आज्ञापत्र' संपादक प्र. न. जोशी (व्हीनस प्रकाशन पुणे)

७) पहा - Patwardhan and Rawlinson, *Source book*, translation of Sabhasad Bakhar, P. 66, Translation of the 91 - Kalami Bakhar, P. 67.

मृत्युशय्येवर खिळून होता आणि सत्ता हस्तगत करण्यासाठी दरबारात वेगळे वेगळे गट बनत होते, फुटत होते आणि पुन्हा नव्याने बनत होते. याच दरम्यान मोगल बादशहा शहाजहानचा मुलगा औरंगजेबाच्या आधिपत्याखाली मोगलांनी मोठ्या सैन्यानिशी विजापूरवर चाल केली. शिवाजीने औरंगजेबाबरोबर पत्रव्यवहार चालू केला. यामध्ये त्याने मोगलांना सर्वतोपरी साहाय्य करण्याचे आणि त्याच्या ताब्यातील विविध मार्ग खुले करण्याचे आश्वासन दिले. त्या बदल्यात मोगलांनी त्याच्या पुण्याच्या आणि जिंकून घेतलेल्या मोऱ्यांच्या जमिनी आणि इतर हक्कांना मान्यता द्यावी अशी मागणी केली. परंतु त्याच वेळी त्याने मोगलांच्या ताब्यातील जुन्नर आणि अहमदनगरच्या बऱ्याच भागांवर हल्ले चालू ठेवले. इ.स. १६५६ मध्ये परिस्थिती अचानक बदलली. शहाजहानचा मृत्यू झाला आणि मोगलांचे तख्त काबीज करण्यासाठी औरंगजेब उत्तरेकडे रवाना झाला. या संधीचा फायदा उठवत शिवाजीने प्रदेश जिंकून घेण्याचे सत्र चालूच ठेवले. त्याने घाट उतरून उत्तर कोकणावर चाल केली आणि कल्याण आणि भिवंडी ही शहरे तसेच माहुलीचा मोठा किल्ला जिंकून घेतला. (पहा नकाशा क्र. २) औरंगजेब अचानक उत्तरेकडे निघून गेल्यामुळे या प्रदेशाच्या मालकीविषयी संभ्रम होता. इ.स. १६३६ च्या तहानुसार विजापूरकडील अहमदनगरच्या राज्याचा जिंकून घेतलेला संपूर्ण भाग त्यांनी मोगलांना देऊन टाकला होता. यात कोकणाच्या उत्तर किनारपट्टीच्या प्रदेशाचा समावेश होता. तेथील प्रशासकीय यंत्रणा उभी करण्याइतका वेळ औरंगजेबाला मिळाला नव्हता. शिवाजीने मोगलांना दिलेल्या मदतीच्या हमीच्या जोरावर त्यांच्यातर्फे ह्या प्रदेशावर हक्क सांगितला.

शिवाजीच्या या कोकणपट्टीवरील स्वाऱ्या अत्यंत यशस्वी ठरल्या आणि कोकण किनाऱ्यावरील प्रमुख सत्तांच्या दृष्टीने प्रथमच शिवाजी दखलपात्र झाला. या सत्तांचा थोडक्यात आढावा घेतला, तर त्यात प्रथम गोव्याच्या पोर्तुगीजांचा समावेश करावा लागेल. त्यांच्या ताब्यात मुंबईच्या ३०-३५ कि.मी. दक्षिणेकडील चौल, मुंबईच्या ४०० कि.मी. उत्तरेकडील दमण आणि सौराष्ट्राच्या दक्षिण किनाऱ्यावरील दीव अशी बरीच छोटी बंदरे होती आणि मुंबई जवळील वसई आणि साळशेट अशांसारखे किल्ले होते. त्यांच्याकडील उत्तम तोफांमुळे आणि प्रगत जहाजांमुळे पश्चिम किनारपट्टीवर त्यांची १६ व्या शतकात दादागिरी होती. (भारताच्या इतर किनारपट्ट्यांवर त्यांची तितकी हुकमत नव्हती.) ते स्थानिक भारतीय जहाजांना परवाने घेण्यास भाग पाडत आणि सागरी वाहतूक करणाऱ्या इतर मुसलमानी जहाजांवर हल्ला करून त्यांना विरोध करत. परंतु पोर्तुगीजांना त्यांच्या व्यापारातून (मुख्यतः भारतातील सुती कापड दक्षिण पूर्व अशियात विकणे) आणि मक्तेदारीतून (मिरी आणि इतर मसाल्याचे पदार्थ) मिळणाऱ्या उत्पन्नातून त्यांना त्यांच्या ताब्यातील किल्ले आणि सैनिकी नौका राखणे अवघड जात

होते. 'शत्रूची' जहाजे बळकावण्याच्या त्यांच्या पद्धतीमुळे त्यांचे इतर राज्यांबरोबरचे आणि सागरी वाहतूक करणाऱ्या इतर धनवंतांबरोबरचे संबंध बिघडलेले होते. सतराव्या शतकाच्या मध्यास पोर्तुगीजांच्या सागरी हुकमतीला शह दिला गेला आणि त्यांची सत्ता ओहोटीला लागली. पश्चिम किनारपट्टीवर दुसरी महत्त्वाची सत्ता डचांची होती. स्वत:कडील अधिक प्रगत नौकाशास्त्राच्या बळावर, सतराव्या शतकाच्या सुरुवातीच्या काळात, पोर्तुगीजांच्या गोवा आणि इतर बंदरांमध्ये त्यांची कोंडी करण्यात डचांना यश आले आणि सतराव्या शतकाच्या मध्यास त्यांनी पोर्तुगीजांची भारतीय किनारपट्टीवरील आणि दक्षिण-पूर्व अशियातील बरीच मोक्याची बंदरे काबीज केली. याच सुमारास ब्रिटिशांची तिसरी सत्ता या व्यापारात प्रवेश करण्याच्या तयारीत होती. मिरी आणि मसाल्याचे पदार्थ मिळवण्यात डचांपुढे ते कमी पडत होते आणि भारताऐवजी दक्षिण-पूर्व अशिया आणि युरोपातील थेट व्यापाराचा काही हिस्सा मिळवण्याचा प्रयत्न करत होते. इ.स. १६३० च्या सुमारास ब्रिटिश आणि डचांमध्ये मोठे सागरी युद्ध सुरू झाले आणि ते कमी-अधिक प्रमाणात पुढील ५० वर्षं चालू राहिले.[८] सतराव्या शतकाच्या मध्यास पश्चिम किनारपट्टीवरील तापी नदीच्या तोंडावर असलेल्या मोगलांच्या सुरत बंदरातून ब्रिटिशांचा सुताचा मोठा व्यापार चालत होता. ते भारतीय सुती कापडाची युरोपात निर्यात करत. तोवर मुंबई बंदर ब्रिटिश सत्तेकडे आले नव्हते.[९] पश्चिम किनारपट्टीवर कार्यरत असलेल्या या तीन युरोपीयन सत्तांपेक्षाही अधिक बलाढ्य सत्ता होती, जंजिऱ्याच्या सिद्दींची. या अबिसिनीय मुसलमान घराण्याच्या ताब्यात जंजिऱ्याचा बेलाग जलदुर्ग आणि जवळपासचा बराच मोठा भूप्रदेश होता. स्वत:च्या व्यापारी वाहतुकीचे रक्षण करण्यासाठी मोठी खडी फौजही त्यांनी बाळगली होती.[१०] या सर्व सत्तांना

---

८) पहा - O. C. Kail, *The Dutch in India* (Delhi, 1981), 44 - 45.

९) पहा - S. A. Khan *Sources for the History of British India in the Seventeenth Century (New Delhi, 1978)* या काळात भारतातील आणि चीनमधील इंग्रज व्यापाऱ्यांमधील तुलना लक्षणीय ठरते. चीनमध्ये इंग्रज स्वत:ची व्यापारी शहरे वसवू शकले नाहीत अथवा किनाऱ्यावरील व्यापारावर हुकमत गाजवू शकले नाहीत. त्यांना चीनमध्ये रूढ असलेल्या व्यापारी चौकटीतच व्यापार करावा लागला आणि चीनच्या अंतर्गत भागात त्यांचा शिरकाव होऊ शकला नाही. चीनकरवी करण्यात आलेल्या तीव्र राजकीय विरोधामुळे इंग्रजांचा प्रभाव मर्यादित राहिला.

१०) मुंबईच्या दक्षिणेला समुद्रमार्गे ८० - ८५ कि.मी. वर असलेला जंजिरा किल्ला हा सिद्दीचा सर्वात बळकट किल्ला होता. या भागातील सिद्दीचे कायदेशीर हक्क इतरांप्रमाणेच संदिग्ध होते. सुरुवातीला ते अहमदनगरच्या सलतनतीचे सरदार होते. मोगलांनी अहमदनगर खालसा केल्यावर त्यांनी आदिलशाही बरोबर संधान बांधले. सतराव्या शतकाच्या मध्यास जंजिऱ्याच्या जवळचा आणि महाराष्ट्राच्या आत्ताच्या रायगड जिल्ह्याचा बराचसा भाग सिद्दीच्या हुकमतीखाली होता. पहा - V. G. Dighe, *Peshwa Bajrao I and the Maratha Expansion (Bombay, 1944)*, 43 - 45.

किनारपट्टीवर स्थापित होता आले; कारण मोगल, अहमदनगर आणि विजापूरच्या भूसत्तांना सागरी व्यापारातून फारसे उत्पन्न मिळत नव्हते आणि प्रामुख्याने या व्यापाराकडे त्यांचे फारसे लक्षही नव्हते. या अशा गुंतागुंतीच्या किनारपट्टीवरील राजकारणात इ.स. १६५७ मध्ये कोकणात विजय मिळवत शिवाजीने प्रवेश केला.[११] परंतु या उत्तर कोकणातील यशानंतरही शिवाजीला तेथील अस्तित्वात असलेल्या राजकीय स्थितीत फारसा बदल करता आला नाही. त्याला जंजिऱ्याच्या सिद्दीचा पराभव करता आला नाही आणि मोगल आणि विजापूर विरुद्धच्या संघर्षात अडकल्यामुळे त्याला पोर्तुगीजांबरोबर मैत्रीपूर्ण संबंध ठेवावे लागले.

इ.स. १६५९ च्या शेवटच्या काळात शिवाजीच्या ताब्यात पुणे जिल्हा, सातारा जिल्ह्याचा उत्तर भाग आणि ठाणे आणि कुलाबा या जिल्ह्यांमधील जवळपास निम्मा भाग होता. त्याच्या ताब्यात लहान-मोठे चाळीस किल्ले होते, ७००० चे घोडदळ होते. जवळपास १०००० पायदळ आणि ३००० भाडोत्री सैनिक होते.[१२]

इ.स. १६५७ ते १६५९ या काळातील घटना विजापूर दरबाराच्या दृष्टीनेही तितक्याच महत्त्वाच्या होत्या. औरंगजेबाच्या उत्तरेकडे परत जाण्याने मोगल आणि विजापूर यांच्यातील तहानुसार विजापूर राज्याची उत्तर सीमा आता मोगल आक्रमणांपासून सुरक्षित झाली होती. त्याचप्रामणे विजापूरच्या गादीसंबंधीचा वाद काहीसा मिटून अली आदिलशहा द्वितीय हा गादीवर आरूढ झाला. जरी सुलतान अज्ञान असला आणि त्यामुळे राज्यासमोर बरेच प्रश्न असले, तरी गादीवर सुलतान होता हीच मोठी गोष्ट होती आणि काही कारभार केला जाऊ शकत होता. शिवाजीचे स्वराज्य स्थापण्याचे चालू असलेले प्रयत्न हा एक फार महत्त्वाचा प्रश्न होता. शेवटी इ.स. १६५९ मध्ये विजापूरकडून

---

११) ही चर्चा अलीकडील संशोधनावर आधारित असून त्याचा उल्लेख करत आहोत. M. N. Pearson, *Merchants and Rulers in Guiarat* (Berkeley, 1976) Ashin Das Gupta and M. N. Pearson (eds.) *India and the Indian Ocean, 1500 - 1800,* (Oxford, 1987), K. N. Chaudhary, *Trade and Civilization in the Indian Ocean. An Economic History from the Rise of Islam to 1750)* (Cambridge, 1985) शिवाजी आणि पोर्तुगीज यांच्यातील संबंधाविषयी पहा - P. S. Pissurlenkar, *Portuguese Mahratta Relations* (Bombay, 1983)

१२) तत्कालीन पद्धतीनुसार जिंकलेला प्रदेश सैन्यात 'जहागिरी'च्या स्वरूपात वाटण्यात येत असे. शिवाजीने ही पद्धत मोडून काढली. शिवाजीच्या सुरुवातीच्या सैनिकांना शिवाजीच्या मालकीचे घोडे आणि पगार देण्यात येई. याची तुलना समकालीन तामीळनाडूशी केल्यास तेथील सैनिकांना पगाराइतके उत्पन्न देणाऱ्या जमिनी इनाम म्हणून देण्यात येत. या इनाम जमिनी अगदी काही एकरांपासून ते कैक एकरापर्यंत असत. यामुळे बरीचशी उपजाऊ जमीन इनामापोटी वाटण्यात आली होती. पहा - N. B. Dirks, *The Hollow Crown Ethnohistory of Indian Kingdom* (Cambridge, 1987) 42 - 47, 168 - 95.

कारवाई करण्यात आली. अफझलखानाने १०००० सैन्यासह शिवाजीचा बिमोड करण्यासाठी घाट मुलखात प्रवेश केला. विजापूरचे जहागिरदार असलेल्या स्थानिक सरदारांवरही शिबंदी आणि शिधा साम्रगी पुरवणे बंधनकारक होते. या मोहिमेतील बहुतेक सर्वांत महत्त्वाची घटना शिवाजीच्या सैन्याशी गाठ पडण्याआधीच मोहिमेच्या सुरुवातीलाच घडली. विजापुरातून महाराष्ट्रात प्रवेश करताना अफजलखानाने हिंदू मंदिरे, विशेषत: पंढरपूरसारखी महत्त्वाची स्थाने उद्ध्वस्त केली.[१३] विजापूरच्या मोहिमांमध्ये यापूर्वी हे कधीच घडले नव्हते. या घटनेमुळे उताराला लागलेल्या विजापूर राज्यातील वाढती कर्मठ धार्मिकता दिसून आली. या घटनेमुळे ज्या स्थानिक देशमुख जहागिरदारांची अफजलखानाला मोलाची मदत झाली असती, ते देशमुख अफजलखानापासून दुरावले गेले. अफजलखानाच्या अखत्यारीत वाईच्या जवळपास प्रदेश असल्यामुळे त्याला या भागाची माहिती होती आणि त्यामुळेच त्याला ह्या देशमुखांची गरज भासली नाही. मे ते नोव्हेंबर या काळात दोन्ही बाजूंकडून मोर्चेबांधणी करण्यात आली. शिवाजीने प्रतापगडावर आपले बस्तान बसवतानाच जावळीच्या जंगलात सैन्य पेरले. अफजलखानाचे सैन्य मैदानी युद्धासाठी जास्त योग्य होते. डोंगर-घाटांमधून हालचाल करणे त्याच्या घोडदळाच्या दृष्टीने जिकिरीचे होते. त्याच्याकडे वेढा घालण्यास आवश्यक अशी यंत्रणा नव्हती. शिवाजीला माहीत होते की, मैदानी युद्धात अफजलखानाला मात देणे शक्य नाही. त्यामुळे अफजलखान प्रतापगडाला वेढा घालून वाट पाहत थांबला. शिवाजीकडे गडावर शिधा सामग्री मर्यादित होती; पण अफजलखानाला त्या भागातून रसद मिळत नव्हती. बराच काळ चाललेल्या वाटाघाटी अखेर फळास आल्या. शिवाजीला स्वत:ला डावपेचांच्या दृष्टीने फायदेशीर असलेल्या जागी अफजलखानाबरोबर भेट ठरवण्यात यश मिळाले. प्रतापगडाच्या पायथ्याजवळच्या जंगलातील मोकळ्या जागेत भेट ठरली. या जंगलातील सगळ्या चोरवाटा मराठ्यांना चांगल्याच माहीत होत्या. भेटीच्या ठिकाणी अफजलखान स्वत:चे फक्त १५०० संरक्षक सैनिक आणू शकत होता. भेटीच्या शर्तीनुसार अफजलखान आणि शिवाजी हे एकेकटे भेटणार होते. भेटीस येताना दोघेही शस्त्रसज्ज होऊन आले. शिवाजीने अंगरख्याच्या आत चिलखत घातले. जिरेटोपाच्या आत शिरस्त्राण घातले. एका हातात छोटी तलवार होती तर दुसऱ्या पंजात धारदार वाघनखे होती. शिवाजी साशंक असणे स्वाभाविकच होते. अशाच एका प्रसंगी दहा वर्षांपूर्वी अफजलखानाने युद्धविरामसंधीचा गैरफायदा घेत एका हिंदू सेनापतीला अटक केली

---

१३) सभासद बखरीत अफजलखान प्रकरण विस्तृतपणे वर्णिलेले आहे. पहा - S. N. Sen *Extracts and documents Relating to Maratha History Vo II* (Calcutta, University of Calcutta, 1920) 182 - 191

होती. भेटीच्या वेळी शामियान्यात घडलेल्या घटनाक्रमाविषयी कधीच नक्की कळू शकणार नाही, पण ही घटना महाराष्ट्राशी निगडित असलेल्या प्रेरणादायक आणि अमरकथांपैकी एक कथा बनली आहे.[१४] खेडोपाडी उत्सवांमध्ये त्यावर आधारित पोवाडे अजूनही गायले जातात. अजूनही त्यावर आधारित चित्रपट, नाटके बनतात आणि शाळेच्या पुस्तकांमध्ये त्याचा सहभाग असतो. अफजलखान आणि शिवाजीत झटापट झाली. शिवाजीने वाघनखांनी अफजलखानाचा कोथळा बाहेर काढला. अफजलखानाला मारल्यानंतर ईशारत होताच शिवाजीचे सैनिक बेसावध शत्रूसैन्यावर तुटून पडले आणि त्यांची कत्तल केली. प्रसंगवशात असेही आढळते की, या विजापुरी सैन्यात पिढ्यानपिढ्या इमानेइतबारे विजापूरची चाकरी करणारे मराठा सैनिकही होते.

अफजलखानाच्या पराभवानंतर विजापूरबरोबरचा संघर्ष अधिक तीव्र झाला. सुलतानाने अफजलखानाच्या मुलाच्या म्हणजे फाजलखानाच्या नेतृत्वाखाली आणखी सैन्य पाठवले. मध्यंतरीच्या काळात शिवाजीने साताऱ्याच्या दक्षिण भागात हल्ला केला आणि पुढे अजून दक्षिणेकडील उत्तर कर्नाटकावर छापा घातला. कोल्हापूरजवळचा पन्हाळा किल्लाही शिवाजीने जिंकून घेतला. सिद्दी जोहरची नेमणूक होईपर्यंत विजापुरी सैन्य फारसे परिणामकारक नव्हते. सिद्दी जोहर सिद्दी घराण्यातीलच होता आणि मध्य कर्नाटकातील कर्नूल भागाचा सुभेदार होता. त्याच्या नेतृत्वाखाली पुनर्बळ मिळालेल्या विजापूर सैन्याने पन्हाळ्याभोवती वेढा घालून गडावरील शिवाजीची कोंडी केली. शिवाजी काही थोड्या सैनिकांसह पन्हाळ्याच्या वेढ्यातून निसटला आणि रातोरात विशाळगडाकडे गेला आणि थोड्या सैन्याने एका अरुंद खिंडीत पाठलाग करणाऱ्या शत्रूसैन्याला अडवून धरले. अफजलखान वधाप्रमाणेच ही खिंड लढविण्याची घटनाही अत्यंत लोकप्रिय आहे. ही मोहीम अर्धवटच राहिली. शिवाजी विशाळगडावर सुखरूप राहिला आणि सिद्दी जोहरच्या सैन्यात पावसाळा तोंडावर आल्यामुळे चलबिचल झाली आणि त्याने मोहीम आवरती घेतली.

अफजलखानाच्या पराभवानंतर शिवाजीने कोकणावरील आपली पकड अधिक मजबूत करण्याच्या दृष्टीने गांभीर्याने प्रयत्न सुरू केले. त्याला आरमाराचे महत्त्व जाणवले आणि त्याने छोट्या वेगवान नौका असलेले आरमार उभे केले. युरोपीय मोठ्या युद्धनौकांचा सामना करण्याची ताकद या आरमारात नसली, तरी ते व्यापारी नौका काबीज करू शकत होते. शिवाजीने बांधलेल्या सागरी दुर्गाप्रमाणेच या आरमाराचे मुख्य काम जंजिऱ्याच्या सिद्दीला आव्हान देऊन त्याच्यावर वचक ठेवणे हे होते. जरी शिवाजीने

---

१४) ही आणि इतर अशाच कथा H. A. Ackworth लिखित *Ballads of the Marathas (London, 1894)* यात वाचायला मिळतात.

कोकणावर आपली पकड मजबूत केली, तरी कमकुवत सागरी तोफांमुळे सिद्दीचा पराभव करणे त्याला त्याच्या कारकिर्दीत तर शक्य झाले नाहीच; पण नंतरही मराठ्यांना सिद्दीला हरवता आले नाही.[१५]

शिवाजीच्या रूपाने मोगल साम्राज्यापुढे उभ्या राहिलेल्या आव्हानाचा विचार करण्यापूर्वी विजापूरच्या सलतनतीकडे शिवाजीसारख्यावर वचक ठेवणे आणि एकूणच बंडखोरी रोखणे यांसाठी कोणते पर्याय होते याचा विचार करू. पहिला पर्याय म्हणजे अशा बंडखोराला त्याच्या पाठीराख्यांसह लष्करी चाकरीत लावून घेणे. हा एक अतिशय प्रभावी आणि दीर्घकालीन उपाय असे. शिवाजीच्याबाबतीत त्याचा उपयोग झाला नाही, कारण त्याने विजापूर दरबारची चाकरी कधीच स्वीकारली नाही. त्याऐवजी पुणे परगण्यावर स्वत:ची हुकमत निर्माण केली. विजापूरकडे यानंतरचा पर्याय म्हणजे अशा बंडखोराची मालमत्ता जप्त करणे आणि जहागिरी बरखास्त करणे. हे एक सर्वसाधारण धोरण होते. याद्वारे बंडखोराची चाकरी तात्पुरती स्थगित केली जाई. यामुळे त्याचे ठराविक उत्पन्न आणि लुटीतील हिस्सा बंद होई. दरबारातील आणि गावामधल्या समारंभातील त्याच्या स्थानावर परिणाम होई. त्याच्या पदरच्या शिबंदीचा पगार भागवण्याच्या क्षमतेवरही परिणाम होत असे. एखादा बंडखोर जो एकूणच सगळ्या राज्यव्यवस्थेचा अविभाज्य भाग बनलेला असे, त्याला अशा रितीने बहिष्कृत केल्यास त्याची बंडखोरी ६ महिने ते वर्षभरानंतर थंडावत असे. अशा पद्धतीची कठोर उपाययोजना शहाजीच्याबाबतीत बऱ्याच वेळा यशस्वी झाली होती. कारण तो सर्वस्वी विजापुरी लष्कराचा एक अविभाज्य घटक होता. शहाजीसारख्या जहागीरदारासाठी दोनच पर्याय उपलब्ध असत. जर वाद विकोपाला गेले, तर दुसऱ्या राज्यात चाकरी पत्करायची किंवा आपल्या जहागिरीत जाऊन तेथील सरकारी अधिकाऱ्यांची हकालपट्टी करायची आणि उघड उघड बंडखोरी करायची. शहाजीच्या बाबतीत हे शक्य नव्हते, कारण त्याचे बरेच हितसंबंध विजापूरच्या दरबारात आणि बंगळूरुच्या जहागिरीत गुंतले होते. त्यामुळे दुसरी चाकरी पत्करणे किंवा आपल्या मुलखात जाऊन बंड करणे त्याला शक्य नव्हते. शिवाजीच्याबाबतीत ही उपाययोजना करण्यात आली होती. त्याची मालमत्ता जप्त केली होती. पण त्याचा त्याच्यावर काहीही परिणाम झाला नाही, कारण तो विजापूरच्या

---

१५) पहा - G. T. Kulkarni "The Mughal Struggle for the Occupation of Talkokan (1660 - 1662) in kamble (ed.) *Studies in Shivaji*, 57 - 59. सिद्दीचा पराभव करण्यासाठी आरमार उभारण्याचे शिवाजीचे प्रयत्न जाणून घेण्यासाठी पहा - J. N. Sarkar, *Shivaji and his times* New Delhi, 1973) 295 - 75, पहा - B. K. Apte, *A History of the Maratha Navy and Merchantships* (Bombay, 1973)

लष्कराचा एक अधिकारी कधीच नव्हता. त्याचे उत्पन्न आणि स्थान हे विजापूरच्या चाकरीवर अवलंबून नव्हते. त्या काळच्या एकूणच राजकारणाचा विचार करता शहाजीने शिवाजीच्याबाबतीत हात झटकून, दरबाराने त्याच्यावर कोणतीही कारवाई करावी असे म्हणणे यात काहीच गैर नव्हते.

कागदोपत्री जप्तीचा हुकूम काढणे हे तसे सोपे होते. पण या हुकुमाची अंमलबजावणी करणे तितके सोपे नव्हते. विजापूरचे थोडेफार सैन्यच गावोगावी असे आणि तेही मुख्यत्वे किल्ल्यांवर असे. बंडखोरीचा बिमोड करण्यासाठीची यापुढील पायरी म्हणजे बंडखोराला व्यक्तिश: अटक करणे. हा बंडखोर जर दरबारात हजर असेल, तर हे सहज शक्य होते. शहाजीला अशा प्रकारे दोनदा अटक झाली होती; पण शिवाजी दरबारात कधीच हजर नसल्याने अशी कारवाई करणे अशक्य होते. यापुढील उपाय म्हणजे बंडखोराच्या भागातील दुसऱ्या एखाद्या निष्ठावान जहागीरदाराला बंडखोराविरुद्ध कारवाई करून त्याचा जमीनजुमला जप्त करण्याचा हुकूम देणे. विजापूरने हाही प्रयत्न केला. शिवाजी आणि जावळीच्या मोऱ्यांमधील संघर्ष याच स्वरूपाचा होता.

बंडखोराला काबूत ठेवण्याचे हे सर्व उपाय थकल्यानंतरच विजापूरसारखे राज्य सैन्य पाठवण्याचा विचार करे. असा बंडखोर स्वत:च्या जहागिरी सांभाळून जवळपासच्या इतर जहागीरदारांवर हल्ला करून त्यांना उपद्रव पोहोचवत असे. त्यामुळे राज्याच्या महसुलावर परिणाम होत असे. सैन्याचा उपयोग राज्यविस्तारासाठी करणे फायदेशीर असे, त्यामुळे जहागिरदारांना सांभाळण्यासाठी नवीन जमिनी उपलब्ध होत आणि महसुलात वाढ होत असे. बंडखोरांचा बिमोड करण्यासाठी सैन्यबळाचा वापर करणे हे तसे तोट्याचेच असे. त्यामुळे फारतर बंडखोराच्या ताब्यातील जमीन परत मिळे, पण ती आधीच जहागिरीच्या स्वरूपात दिलेली असल्याने महसुलात फारशी वाढ होत नसे. इतरही काही कारणांमुळे एखादे राज्य बंडखोरांविरुद्ध सैन्याचा वापर करण्यास निरुत्साही असे. एकतर कारवाईसाठी जवळपासच्या दुसऱ्या जहागिरदाराचा उपयोग करण्यापेक्षा सैन्याचा वापर करणे अधिक खर्चिक असे. त्याशिवाय आधीच्या प्रकरणात वर्णन केल्याप्रमाणे त्या काळातील लढायांमध्ये इतरही अडचणी असत. मोहिमेच्या यशापयशावर दरबारातील राजकारणाची समीकरणे बदलत असत. रणांगणावर या सैन्याचा मुख्य प्रयत्न बंडखोराला आपल्या ताकदीच्या दिखाव्याने दडपून टाकायचे असा असे. अफझलखानाने शिवाजीविरुद्ध याचाच वापर केला. शिवाजीची तहाची बोलणी करण्याच्या निमित्ताने अफझलखानाची हत्या करण्याची कृती धाडशी असली, तरी काहीशा हतबलतेतून घडली होती. या वेळेपर्यंत शिवाजीला जाणवले होते की, विजापुरी सैन्य त्याचा बिमोड करायलाच आले होते आणि मैदानी युद्धात या सैन्यासमोर

त्याला पराभूत व्हावे लागले असते.

मोगलांसाठी शिवाजीची बंडखोरी हे विकतचे दुखणेच होते. आपण आधी पाहिलेच आहे की, इ.स. १६३६ च्या मोगल-विजापूर तहानुसार विजापूरने मागील वीस वर्षांत अहमदनगरचा कब्जा केलेला बराचसा भूप्रदेश मोगलांना दिला होता. या भूप्रदेशातील बऱ्याच परगण्यांवर शिवाजीचा ताबा होता. शहाजहानच्या वृद्धापकाळी उद्भवलेल्या वारसाहक्काच्या धामधुमीत याविषयी काहीच करणे मोगल प्रशासनाला शक्य झाले नाही. शिवाजीने इ.स. १६५८-५९ या काळात औरंगजेबाला बरीच पत्रे पाठवली. त्यात त्याने त्याच्या 'वडिलोपार्जित' जमिनी त्याच्या नावे करण्याची विनंती केली. त्या बदल्यात ५०० प्रशिक्षित सैनिकांची तुकडी मोगलांच्या सीमा राखण्यासाठी देऊ केली. तसेच कोकणातील विजापूरच्या अखत्यारीतील जो प्रदेश शिवाजी जिंकेल, त्यावर मोगल साम्राज्याची मालकी प्रस्थापित करण्याची तयारीही त्याने दाखवली. औरंगजेबाने शिवाजीच्या नावे माफीनामा जारी करून त्याची मोगलांप्रतीची निष्ठा सिद्ध करण्याची आज्ञा केली.[१६] इ.स. १६५९ च्या मध्यास औरंगजेबास प्रतिस्पर्ध्यांचा पाडाव करण्यात यश आले आणि तो मोगल तख्तावर आरूढ झाला. लगेचच त्याने त्याचा मामा शाहिस्तेखान याला दक्षिणेकडील विस्कटलेली घडी परत नीट बसवण्यासाठी पाठवले. शिवाजी किंवा मोगल कोणाचीही मागील दोन वर्षांतील सहमतीचे करार पाळण्याची तयारी नव्हती. इ.स. १६५९ मध्ये शिवाजीने दक्षिण कोकणावर हल्ला केला. मध्यंतरी या काळात शाहिस्तेखानाने अहमदनगरजवळील परगणे आणि उत्तर कोकणावर जम बसवला. त्याने कल्याणच्या किल्ल्याबरोबर चाकणचा भुईकोट किल्लाही जिंकून घेतला. चाकणचा किल्ला अहमदनगरकडे जाणारा रसदीचा मार्ग राखण्यासाठी महत्त्वाचा होता, तसेच तेथून कोकणात जाणारा मार्गही महत्त्वाचा होता. देशावर हल्ले करून मोगलांनी शिवाजीच्या जहागिरीचा प्रदेश उध्वस्त केला. शिवाजीच्या सेनानींना भुलवण्यासाठी शाहिस्तेखानाने जहागिऱ्यांचे आमिष दाखवले. त्या बदल्यात कोकण आणि देशावरील शिवाजीच्या ताब्यातील मुलूख मोगलांना मिळावा म्हणून या सेनानींकडून मदतीची अपेक्षा त्याने व्यक्त केली.[१७] अशी स्थिती एप्रिल १६६३ पर्यंत राहिली. या सुमारास शिवाजीने शाहिस्तेखानाच्या छावणीवर धाडसी छापा घातला. चारशे सैनिकांसह शिवाजी छावणीत घुसला आणि शाहिस्तेखानावर प्रत्यक्ष हल्ला केला.

---

१६) पहा - J. N. Sarkar *House of Shivaji* (New Delhi, 1978) 121 - 23.

१७) पहा - A. R. Kulkarni, "The Mughal Struggle." 59 - 64. वाचकांना माहीत आहे की, उत्तर कोकणावर खरेतर सिद्दीचेच नियंत्रण होते. जो कोणी सेनानी हा प्रदेश जिंकेल, त्याच्याकडे त्याचे नियंत्रण देण्याची तयारी शिवाजी आणि मोगलांनी दर्शविली होती.

शिवाजीने शाहिस्तेखानाच्या निवासस्थानावर मारलेला धाडसी छापा एक आख्यायिका बनला आहे. त्याने सिंहगडावरून २५०० सैनिकांसह प्रयाण केले. त्यांपैकी एक हजाराची फौज पुण्याच्या मूळ कसब्यापासून एक मैलावर आलेल्या मोगल छावणीला घेरायला पाठवली. हा छापा रमझानच्या काळात घालण्यात आला. त्यामुळे दिवसभराचा उपवास सोडताना मोगल सैनिकांनी भरपेट खाल्ले असणार आणि त्यामुळे ते गाढ झोपेत होते. शिवाजीने निवडक ४०० सैनिक आपल्याबरोबर घेतले आणि शाहिस्तेखानाच्या निवासाभोवतीच्या पहारेकऱ्यांना आपण त्यांच्या जागी पहाऱ्यास आलो आहोत असे पटवले. त्यांनी स्वयंपाकघरातून प्रवेश केला. तेथून अंत:पुरात शिरून त्यांनी शाहिस्तेखान आणि त्याच्या रक्षकांवर हल्ला केला. या गोंधळात शिवाजीने शाहिस्तेखानाचा अंगठा तोडला. एका स्त्रीने मशाली विझवल्या आणि त्या अंधाराचा फायदा घेत शाहिस्तेखान निसटला. हल्लेखोरांनी पहारेकरी मारले; पण चुकून जनान्यातील स्त्रियाही मारल्या गेल्या. शाहिस्तेखानाचा मुलगा त्याच्या शयनगृहात आल्यामुळे तोही शिवाजीकडून मारला गेला. या अभूतपूर्व गोंधळाचा फायदा उठवत मराठ्यांनी पोबारा केला. मोगल सैनिक अंधारात त्यांचा शोध घेत राहिले. असा हा छापा पूर्णपणे यशस्वी झाला.[१८]

याच सुमारास शिवाजीने औरंगजेबाचे अधिकारी आणि सल्लागार यांना लिहिलेल्या पत्रांतून शिवाजीचा महाराष्ट्राच्या बिकट भौगोलिक रचनेवरील विश्वास व्यक्त होतो. मोगलांच्या आक्रमणापासून हा डोंगराळ भागच त्याच्या राज्याचे रक्षण करेल याविषयी त्याला खात्री होती. मोगलांना एक प्रकारे आव्हान देताना गेल्या तीन वर्षांतील मोगलांच्या शिवाजी विरुद्धच्या मोहिमांना यश का मिळू शकले नाही, याविषयीही त्याने प्रश्न उपस्थित केलेला दिसतो. शिवाजी लिहितो.

My home, unlike the forts of Kaliani and Bidar, is not situated on a spacious plain, which may enable trenches to be run (against the walls) or assault to be made. It has lofty hill ranges... every where there are nalas hard to cross, sixty forts of extreme strength have been built and

---

१८) शिवाजीचा हा रात्रीचा हल्ला इतका धाडसी आणि यशस्वी होता की, विविध समकालीन लेखकांनी त्याविषयी लिहून ठेवले आहे. यात इंग्रजांची पत्रे, पोर्तुगीज प्रवाशाने केलेली नोंद आणि मोंगलांपैकी काहींनी लिहिलेल्या आठवणींमधील उल्लेख याचा समावेश आहे. काही वर्षांनंतर लिहिलेल्या सभासद आणि चिटणीस बखरीतही याविषयी उल्लेख आहे. पहा - Unpublished Factory Records of Surat (Gyffard to Surat, 12 April 1663 and 23 may 1663) the *Storia do Magor or Mogul India, 1653 - 1708* by Niccolao Manucci. translated with introduction and notes by William Irvine Vol II (Calcutta : Editions Indian reprinted edition 1965) II 104 - 106. Mahammad Hashim Khafi Khan *Muntakhabulabad* translated and edited by H. M. Elliot, John Dowson *Lahor : Sang-e-Meel Publications, reprinted edition, 2006.*

some (of them are) on the sea coast.[१९]

शाहिस्तेखानावरील रात्रीच्या वेळी केलेल्या हल्ल्यानंतर काही महिन्यांतच मोगलांच्या दबावाला न जुमानता शिवाजीने सुरत शहरावर हल्ला केला. सुरतेवरील हल्ल्याविषयी वेगवेगळ्या युरोपियन लेखकांच्या लिखाणात विस्तृत चर्चा आढळते. अशा इतर हल्ल्यांच्या तुलनेत ही लूट कमीतकमी जीवितहानी करणारी होती.[२०] परंतु सुरतेच्या मदतीसाठी मोगल सैन्य चालून येत आहे असे कळताच, मोठ्या लुटीसह शिवाजीने माघारी पलायन केले.

शाहिस्तेखानाचा पराभव आणि सुरतेची लूट या दोन लाजिरवाण्या घटनांमुळे मोगलांच्या दृष्टीने शिवाजी स्थानिक पातळीवरील किरकोळ बंडखोर न राहता एक मोठा प्रश्न बनला. सुरत मोगलांचे मुख्य बंदर होते. दरबारातील बऱ्याच उमरावांच्या आणि खुद्द बादशहाच्या मालकीच्या मालवाहू नौका सुरतेहून सुती कापड, अफू, कथिल (टिन) आणि इतर गोष्टी घेऊन जात. तसेच मोठ्या संख्येने मक्केला जाणारे यात्रेकरूही याच बंदरातून प्रयाण करत. म्हणून सुरतेवरील हल्ल्यामुळे मोगलांना शिवाजीविरुद्ध मोठी मोहीम आखणे भाग पडले.

शिवाजीच्या बंडखोरीला प्रत्युत्तर म्हणून मोगलांकडून १४०००-१५००० चे प्रशिक्षित सैन्य पाठवण्यात आले. या सैन्याचे नेतृत्व त्या काळातील एक धुरंधर सेनानी जयसिंग करत होता. शिवाजीच्या मुलखात येताच इ.स. १६६५ मध्ये जयसिंगाने वेगवेगळ्या आघाड्यांवर आक्रमण सुरू केले. मोगलांच्या घोडदळाने शिवाजीच्या पुणे जहागिरीचा प्रदेश बेचिराख करायला सुरुवात केली. शिवाजीच्या सैन्याला याचा प्रतिकार करणे शक्य नव्हते. याच काळात जयसिंगाने शिवाजीचे महत्त्वाचे सरदार तसेच त्याचे

---

१९) पहा - J. N. Sarkar, House of Shivaji 125. सरकारांनी औरंगजेब त्याचे अधिकारी आणि शिवाजी यांच्यातील बरीच फारसी पत्रे इंग्रजीत अनुवादित केली आहेत. त्यांनी त्यांच्या स्थळप्रती कोठे आहेत याविषयी काहीही सांगितलेले नाही. पण एकूण भाषारचनेवरून ती पत्रे खरी असावीत असे वाटते. मूळ पत्रे उपलब्ध नसल्याने सरकारांचा इंग्रजी अनुवाद उद्धृत केला आहे.

२०) सुरतेच्या लुटीसंबंधी कैक हकिगतींसाठी पहा - S. N. Sen *Foreign Biographies of Shivaji* Calcutta, 2nd rev. ed. 1977 एम. एन. पिअर्सनच्या मते शाहिस्तेखानावरील हल्ला आणि सुरतेची लूट या दोन गोष्टी मोगलांच्या ऱ्हासास कारणीभूत ठरल्या. यामुळे मोगलांना दक्षिणेकडे लक्ष केंद्रित करून मोठी मोहीम आखणे भाग पडले. मोगलांना त्यांच्या सैनिकी ताकदीचा देखावा दाखवत ठेवणे आवश्यक होते. याच्या जोरावर ते मनसबदारांची निष्ठा आणि पर्शियासारख्या शेजारील राजवटीकडून आदर बाळगू शकत होते. पहा - "Shivaji and the Decline of Mogul Empire" *Journal of Asian studies* 35, 2 (February 1976) 221 - 35, परंतु दख्खन जिंकण्याचा मोगलांचा मनसुबा शिवाजीचा उदय होण्याआधीपासून होता असे दिसते.

शिलेदार आपल्या बाजूला फितवले. त्यामुळे शिवाजीच्या सैन्याची ताकद कमी झाली. जेव्हा शिवाजीने परांड्याच्या प्रदेशात (आजच्या उस्मानाबाद जिल्ह्यात चाल केली), तेव्हा मोगलांनी त्याच्या मागावर न जाता पद्धतशीरपणे त्याचे किल्ले जिंकून घ्यायला सुरुवात केली. यापूर्वीच्या मोहिमांपेक्षा मोगलांकडे वेढा लढवण्याचे तंत्र आणि त्यासाठीची साधन-सामग्री अधिक परिणामकारक होती. त्यांच्याकडे वेढा घालून किल्ले घेण्यासाठी लागणाऱ्या रसद थांबवणे, सुरुंग पेरणे किंवा अचानक हल्ला करणे अशा सर्व डावपेचांचे ज्ञान होते आणि सरावही होता.

जयसिंग एप्रिल १६६५ च्या सुरुवातीला पुण्याहून बाहेर पडला. फौजेच्या काही तुकड्या मुख्य मार्गाला मिळणाऱ्या वेगवेगळ्या वाटांच्या बंदोबस्तासाठी त्याने तैनात केल्या आणि मुख्य फौजेसह पुरंदर किल्ल्याच्याजवळ दक्षिणेकडे तळ ठोकला. पुढील महिनाभर चाललेल्या तीव्र मोहिमेत शिवाजीचा देशावरील आणि कोकणातील प्रदेश आणि उभी पिके जयसिंगाने बेचिराख केली. घोडदळाच्या लढाया संपूर्ण पश्चिम महाराष्ट्रात लढल्या गेल्या. पुण्याजवळच्या लोहगड परिसरात मराठ्यांच्या घोडदळाचा पराभव झाला. मराठ्यांच्या फौजांनी प्रत्युत्तरादाखल रात्रीच्या वेळी छापे मारणे, रस्ते अडवणे अशा गोष्टी सुरू केल्या. मध्यंतरीच्या काळात जयसिंगाने पुरंदराचा वेढा अधिक आवळायला सुरुवात केली. वेढा तोडण्यासाठी गडावरून होणाऱ्या हल्ल्यांना तोंड देत त्याने गडाच्या तटाला फोडण्यासाठी तोफा तैनात केल्या. मोगलांनी जवळचा वज्रगड घेतला आणि तटापर्यंत खंदक खणण्यात त्यांना यश मिळाले. मध्यान्ह होईपर्यंत मोगलांना तीन बुरुजांवर कब्जा करण्यात यश मिळाले. जयसिंगाने पुण्याहून अधिक मोठ्या तोफा आणवल्या.

या संपूर्ण काळात शिवाजीने तहाचे बरेच प्रस्ताव पाठवले, पण जयसिंगाने ते सर्व फेटाळून लावले. पुरंदरच्या खालचा किल्ला पडल्यावर शिवाजीला तहाची निकड अधिक भासू लागली. त्याने भेटीची मागणी केली आणि जयसिंगाच्या छावणीत येता-जाता दगाफटका होणार नाही याची हमी मिळवली. जयसिंगाच्या तंबूत ११ जून १६६५ मध्ये ही भेट झाली आणि दोन तासांनी त्यांच्यात तहाचा करार झाला.

ह्या तहाविषयी २३ जूनला औरंगजेबाला दिल्लीत बातमी मिळाली आणि त्याने त्याला मान्यता दिली. या तहाद्वारे शिवाजीने एका मोठ्या आपत्तीपासून स्वतःला आणि स्वतःच्या प्रतिष्ठेला वाचवले. जयसिंगाने पुरंदर घेऊन जर शिवाजीच्या ४००० सैनिकांना आणि त्याच्या कुटुंबांना पकडले असते, तर इतर देशमुखांपुढे शिवाजीची इभ्रत कमी झाली असती. पुढील काळात शिवाजीच्या फौजा मोगलांबरोबर दक्षिणेकडे मोहिमेत सामील झाल्या. या वेळी शिवाजीचे सरदार आणि सैनिक मोगलांच्या चाकरीत रुजू होण्याचा धोका होता, पण शिवाजी आणि त्याच्या फौजेतील निष्ठेचे नाते अतूट होते.

शिवाजीचे आधीचे यश इतके नेत्रदीपक होते की, त्याच्यावरील निष्ठा तसूभरही कमी झाली नाही.

या उर्वरित वर्षात शिवाजी आणि त्याचे सैन्य विजापूरविरुद्धच्या मोहिमेत मोगलांबरोबर लढले. बिदर किल्ल्याला त्यांनी वेढा दिला, पण वेढा लढवण्यासाठी आवश्यक गोष्टींच्या अभावामुळे यश मिळू शकले नाही. आणि विजापूरचा पाडावही होऊ शकला नाही.[२१]

आता आपण तत्कालीन भौगोलिक राजकारणाचा विचार करू. इतिहासाच्या अभ्यासाच्या दृष्टीने उपयुक्त असा, जयसिंगाने मोहिमेवर असताना औरंगजेबाला पाठविलेली पत्रे आणि त्यांना बादशहाकडून आलेली पत्रे यांचा संग्रह प्रसिद्ध झाल्यामुळे या संपूर्ण मोहिमेवर चांगलाच प्रकाश पडला आहे.[२२] या पत्रव्यवहारावरून एक गोष्ट प्रामुख्याने लक्षात येते ती ही की, या मोहिमेचा उद्देश केवळ शिवाजीचा बंदोबस्त करावा एवढाच मर्यादित नव्हता, तर गोवळकोंडा आणि विजापूर या दख्खनी सलतनतींवर संपूर्ण विजय मिळवणे हा होता. परंतु या बृहत् राजकारणात शिवाजी अतिशय महत्त्वाचा घटक असल्याची जाणीव मोगलांना होती. त्याच्या ताब्यात महत्त्वाचे किल्ले होते आणि जवळपास १०००० चे खडे सैन्य होते. शिवाजीने विजापूर आणि गोवळकोंडा यांच्या साहाय्याने मोगलांविरुद्ध सुंयक्त आघाडी उघडण्याची जयसिंगाला मुख्य चिंता होती. यामुळे जयसिंगाची मोहीम अधिक बिकट झाली असती. सेनापतीच्या भूमिकेतून दोन आघाड्यांवर एकाच वेळी मोहीम राबवणे त्याला अवघड वाटत होते. त्यामुळे त्याने प्रथम शिवाजीचे पारिपत्य करून नंतर विजापूरविरुद्ध कारवाई करण्याचे धोरण अवलंबिले.

आता आपण या धोरणाला अनुलक्षून लष्करी डावपेचांची कशी आणखी केली गेली हे पाहू. जयसिंगाने सर्वप्रथम शिवाजीला गोवळकोंडा आणि विजापूर यांच्यापासून अलग केले. दोघांनीही शिवाजीला मोगलांविरुद्ध लढायला बरीच मदत केली होती. शिवाजी हा एक बंडखोर असून विजापूर आणि मोगल या दोघांच्याही दृष्टीने त्याचा बंदोबस्त करणे हितावह आहे, हा विचार विजापूर दरबाराच्या गळी उतरवण्यात जयसिंगाला यश मिळाले. त्यानंतर त्याने शिवाजीविरुद्धची मोहीम, त्याचे किल्ले जिंकणे आणि त्याचा प्रदेश उजाड करणे अशा दोन्ही आघाड्यांवर अधिक तीव्र केली. यातून इतर जहागिरदारांनाही मोगलांच्या सामर्थ्याची जाणीव झाली आणि त्यांच्यावर

---

२१) पहा - J. N. Sarkar, "*Shivaji and His Times*, 121 - 151.

२२) पहा - J. N. Sarkar, *The Mllitary Dispatches of 17th Century* (Calcutta, 1969)

वचकही बसला. शेवटी शिवाजीला मोगलांच्या सगळ्या शर्ती आणि मागण्या मान्य कराव्या लागल्या. मोगलांनी या तहाद्वारे शिवाजीच्या महत्त्वाच्या तेवीस किल्यांवर कब्जा मिळवला आणि त्याची राजधानी असलेल्या रायगडासह केवळ बारा किल्ले शिवाजीच्या ताब्यात ठेवले. या तहाद्वारे शिवाजीचा जमीनजुमला आणि इतर मालमत्ता त्याच्या ताब्यात रहाण्यासाठी त्याने मोगलांची इमाने इतबारे चाकरी करावी अशी अटही त्याला मान्य करावी लागली. शिवाजीचा मुलगा संभाजीची पंचहजारी मनसबदार अशा वरिष्ठ हुद्द्यावर नेमणूक करण्यात आली. मोगलांनी विजापूर सलतनत खालसा केल्यानंतर जर शिवाजीला कोकणातील प्रदेश हवा असेल, तर त्या पोटी त्याने ४० लक्ष सुवर्ण होन मोगलांना द्यावे असे ठरले. या प्रदेशाच्या मालकीविषयी संदिग्धताच होती. जरी इ.स. १६३६ च्या तहानुसार विजापूरने हा प्रदेश मोगलांना दिला असला, तरी त्याचा प्रत्यक्ष ताबा द्यायला ते तयार नव्हते. या प्रदेशाची खरेतर उत्तर कोकण सिद्दीकडे, दक्षिण कोकण शिवाजीकडे आणि उर्वरित भाग विजापूरच्या काही उमराव आणि अधिकाऱ्यांकडे अशी वाटणी झाली होती.[२३] सरते शेवटी शिवाजीला दरबारात हजर राहण्याला सूट देण्यात आली. जरी मोगलांनी शिवाजीला केवळ बारा किल्ले देऊन बाकीचा सर्व प्रदेश काबीज केला असला, तरी या तहाला मोगलांच्या सामर्थ्यापुढे शिवाजीने पत्करलेली सपशेल शरणागती असे म्हणता येणार नाही. हा तह म्हणजे प्रदीर्घ चाललेल्या वाटाघाटींचे फलित होता. तसेच तो तत्कालीन राजकीय परिस्थितीचा द्योतकही होता आणि जयसिंगाच्या विजापूर आणि गोवळकोंडा जिंकण्याच्या मनसुब्याचा एक भाग होता. यामुळे इतर जमीनदारांवर वचक बसेल अशी जयसिंगाला आशा होती.

Seeing the rectitude in the words given by me, the slave of your majesty and the granting of leave of shiva to depart, now all the zamindars of the Karnatak and the wild people of Barkol and Kanul etc., have sent

---

२३) सभासद बखर शिवाजी आणि जयसिंगाच्या संबंधांबद्दल, पुरंदरच्या तहानंतर दोघांनी एकत्रपणे आखलेल्या योजनांबद्दल आणि शिवाजीच्या आग्र्याच्या प्रकरणाबद्दल विशेष उल्लेख करताना आढळते. जयसिंगाने शिवाजीला पाठिंबा देताना राज्यद्रोहासारखे आरोप होणार नाहीत याची नक्कीच काळजी घेतली असेल. त्या संबंधाविषयी जयसिंगाने औरंगजेबाला लिहिलेल्या पत्रांमध्ये उल्लेख आढळत नाहीत. ही पत्रे त्रोटक आणि सैनिकी आणि भूराजकीय स्थितीविषयी भाष्य करणारीच आहेत. कोकणासंबंधीचे जयसिंगाचे पत्र जदुनाथ सरकार आणि रघुवीर सिंग यांनी अनुवादित केले आहे. पहा - सरकार *House of Shivaji* 144 आणि Shivaji's Visit to Aurangzeb at Agra, India History Congress Research Series, I (Calcutta, 1963)

heir agents, just as one captured deer draws many wild and forest deer. And they are waiting for hints or signs and for the sake of the Bijapuri expedition. It is absolutely necessary to conciliate them and give them hope to get their watan (homeland)[२४]

पावसाळ्यानंतर मोगलांचा एक सेनापती या हुद्द्याला अनुलक्षून शिवाजीवर पन्हाळा किल्ला आणि त्याभोवतीचा विजापुरी मुलूख तसेच गोव्याच्याजवळील फोंडा किल्ला जिंकायची जबाबदारी टाकण्यात आली. हे दोन्ही किल्ले घेण्यास शिवाजीला अपयश आले; पण निंबाळकरांचा फलटण किल्ला आणि दक्षिण कोकणातील काही भागाचा ताबा मिळवण्यात शिवाजी यशस्वी झाला.[२५]

या कालखंडात शिवाजीचे सैन्य आणि मोगलांचे सैन्य यांतील फरक ठळकपणे आढळून येतो. शिवाजीच्या सैन्यात मुख्यत्वे वेगवान अशा हलक्या घोडदळाचा समावेश होता. या सैन्याला भक्कम डोंगरी किल्ल्यांचा आसरा होता. वेगवान हालचाली हे या सैन्याचे बलस्थान होते. आपल्या भागापासून दूर पल्ल्यावरील शत्रू सैन्यावर अनपेक्षितपणे वेगवान हल्ला करायचा आणि शत्रूला बाहेरून मदत यायच्या आत लुटालूट करून परत यायचे, अशी या सैन्याची रणनीती होती. त्यामुळे कोकणातील हल्ले किंवा सुरतेवरील हल्ले अशा मोहिमांमध्ये हे सैन्य अतिशय यशस्वी होऊ शकले. मराठा सैन्य शत्रूची रसद मारण्यात किंवा शत्रूला सुरक्षित वाटणाऱ्या भूभागात घुसून तो उद्ध्वस्त करण्यात वाकबगार होते. परंतु एखादा किल्ला वेढा घालून, सुरुंग पेरून आणि आत जबरदस्तीने घुसून ताब्यात घेण्याबाबत हे सैन्य कमकुवत होते.[२६] या सैन्याकडे स्वत:ची रसद पुरवण्याची यंत्रणाही कमकुवत होती. त्यामुळे उदरनिर्वाहासाठी या सैन्याला ज्या भागातून ते जात असेल, त्या भागावर अवलंबून राहवे लागे. त्यामुळे ह्या भागातील शेतकरी नाराज असत आणि शेवटी महत्त्वाचे म्हणजे हे सैन्य अशा हल्ल्यांमध्ये जिंकून घेतलेल्या भूप्रदेशावर स्वत:ची प्रशासकीय व्यवस्था प्रस्थापित करण्यात अयशस्वी ठरत असे. शिवाजी अशा प्रदेशातील पिकांचे अथवा मालमत्तेचे रक्षण करण्यात आणि त्या भागाचा विकास करण्यात असमर्थ

---

२४) पहा - J. N. Sarkar, *Military Dispatches*, 19 This Volume is a translation of the Persian Benaras MS known as the Haft Anjuman, of Munshi Udayraj, which contains many letters between Mirza Raja Jai Singh and Rustam khan the Mughal general.

२५) पहा - Sarkar, *House of Shivaji*, 153.

२६) वेढा घालणे आणि सुरुंग उडवण्याचे तंत्रज्ञान दख्खनी सलतनतीकडे सोळाव्या शतकापासून होते, पण ते नित्याचे आणि सरावाचे नव्हते. पहा–I. A. Khan, "Origin and Development of Gunpowder technology in India : AD 1250 - 1500. *The Indian Historical Review*, 4, I, 26-27.

ठरत असे. गेल्या पन्नास वर्षांतील सततच्या युद्धांमुळे हा प्रदेश आर्थिक गर्तेत खोल बुडून गेला होता.

याउलट मोगलांच्या सैन्यात वजनदार घोडदळ (सैनिक आणि घोडे, दोघांवरही चिलखत असे), त्याच्यामागे वेढ्यासाठीची साधन साम्रगी, हत्ती आणि मोठी रसद सुविधा असे. प्रस्तुत मोहिमेच्या सुरवातीच्या काळात मोगलांच्या सैनिकी सामर्थ्याचा फायदा दिसून आला. प्रशिक्षित शिस्तबद्ध घोडदळ, मराठ्यांचे किल्ले जिंकण्याची त्यांची क्षमता, पगारी सैन्याची निष्ठा आणि स्थानिक जमीनदार आणि अधिकाऱ्यांबरोबर सलोखा प्रस्थापित करण्याच्या मोगलांच्या हातोटीमुळे जिंकून घेतलेल्या भागावर त्वरित हुकमत बसवू शकणारी प्रशासकीय यंत्रणा, या सगळ्या जमेच्या बाजूंचा मोगलांना फायदा झाला. परंतु या सुरुवातीच्या काळात मोगलांमधील त्रुटी तितक्याशा दिसून येत नाहीत. मोगलांच्या रसद-पुरवठा यंत्रणेतील कमकुवतपणा, सैन्यातील अधिकाऱ्यांमधील गटबाजी, मोगल सैन्यातील मराठा सरदारांमुळे आलेली गटबाजी आणि महाराष्ट्रासारख्या उजाड झालेल्या प्रदेशातून वसुली होऊ शकत नसल्यामुळे जाणवणारी रोख रकमेची चणचण अशा बऱ्याच त्रुटी मोगलांमधेही होत्या. उदाहरणार्थ पुरंदरच्या वेढ्याच्या वेळी पगारासाठी रोख रु. ३००००/- ची गरज होती. त्याशिवाय दारूगोळा आणि इतर सामग्रीसाठी काही रकमेची गरज होती. तसेच जिंकून घेतलेल्या किल्ल्यांच्या रक्षणासाठी ५ ते १० हजार मासिक पगारी पायदळाचीही गरज होती. मोहिमेच्या दोन वर्षांच्या काळात रोखीच्या सनदा देण्यावर बंदी घालण्यात आली होती. फक्त जमिनींवर आधारित जहागिऱ्याच देण्याची मुभा होती.[२७]

इ.स. १६६५ चा पावसाळा संपत आला, तेव्हा महाराष्ट्राच्या राजकारणाचा रोख जयसिंगाला योग्य वाटेनासा झाला. शिवाजीच्या एका बलाढ्य सरदाराला विजापूरला स्वत:कडे फुटवण्यात यश आले होते. त्याला मोगलांकडे वळवण्यासाठी मोठ्या जहागिरीचे आमिष दाखवणे गरजेचे झाले. शिवाजीपण अशा पद्धतीने विजापूरला जाऊन मिळण्याची शक्यता जयसिंगाला वाटत होती. या कारणास्तव शिवाजीला जबरदस्तीने आग्र्याला दरबारात बोलावून घ्यावे असे जयसिंगाने औरंगजेबाला सुचविले. बऱ्याच चर्चेनंतर आणि जयसिंगाने दिलेल्या सुरक्षेच्या वैयक्तिक हमीवर विसंबून अखेर इ.स. १६६६ च्या मे महिन्याच्या सुरुवातीला शिवाजीने आपला मुलगा संभाजी आणि निवडक २५० सैनिकांच्या छोट्याशा तुकडीसह आग्र्याला प्रयाण केले.

---

२७) पहा - *Selected Documents of Aurangzeb's Reign : 1659 - 1707 A.D.* (Hyderabad, 1958) 62.

मोगलांच्या राजधानीत शिवाजीला प्रत्यक्ष पाहून एकजण अतिशय प्रभावित झाला. त्याने त्याचे वर्णन पुढील प्रमाणे केले आहे.

A large elephant goes before him carrying his flag. An advance guard of troopers also precedes him; the horses have gold and silver trappings. The Deccan infantry too marches before him. In this manner he has come to Agra, with the whole of his contingent moving with great care and pomp. He has two female elephants saddled with haudas which follow him. A sukhpal (i.e. a sort of palki with a dome shaped top) is also carried before shiva, its poles are covered with silver plate and all its tassels have large hanging knobs of silver. His palk is completely covered in silver plates. With this splendour has he come.[२८]

शिवाजीने उपस्थित केलेला सरदेशमुखीवरील हक्क लक्षवेधी होता. याद्वारे त्याने स्वत:ला परगण्यामधील प्रबळ अशा घराणेदार देशमुखांचा प्रमुख असे घोषित केले. (या घराण्यांविषयी आपण प्रकरण १ मध्ये विस्तृत चर्चा केलीच आहे.) सरदेशमुखी ही संज्ञा मलिक अंबरच्या उत्तर महाराष्ट्रात राबवलेल्या धारेबंदीत येते. या धारेबंदीनुसार उत्पन्नाच्या २/३ हिस्सा शेतकऱ्याला आणि १/३ हिस्सा सरकारला असा विभागला जात असे. सरकारी हिश्श्यातील १०% उत्पन्न राजाला सरदेशमुखी म्हणून दिली जात असे.[२९] विजापूरच्या दरबारातही सरदेशमुखी रूढ होती आणि कधीकधी ती एखाद्या उमराव घराण्याला दिली जात असे. अशी सरदेशमुखी देणे हा सुलतानाचा विशेषाधिकार समजला जाई.

शिवाजीने इ.स. १६६० च्या सुमारास चौथाई आणि सरदेशमुखी या दोन्हींवर आपला हक्क सांगायला सुरुवात केली. उदाहरणार्थ त्याने जुन्नर आणि अहमदनगरच्या सरदेशमुखीवर हक्क सांगितला. कायदेशीररित्या शिवाजीकडे महाराष्ट्रातील कोणत्याही प्रदेशाचे सरदेशमुखी हक्क नव्हते आणि औपचारिक राजेपदही नव्हते. त्याच्याकडे केवळ काही भागापुरते मर्यादित देशमुखी हक्क होते. पुणे परगण्यावरील त्याचा हक्क त्याच्या वडलांना अहमदनगरतर्फे देण्यात आलेल्या लष्करी जहागिरीतून निर्माण झाला होता. अहमदनगर राज्य इ.स. १६५० मध्येच मोगलांनी खालसा केले होते. त्यामुळे चौथाई

---

२८) पहा - Sarkar and Singh *Shivaji's Visit*, 31.

२९) पहा - A. R. Kulkarni "Towards'a History of Indapur in D. W. Attwood, M. Israel and N. K. Wagle, *City eountryside and society in Maharashtra* (Toronto centre for South Asian Stadies, 1988), 132.

हक्काप्रमाणेच सरकारी महसुलापैकी १०% महसुलावर हक्क सांगणाऱ्या सरदेशमुखीवर शिवाजीने हक्क सांगणे तसे धिटाईचेच होते. याद्वारे तो मध्य महाराष्ट्रातील इतर देशमुखांवर वचक ठेवू शकत होता. या वसुलीपोटी तो स्वत:चे प्रतिनिधी इतर भागात पाठवून महसुली उत्पन्नाची पाहणी करू शकत होता आणि ग्रामप्रमुखाशी परस्पर संधान साधू शकत होता. कदाचित यामुळे त्याला परमुलखावर हल्ला करण्याची सबब मिळत होती. कारण सरदेशमुखी सहज दिली जात नसे तर ती वसूलच करावी लागत असे. आग्र्याला मोगल बादशहाला भेटायला निघालेल्या शिवाजीचे चौथाई आणि सरदेशमुखीवरचे हक्क सांगण्याचे धोरण किती धिटाईचे आणि उद्धट होते याकडे आपण विशेष लक्ष द्यायला हवे.

आग्र्याच्या दरबारात पहिल्या दिवसापासूनच सर्व बिनसत गेले. बादशहाबरोबरच्या पहिल्या भेटीच्या वेळीच आणीबाणीचा प्रसंग उद्‌भवला. शिवाजीला मनसबदारांच्या रांगेतून पुढे आणण्यात आले. त्याने रितीला अनुसरून १००० सुवर्ण मोहरा आणि २००० रौप्य मोहरांचा नजराणा बादशहाला सादर केला. बादशहाने त्याच्याशी बोलणे तर सोडाच, पण त्याच्या उपस्थितीचीही दखल घेतली नाही. त्यानंतर शिवाजीला दुय्यम मनसबदारांच्या रांगेत उभे करण्यात आले. शिवाजीने याविषयी उघडपणे नापसंती व्यक्त केली. त्याने त्याला देण्यात येणारी मानाची वस्त्रे अव्हेरली आणि दरबारातून तो बाहेर पडला. वजनदार मनसबदाराने मध्यस्थी केली नसती, तर पुढील काही दिवसांत शिवाजी आणि संभाजीला आपले प्राण गमवावे लागले असते. या मनसबदाराने शिवाजीकडून चांगल्या वर्तनाची हमी देऊनही शिवाजीला त्याच्या राहत्या जागी नजरकैदेत ठेवण्यात आले. त्याच वेळी काही मनसबदार शिवाजीच्या भवितव्याविषयी बादशहाचे मन कलुषित करण्याचा प्रयत्न करत होते. या सर्व घटनांवरून शिवाजीचा स्वत:कडे पाहण्याचा दृष्टिकोन आणि औरंगजेबाचा त्याच्याकडे पहाण्याचा दृष्टिकोन यांतील फरक लक्षात येतो. शिवाजीच्या दृष्टीने तो तेव्हाही जमीन, किल्ले, रयत आणि राज्यव्यवस्था असलेला राजा होता. पण मोगल बादशहाच्या दृष्टीने तो एक त्यातल्या त्यात यशस्वी झालेला विजापूरचा बंडखोर जमीनदार होता. जयसिंगानेच स्पष्टपणे त्याच्या पत्रातून औरंगजेबाला लिहिले होते.[३०] Shiva is a zamindar and the pillars of his zamindari (that is, the Bijapur State) will not endure beyond a period of seven or eight years.

पुढील पंधरा दिवसांत सर्व परिस्थिती निराशाजनक होत गेली. शिवाजीकडील पैसे संपत आले होते. त्याच्याकरवी बादशहाकडे रदबदली करावी म्हणून मनसबदारांना

---

३०) पहा - Sarkar, *Military Dispatches*, 15.

लाच देण्यासाठीसुद्धा चणचण भासू लागली. दरबारात शिवाजीच्या सुटकेविषयी तर्क-वितर्क लढवले जात होते. जर कधी शिवाजी आग्र्याहून सुटलाच, तर त्याची काबूलवर नेमणूक होईल आणि काबूलला जाताना वाटेत त्याला घातपात केला जाईल अशीही वदंता होती. ही बातमी खरी ठरली आणि शिवाजीची काबूलवर नेमणूक झाली. शिवाजीने जाण्यास नकार दिला आणि हा हुकूम रद्द करण्यात आला. पण परिस्थिती आणखी बिघडत चालली. अंतर्गत वाटाघाटींत शिवाजीने मनसबदार म्हणून मोगलांची चाकरी स्वीकारण्याची तयारी दर्शविली, पण त्याच्यासाठी मोगलांनी घेतलेले आपले किल्ले परत मागितले. याउलट औरंगजेबाने शिवाजीला मनसबदारी द्यायचा विचारसुद्धा करण्याआधी त्याचे उरलेले किल्लेही मागितले. परत एकदा शिवाजीचा वध करायच्या निघालेल्या हुकुमाची अंमलबंजावणी जयसिंगाच्या मध्यस्थीने थोपवण्यात आली. हताश होऊन शिवाजीने आपल्या माणसांना मुलखात परत जाऊ देण्याची विनंती केली आणि स्वत: वाराणसीला जाऊन संन्यास घेण्यासंबंधी अनुमती मागितली. ही विनंतीही धुडकावण्यात आली. एका आठवड्याने साधारण जुलै महिन्याच्या सुरुवातीस शिवाजीच्या माणसांना मुलखात परतण्याची अनुमती देण्यात आली. सरते शेवटी शिवाजीला दरबारातील त्याच्या आश्रयदात्यांकडून रु. ६६०००/- चे कर्ज घेण्यात यश आले आणि तो आग्र्यातील नजरकैदेतून पळाला. औरंगजेबाने पुढील काही महिने केलेल्या कसून चौकशीतून त्याला कोणत्याही कटाचा सुगावा लागला नाही. तसेच शिवाजीच्या घराभोवतीच्या पहारेकऱ्यांच्या तीन वेढ्यांमधून तो कोणत्या मार्गाने पळाला हेही त्याला कळले नाही. औरंगजेबाला रामसिंगाविषयी संशय होता, पण अंतिमत: काहीच सिद्ध होऊ शकले नाही.[३१]

एका रात्रीच्या अवधीचा फायदा घेऊन शिवाजीला आपल्या पाठलागावरील सैन्याला हुलकावणी देण्यात यश आले. त्याने हमरस्ता सोडून पूर्व माळव्यातील आदिवासी भागातून जाणारी वाट पकडून दक्षिणेकडे कूच केले. एका महिन्यानंतर अत्यंत दमलेल्या स्थितीत आणि खालावलेल्या अवस्थेत तो महाराष्ट्रात परतला. आग्र्यात मागे राहिलेले त्याचे दागिने आणि इतर वस्तू जप्त करण्यात आल्या.[३२]

वरील घटनेचा विचार करताना मोगलांनी हाती आलेली नामी संधी गमावली असे

---

३१) पहा - Sarkar and Singh, Shivaji's Visit 50-61. आग्र्याहून सुटकेच्या बाबतीत एक कथा प्रसिद्ध आहे. या कथेनुसार शिवाजीने आजारी असल्याचे नाटक केले आणि शहरातील ब्राह्मणांना मिठाई वाटणे सुरू केले. या मिठाईच्या पेटाऱ्यात बसून शिवाजी आणि संभाजी कैदेतून निसटले. याविषयी खात्रीलायक पुरावा मिळू शकत नाही. पहारेकऱ्यांना लाच देऊन शिवाजीने स्वत:ची सुटका करून घेतली असावी ही शक्यता अधिक वाटते.

३२) पहा - Sarkar, *House of Shivaji* 169

म्हटले तर अतिशयोक्ती ठरणार नाही. दोन्ही पक्षांमध्ये एकमेकांविषयी गैरसमज होते. औरंगजेबाला कदाचित त्याच्या इतर सरदारांपेक्षा दक्षिणेतील राजकारण, मराठे आणि शिवाजी यांच्याविषयी जास्त जाण होती. इतर देशमुखांची मोगलांच्या प्रती निष्ठा मिळवण्यासाठी शिवाजीला पाठिंबा दिला, तरी शिवाजीची निष्ठा आपल्याला मिळेल याची औरंगजेबला सुतराम शक्यता वाटत नव्हती. हे मराठ्यांसंबंधीचे धोरण अकबराने रजपूतांबरोबर अवलंबिलेल्या धोरणासारखेच होते, पण रजपूतांपेक्षा मराठ्यांच्या आणि मोगलांच्या संस्कृतीत लक्षणीय फरक होता. याशिवाय औरंगजेबाची वाढती इस्लामनिष्ठा ही अशी निष्ठा मिळवण्याच्या आड येत होती.

दक्षिणेस परतल्यानंतर शिवाजीने लगेचच मोगलांवर हल्ले सुरू केले नाहीत. उलट पुढील तीन वर्षे मोगलांबरोबर शांततेच गेली. शिवाजीने औरंगजेबापुढे काहीशी नमती भूमिका घेतली आणि संभाजीला मोगलांचा मनसबदार होण्यास पाठवले. तसेच काही सैन्य औरंगाबादला मोगलांच्या सेवेत रवाना केले. जयसिंगासारख्या मातब्बर सेनानीच्या नेतृत्वाखाली पुन्हा मोगलांचे आक्रमण आल्यास, त्यापुढे आपला निभाव लागणार नाही याची त्याला खात्री होती. इ.स. १६६९ पर्यंत शिवाजीच्या मोहिमा मर्यादित होत्या. कोकणावरील आपला ताबा मजबूत करण्याचा त्यांचा उद्देश होता. परंतु जंजिरा हा सागरी किल्ला घेण्याचा उद्देश मात्र सफल होऊ शकला नाही.

इ.स. १६६९ मध्ये ही शांतता भंग पावली. तत्कालीक कारण मोगलांनी शिवाजीच्या आग्रा भेटीपोटी झालेला खर्च शिवाजीकडे मागितला हे होते. शिवाजीने वेगाने त्याच्या मुलखातील मोगलांनी कब्जा केलेले किल्ले परत जिंकणे सुरू केले. सर्वांत प्रथम आणि मोठे यश म्हणजे सिंहगड जिंकणे हे होय. रात्री अंधारात मोजक्या सैनिकांनी दोराच्या साहाय्याने उभा कडा चढून आणि नंतर गडावर हातघाईची लढाई लढून हा गड जिंकला. या हल्ल्याचे नेतृत्व तानाजी मालुसरेने केले आणि लढताना स्वत:चे प्राण गमावले. हा सिंहगडावरील विजय आजही पोवाड्यांमध्ये मोठ्या अभिमानाने गायला जातो. सहा महिन्यांत शिवाजीच्या फौजेने पुरंदर, रोहिडा, लोहगड (पहा नकाशा क्र. ४) आणि माहुली (पहा नकाशा क्र. १) असे चार किल्ले जिंकून घेतले. इ.स. १६७० च्या ऑक्टोबर महिन्यात शिवाजीने दुसऱ्यांदा सुरत लुटली आणि मोठी लूट मिळवली. इ.स. १६७० मध्येच त्याने खानदेश, बेरर आणि बागलाणात धाडी घातल्या. हे प्रदेश महाराष्ट्राच्या उत्तर सीमेला लागून असलेले आणि मोगलांची मजबूत हुकमत असलेले होते. बेरर आणि खानदेशावर ७५ वर्षे मोगल हुकमत होती, तर बागलाण जवळपास ४० वर्षं मोगल आधिपत्याखाली होता. इ.स. १६७१ च्या सुरुवातीस शिवाजीच्या फौजांनी मुल्हेर आणि साल्हेर या पश्चिम खानदेशातील दोन किल्ल्यांवर

कब्जा केला. हे दोन्ही किल्ले सुरतेकडे जाणाऱ्या व्यापारी मार्गांवर लक्ष ठेवण्यासाठी अतिशय महत्त्वाचे होते. पुढील काही वर्षे या किल्ल्यांच्या ताब्यासाठी तीव्र लढाया लढल्या गेल्या. याच सुमारास शिवाजीला नाशिकमधून मोगल फौजा हद्दपार करण्यात यश आले. नाशिक या किल्ल्यांच्या दक्षिणेस नजीकच्या अंतरावर होते. तसेच त्याच्या जहागिरीच्या पुणे परगण्यातूनही त्याने मोगलांना हुसकून लावले. इ.स. १६७२-७३ मध्ये शिवाजीचे लक्ष मुख्यत्वे महाराष्ट्राच्या दक्षिण-पूर्व भागाकडे आणि विजापूरविरुद्धच्या लढाईकडे वळले. अली आदिलशहाच्या मृत्यूमुळे विजापूर सलतनतीच्या वारशाचा प्रश्न उपस्थित झाला. शिवाजीच्या फौजेने हुबळी लुटली आणि पन्हाळा किल्ला पुन्हा काबीज केला. पन्हाळा हा विजापूरशाहीतील महत्त्वाचा किल्ला होता आणि शिवाजीच्या मुलखाकडे जाणाऱ्या मुख्य मार्गावर वर्चस्व राखण्यास उपयुक्त होता. मध्यंतरीच्या काळात शिवाजीच्या फौजेच्या दुसऱ्या तुकडीने दक्षिण कोकणातील गोव्याच्या जवळपासच्या प्रदेशावर धाडी घातल्या. जंजिऱ्याच्या सिद्दीला नमवण्याचे प्रयत्न पुन्हा अयशस्वी ठरले. या सर्व कालावधीत मोगल उत्तरेकडे पठाणांविरुद्धच्या मोठ्या लढाईत गुंतले होते, त्यामुळे शिवाजीकडे लक्ष देण्यास अवधी मिळाला नाही.

आता आपण शिवाजीच्या उर्वरित कारकिर्दीविषयी थोडक्यात विवेचन करून, नंतर त्याच्या राज्यकारभाराच्या काही महत्त्वाच्या पैलूंविषयी जाणून घेऊ. इ.स. १६७४ पासून इ.स. १६८० मधील त्याच्या मृत्यूपर्यंत शिवाजी दक्षिणेकडील दीर्घ मोहिमांमध्ये व्यस्त होता. विजापूर दरबारातील एका गटाने गोवळकोंड्यावर हल्ला करताना शिवाजीकडे मदत मागितली. आपल्या फौजेनिशी त्याने थेट भारताच्या पूर्व किनारपट्टीजवळील जिंजीला धडक दिली. तेथे त्याने आपला सावत्र भाऊ एकोजीबरोबर लढाईही केली आणि तहाची बोलणीपण केली. तसेच त्याने बेलूरचा किल्लाही घेतला. मध्यंतरी काही गैरसमज झाल्याने संभाजी काही काळासाठी मोगलांना जाऊन मिळाला. शिवाजीपुढे आपल्या पश्चात आपले राज्य संभाजी आणि राजाराम या दोन मुलांमध्ये विभागावे असा प्रस्ताव विचाराधीन होता. राजारामाला महाराष्ट्र प्रांतातील राज्य द्यावे आणि संभाजीकडे कर्नाटकातील नव्याने जिंकून घेतलेला प्रदेश आणि जिंजी द्यावी असा शिवाजीचा मनसुबा होता. शिवाजीच्या मृत्यूपर्यंत हे होऊ शकले नाही. याविषयीची चर्चा आपण पुढे करणारच आहोत.[३३]

शिवाजीची राज्यव्यवस्था काही पैलू आणि मुद्दे

शिवाजीच्या राज्यव्यवस्थेविषयी चर्चा करताना प्रथम आपण ही राज्यव्यवस्था कशी नव्हती हे पाहू या. महत्वपूर्ण गोष्ट म्हणजे शिवाजीने कधीही मूलतत्त्ववादी राष्ट्रीयत्वाचे

---

३३) पहा - Sarkar *House of Shivaji* 99

प्रतिनिधित्व केले नाही. त्याने खास मराठ्यांच्या अशा संघर्षाचे नेतृत्व केले नाही. त्याची राज्यव्यवस्था त्या काळातील अहमदनगर आणि विजापूरच्या राज्यव्यवस्थेप्रमाणेच होती. या राज्यव्यवस्थेनेही मराठा सैनिक आणि ब्राह्मण कारभाऱ्यांना त्यांचा सामाजिक स्तर उंचावण्याची संधी उपलब्ध करून दिली. महसुली कारभार आणि सामाजिक व्यवस्थेच्या बाबतीत कोणताही लक्षणीय बदल न करता इतर सलतनतींचा कित्ताच गिरवला. दुसरे असे की, शिवाजीने महाराष्ट्रातील ग्रामीण भागातील उच्चभ्रू घराण्यांच्या विशेषत: देशमुखांच्या दराऱ्याला धक्का लावला नाही. या देशमुखांपैकी जे सर्वात बलवान होते त्यांच्यावर शिवाजीने हल्ले केले; पण बहुतांशी देशमुखांचे पिढीजात स्थानिक हक्क अबाधित ठेवले.[३४] त्यांच्या सहकार्याशिवाय कर महसुलाची वसुली सुरळीत होणार नाही याची शिवाजीला जाणीव होते. शिवाजीचा संघर्ष देशमुखांविरुद्ध नव्हता तर या देशमुखांना एकत्रित करणाऱ्या सलतनतींविरुद्ध होता. शिवाजीला काही देशमुखांना आपल्याकडे वळविण्यात यश मिळाले; पण त्याच्या कारकिर्दीत बरेचसे देशमुख मोगल किंवा विजापूर दरबाराप्रती निष्ठावान राहिले. तिसरी बाब म्हणजे शिवाजीचा उद्देश हिंदू राष्ट्र निर्मिती असा नव्हता.

शिवाजीच्या राज्यव्यवस्थेविषयी लेखन करणाऱ्या बऱ्याच लेखकांचा हेतू, शिवाजी हा मूलत: वेगळे आणि मुसलमान राजवटींच्या विरुद्ध असे हिंदू राज्य निर्माण करत होता असे वाचकांचे मत तयार व्हावे असा होता. राजवाडे आणि त्यानंतरच्या विसाव्या शतकातील ब्राह्मण इतिहासकारांना असे सिद्ध करायचे होते की, शिवाजीला प्रथमपासून ब्राह्मण सल्लागारांचे मार्गदर्शन मिळाले होते आणि त्याच्या स्वप्नातील राज्य हे 'महाराष्ट्र धर्मावर' आधारित होते. नंतरच्या संशोधनातून यात फारसा तत्थ्यांश नसून, ते केवळ त्या इतिहासकारांचे वैयक्तिक मत होते असे दिसून आले आहे. 'महाराष्ट्र धर्म' ही संज्ञा शिवाजीच्या सुमारे ४०० वर्षे आधीच्या ग्रंथांमध्ये आढळून येते. शिवाय या संज्ञेचा उल्लेख वेगवेगळ्या जातींमधील नात्यांच्या संबंधाने आलेला असून, त्याचा हिंदू राज्यव्यवस्थेविषयी भाष्य करण्याचा उद्देश नाही. अंतत: हा ग्रंथ आणि शिवाजी यांना जोडणारा कोणताही समान धागा नाही.[३५]

शिवाजीने सतत सहिष्णुता आणि सर्वसमावेशकता यांचा पाठपुरावा केला. त्याने

---

३४) पहा - V. G. Khobrekar (ed.) Records of Shivaji Period (Bomboy, Government of Maharashtra 1974) Letters 11, 19, 21, 24, 35, 36 and 43 are all such grants.

३५) पहा - Lala Lajpat Rai, 'Shivaji The Great Patriot' (Delhi 1980, translated and edited by R. C. Purl 236 - 37. शिवाजी आणि रामदास आणि महाराष्ट्र धर्म यांच्या संदर्भातील ठोस विधानांसाठी पहा - A. G. Pawar, 'Shivaji and Ramdas' in A. G. Pawar (Convener), *Maratha History Seminar* (Kolhapur, 1971) 51 - 79.

औरंगजेबालाही अकबराप्रमाणे हिंदूंच्या श्रद्धा आणि त्यांच्या तीर्थक्षेत्रांचा आदर राखण्याची विनंती केली. शिवाजीला इतर मुस्लीम राज्यांबरोबर दोस्ती करण्यास काहीही गैर वाटले नाही. प्रसंगी कर्नाटकातील नायक हिंदू असूनही त्यांच्याविरुद्ध शिवाजीने विजापूरबरोबर आघाडी केली. त्याचबरोबर मोगलांविरुद्ध बंड करण्यासाठी रजपूतांसारख्या हिंदूंबरोबर त्याने कधीच संधान साधण्याचा प्रयत्न केला नाही. त्याच्या सैन्यात आधीपासून मुस्लीम सेनानींचा अंतर्भाव होता. इ.स. १६५६ मध्ये पहिली पठाणांची तुकडी त्याच्या सैन्यात समाविष्ट झाली. त्याच्या नौकादलाचा प्रमुख मुस्लीम होता. जुन्या मराठा इतिहासकारांच्या म्हणण्यानुसार तत्कालीन ब्राह्मण संत रामदास हे त्याला गुरुस्थानी होते. परंतु अलीकडच्या संशोधनावरून शिवाजीच्या उत्तरायुष्यापर्यंत त्याची आणि रामदासांची भेटही झाली नव्हती. किंबहुना त्याला त्यांची माहितीही नव्हती.[३६] त्यामुळे त्याला रामदासांचे मार्गदर्शन मिळाले यात तथ्यांश नसून, आयुष्यभर त्याने स्वत:च्या बुद्धीनेच आपली कारकिर्द घडवली.

परंतु वरील कोणत्याही गोष्टींमुळे शिवाजीच्या मुख्य कार्यकर्तृत्वास उणेपणा येत नाही. त्याने विजापूर आणि अहमदनगरच्या सीमेलगत आपले स्वत:चे छोटेखानी राज्य निर्माण केले आणि त्याच्यापेक्षा बलाढ्य असलेल्या विजापूर आणि मोगलांच्या दबावाला न जुमानता ते टिकवले. शिवाजी हा पराकोटीचे प्रभावी व्यक्तिमत्त्व लाभलेला सेनानी होता आणि आपल्या सतत वृद्धिंगत होत असलेल्या फौजेला स्फूर्ती देण्याची क्षमता त्याच्यात होती. शिवाजी अत्यंत धाडसी होता आणि त्याच्या बऱ्याच मोहिमांमधील विजय हे त्याच्या या धाडसी वृत्तीमुळेच प्राप्त झाले होते.

शिवाजी हा केवळ यशस्वी आणि धाडसी नेता नव्हता तर त्याच्या अंगी इतरही बरेच गुण होते. त्याने आखलेले डावपेच शत्रूंना सतत बुचकळ्यात टाकत आणि त्यामुळे शत्रू पराभूत होत. त्या काळच्या संथ गतीने मार्गक्रमण करणाऱ्या तत्कालीन मोठ्या सैन्याचा सर्वांत कमकुवत दुवा म्हणजे त्याची रसद हा होता, याची शिवाजीला चांगलीच जाणीव होती. स्थानिक भौगोलिक माहिती मिळवणे आणि आपल्या अधिक चपळ अशा हलक्या घोडदळाच्या जोरावर शत्रूची रसद मारणे हा त्याच्या डावपेचांचा एक प्रमुख भाग होता. त्याचे घोडदळ रसद घेऊन येणारे तांडेच्या तांडे लुटत असे आणि शत्रूच्या छावणीच्या आसपासचा प्रदेश बेचिराख करत असे. त्या काळातील वैशिष्ट्य असलेल्या मोकळ्या मैदानावरील लढाया शिवाजी शक्यतो टाळत असे. विवक्षित युद्धभूमीवर न लढता, तो शेकडो मैल दूर असलेल्या शत्रूच्या प्रदेशावर हल्ला करत असे

३६) पहा - A. G. Pawar, *Shivaji and Ramdas* 51-80, and Dirks *The Hollow Crown* 167-68.

आणि शत्रूला आपल्या मागावर सैन्य पाठवण्यास उद्युक्त करत असे. हे खरे आहे की, अशी युद्धपद्धती मलिक अंबरने शोधून काढली; पण शिवाजीने तिला एका वेगळ्याच कलात्मक पातळीवर नेऊन ठेवले हे निर्विवाद सत्य आहे.

शिवाजीला तत्कालीन भौगोलिक राजकारणातील किल्ल्यांचे महत्त्व समजले होते. त्याने डझनावारी किल्ले जिंकले आणि कमावलेल्या पैशांतील बराचसा पैसा आणखी डझनावारी किल्ले बांधण्यात खर्च केला. शिवाजीने जेथे आधीचे किल्ले होते, त्याच भागात नवे किल्ले का बांधले असा प्रश्न उपस्थित होऊ शकतो. शिवाजीला तत्कालीन किल्ले ज्यांच्या ताब्यात होते अशा घराण्यांच्या निष्ठेविषयी शंका होती. ते कधीही शत्रूला मिळतील असे त्याला वाटे. त्यामुळे स्वत: बांधलेल्या किल्ल्यांवर तो स्वत:चे निष्ठावान अधिकारी आणि शिबंदी, त्यांच्या रक्षणासाठी नेमू शकत होता. शिवाजीला हेही ज्ञात होते की, अशा किल्ल्यांचे एक प्रतिकात्मक महत्त्व होते. स्थानिक पातळीवरील सत्तास्थानाचा भौतिक आविष्कार म्हणजे किल्ले असे समीकरण रूढ होते आणि महाराष्ट्रात तर हे प्रकर्षाने दिसून येई. सत्तेचा दिमाख दाखवण्यास उपयुक्त अशी शहरे शिवाजीच्या प्रदेशात नव्हती. अहमदनगर, औरंगाबाद अथवा बुरहाणपूरसारखी शहरे कधीही शिवाजीच्या आधिपत्याखाली आली नाहीत. त्याच्या प्रदेशातून कोणतेही महत्त्वाचे राजमार्ग जात नव्हते. त्यामुळे फक्त किल्ले हीच सत्तादर्शक स्थाने होती. शिवाजीच्या स्थापत्यकलेतील अलौकिक प्रतिभेचे दर्शन सह्याद्रीच्या अंगाखांद्यावर उत्तर-दक्षिण पसरलेल्या या किल्ल्यांमधून होते.

येथे आपल्याला एका गोष्टीची नोंद घेणे आवश्यक आहे. शिवाजी हलक्या आणि चपळ अशा घोडदळाविषयी विशेष आग्रही होता असे दिसले, तरी त्याचे बरेच तोटेही होते. प्रथमत: शिवाजीकडे किल्ले जिंकण्याची समर्थ यंत्रणा नव्हती. शिवाजीने किल्ले जिंकताना डावपेचांचा वापर जास्त केलेला आढळतो; कारण त्याच्याकडे वेढा घालून, सुरुंग उडवून आणि हल्ला करून किल्ले जिंकण्याचे तंत्र नव्हते. त्याने उत्तरायुष्यात परदेशी व्यक्तींना चाकरीला ठेवून तोफखाना विकसित करण्याचा प्रयत्न केला; पण त्याचा दर्जा दुय्यम प्रतीचाच राहिला.

शिवाजीच्या डावपेचांनुसार ज्या पद्धतीने ग्रामीण भागात लढाया लढविल्या जात, त्यामुळे आणखी एक मोठा प्रश्न उभा राहत असे. मध्य महाराष्ट्रातून शत्रूसैन्याला हुसकून लावण्यासाठी शिवाजीने अहमदनगर प्रांतावर हल्ले केले किंवा सुरत लुटले. विजापूरच्या फौजेला रसद मिळू नये म्हणून त्यांच्या छावणीच्या आसपासची पिके जाळून नष्ट केली. त्यांच्या रसदीचे तांडे लुटल्यामुळे त्यांना लांब पल्ल्याहून धान्य आणावे लागले. हे पाहता आपण म्हणू शकतो की, अशा पद्धतीच्या लढायांमुळे मुलूख उजाड होऊन दुष्काळाच्या

खोल गर्तेत रुतला गेला.

वार्षिक स्वरूपाच्या लष्करी मोहिमाही तितक्याच नुकसानकारक असत. सभासद बखरीत या मोहिमांचे अत्यंत प्रत्ययकारी वर्णन आढळते.[३७] अशा मोहिमांचा खर्च परस्पर निघत असे असा दावा सभासद बखरीत विशेषत्वाने केलेला असला, तरी प्रत्यक्षात असे क्वचितच घडले. नि:शंकपणे असे म्हणता येईल की, अशा मोहिमा तत्कालीन नीतीला अनुसरूनच होत्या आणि शिवाजी, त्याचे सरदार आणि त्याची फौज यांनी या मोहिमा गृहीतच धरल्या होत्या. यांच्यामुळे त्यांना लुटीतील हिस्सा आणि कीर्ती मिळत असे, परंतु या लष्करी मोहिमा प्रजेकडून सारा-महसूल वसुली आणि प्रजेची निष्ठा मिळवण्याच्या दृष्टीने बव्हंशी तकलादू आणि विध्वंसक ठरत.[३८] खरे तर अशा धाडी ह्या स्थानिक आख्यायिकांचा विषय ठरल्या आहेत आणि इतक्या शतकांनंतरही महाराष्ट्राच्याभोवतीच्या बऱ्याच भागात मौखिक परंपरेत अजूनही मराठ्यांची एक विध्वंसक लुटारू अशी प्रतिमा ठळकपणे दिसून येते. एकूण काय धाड घातलेल्या भागातील अन्नोत्पादनावर फौजेने अवलंबून राहणे दिवसागणिक अवघड होत गेले आणि एकूणच शेतीचा ऱ्हास सुरू झाला.

शिवाजीला या प्रश्नांची चांगलीच जाण होती. जवळपास तीस वर्षे सततच्या लढायांमुळे होरपळून निघालेल्या महाराष्ट्राला सावरण्यासाठी शांततेची आणि थोडासा अवधी मिळण्याची गरज होती हे त्याने जाणले होते. चौथाई आणि सरदेशमुखीची वसुली स्थिर झाल्यावर लढाया आणि लूट कमी होईल अशी शिवाजीला आशा होती. कारकिर्दीच्या सुरुवातीपासून शिवाजीकडे एक विशाल दृष्टी होती. रयतेचे कल्याण आणि तिचा उत्कर्ष यांचा त्यात समावेश होता. त्याने इ.स. १६६५ मध्ये जयसिंगाबरोबर केलेल्या तहामागे काही प्रमाणात महाराष्ट्रात पुन्हा शांततेचे वातावरण निर्माण व्हावे हाही उद्देश होता. शिवाजीच्या कारकिर्दीच्या शेवटच्या दशकात त्याच्या नशिबाने विजापूरचे आणि मोगलांचे लक्ष इतरत्र केंद्रित झाले होते. मोगलांचा पठाण आणि रजपूतांशी संघर्ष सुरू होता आणि विजापूरला अंतर्गत गटबाजी आणि मोगलांच्या घुसखोरीने घेरले होते.

आता आपण मराठा राज्यव्यवस्थेला पायाभूत असलेल्या चौथाई आणि सरदेशमुखी या दोन महसूल प्रणालींविषयी चर्चा करू. जयसिंगाबरोबरच्या वाटाघाटींमध्ये या दोन्ही

---

३७) पहा - Life of Siva, 31 - 32

३८) आधीच्या मोहिमांमधून मिळालेल्या लुटींचा तपशील देताना सभासद बखरीत मौल्यवान रत्ने, सोने, शस्त्रे आणि घोडे अशा बाबींचा उल्लेख येतो. या गोष्टी बहुतेक वेळेला देशमुखांकडून लुटलेल्या असत. सामान्य गावकऱ्यांकडे फारसे धन नसे. मोहिमेच्या शेवटी प्रत्येक घोडेस्वाराचीही कसून तपासणी होत असे आणि त्याने रत्ने अथवा सोने स्वत:कडे ठेवून घेतले नसल्याची खात्री केली जात असे. पहा सभासद बखर पान ३२.

गोष्टी चर्चिल्या गेल्या आणि ऐतिहासिक साहित्यातही त्यांचा बराच ऊहापोह झाला आहे. चौथ ही महसूल-प्रणाली शिवाजीच्या काळात महाराष्ट्रात प्रचलित होती. पश्चिम किनारपट्टीवरील दमणच्या कागदपत्रांमध्ये पोर्तुगीजांनी आपल्या ताब्यातील प्रदेशावर हल्ला करू नये म्हणून जवळच्या रामनगरच्या राजाला चौथ दिल्याचा उल्लेख आढळतो. चौथ ही एक प्रकारे स्वसंरक्षणासाठी दिलेली खंडणी होती. ज्याला चौथ देण्यात येई, त्याने इतरांच्या लुटमारीपासून आपले रक्षण करावे अशी अपेक्षा असे. पण ही अपेक्षा काही कारणाने फोल ठरल्यास चौथ देण्याचे नाकारण्यात येई. जवळच्या कोळी राजाचे हल्ले थांबवण्यात जेव्हा रामनगरच्या राजाला अपयश आले, तेव्हा पोर्तुगीजांनी चौथ राखून ठेवली. इ.स. १६५९ मध्ये शिवाजीने या कोळी राजापासून आपले रक्षण करावे म्हणून त्याला पोर्तुगीजांनी चौथ देऊ केली होती.

वरील घटनेवरून शिवाजीने आपली चौथाईची व्याख्या 'एखाद्या भूप्रदेशातील उत्पन्नाचा एक चतुर्थांश असा सरकारजमा करण्याचा हिस्सा' अशी केली असावी. त्या भागावर आक्रमण करून तो उद्ध्वस्त करू नये, म्हणून हा हिस्सा देणे अपेक्षित होते. असा रक्षणाच्या हमीपोटी घेतला जाणारा हिस्सा शिवाजी त्याच्या हुकमतीच्या बाहेरच्या मुख्यत्वे विजापूर आणि मोगलांच्या ताब्यातील भागातून वसूल करत असे.[३९]

या सवडीच्या काळात शिवाजीने महाराष्ट्राच्या पुनर्बांधणीचे काम हाती घेतले. त्याने तक्वीयत अथवा विकासासाठी मदतीचे कर्ज देण्यास पाठिंबा दिला. उजाड झालेला भाग पुन्हा पिकाऊ आणि पुनर्वसित व्हावा म्हणून तेथील सारा निश्चित करताना सवलत देऊ केली आणि पावसाळ्यात शेतीकामात अडथळा आणू नये अथवा शेतकऱ्यांना तोशीस देऊ नये अशा स्पष्ट आज्ञा फौजेला दिल्या. त्याला कर जमा करण्यासाठी तत्पर प्रशासकीय व्यवस्थेची आवश्यकता जाणवली होती. या व्यवस्थेच्या वरिष्ठ स्थानावर त्याचे सल्लागार मंडळ कार्यरत होते, तर ग्रामीण स्तरावर शेतजमिनीची मोजमाप पद्धत आणि इतर नियम त्याने लागू केले होते. उपलब्ध असलेल्या तुटपुंज्या कागदपत्रांच्या आधारेसुद्धा देशावरील काही भागात जमिनीची मोजणी केल्याचे आढळते. पण बहुधा कोकणात अशी मोजणी केली नसावी असेही दिसून येते.

शिवाजीला त्याच्या मोठ्या सैन्याच्या विध्वंसक शक्तीविषयी योग्य अंदाज होता. त्याने त्याच्या सेनानींना पावसाळा संपेपर्यंत पुरेल इतक्या रसदीची आगाऊ तरतूद करून

---

३९) पहा - S. N. Sen, *Administrative System of Marathas* (Calcutta 3rd. 1976) 71, बिदरच्या जुन्या कागदपत्रानुसार राजाने बंडखोराचा बंदोबस्त केल्याबद्दल दिलेल्या महसुलातील हिश्शालाही चौथाई म्हणण्याची प्रथा होती. पहा - G. S. Sardesai (ed.) *Selections from the Peshwa Dafter* (Bombay, 1935) XXXI, no. 1

ठेवण्याविषयी सूचना दिल्या होत्या. त्या दृष्टीने खालील अवतरण उद्बोधक ठरेल.

"You will starve and the horses will begin to die. Then you will begin to trouble the country. For instance, you will go and some will take some grains of the cultivators, some bread, some grass, some wood, some uegetables and things. When you begin to act like that, the poor peasants who are holding on their cottages and somehow eking out a livelihood, will themselves begin to run away. Some of them will starve. Then they will think that you are worse that the Mughals who overran the countryside."[४०]

तत्कालीन एकूण परिस्थितीचा विचार केला तर या काळात महाराष्ट्रात खऱ्या अर्थाने शांतता प्रस्थापित होऊ शकली नाही असेच दिसून येते. शिवाजीने मोगलांबरोबर सहअस्तित्व टिकवण्याच्या हेतूने कधीही व्यवहार ठेवला नाही. कदाचित दोन्ही बाजूंकडून तहाचा आदर न करणे हे क्रमप्राप्तच होते. आपल्याला औरंगजेबाला वाटणारी शिवाजीविषयीची घृणा ज्ञातच आहे. त्याने शिवाजीची संभावना एक डोंगरातील उंदीर अशीच केलेली दिसते. आपल्याला शिवाजीची स्वराज्याविषयीची तीव्र आंतरिक ओढही ज्ञात आहे. त्याने विजापुरी चाकरी तर पूर्णपणे झुगारून लावलीच, पण केवळ अपरिहार्य म्हणून काही काळ मोगलांची चाकरी पत्करली.

मोगलांकडून सैनिकी दबाव वाढल्यानंतर शिवाजीपुढील मुख्य समस्या ही त्याच्या इतर वतनदार देशमुखांबरोबर असलेल्या संबंधाविषयी होती. त्यांचे वतनदारी हक्क त्यांना नगरशाही किंवा विजापूरशाहीकडून मिळालेले होते आणि ते पिढ्यानपिढ्या चालत आलेले होते. काही वतनदार तर भोसले घराण्याला वतनदारी मिळण्याआधीपासून त्यांचे वतनहक्क उपभोगत होते. अशा वतनदारांच्या ताब्यात किल्ला अथवा गढी असे आणि स्वतःची फौज आणि तिच्या निर्वाहासाठीचा सरंजामही असे. बऱ्याचदा काही देशमुख्या म्हणजे उदाहरणार्थ वाई किंवा सातारा किंवा सोलापूरसारख्या देशमुख्या इतक्या प्रबळ होत्या की, सरकारी हिश्श्याचा अख्खा सारा या घराण्यांच्या निर्वाहासाठी खर्च होत असे.

शिवाजीने त्याच्या कारकिर्दीत अशा देशमुखांना चुचकारताना आणि काबूत ठेवताना वेगवेगळ्या पद्धती अवलंबिल्या. आधी उल्लेखल्याप्रमाणे त्याच्या विजापूरविरुद्धच्या सुरुवातीच्या मोहिमांमुळे यांतील काही देशमुख त्याच्याकडे आकर्षित झाले होते. त्याने इतर देशमुखांवर अवलंबून न राहता त्याच्या फौजेतील सैनिकांची भरती मुख्यत्वे शहाजीला

---

४०) पहा - Patwardhan and Rawlinson, *Sourcebook* याचे मूळ लिखाण इतिहासाचार्य राजवाड्यांच्या मराठ्यांच्या इतिहासाची साधने, खंड ८, क्र. २८ (१८९८ - १९१५) यात वाचायला मिळेल.

मिळालेल्या पुण्याजवळच्या जहागिरीतून केली. काही किल्ल्यांवरील देशमुख नसलेल्या किल्लेदारांना आपल्याकडे वळवून त्याने आपले स्थान अधिक बळकट केले. त्याची पहिली मोहीम त्याच्या जहागिरीलगतच्या दक्षिणेकडील मोरे घराण्याविरुद्ध होती. मोरे हे विजापूरचे मोठे जहागीरदार होते आणि त्यांच्या ताब्यात बरेच किल्ले होते. शिवाजीचा बंदोबस्त करायची जबाबदारी विजापूर दरबारने मोऱ्यांवर टाकली. शिवाजीबरोबरील तुंबळ लढाईत मोरे घराण्यातील चंद्रराव मोरे आणि त्याची चार मुले मारली गेली. शिवाजीचे हे कृत्य बऱ्याच देशमुखांच्या पचनी पडले नाही. सुप्याचे देशमुख, मोऱ्यांचे उर्वरित वारस, अत्रोली, फलटण आणि वाई येथील देशमुख शिवाजी विरुद्ध अफजल खानाला त्याच्या १६५९ - ६० मधील मोहिमेच्या वेळी जाऊन मिळाले.[४१] या मोहिमेत यश मिळाल्यानंतर शिवाजीने कोकण किनारपट्टीवर हल्ला केला. त्यात त्याला कैक हिंदू आणि मुस्लीम देशमुखांविरुद्ध लढावे लागले. शृंगारपूरच्या राजाला हरवून त्याचा प्रदेश शिवाजीने बळकावळा.

सभासद बखरीत ज्याचा आवर्जून उल्लेख केलेला आहे आणि जो मराठा इतिहासातील एक सर्वांत बहुचर्चित विषय आहे, तो म्हणजे शिवाजीने केवळ वतन देण्याच्या पद्धतीवर घातलेली बंदी (त्याऐवजी रोख रक्कम देण्याच्या पद्धतीचा अवलंब) नव्हे, तर त्याने मोठ्या जमीनदारांच्या ताब्यातील किल्ले उद्ध्वस्त करून, त्यांच्याकडील महसूल वसुलीचे हक्क काढून; ग्राम पातळीवरील प्रमुखावर ही जबाबदारी टाकली हा होय. शिवाजीला असे करण्यात यश मिळाले असते, तर त्याचे बरेचसे प्रश्न सुटले असते. काही भागांत निश्चितपणे त्याला ग्रामप्रमुखांबरोबर व्यावहारिक नाते निर्माण करण्यात यश आले आणि तेथील मोठ्या जमीनदारांचे महत्त्व कमी झाले.[४२] त्याने घालून दिलेल्या जमीन मोजणीविषयी आणि महसुलाविषयीचा मजकूर असलेली त्याच्या दरबारी पाठवण्यात आलेली बरीच कागदपत्रे उपलब्ध आहेत. ही कागदपत्रे त्याच्या कारकिर्दीच्या शेवटच्या दहा वर्षांतील असून मुख्यत्वे मध्य महाराष्ट्रातील आहेत. परंतु ही उदाहरणे सोडल्यास बहुतांश भागात पूर्वीप्रमाणेच जहागीरदारांचे स्थानिक हक्क अबाधित राहिल्याचे

---

४१) पहा - "Shivaji and the Landed Elements" in R. S. Sharma (ed.) Indian Society. Historical Probings, in Memory of D. D. Kosambi (New Delhi, 1974)

४२) 'शिवाजीने देशमुखांवर जरब बसवल्यामुळे त्याच्या कारकिर्दीत महाराष्ट्रातील शेतकरी अधिक सुखी होता का?' हा प्रश्न महाराष्ट्राच्या इतिहासातील काही बहुचर्चित प्रश्नांपैकी एक आहे. देशमुखांची ताकद कमी झाल्याने एकीकडे काही फायदे झाले; पण त्याच काळात जवळपास तीस वर्षे सततच्या लढायांमुळे लुटालूट आणि गावे जाळली जाण्याचे सत्रही सुरूच होते. देशमुखांवर जरब बसवण्यासाठी स्वत: शिवाजीनेही हा मार्ग अवलंबिल्याची उदाहरणे पहायला मिळतात. पहा - Rosalind O' Hanlon, *Maratha History as Polemic; Low Caste Ideology and Political Debate in 19th Century Western India, Modern Asian Studies,* Vol. 17, No. 1 (1983) pp1-33

कारभारी दप्तरावरून आणि सनदांवरून दिसून येते. कोकण भागात काही नवीन सनदा दिल्याचेही दिसून येते. शिवाजीच्या संपूर्ण कारकिर्दीच्या कालावधीत वाई किंवा भोर येथील वतनदार पूर्वीप्रमाणे प्रबळ राहिल्याचे दिसून येते. त्यांची निष्ठाही प्रसंगोपात विजापूर, मोगल अथवा शिवाजीकडे झुकल्याचे दिसते. त्यांच्या ताकदीविषयीची जाणीव ठेवून त्यांच्याबरोबर जुळवून घेण्यासाठी शिवाजीने त्यांच्या घराण्यांबरोबर विवाहसंबंध निर्माण करण्याचा आणखी एक मार्ग अवलंबला. शिवाजीने तत्कालीन मातब्बर अशा शिर्के, निंबाळकर आणि मोहिते घराण्यातील मुलींबरोबर विवाह केले.[४३]

शिवाजीने प्रारंभीच्या काळात तत्कालीन जहागीरदारांबाबत अवलंबिलेल्या लढाई करणे, त्यांचे प्रशासकीय अधिकार कमी करणे अथवा त्यांचेबरोबर घरोबा करणे अशा तीनही धोरणांना तितकेसे यश मिळाले नाही आणि त्याच्या उच्चाधिकारांना आणि त्याच्या वृद्धिंगत मालकी हक्कांना कायदेशीर मान्यता मिळवण्याच्या प्रयत्नांनाही यश मिळाले नाही. या मातब्बर घराण्यांना अहमदनगर आणि विजापूरशाहीकडून मिळालेल्या पिढीजात सनदा आणि त्यांचे अधिकार शिवाजी कधीही रद्दबातल करू शकला नाही अथवा त्यात बदलही करू शकला नाही. त्याच्याकडे अशा जहागीरदारांच्या वारसा हक्कांमधे हस्तक्षेप करण्याची अथवा त्यांच्या महसूल वसुलीच्या हक्कांवर स्वत:चा हक्क सांगण्याची कायदेशीर परवानगी नव्हती.

शिवाजीने त्याच्या कारकिर्दीच्या मध्य काळी म्हणजे साधारण १६६० ते १६७० या काळात स्वत:चे कायदेशीर स्थान आणि इतर देशमुखांची आपल्याप्रती निष्ठा यांसाठी दखखनी सुलतान जी पद्धत अवलंबत असत, तीच पद्धत अवलंबिली. स्वत:च्या खासगी आधिपत्याखालील भूभाग वाढवणे आणि तेथील कारभार सुरळीत करणे हा तो मार्ग होता. देशावर आणि कोकणभागात स्वत:च्या खासगी मालकीतील भूभाग वाढवणे शिवाजीला शक्य झाले. त्याने बऱ्याच ब्राह्मणांना आणि मुख्यत्वे देशस्थ ब्राह्मणांना आपल्या खासगी स्थावर मालमत्तेच्या तसेच केंद्रीय कारभाराच्या देखभालीसाठी नेमले. त्याने या कारभाऱ्यांना स्वत:च्या खासगी मालमत्तेचे (कुडाळ, राजापूर, दाभोळ, पुणे, जावळी, कल्याण इ. ठिकाणच्या) हिशेब राज्याच्या सर्वसाधारण हिशेबापासून वेगळे ठेवण्याचे फर्मावले.[४४] त्याने स्वत:चे सल्लागार मंडळ निर्माण करण्यातही स्वारस्य दाखवले. यातील बऱ्याचशा सल्लागारांचे हुद्दे हुबेहूब अहमदनगरचा सलतनतीसारखे होते. उदाहरणार्थ सरनोबत, पेशवा, चिटणीस, सरलष्कर. उरलेल्यांचे हुद्दे वेगळे होते. उदाहरणार्थ अमात्य, प्रतिनिधी, सचिव. त्याने विविध शहरांवर छापे मारून कमावलेल्या आणि भूप्रदेशातून

---

४३) पहा - Sardesai, *New History,* 145

४४) पहा - A. R. Kulkarni *Maharashtra in the Age of Shivaji* (Pune 1974) 29.

मिळालेल्या पैशांचा उपयोग स्वत:चे सैन्य उभारण्यासाठी केला. सैनिकांना पगार सरकारी खजिन्यातून दिला जाई आणि त्याच्यातर्फे घोडे देण्यात येत. अशीच पद्धत विजापूर सलतनतीने सुरुवातीच्या वृद्धीच्या काळात अवलंबिलेली दिसते. या इतर देशमुखांच्या तुलनेत सत्तेचे पारडे शिवाजीच्या राज्याच्या बाजूने झुकण्याच्या दृष्टीने या दोन्ही पद्धती अतिशय परिणामकारक ठरल्या असे दिसून येते.

शिवाजीने त्याच्या कारकिर्दीच्या शेवटच्या दशकता प्रबळ देशमुख घराण्यांवर स्वत:चे वर्चस्व प्रस्थापित करण्यासाठी त्याची अत्यंत महत्त्वाकांक्षी योजना अमलात आणली. त्याने इतर देशमुखांच्या तुलनेत स्वत:चे सैन्य अधिक बळकट करण्यास सुरुवात केली. जरी थेट पुरावा अथवा कागदोपत्री उल्लेख नसला, तरी काही सांकेतिक पुराव्यांवरून आपण शिवाजीच्या सैन्याविषयी अनुमान लावू शकतो. उदाहरणार्थ शिवाजीच्या इच्छापत्रानुसार आपणास कळते की, त्याच्या स्वत:च्या मालकीचे ३०००० घोडे होते. यावरून त्याच्या पदरी १५ ते २० हजारांचे घोडदळ असावे असा अंदाज बांधता येतो. हे सैनिकी संख्याबळ कोणत्याही काळात मोठेच मानले जाईल. तत्कालीन देशमुखांच्या तुलनेत तर ते कैक पटीने जास्त होते.[४५] त्याच्याकडे तोफखाना आणि मुबलक दारूसाठा होता. त्याशिवाय महत्त्वाचे म्हणजे शिवाजीच्या ताब्यात पश्चिम महाराष्ट्रातील मोठे आणि महत्त्वाचे किल्ले होते.

या मजबूत पायाच्या आधारावर अवलंबून शिवाजीने त्याच्या धाडसी कारकिर्दीला शोभेल असे धाडसी पाऊल उचलले. त्याने स्वत:ला एक हिंदू राजा, एक क्षत्रिय राजा म्हणून राज्याभिषेक करवून घेण्याचा निर्णय घेतला. याद्वारे एका झटक्यात तो त्याच्या ब्राह्मणांवरील आणि मुख्यत्वे प्रबळ देशमुख घराण्यांवरील वर्चस्वाविषयीचे प्रश्न निकालात काढू शकणार होता. याद्वारे तो त्यांच्यावर (धर्ममार्तंड ब्राह्मणांच्या मंजुरीने मिळालेल्या अधिकाराच्या जोरावर) राज्य करू शकणार होता आणि याला प्रबळ देशमुखांचीही संमती असणार होती.[४६]

या राज्याभिषेकाविषयी ज्ञात असलेल्या गोष्टींवरून ही घटना महाराष्ट्रातील अंतर्गत

४५) पहा - J. N. Sarkar *House of Shivaji 188 - 189, 194.*

४६) पहा - Patwardhan and Rawlinson Sourcebook, *163.* यात सभासद बखरीचा अनुवाद वाचायला मिळतो. शिवाय पहा - Andre Wink ने केलेला 'शिवदिग्विजय' या ग्रंथाचा अनुवाद. Andre wink राज्याभिषेकाविषयी लिहितो. 'Shivaji was unwilling to share the leadership of the Marathas with the others, and although he had formerly been on one level with many of the other Maratha Sardars as (mere) servants of Bijapur, he could justify his new claims to-pre eminence amongst them by pointing out that this dependence, through his efforts, no longer existed.' *Land and Sovereignty in India : Agrarian Society and Politics under the Eighteenth Century Maratha Svarajya* (Cambridge, 1986)

संबंधांशीच जास्ती निगडित होती असे म्हणता येईल. शिवाजीने या प्रबळ देशमुखांना आणि महाराष्ट्रातील आणि भारताच्या इतर भागातील ब्राह्मणांना या समारंभासाठी आमंत्रित केले, परंतु आपल्या लगतच्या सलतनतींना अथवा त्यांच्या प्रतिनिधींना आमंत्रित केले नाही.

काही महत्त्वपूर्ण पण विवादास्पद गोष्टींमुळे हा समारंभ जवळजवळ एका वर्षानंतर घडू शकला. पहिला मुद्दा शिवाजीच्या घराण्याविषयीचा होता. जर तो मराठा असेल किंवा त्याहूनही जर तो कुणबी शेतकरी कुळातील असेल, तर राजा होण्याची त्याची योग्यता मानली गेली नसती. त्याने क्षत्रिय असणे आवश्यक होते. त्या वेळी जवळपास सर्वांनाच त्याच्या आधीच्या लगतच्या पूर्वजांची माहिती होती. त्याचे वडील शहाजी विजापुरी चाकरीत असल्याचे आणि आजोबा मालोजी उत्तर महाराष्ट्रातील एका गावचे शेती करणारे पाटील असल्याचे सर्वांनाच ज्ञात होते, ते मराठा होते; पण क्षत्रिय नव्हते. जर शिवाजी खरेच क्षत्रिय होता, तर तो यज्ञोपवीत का धारण करत नव्हता? तसेच त्यासंबंधीचा धार्मिक विधी का केला नव्हता? त्याचे विवाह क्षत्रिय रिवाजानुसार न होता मराठा पद्धतीने का झाले होते? या प्रश्नांची उत्तरे महाराष्ट्रातील कोणत्याच ब्राह्मण धर्म-धुरीणांकडे नव्हती. त्यामुळे राज्याभिषेकात मोठीच अडचण निर्माण झाली.[४७]

या अडचणींवर मात करण्यासाठी आणि विधिवत राज्याभिषेक करण्यासाठी अशा एखाद्या चाणाक्ष आणि विद्वान ब्राह्मणाची आवश्यकता होती की, ज्याच्याविषयी महाराष्ट्रात आदर होता. मूलत: महाराष्ट्रीय असलेला; पण कैक वर्षे वाराणसीत वास्तव्यास असलेला तत्वज्ञानी विद्वान ब्राह्मण गागाभट्ट हा अशांपैकी एक होता.[४८]

---

४७) शिवाजीला स्वत:चे कायदेशीर स्थान, अधिकार आणि ताकद अधिक दृढ करण्यासाठी हिंदू रिवाजानुसार राजा होणे आवश्यक होते. त्या वेळी सत्ताधीश होण्यासाठी दोनच मार्ग रूढ होते. एक म्हणजे सुलतान होणे, जे शिवाजीला हिंदू असल्यामुळे शक्य नव्हते. दुसरा मार्ग म्हणजे हिंदू राजा होणे. अशी फारच कमी उदाहरणे अस्तित्वात होती. त्यांपैकी गागाभट्टाने रजपूतांचे उदाहरण विचारात घेतले. तिसरा मार्ग म्हणजे मूलत: दक्षिणेकडील चालुक्य, यादव अथवा राष्ट्रकुटांच्या पद्धतीने राज्याभिषेक करवून घेणे. राज्याभिषेक विजयनगरच्या रिवाजानुसारही होऊ शकत होता. परंतु हे पर्याय विचारात घेतल्याचे दिसत नाही. तत्कालीन महाराष्ट्राला विजयनगरचा विसर पडला असावा. हा विचार समजून घेण्यासाठी पहा - Sumit Guha, "The frontiers of Memory : What the Marathas Remembered of Vijayanagara 'Modern Asian Studies Vol. 43, No 1, Expanding Frontiers in South Asian and World History : Essay in Honour of John F. Richards (Jan, 2009) PP. 269 - 288.

४८) इ.स. सोळाव्या शतकापासून वाराणसीत वास्तव्यास असलेल्या मराठी ब्राह्मण घराण्यांपैकी एक घराणे गागाभट्टाचे होते. या मराठी ब्राह्मण समाजाचे महाराष्ट्रातील ब्राह्मणांबरोबरचे संबंध टिकून होते आणि आंतरजातीय आणि कौटुंबिक वादांमध्ये वाराणसीचे ब्राह्मण न्यायनिवाडा करत असत. वाद मिटवण्यासाठी दोन्ही पक्ष वाराणसीला प्रत्यक्ष जाऊन निवाडा करवून घेत. पहा - Rosalind O'Hanlon, "Letters Home : Banaras Pandits and the Maratha regions in early modern India" 'Modern Asian Studies, Vol. 44, No. 2, (March 2010) pp. 201 - 240.

सर्वप्रथम शिवाजीच्या कुळासंबंधीचा प्रश्न सोडवण्यात आला. शिवाजीचे पूर्वज मूलत: राजस्थानातील रजपूत होते आणि तेराव्या शतकातील मुसलमानांच्या आक्रमणानंतर ते महाराष्ट्रात स्थलांतरित झाले होते असा 'शोध' गागाभट्टांनी लावला.[४९] यामुळे शिवाजीचे क्षत्रियत्व सिद्ध होऊन तो राज्याभिषेकास पात्र ठरला. परंतु दुसरी अडचण अशी होती की, रजपूत हे मोगलांचे मांडलिक होते. त्यांच्याकडे स्वतंत्र हिंदू राजाला राज्याभिषेक करण्याची पद्धत नव्हती. काही शतके असा विधी करण्यात आला नव्हता.

एकेक करत गागाभट्टाने सगळे प्रश्न सोडवले. त्याने इतर ब्राह्मणांच्या सल्ल्याने आणि पवित्र धर्मग्रंथांच्या आधाराने राज्याभिषेकाचा विधी नक्की केला. हा विधी त्या काळातील कोणत्याही विधीपेक्षा वेगळा होता. या राज्याभिषेक सोहळ्याला फारसा कोठे विरोध आढळत नाही. याला कारण शिवाजीने अथवा गागाभट्टाने सादर केलेले शास्त्राधार असावेत. महाराष्ट्राबाहेरील फक्त ऑक्सिंडन हा इंग्रज माणूस समारंभाला हजर असावा आणि तो संपत्तीचे आणि शक्तीचे दैदीप्यमान प्रदर्शन सोडल्यास धार्मिक विधीबाबत अनभिज्ञच असावा.

एकूण राज्याभिषेक सोहळा कैक आठवडे चालला; पण आपण त्यातील कायदेशीर बाबी आणि राजनिष्ठा यांच्याशी संबधित विधींवर लक्ष केंद्रित करू.[५०] सोहळ्याच्या पहिल्या भागात कुलदैवतांची पूजा करण्यात आली आणि क्षत्रिय असूनही मराठ्यांच्या रितीभाती पाळल्याप्रित्यर्थ शिवाजीकरवी प्रायश्चित घेण्यात आले. दुसऱ्या भागात त्याचा आणि त्याच्या मुलाचा मौजीबंधनाचा विधी करण्यात आला. त्यानंतर क्षत्रिय परंपरेनुसार

---

४९) या वेळेपर्यंत शिवाजीची आपण रजपूत असल्याविषयी खात्री झाली असावी असे सुचवणारे दोन पुरावे आहेत. पहिला पुरावा म्हणजे शहाजीने अली आदिलशहा (द्वितीय)ला लिहिलेले इ.स. १६५६ मधील पत्र. या पत्राच्या मध्यास स्वत:च्या नोकरीतील शर्तींविषयी नाराजी व्यक्त करताना शहाजी लिहितो. ''मी कैक बादशहांकडे चाकरी केली; पण स्वाभिमानास धक्का पोहोचू दिला नाही. आम्ही रजपूत आहोत.'' (D. V. Apte, *Itihas Manjari* [Pune, 1923] 67). दुसरा पुरावा शिवाजी आग्र्यात असताना त्याने रजपूतांवर जो प्रभाव पाडला होता, त्या अनुषंगाने पाहायला मिळतो. रजपूत दरबाराला पाठवण्यात आलेल्या तत्कालीन बातमीपत्रात पुढील उल्लेख आढळतो. "One day when Ballu Sah, Tej Singh and Ran Singh were sitting together, Maha Singh Shekhawsat said, 'Shivaji is very clever, he speaks the right word after which nobody need say anything more on the subject. He is a good genuine Rajput and we have found him just what he was reported to be. He tells us such appropriate things marked by the characteristic qualities (or spirit) of a Rajput that if they are borne in mind they will prove useful one day." Translated in Sarkar, *House of shivaji*, 162

५०) राज्याभिषेकाच्या सविस्तर वर्णनासाठी पहा - V. S. Bendry, *The Coronation of Shivaji the Great* (Bombay, 1960)

शिवाजीचे त्याच्या पत्नींबरोबर पुनर्विवाह करण्यात आले. या विधीमुळे शिवाजीचे क्षत्रियत्व सिद्ध झाले आणि तो राजा बनण्यास पात्र झाला.

प्रत्यक्ष राज्याभिषेक विधी एकूण नऊ दिवस, नऊ रात्री चालला. राज्याभिषेकासाठी एक मोठे आणि एक छोटे अशी दोन सिंहासने बनवली होती. विधीची सुरुवात उपवासांनी झाली. रात्री यज्ञकुंडात आहुती अर्पण करण्यात आल्या आणि नंतर शिवाजी छोट्या सिंहासनावर आसनस्थ झाला. शिवाजीने या सिंहासनावर बसून दरबार भरवला आणि दिनदर्शक शिवशक सुरू झाल्याची आणि शिवशाही अवतरल्याची घोषणा केली. यानंतर शिवाजीला सुवासिक तेल, पाणी आणि ऊन पाणी अशा शुद्धोदकांनी स्नान घालण्यात आले. त्याच्या अंगाला पवित्र स्थळांवरून आणलेल्या मातीचे लेपन करण्यात आले. त्यानंतर मध, दूध, दही, तूप आणि साखरयुक्त पंचामृताने स्नान घालण्यात आले. त्यानंतर पुन्हा ऊन पाण्याने स्नान घालण्यात येऊन चंदनाचा लेप लावण्यात आला. या सर्व विधींच्या उपरोक्त शिवाजीला पृथ्वीवरील इंद्राचा प्रतिनिधी म्हणून घोषित करण्यात आले.

यापुढेही समारंभ चालूच राहिला. कैक ब्राह्मणांनी विविध भागांतून आणलेल्या पवित्र द्रवांनी शिवाजीवर अभिषेक केले. याद्वारे त्यांनी शिवाजीला त्यांचा अभिषिक्त राजा म्हणून मान्यता दिली. यानंतर ब्राह्मणांना सढळ दक्षिणा आणि भेटी देण्यात आल्या. त्यानंतर शिवाजीच्या भाळावर कुंकुमतिलक लावण्यात आला आणि तो मुद्दाम तयार करवण्यात आलेल्या इंद्ररथावर आरूढ झाला. येथे त्याने मंत्रित बाण, धनुष्ये, घोडे आणि हत्तींचा स्वीकार केला.

सोहळ्यातील यानंतरचा भाग कायदेशीर मान्यता आणि राजनिष्ठा यांच्या दृष्टीने अत्यंत महत्त्वाचा होता. शिवाजी मुख्य सिंहासनावर आसनस्थ झाला. हे सुवर्ण सिंहासन होते आणि त्यावर वाघ-सिंहांची कातडी अंथरली होती. या सिंहासनावर बसून त्याने त्याच्या सरदारांकडून भेटी स्वीकरल्या. त्याच्या प्रमुख मंत्र्यांनी त्याच्यावर सुवर्णमुद्रांचा अभिषेक केला. यानंतर खास दरबार भरवण्यात आला. या दरबारात त्याने महाराष्ट्रातील कैक प्रबळ घराण्यांकडून राजनिष्ठेचा स्वीकार केला. सरते शेवटी सर्व रयतेसाठी खुला दरबार भरवण्यात आला, ज्यात शिवाजीला राजा म्हणून मान्यता देण्यात आली आणि शिवशाहीची उद्घोषणा करण्यात आली. पुन्हा एकदा या खुल्या दरबारात उपस्थित असलेल्या ब्राह्मणांना आणि इतरेजनांना भरघोस दक्षिणा वाटण्यात आली.

या समारंभाइतकीच महत्त्वाची आणखी एक बाब म्हणजे या समारंभासाठीच्या अफाट खर्चासाठीचा पैसा कोठून उभा केला असावा ही होय. यातील काही पैसा नक्कीच कर स्वरूपात वसूल करण्यात आला असणार. त्यामुळे अशी यशस्वी करवसुली आणि समारंभात असलेली देशमुखांची उपस्थिती ही शिवाजीने मिळविलेल्या नवीन सामर्थ्याची

आणि त्याच्या सत्ताधिकाराची द्योतकच मानायला हवी.[५१]

शिवाजीला या वेळी स्वत:च्या उंचावलेल्या स्थानाविषयी अंदाज आला असावा. उदाहरणार्थ सोहळ्यात त्याने स्वत:चा नवीन शक आणि शिवशाही म्हणजे स्वत:ची राजवट घोषित केली. शिवाजीने राज्यारोहण करताना इतर देशमुखांकडून रोख भेटी स्वीकारून त्याच्या उंचावलेल्या स्थानाचे दर्शन घडवले. त्याचप्रमाणे त्याच्या राज्यालगत असलेल्या इतर सुलतान आणि राजप्रमुखांच्या बरोबरीचे स्थान त्याने साधले. उदाहरणार्थ इ.स. १६७७ साली त्याने मुधोळच्या बाजी घोरपडेला लिहिलेल्या पत्रात असा दावा केला की, आता तो गोवळकोंड्याच्या कुतुबशाही सुलतानाबरोबर समपातळीवर वाटाघाटी करू शकतो.[५२]

राज्याभिषेकानंतर नवीन राजाकडून अपेक्षित अशा मोहिमेवर शिवाजी रवाना झाला. त्याने अचानकपणे भीमानदीच्या तीरावरील मोगलांच्या छावणीवर छापा घातला. त्या वर्षाच्या अखेरीस उत्तरेकडील खानदेश आणि बेरर भागात चढाई केली. या मोहिमेदरम्यान वाटेतील धरणगावची इंग्लिश वखार लुटून भस्मसात केली.

शिवाजीने त्याच्या कारकिर्दीच्या अखेरच्या काळात मुख्यत्वे दक्षिणेतील मोहिमांवरच लक्ष केंद्रित केले. त्याचप्रमाणे कोकणावरील स्वामित्व टिकवण्यासाठी आपले नौदल अधिक बळकट करण्याकडे त्याने विशेष लक्ष दिले.[५३] या काळातील कोकण किनारपट्टीवरील महत्त्वाचा बदल म्हणजे मुंबईचा शीघ्रतेने झालेला विकास. इंग्रजांच्या संरक्षक नाविक बळाच्या जोरावर मुंबईचे रूपांतर पन्नास हजारांहून अधिक लोकसंख्या असलेल्या आणि व्यापारामुळे भरभराटीस आलेल्या शहरात झाले होते. मराठ्यांच्या विरोधाला यशस्वी तोंड देत इंग्रजांनी ही प्रगती साधली होती.

या काळात एकूणच शिवाजी सुदैवी होता. मोगल आणि विजापूर दरबाराचे लक्ष इतरत्र गुंतल्यामुळे शिवाजीला अवधी मिळाला. शिवाजी आपला पुत्र संभाजीला राज्य

---

५१) या समारंभातील कित्येक विधी आणि वस्तू या एका बृहत् परंपरेचा भाग होत्या. Dirk ने त्याच्या पुस्तकात वर्णन केलेल्या गोष्टी म्हणजे राजेशाही भोजन, पोशाख, राजचिन्हे आणि राज्यपदी विराजमान होताना घडविलेला दिमाखदार समारंभ यांच्यात आणि शिवाजीच्या राज्याभिषेकाच्या वर्णनात सामर्थ्य आढळते. पहा - Dirks *The Hollow Crown*, (101 - 104)

५२) या मजकुरासाठी पहा - Sardesai *New History*, 240 - 43.

५३) जवळपास वीस वर्षांत मराठ्यांच्या नौकांमध्ये कोणत्याही सुधारणा झाल्या नव्हत्या. त्या अजूनही लहान होत्या आणि त्यांच्यावरील तोफा परिणामकारक नव्हत्या. इ.स. १६७९ मध्ये मुंबईजवळच्या खांदेरीच्या सागरी युद्धात इंग्रजांच्या एका युद्धनौकेने मराठ्यांच्या पन्नास युद्ध नौका उध्वस्त केल्या. पहा - Sarkar *House of Shivaji* (272 - 273)

कारभारात पारंगत करण्याचा प्रयत्न करत असल्याचा पुरावा उपलब्ध आहे. उपलब्ध कागदपत्रांनुसार इ.स. १६७३ च्या सुमारासच इंग्रज गुमास्त्याबरोबर वाटाघाटी करण्यासाठी शिवाजीने आपला प्रतिनिधी म्हणून संभाजीची नेमणूक केल्याचे आढळते. इ.स. १६७० ते इ.स. १६७७ या काळात संभाजीने कैक न्यायनिवाडे केल्याचे आढळते. तसेच त्याने व्यक्तिश: इ.स. १६७५ - ७६ मधील कर्नाटकातील हुबळी मुलखातील मोहिमेचे नेतृत्व केल्याचेही दिसते.[५४]

इ.स. १६८० मध्ये जवळपास दोन वर्षे चाललेल्या दुखण्यात शिवाजीचे निधन झाले. कारकिर्दीच्या अखेरीस शिवाजीकडे भरलेला खजिना, देशावरील आणि डोंगरी असे शंभराहून अधिक किल्ले आणि कर्नाटकातील आणि त्याहून दक्षिणेकडील काही भूप्रदेशांची मालकी होती आणि महसुली हक्कही होते. त्याच्या तेज:पुंज नेतृत्वाच्या, यशस्वी मोहिमांच्या आणि उत्तम कारभाराच्या जोरावर त्याने इतर प्रबळ देशमुखांच्या तुलनेत स्वत:चे स्थान वेगळ्याच उंचीवर नेऊन ठेवले. जवळपास एक दशकाएवढा कालावधी त्याचे राज्य मोगल आणि विजापूरशाहीच्या सैनिकी दबावापासून मुक्त राहिले. परंतु त्याच्या निधनानंतर वर्षभरातच अंतर्गत आणि बाह्य परिस्थितीत लक्षणीय बदल झाला. त्याविषयीची चर्चा आपण पुढील प्रकरणात करू.

---

५४) कमल गोखले - *छत्रपती संभाजी* (पुणे १९७८) पान १८-२०

४

शिवाजीच्या वारसांचा परचक्राशी सामना (इ.स. १६८० - १७१९)

शिवाजीच्या आयुष्याच्या अखेरच्या वर्षात त्याच्या दरबारात गटबाजी सुरू झाली होती. त्याने आपले राज्य आपल्या दोघा वारसदार मुलांमध्ये वाटून द्यायचे कितीही मनसुबे बाळगले, तरीही तो गटबाजी रोखू शकला नाही. एक गट संभाजीला पाठिंबा देणारा होता, तर दुसऱ्या गटाचा पाठिंबा आठ वर्षांच्या लहानग्या राजारामास होता. एकीकडे मोगलांचा सैनिकी दबाव आणि दुसरीकडे शिवशाहीच्या केंद्रस्थानी असलेली ही गटबाजी, हा आपल्या या प्रकरणाचा मुख्य विषय आहे. आपण या काळातील राजसत्ता आणि प्रमुख सेनानी यांची ताकद यांतील तोल राखणे हे किती अवघड होते हे पाहणार आहोत. तसेच त्या काळात मराठ्यांनी अस्तित्व टिकवण्यासाठी वापरलेले विविध मार्ग, कैक घराण्यांचा पाठिंबा मिळवण्यासाठी केलेले प्रयत्न आणि सततच्या लढायांमुळे महाराष्ट्रावर झालेले दूरगामी परिणामही पाहणार आहोत. सरते शेवटी आपण त्या काळातील सरकारी अधिकार आणि युद्धातील विजय यांचे नक्की स्वरूप काय होते हे पाहणार आहोत आणि त्याचबरोबर मराठा घराण्यांना मनसबदारी पद्धतीत सामावून घेताना मोगलांची झालेली तारांबळही पाहणार आहोत.

शिवाजीच्या मृत्यूनंतर लगेचच त्याच्या धाकट्या मुलाच्या म्हणजे राजारामाच्या आईने काही मंत्र्यांशी संगनमत करून राजारामाचा राज्याभिषेक केला. याला बऱ्याच प्रबळ मराठा घराण्यांनी आणि शिवाजीचा थोरला मुलगा संभाजी याने तत्काळ विरोध केला. आपल्या विरुद्ध कारस्थान करणाऱ्यांचा बंदोबस्त करायला संभाजीला काही महिने लागले आणि आठ महिन्यांनंतर संभाजी सिंहासनारूढ झाला (डिसेंबर १६८०).[१]

१) कमल गोखले, *छत्रपती संभाजी* (पुणे १९७८), पान ३९. या प्रबंधात संभाजीकालीन साधनांविषयी चांगले विवेचन केले आहे.

सर्वसाधारणपणे अशा वारसा कलहानंतर राज्ययंत्रणा कमकुवत होते; पण मराठ्यांच्या बाबतीत तसे घडले नाही. संभाजीने कारभारावर पकड जमवली. पहिली काही वर्षे तर शिवाजीच्या उत्तर काळातील पद्धतीनेच त्याने कारभार चालवला. उदाहरणार्थ त्यानेही कोकणात सिद्दीच्या विरुद्ध मोहीम चालवली; पण ती यशस्वी होऊ शकली नाही. शिवाजीप्रमाणेच संभाजीनेही एप्रिल १६८१ मध्ये कर्नाटक मोहिमेवर मोठी फौज पाठवली. म्हैसूरच्या चिकदेवराजाने मराठ्यांचा पराभव केला; पण नंतर कैक मोहिमांद्वारे मराठ्यांनी म्हैसूर, मदुराई आणि गोवळकोंड्यातील अंतर्गत बाबींमध्ये हस्तक्षेप केला. कधी मित्र म्हणून, कधी शत्रू म्हणून, तर कधी खंडणी वसूल करणारे म्हणून मराठे दक्षिणेत कार्यरत राहिले.

या सर्व मोहिमांमध्ये संभाजीला एखादा किल्ला वेढा घालून, सुरुंग पेरून अथवा तोफखान्याचा वापर करून घेण्याचे तंत्रज्ञान आपल्याकडे नसल्याची जाणीव होती. त्याने मुंबईच्या इंग्रजांवर संरक्षणात्मक तह करण्यासाठी दबाव आणला आणि इ.स. १६८४ मधील तहाद्वारे उत्तम प्रतीच्या तोफा मिळवल्या आणि दारूगोळाही मिळवला. संभाजीने प्रथम प्रतापगड आणि नंतर इतर डोंगरी किल्ले बळकट केले. या काळातील कारभाराच्या नोंदीवरून संभाजीचा कारभार शिवाजीच्या कारभाराप्रमाणेच चालू होता.

परंतु ही परिस्थिती अकस्मात बदलली. कारण होते मोगलांचा बंडखोर शहाजादा अकबर. त्याने संभाजीकडे आश्रय मागितला आणि संभाजीने तो दिला. येथे आपण थोडे विषयांतर करून या शहाजादा अकबराची पार्श्वभूमी समजून घेऊ. इ.स. १६७८ मध्ये रजपूतांविरुद्धच्या लढाईत शिथिलता दाखवल्याबद्दल औरंगजेबाने अकबराला शिक्षा फर्मावली. त्याविरुद्ध सन १६८० मध्ये त्याने उघडपणे बंड पुकारले आणि १६८१ च्या सुरुवातीला स्वत:ला बादशहा म्हणून घोषितही केले. हे त्याचे बंड मोडून काढण्यासाठी राजस्थानात झालेल्या लढाईत अकबराचा दारुण पराभव झाला आणि अवघ्या ४०० लोकांसह तो दक्षिणेत पळून आला. त्याने संभाजीशी संधान साधले. संभाजी तेव्हा कोकणात होता.

त्या सुमारास संभाजीही समस्यांनी ग्रस्त होता. विशेषत्वे त्याला विषप्रयोगाने ठार मारून राजारामाला सिंहासनावर बसवण्याचा पद्धशीर कट रचण्यात आला होता. या कटात सामील असलेल्यांनी अकबराशी संधान बांधून त्याचा पाठिंबा मागितला होता आणि त्या बदल्यात संभाजीचा बराचसा प्रदेश त्याला देण्याचे कबूल केले होते. ही बाब अकबराने संभाजीला सांगितल्याने संभाजीच्या मनात अकबराविषयी उपकाराची भावना होती. संभाजीने हा कट उधळून लावला. त्याच्याशी द्रोह करणाऱ्या २०-२५ जणांना मृत्युदंडाची शिक्षा दिली. यात काही जुन्या मंत्र्यांचा आणि जमीनदारांचा समावेश होता.

अकबराला आश्रय दिल्यामुळे मोगलांबरोबर अटळ असलेला संघर्ष आणखी लवकर उद्भवला. औरंगजेबाने रजपूतांबरोबरची लढाई लगेचच संपवली आणि मोठी फौज दक्षिणेत पाठवली. संभाजीला अकबराकडून जे काही लाभ अपेक्षित होते, ते कधीच मिळाले नाहीत. औरंगजेबाविरुद्ध रजपूतांबराबेर आघाडी करण्याचा त्याचा मनसुबा सफळ होऊ शकला नाही. तसेच काही मोगल सरदारांना औरंगजेबाविरुद्ध फितवण्यातही त्याला यश आले नाही. (कैक अपयशी मोहिमांपश्चात आणि मोगल-मराठा संघर्षात मध्यस्थी करण्यातही अपयश आल्यानंतर अकबर इ.स. १६८७ मध्ये भारत सोडून इराणला परागंदा झाला.)[२]

औरंगजेबाचा इरादा अगदी स्पष्ट होता. विजापूरशाही खालसा करणे आणि मराठ्यांचा समूळ बीमोड करणे. आता मराठा राज्याकडे बघण्याचा मोगलांचा दृष्टिकोन जुजबी नव्हता, तर निर्णायक होता. यात मराठ्यांच्या किल्ल्यांभोवतीचे वेढे आवळत जाणे, मराठी फौजेला मैदानात येणे भाग पाडून त्यांचा मैदानी लढाईत पराभव करणे आणि पिकाऊ भूभाग बेचिरोख करणे या गोष्टींचा समावेश होता. मराठ्यांनी पुन्हा एकदा त्यांची नेहमीची रणनीती अमलात आणली आणि मोगलांना यश मिळू दिले नाही. मोगलांची रसद मारणे, त्यांच्या उत्तरेकडील प्रदेशावर हल्ला चढवून त्यांचे आपल्यावरील लक्ष विचलित करणे आणि मोगलांविरुद्ध विजापूर, गोवळकोंडा, पोर्तुगीज आणि इंग्रजांशी मैत्री करून एक विरोधी फळी निर्माण करणे अशा पातळ्यांवर मराठ्यांचा संघर्ष सुरू झाला. युद्धसीमा बदलत राहिल्या. इ.स. १६८२ मध्ये खानदेश आणि उत्तर महाराष्ट्रात लढाया झाल्या, तर नंतर इ.स. १६८३ मध्ये कोकण ही युद्धभूमी झाली. इ.स. १६८३ मध्ये मराठ्यांनी गोवा आणि चौलवर हल्ला केला. कोकणातील इ. स. १६८५-८६ तील तीव्र संघर्षात कैक घराण्यांनी मराठ्यांची साथ सोडून मोगलांशी संधान बांधले. हळूहळू पाश आवळत चाललेल्या मोगलांनी संभाजीच्या फौजेला मुख्य किल्ल्यांचा आश्रय घ्यायला भाग पाडले. त्यांनी मराठ्यांचे बरेच किल्ले ताब्यात घेतले आणि जास्तीत जास्त पिकाऊ प्रदेशावरही स्वत:चा ताबा बसवला.[३] गेली वीस वर्षे मोगलांनी अंगिकारलेल्या पद्धतीनुसार आताही ते मराठ्यांच्या सैन्यात उच्चपदांवर असलेल्या देशमुखांना फितवून आपल्याकडे खेचण्याचा प्रयत्न करत होते.[४]

राजकारणाची दिशाही लवकरच बदलत गेली. औरंगजेबाने सुरुवातीला

२) कमल गोखले, *छत्रपती संभाजी*, पान ६८ - ६९

३) या काळात मोगलांनी जेवढे किल्ले जिंकले त्यावर त्यांनी विदेशी गोलंदाज तैनात केले होते. पहा - *Selected Docutments of Aurangzeb's Reign 1659-1706* (Hyderabad 1958) 134-35, 138-40.

४) पहा - *Selected Documents of Aurangzeb's Reign* 153, 174 - 80

विजापूरबरोबर मैत्री करण्याचा प्रयत्न केला. नंतर त्याने विजापूरच्या दरबारात एका गटाला दुसऱ्याविरुद्ध पाठिंबा दिला. संभाजीने विजापूर आणि गोवळकोंडा अशा दोघांबरोबरही मैत्री करण्याचा प्रयत्न केला. इ.स. १६८६ - ८७ मध्ये मोगलांनी विजापूर आणि गोवळकोंडा या दोन्ही सल्लनतीचा पाडाव केला आणि या मैत्रीच्या राजकारणाचा शेवट झाला. अचानक दख्खनमध्ये फक्त दोनच सत्ता उरल्या मोगल आणि मराठे.

संभाजीच्या कारकिर्दीच्या अखेरच्या कालखंडाकडे वळण्यापूर्वी या मोठ्या आक्रमणाच्या आणि आणीबाणीच्या काळातील देशमुख घराण्यांच्या इतिहासाविषयी काही वानगीदाखल उदाहरणांद्वारे जाणून घेऊ या. म्हसवडच्या माने घराण्याचा उल्लेख पहिल्या प्रकरणात आला आहे, त्याचेच उदाहरण घेऊ. इ.स. १६७८ मध्ये म्हणजे शिवाजीच्या निधनापूर्वी २ वर्षे मोगल मान्यांशी संधान साधून होते. नागोजी मानेला औरंगजेबाने पत्र पाठवून असे आश्वासन दिले की, जर तो मोगलांच्या चाकरीत रुजू झाला, तर त्याला त्याच्या भागाचे सरदेशमुखी आणि जमीनदारीचे हक्क देण्यात येतील. दोन वर्षांनी त्याला औरंगजेबाने म्हस्वे शहर आणि माण परगण्यातील रु. १३,५०,०००/- इतक्या रकमेची जहागिरी प्रदान केली. पुढे इ.स. १६८९ मध्येही माने घराण्याच्या योग्य हक्कांविषयी त्यांच्यात आणि मोगलांमधे घासाघीस चालूच होती. नागोजीने औरंगजेबाला लिहिले की, त्याच्या वडलांना विजापूर दरबारतर्फे सोळा महाल इनाम मिळाले होते. (ते सर्व सातरा, सोलापूर आणि सांगली जिल्ह्यात होते) आणि त्याविषयी त्याला औरंगजेबाकडून मान्यता हवी होती. पण या वाटाघाटींतून काही निष्पन्न निघाल्याचे दिसत नाही, कारण पुढील काही वर्षांतच नागोजी माने मराठ्यांच्या चाकरीत असल्याचे दिसते. मान्यांबरोबरीने आपण पहिल्या प्रकरणात कराडच्या यादवांचा आणि त्यांचे प्रतिस्पर्धी मसूरच्या जगदाळ्यांचा उल्लेख केलेला आहे. सदरहू कालखंडात स्वत:चे स्थान बळकट राहावे या हेतूने या दोघांनीही मोगलांची चाकरी पत्करल्याचे दिसते.[५]

मोगलांचा दबाव वाढू लागल्यावर आपले हक्क आणि जमिनी टिकवण्यासाठी बऱ्याच घराण्यांनी आपले इमान बदलले. उदाहरणार्थ भोरजवळच्या कारी गावचे जेधे घराणे. जेधे घराणे. इ.स. १६८४ मध्ये शिवाजी जेधेने मराठ्यांना सोडून मोगलांची चाकरी पत्करली आणि स्वत:च्या भावाच्या म्हणजे सर्जेरावाच्या जमिनी उजाड करण्यास सुरुवात केली. संभाजी आणि मराठा दरबाराकडे हस्तक्षेपाची मागणी करण्याऐवजी नजीकच्या मोगलांच्या किल्ल्यावरील सेनानीकडे सर्जेरावाने मदत मागितली. नंतर नजीकच्या कालात सर्जेरावाने संभाजीला पत्र लिहून त्याच्या प्रती असलेल्या निष्ठेविषयी

---

५) पहा - Andre Wink, *Land and Sovereignity in India. Agrarian Society and Politics under the Eighteenth Century Maratha Swarajya.* (Cambridge 1986) 168-70.

ग्वाही दिली, तेव्हा संभाजीच्या उत्तरातून त्याला स्वाभाविकपणे आलेला राग व्यक्त होतो. स्वत:च्या घरातील प्रश्न सोडवण्यासाठी शत्रूची मदत घेतल्याबद्दल आणि आपल्या भावाला शत्रूच्या चाकरीत जाऊ दिल्याबद्दल संभाजीने त्याची चांगलीच खरडपट्टी काढलेली दिसते. एवढे होऊनही एक-दीड वर्षानंतर एका निष्ठावंत सरदाराच्या रदबदलीनंतर आणि व्यक्तिश: भेट देऊन संभाजीने सर्जेरावाला पुन्हा स्वत:च्या चाकरीत घेतले. मोगलांच्या ताब्यातील रोहिडा किल्ला सर्जेरावाने जिंकल्यावर तर संभाजीने त्याच्या मुलालाही चाकरीत लावून घेतले.[६]

संभाजीच्या कारकिर्दीच्या शेवटच्या काळात तर फितुरीने सर्वव्यापी स्वरूप धारण केले होते. उदाहरणार्थ कोकणातील मोहिमेच्या वेळी गोव्याची रसद रोखण्यासाठी संभाजीने तेथील देशमुखांची उभी पिके जाळून टाकली होती. त्यामुळे हे देशमुख संभाजीवर नाराज होते. काही घराण्यांमध्ये फूट पडून त्यांतील कोणी मोगलांना मिळाले, तर कोणी मराठ्यांच्या चाकरीत राहून संघर्ष करत राहिले. शिर्के संभाजीचे नातलग असूनही इ.स. १६८८ मध्ये त्याने शिर्क्यांवर हल्ला केला. कारणे माहीत नाहीत; पण या शिर्क्यांपैकी बरेच जण काही वर्षांपूर्वी मोगलांना मिळाले होते.

आता आपण संभाजीच्या शेवटच्या टप्प्याकडे येऊ या. इ.स. १६८८ च्या फेब्रुवारी महिन्याच्या सुरुवातीला थोड्याशा शिबंदीच्याबरोबर पन्हाळ्याहून रायगडला निघालेल्या संभाजीला मोगलांनी पकडले. त्याला औरंगजेबाच्या छावणीत आणण्यात आले आणि त्याचा अनन्वित छळ करून अखेरीस वध करण्यात आला. मराठी नाटकांमधून आणि पोवाड्यांमधून संभाजी हा कायम दारू आणि इतर अमली पदार्थांच्या अमलाखाली होता असे वर्णन केलेले आढळते. पण त्याविषयी कोणताही ठोस पुरावा आढळत नाही. याउलट त्याच्या अखेरपर्यंतच्या कारभाराविषयीची कागदपत्रे उपलब्ध आहेत. त्यावरून त्याच्या कर्तृत्वाची आणि कार्यपद्धतीची कल्पना येऊ शकते.[७] आपण एवढे विधान नक्की करू शकतो की, संभाजीच्या अनैतिक आणि बदलफैली वृत्तीने शिवाजीच्या राज्याची हानी झाली नाही, तर मोगलांचे डावपेच आणि त्यांची ताकद या दोन्ही गोष्टी त्यांच्या विजयास कारणीभूत होत्या.[८]

---

६) कमल गोखले *'छत्रपती संभाजी'* २९५-९६ जेधे घराण्याच्या इतिहासाविषयी पहा Andre Wint, *Land and Sovereignty* 173-76

७) संभाजीच्या काळातील कारभारासंबंधी चारशेपेक्षा जास्त कागदपत्रे उपलब्ध आहेत. ती भारत इतिहास संशोधक मंडळ (पुणे) यांच्यातर्फे शिवचरित्र साहित्य, वार्षिक अहवाल आणि परिषद वृतांमध्ये प्रकाशित करण्यात आली आहेत.

८) ऐतिहासिक लिखाणांमधून देशमुख घराण्यांपैकी कोणीतरी संभाजीचा विश्वासघात केला असा उल्लेख केलेला दिसतो. हे शक्य आहे; पण धोकादायक प्रदेशात पुरेसे संरक्षण न घेता आणि हेरांचे साहाय्य न घेता प्रवास करण्याचा निष्काळजीपणा संभाजीला भोवला असे म्हणावे लागते.

संभाजीच्या निधनानंतर त्याचे राज्य कितीसे राहिले होते आणि मोगलांचा विजय हा खरोखरच विजय होता का? इ.स. १६८९ च्या सुमारास खानदेशाचा बहुतेक भाग आणि उत्तर महाराष्ट्रातील किल्ले मोगलांच्या ताब्यात गेले होते. कोकणात अधिक कडवा विरोध होता; पण संभाजीच्या निधानंनतर वर्षभरातच त्या भागातील महत्त्वाचे किल्ले मोगलांच्या ताब्यात आले आणि उत्तर कोकण हा मोगल जिल्हा झाला. शिवाजीचे आरमार जाळून उधळून लावले गेले. देशावरील पुण्याच्या पूर्वेकडील किल्ल्यांसह संपूर्ण भूभाग मोगलांच्या ताब्यात होता.[९] मराठ्यांच्या संघर्षाचा जोर सह्याद्रीच्या दक्षिणभागात आणि मध्य कोकणात अधिक होता. जिंजी, तंजावर आणि त्याच्याभोवतालचा काही प्रदेश वगळता मराठ्यांनी जिंकलेला सर्व प्रदेश त्यांच्या ताब्यातून निसटला होता. एकूणच राजकीय परिस्थिती खालावत चालली होती. राज्याचा उरलेला वारस राजाराम आणि त्याची पत्नी ताराबाई रायगडावर वेढ्यात अडकले होते. त्या वेळी राजाराम १९ वर्षांचा होता. पण किल्ल्याबाहेर मराठ्यांचा संघर्ष चालूच होता. संताजी घोरपडे आणि धनाजी जाधव या तरुण सेनानींचा पराक्रम अद्वितीय होता. त्यांनी थेट औरंगजेबाच्या छावणीवर हल्ला करायचे धाडस दाखवले. यात औरंगजेब थोडक्यात बचावला. या त्यांच्या धडाडीमुळे त्यांचा बोलबाला वाढला आणि त्यांच्या सेनेत बरेच लोक नव्याने समाविष्ट झाले.

अशा वेगवेगळ्या मराठ्यांच्या तुकड्यांचे हल्ले होत असूनही मोगलांची व्यूहरचना दिवसेंदिवस यशस्वी होत होती. इ.स. १६८९ च्या नोव्हेंबर महिन्यात झुल्फिकारखानाने रायगडावर प्रवेश मिळवला, परंतु राजारामाला थोड्या शिबंदीनिशी वेढ्यातून बाहेर पडता आले. पन्हाळ्यापर्यंत मोगल पाठलाग करत होते. त्यामुळे ते आणखी दक्षिणेकडे जात राहिले आणि शेवटी शिवाजीच्या सावत्रभावाच्या ताब्यातील जिंजी-तंजावर या भागात पोहोचले.[१०] राजारामाच्या या यशस्वी पलायनात संताजी आणि धनाजी यांचा मोठा सहभाग होता. त्यांनी राजारामाजवळच्या इतरही काही मंडळींना सुरक्षितपणे जिंजीला पोचवले. (नकाशा क्र. ३ पाहिल्यास आपल्याला या प्रवासाची कल्पना येऊ

९) पहा - A. R. Kulkarni 'Towards a History of Indapur in D. W. Attwood, M. Israel and N. K. Wagle (eds) *City, Countryside and Society in Maharashtra* (Toronto, University of Toronto 1988) 132. इ.स. १६८२ मध्ये इंदापूर मोगलांच्या जुन्नर परगण्यात समाविष्ट करण्यात आले.

१०) प्रस्तुत ग्रंथामध्ये ज्या देशमुख घराण्यांविषयी चर्चा करण्यात आली आहे, त्यांपैकी एक म्हणजे कराडचे यादव. यांनी या काळात राजाराम आणि ताराबाईला विशेष साहाय्य केले. राजाराम निसटल्यावर त्याने अर्जोजी यादवावर रायगडावरून जडजवाहीर बाहेर काढण्याची जबाबदारी सोपवली. राजारामाने जिंजीला प्रयाण केल्यावर या संपत्तीचा सांभाळ करण्याची जबाबदारीही अर्जोजीवर टाकण्यात आली. पहा - D. A. Pawar (ed.) *ताराबाईकालीन कागदपत्रे* - १ (कोल्हापूर, १९६९) ४७०-७१

शकते.) राजारामाचा लवकरच राज्याभिषेक करण्यात आला आणि त्याने जिंजीस आपला दरबार कार्यरत केला.[११]

मोगल पाठलागावर होतेच. लवकरच राजाराम आणि त्याचे सहकारी जिंजीच्या किल्ल्यावर पुन्हा वेढ्यात अडकले. सतत नऊ वर्षे रखडलेला जिंजीचा वेढा, हे अशा वेढ्यांच्या मर्यादा स्पष्ट करणारे एक ढळढळीत उदाहरण आहे. याविषयीची चर्चा आपण प्रकरण २ मध्ये केलेलीच आहे. जिंजीचा किल्ला घेण्यात यश आले असते, तर ते वेढा घातल्यानंतरच्या पहिल्या सहा महिन्यांतच आले असते. मोगलांकडे तेव्हा भरपूर रसद होती, पैसा होता, मनुष्यबळ होते आणि मुख्य म्हणजे उच्च मनोबल होते. हवामानही अनुकूल होते. मोगलांनी उच्च प्रतीची तोफेची दारू सेंट जॉर्ज या किल्ल्यावरील ब्रिटिशांकडून मोठ्या प्रमाणात मिळवली होती. जिंजी ताब्यात आली नाही आणि काही महिन्यांत परिस्थिती किल्ल्यावर अडकलेल्या मराठ्यांना अनुकूल झाली. जिंजीचा किल्ला इतका अवाढव्य होता की, मोठ्या मोगल सैन्यालाही परिणामकारक वेढा घालणे शक्य झाले नाही. त्यामुळे रसद किल्ल्यावर जाऊ शकत होती आणि मराठ्यांचे घोडेस्वारही येत-जात होते.[१२]

पावसाळ्याच्या मध्यावर मोगलांच्या छावणीची अवस्था बिकट झाली होती. किल्ल्याबाहेरील संताजी आणि धनाजीच्या तुकड्या छावणीची रसद मारत होत्या. मदतीच्या आशेवर बसलेले मोगल सरदार दक्षिणेकडे त्रावणकोरपर्यंतच्या छोट्या गावांतील पाटलांकडून मिळेल तेवढी खंडणी वसूल करून आणत होते.

वर्षानुवर्षे वेढा रेंगाळला होता. यावरून अशी शंका येते की, मोगल सेनानीचे आणि मराठ्यांचे 'छुपे संगनमत' झाले असावे. किल्ल्याची तटबंदी फोडण्याच्या दृष्टीने फारसे प्रयत्न मोगलांनी केले नाहीत किंवा असेही असू शकते की, मराठ्यांच्या वाढत्या दबावापुढे वेढा लढवणे मोगलांना अवघड जात होते. राजारामाने किल्ल्यात बसून आपल्या

---

११) जिंजी प्रकरणासाठी प्रस्तुत लेखकाने G. S. Sardesai, *New History of Marathas* (Bombay, Second impression 1957) I, 332-34 या ग्रंथाचा आधार घेतला आहे. त्याव्यतिरिक्त पहा - Grant Duff, 'History of the Marathas' (Jaipur 1886) I, 265 - 68.

१२) पहा - The long siege of Jinji Figures Prominently in the English *Records of Ft. St. George* and in the contemporary french memoir of Francois Martin. पहा - Lotika Varadrajan (trans. and annot.) *India in the Seventeenth Century : Memoirs of Francois Martin* (New Delhi, 1983) जॉन रिचर्ड्स या लेखकाने विशेषत्वे दाखवून दिले आहे की, मोगलांना ज्याप्रमाणे सगळ्या देशमुखांना मनसबदारीची लालूच दाखवून फितवण्यात यश आले नाही, तसेच ते दक्षिणेकडील नायकांनाही फितवू शकले नाहीत. पहा - 'The Imperial Crisis in Deccan *Journal of Asian Stadies* 35, 2, (Feb. 1976) 327-55.

बाहेरच्या सैन्यात नवीन भरती केली. हे सैन्य रसद आणणाऱ्या काफिल्यांवर सतत हल्ले करून ते लुटून नेत. त्यामुळे मोगल छावणीत वरचेवर आणीबाणीची परिस्थिती येई. इ.स. १६९३ च्या सुमारास तर मोगल छावणीच वेढली गेल्याची परिस्थिती निर्माण झाली. सततची गोळाबारी करून करून त्यांच्या तोफा निकामी होत होत्या. मराठ्यांचे किल्ल्याबाहेरील सैन्यबळ आता जवळ जवळ २०००० इतके वाढले होते. त्यांनी रसद मारली की, धान्य शोधायला मोगलांच्या तुकड्यांना छावणी सोडून दूरवर जावे लागे. अशा प्रसंगी कधी कधी मराठे त्यांच्यावर छापा मारून त्यांना पकडत असत. उत्तरेकडील दळणवळण वरचेवर खंडित होत असे. बातम्या न कळल्यामुळे औरंगजेबाचा मृत्यू झाल्याच्या अफवा वरचेवर पसरत असत. इ.स. १६९३ च्या सुरुवातीला मोगल सेनानीने राजारामापुढे तहाचा प्रस्ताव ठेवला; पण औरंगजेब अशा तहाला कधीही मान्यता देणार नाही ही गोष्ट त्याच्या सल्लागारांनी त्याच्या निदर्शनास आणून दिली.

पुढील दोन वर्षे दक्षिण किनारपट्टी आणि अतंर्गत प्रदेश ताब्यात घेण्याचे प्रयत्न मोगलांकडून झाले; पण जिंजीचा वेढा त्याच स्थितीत राहिला. त्या भागातील फ्रेंच लोक मराठे आणि मोगल अशा दोघांशीही संधान साधून होते. त्यांचीही खात्री पटली होती की, मोगल सेनानी आणि राजारामात समझौता झाला असावा आणि ते दोघेही वृद्ध औरंगजेबाच्या मृत्यूची वाट पाहत होते.

मध्यंतरीच्या काळात महाराष्ट्रात संघर्ष सुरूच होता. राजारामाने जाताना येथील मोहिमांची जबाबदारी अतिशय कर्तबगार अशा रामचंद्र निळकंठ याच्यावर सोपवली होती. त्याचे वास्तव्य विशाळगडावर होते. (रामचंद्र निळकंठ शिवाजीच्या काळापासून सेवेत होता; पण संभाजीची त्याच्यावर गैरमर्जी झाली होती.) मोगलांच्या ताब्यात असलेल्या जमिनींच्या मोठ्या सनदांची हमी दिल्यामुळे बरेच प्रमुख मराठ्यांच्या चाकरीत रुजू झाले.[१३] या नवीन सैनिकी तुकड्यांचा आकार वाढत चालला. पराभूत झालेल्या विजापूरशाहीच्या चाकरीतील मराठा सरदारही मराठ्यांच्या चाकरीत रुजू झाले आणि ते त्यांच्याबरोबर धनगरांसारख्या इतर समाजातील सैनिकही घेऊन आले.[१४] इ.स. १६९२ मध्ये संताजी आणि धनाजीच्या सैन्यबळावर वाईचा परगणा आणि पन्हाळा, रायगडसारखे महत्त्वाचे किल्ले मराठ्यांनी पुन्हा जिंकून घेतले. संताजीने गोदावरी नदीच्या परिसरातील मोगलांच्या रसदीवर हल्ले चढविले आणि त्याच्या बंदोबस्तासाठी आलेल्या बऱ्याच मोगल तुकड्यांचा त्याने पराभव केला. पुढील वर्षी संताजी जिंजीला परतला आणि पुन्हा एकदा यशस्वीरित्या मोगलांची रसद मारू लागला आणि मोगल सैन्याचा पराभव करू

---

१३) अशा एका सनदेविषयी पहा - सरदेसाई *New History* 337-38.

१४) पहा - Grant Duff, *History* 270.

लागला. रामचंद्र निळकंठ किल्ल्यांची आणि महसूल वसुलीची जबाबदारी चोखपणे पार पाडत असला आणि संताजी-धनाजी लढाया जिंकत असले, तरी वेढ्यात अडकलेल्या राजारामाचा अधिकार दिवसेंदिवस कमी होत होता. संताजी-धनाजीसारख्या सेनानींना यश मिळत गेल्यामुळे ते स्वतंत्र असल्यासारखे वागू लागले. जिंजीत राजारामापुढे भर दरबारात संताजीने स्वतःच्या कामगिरीबद्दल योग्य ती बक्षिसी मागितली आणि त्याने ठरवले, तर तो मराठ्यांच्या राजाला पदच्युतही करू शकतो वा पुन्हा पूर्वपदावर बसवू शकतो अशी बढाईही मारली. राजारामाने तातडीने धनाजीला संताजीचा बंदोबस्त करायला उद्युक्त केले. संताजी-धनाजीत कटुता आणि स्पर्धा उत्पन्न झाली. आणि त्याचा परिणती म्हणून दोघात तीव्र झगडे झाले आणि शेवटी संताजीचा खून झाला.[१५] इ.स. १६९७ च्या सुमारास राजारामाकडील पैसाही संपत आला. त्याने तहासाठी प्रयत्न केले; पण औरंगजेबाने त्याची मागणी धुडकावून लावली.

सरते शेवटी इ.स. १६९८ मध्ये औरंगजेबाने पैसा आणि नवी कुमक देऊन दुसऱ्या सेनानीला जिंजीला पाठवले. वेढ्याच्या कामाला वेग आला. बाह्य भागातील किल्ले मोगलांच्या ताब्यात आले आणि मुख्य किल्ल्यावरच्या चढाईची योजना आखण्यात आली. यादरम्यान राजाराम जिंजीवरून निसटला आणि वेल्लोरच्या किल्ल्यात गेला. काही आठवड्यांतच मोगल सैनिक तटबंदी चढून जिंजीच्या किल्ल्यात शिरले आणि किल्ला ताब्यात घेतला. अशा प्रकारे नऊ वर्षे रखडलेल्या जिंजीच्या वेढ्याची अखेर झाली.

मराठ्यांच्या या काळातील कागदपत्रांवरून रामचंद्र निळकंठाचे विशेष कर्तृत्व समोर येते. पण मोगलांच्या ऐतिहासिक दस्तऐवजांवरून इ.स. १६९० च्या दशकात मराठ्यांची राज्यव्यवस्था कार्यान्वित नसल्यासारखीच होती असे एकदम विरुद्ध चित्र समोर येते. शिवाजीने निर्माण केलेले राज्य संपल्यातच जमा होते. महाराष्ट्रातील जवळपास सगळे महत्त्वाचे किल्ले आणि बहुतेक सर्व भूभाग मोगलांच्या ताब्यात होता. त्यांनी विजापूर आणि गोवळकोंडा जिंकल्यानंतर त्या भागातील जहागिऱ्या आपल्या सरदारांना जशा दिल्या होत्या, त्याचप्रमाणे मराठ्यांच्या प्रदेशातही द्यायला सुरुवात केली होती.

---

१५) संताजीचे जवळपास सगळे सैनिक त्याला सोडून गेल्यावर तो एकटाच भटकू लागला. मोगल आणि माने कुटुंबीय त्याच्या मागावर होते. मान्यांच्या एका नातेवाइकाला संताजीने मारल्यामुळे त्यांची संताजीबरोबर वैयक्तिक दुश्मनी होती. मान्यांनी त्याला प्रथम गाठले आणि त्याचा वध केला. सरदेसाई *New History*, 347. मोगलांच्या नोंदीनुसार आणि मुख्यत्वे 'मासिर ए आलमगिरी'नुसार मात्र असे सुचवण्यात येते की, नागोजी मानेने वैर असूनही संताजीला काही काळ आसरा दिला आणि त्याचा खून वेगळ्याच इसमाने सूडभावनेतून केला. काही सैनिकांना त्याचे शीर सापडले आणि ते त्यांनी मोगल छावणीत नेले. या खुनाशी नागोजीचा संबंध नव्हता.

परंतु महाराष्ट्रातील देशमुखांच्या घराण्यांतील कागदपत्रांवरून एकूणच परिस्थिती गुंतागुंतीची होती असे लक्षात येते. सावंतवाडीचे सावंत किंवा कुडाळच्या दळवींसारखे काही देशमुख मोगलांना मिळाले, परंतु बरेचसे देशमुख दोलायमान अवस्थेत होते.[१६] उदाहरणादाखल आपण परत एकदा म्हसवडच्या माने घराण्याचा विचार करू. आपल्या अपेक्षेविरुद्ध सात वर्षे मोगलांच्या चाकरीत घालवल्यानंतर नागोजी माने इ.स. १६९१ मध्ये जिंजीचा वेढा सुरू होण्याच्या सुमारास मराठ्यांकडे आला. तो स्वत: जिंजीला जाऊन राजारामाला प्रत्यक्ष भेटला. राजारामाने त्याला दोन नवीन खेड्यांची जहागिरी कायमस्वरूपी दिली, तसेच याव्यतिरिक्त यापूर्वीच्या त्याच्या अखत्यारीतील बारा महालांची सरदेशमुखी तशीच चालू ठेवण्यात आली.[१७] तो जिंजी भागात बरीच वर्षे वास्तव्यास होता आणि याबद्दल त्याचा राजारामाने योग्य तो मानसन्मान केला. जेव्हा धनाजी जाधवाने संताजीविरुद्ध मोहीम उघडली, तेव्हा त्याने धनाजीची साथ दिली आणि वैयक्तिक सूड भावनेतून त्याने संताजीचा खून केला. याबद्दल राजारामाने त्याला बक्षिसीही दिली.

परंतु यानंतर काही महिन्यांतच आपल्याला नागोजी मोगलांच्या चाकरीत पुनश्च येण्याच्या दृष्टीने औरंगजेबाबरोबर वाटाघाटी करताना दिसतो. इ.स. १६९७ च्या जुलै महिन्यात त्याने मोगलांच्या चाकरीत रुजू होण्यासाठीच्या आपल्या शर्तींचे पत्र औरंगजेबाला पाठवले. त्यात त्याने काही 'गैरकृत्य' केले असल्यास त्याला माफी करण्यात यावी अशी शर्त घातली. त्याने सात हजारांची वैयक्तिक आणि सात हजार स्वारांची मनसबदारी मागितली. या सात हजार स्वारांपैकी फक्त एक चतुर्थांश घोडेच डाग दिलेले असावेत अशीही मागणी केली. त्याला मोठा नगाऱ्याचा मान, मानाची वस्त्रे, एक हत्ती आणि सुवर्णमंडित घोडाही हवा होता. याचबरोबर त्याने तत्काळ रोख रु. ७००००, सांगोल्याचा किल्ला आणि दक्षिण महाराष्ट्रातील आणखी सात किल्ल्यांचा ताबा मागितला. त्याला माण परगण्यालगतच्या सगळ्या परगण्यांचे न्याय-निवाडा करण्यासकटचे संपूर्ण जहागिरी अधिकार हवे होते. याशिवाय त्याला बिदर भागातील दोन नवीन महाल आणि परिंड्याच्या भागातील पाच नवे परगणेही हवे होते.[१८] एक

---

१६) मोगलांविरुद्धच्या गोहिगेत चांगली कामगिरी करूनही इ.स. १६९२ मध्ये सर्जेराव जेधे मराठ्यांची चाकरी सोडून मोगलांना मिळाला. त्याला मोगलांनी भोरची देशमुखी दिली, पण काही वर्षांनंतर तो पुन्हा मराठ्यांच्या चाकरीत परतला. पहा - G. T. Kulkarni, '*The Mughal Maratha Relations. Twenty Five Fateful Years*' (1682-1707) (Pune, Deccan College 1983) 148.

१७) पहा - V. S. Khobrekar, '*Records of Shivaji Period*' (Bombay, 1974), 140 - 47.

१८) पहा - V. S. Khobrekar ,'*Records of Shivaji Period*' 154-56. निमाजी शिंदे (ज्याच्याविषयीचा उल्लेख पुढे येईलच) हा नागोजी मानेबरोबर मोगलांची चाकरी सोडून जिंजीला गेला. पहा - G. T. Kulkarni, '*Mughal Maratha Relations*' 103.

वर्षानंतर औरंगजेबाने नागोजीशी संपर्क साधून त्याने मागितल्याच्या तुलनेत खूपच कमी गोष्टी देऊ केल्या. बेररमधील जहागिरीतून पाच हजारांची वैयक्तिक आणि केवळ चार हजार स्वारांची मनसब देऊ करण्यात आली. त्याने मागितलेल्या किल्ल्यांचाच उल्लेखही जेथे नव्हता; तेथे नगाऱ्याचा मान, हत्ती वगैरे मागण्यांची दखलही घेण्याचा सवाल नव्हता. औरंगजेबाने मानेकडूनच मोठ्या नजराण्याची आणि मोगलांच्या चाकरीत आल्यानंतर आपल्या वर्तणुकीबाबत मोठी तारण-हमी देण्याची मागणी केली.[१९] इ.स. १६९८ मध्ये नागोजीने मोगलांच्या चाकरीत व्यक्तिगत ५००० आणि ४००० स्वार या दर्जाची मनसबदारी स्वीकारली. या वेळच्या म्हसवड-कासेगाव भागातील माने घराण्याच्या स्थानिक हक्कांविषयी कागदोपत्री काहीच उल्लेख आढळत नाही. एका दस्तऐवजानुसार नागोजीचे खानापूरचे देशमुखी हक्क चालू राहिल्याचे कळते, तर इ.स. १७०० तील एका कागदानुसार त्याच्या कुटुंबाकडे बऱ्याच महत्त्वाच्या किल्ल्यांचा ताबा असल्याचे कळते. इ.स. १७०२ मध्ये मोगलांचा जहागीरदार या भूमिकेतून नागोजीने दुसऱ्या एका मराठा सरदाराला योग्य तो दर्जा आणि मानमरातब मिळावा याविषयी औरंगजेबाकडे अर्ज केल्याचे दिसून येते.

आणखी एका देशमुख घराण्याचा आपण मागोवा घेत आहोत. हे घराणे म्हणजे कराडचे यादव घराणे. या काळात या घराण्यात फूट पडल्याचे दिसते. एक शाखा औरंगजेबाच्या चाकरीत गेली, तर दुसरी शाखा राजारामाशी एकनिष्ठ राहिली. नंतरच्या काळात म्हणजे इ.स. १७०६-०८ मध्ये जे मोगलांना मिळाले होते, त्यांना परत मराठ्यांच्या चाकरीत सन्मानाने स्वीकारण्यात आले.[२०] प्रत्यक्ष देशमुखी हक्क मिळवण्यासाठी कैक वर्षे झगडावे लागत होते असेही दिसते.[२१]

आपणास वरील चर्चेवरून देशमुखांच्या हालचालींचे दोन प्रकार दिसतात. एक म्हणजे मान्यांप्रमाणे काही वर्षांनी पक्ष बदलणे किंवा दुसरा प्रकार म्हणजे यादवांप्रमाणे घराण्यातच दुफळी माजून काहींनी एका पक्षाची बाजू घेणे, तर काहींनी दुसऱ्या पक्षाची. परंतु केवळ हेच दोन प्रकार होते असे नव्हे. उदाहरणार्थ, सह्याद्रीच्या डोंगराळ भागातील पाटणचे पाटणकर घराणे. या घराण्याने मराठा राज्याप्रती अविचल निष्ठा दाखवली. जावळी भागात मोगल आणि त्यांच्या मराठा सरदारांचा यशस्वी प्रतिकार केल्यावर राजारामाने पाटणकरांना इ.स. १६९० मध्ये आपल्या सैन्यासह विजापूर भागात मुक्रर केले. या वेळच्या त्यांच्या उत्कृष्ट कामगिरीबद्दल त्यांना बारा गावे कायमस्वरूपी इनाम देऊन आणि

---

१९) पवार : *''ताराबाईकालीन कागदपत्रे''* १५४-५६

२०) पवार : *''ताराबाईकालीन कागपदत्रे''* १३९-४०, १७६-७९

२१) पवार : *''ताराबाईकालीन कागपदत्रे''* १८३-८४

मानाचा हत्ती देऊन गौरवण्यात आले. इ.स. १६९२ मध्ये हेच घराणे जिंजीच्या मोहिमेत बाहेरून लढताना आणि संताजीविरुद्ध धनाजीला साह्य करताना दिसते. इ.स. १६९३ मध्ये त्यांना एकूण ३७ गावे इनामात मिळालेली आणि मोकासा हक्क मिळालेले दिसतात. त्यासोबत पाटण भागाची जबाबदारीही पूर्णपणे त्यांच्यावर सोपवलेली दिसते. इ.स. १७०० मध्ये जेव्हा औरंगजेबाने साताऱ्याच्या किल्ल्याला वेढा घातला होता, तेव्हा या घराण्याने त्याची रसद लुटल्याची नोंदही आढळते.[२२]

राजाराम आणि औरंगजेब या दोघांत प्रबळ देशमुख घराण्यांची निष्ठा मिळवण्यासाठी चुरस लागली होती. दोघांनीही या देशमुखांना हक्क आणि मान्यता देऊ केली. मोगलांचे मुख्य सैन्य महाराष्ट्रात असूनही या घराण्यांची निष्ठा बराच काळ टिकवण्यात यश मिळाले नाही. वेगवेगळ्या पातळ्यांवर येथे संघर्ष सुरू होता. काही भागांत या घराण्यांच्या ताब्यात तेथील महत्त्वाचे किल्ले आणि नगरे होती. दुसरीकडे लुटालूट करणाऱ्या टोळ्या होत्या, ज्या पाठलाग झाल्यास हुलकावणी देत डोंगराळ भागात पळून जात. याच दशकाच्या उत्तर काळात या घराण्यांना प्रतापगड, राजगड, तोरणा आणि पन्हाळा यांसारखे प्रबळ किल्ले जिंकून घेण्यात यश मिळाले. त्याचबरोबर त्यांची हल्ले करण्याची व्याप्ती दक्षिणेकडे मोगलांच्या ताब्यातील बेळगाव आणि विजापूरच्या पूर्वेकडील पठारी प्रदेशापर्यंत वाढली. या सततच्या लढायांमुळे देशावरील एकूण परिस्थिती खालावतच गेली.[२३]

या काळात मराठ्यांच्या प्रतिकाराची धुरा वाहण्याऱ्या रामचंद्र निळकंठाएवढे अधिकार वाणीने या काळाविषयी लिहिणारे दुसरे कोणीही नाही. राजकारण आणि राज्यकारभाराविषयी मानदंड मानल्या जाणाऱ्या आपल्या 'आज्ञापत्र' या ग्रंथात तो म्हणतो, *सैनिक कित्येक स्वामिकार्यावर क्षात्रधर्म शाश्वतलोकाश्रयित जाहले. कित्येक हतसैन्य होत्साते कुंठित पराक्रम होऊन शत्रूस मिळून गेले. स्वस्वामी शत्रुसम व्यसनासक्त पाहून दुर्बुद्धितिमिरांधतेने स्वाधीन केलेले देशदुर्ग स्वतंत्रवादे आक्रमून बसले. राज्यशासनस्वल्पतेमुळे स्थळोस्थळीं प्रत्येक प्रतींदु होऊन परस्परे कलहास प्रवर्तले. या*

---

२२) पवार-''ताराबाईकालीन कागदपत्रे'' १८०-९५ मोगलांना कर्नाटकातील गोवळकोंड्याचे सरदार असलेल्या कैक नायकांना आपल्या बाजूला वळवण्यात फारसे यश मिळाले नाही. पहा - J. F. Richards "The Hyderabad Karnatik" 1687-1707 "*Modern Asian Studies* 9, 2 (1975) 241-60." मराठ्यांनाही पुढील काळात नायकांना आपल्याकडे वळवण्यात अपयशच आले.

२३) पहा - ''इंदापूरचा कौलनामा'' यात उजाड झालेल्या खेड्याचा उल्लेख असून संबंधित देशमुखाला ते पुनर्वसित करण्याचा आदेश दिल्याचे दिसते. Kulkarni "*Towards a history of Indapur.*" 131.

विषमसंधीमध्ये शामलादि क्षुद्रांस अवकाश पडून बद्धमूल जाहले. अवशिष्ट देश उद्ध्वस्त व दुर्ग संग्रामसामग्री रहित जाहले. राज्यमर्यादा राहून गेली.[२४]

जिंजीच्या पाडावानंतर राजाराम आणि त्याचे तेथील दरबारी महाराष्ट्रात परत आले. राजारामाची फौज आणि इतर तुकड्यांचे प्रमुख एकत्र आले आणि त्यांनी इ.स. १६९९ च्या उत्तरार्धात बेरर आणि सुरतेवर हल्ला चढवला. त्यांनी थोडी चौथाई आणि खानदेशात सरदेशमुखी वसूल केली; पण त्यांना त्या भागातून हुसकून लावण्यात आले.[२५] बरेचसे सरदार उत्तर महाराष्ट्रातच राहिले. उदाहरणार्थ खानदेशात निमाजी शिंदे, बेररमध्ये परसाजी भोसले आणि बागलाणात खंडेराव दाभाडे. विशेष म्हणजे हे सरदार राजारामाच्या आदेशाशिवाय स्वत:च्या बुद्धीनुसार कार्यरत होते. तसेही बेररच्या हल्ल्यानंतर काही महिन्यांतच राजारामाचे निधन झाले.

राजारामाची जागा घेऊ शकेल असा कोणीही वारस नव्हता. सगळ्यांत योग्य वारस म्हणजे संभाजीचा मुलगा शाहू, हा कैक वर्षे मोगलांच्या ताब्यात होता. राजारामाच्यामागे तीन मुले (त्यांपैकी एक अनौरस), चार राण्या आणि एक रखेली होते. एका राणीचे निधन झाले, तर एक राणी सती गेली. उरलेल्या दोघींची मुले लहान होती आणि दोघींचीही त्यांना राज्याभिषेक व्हावा अशी इच्छा होती.

कोणत्याही राजेशाहीमध्ये अशा परिस्थितीत मोठ्या प्रमाणात गटबाजी उफळून आली असती. दोन्ही उत्तराधिकारी अज्ञान होते. वारसाहक्काच्या दृष्टीने दोघांचीही बाजू कमकुवत होती. मराठ्यांमध्ये तीन गट तयार झाले. एकेका राणीच्या आणि तिच्या लहान मुलाच्या बाजूने एकेक गट तयार झाला, तर तिसऱ्या गटाने मोगलांच्या ताब्यातील शाहूच्या नावाने आपला संघर्ष जारी ठेवला. यात राजारामाच्या मोठ्या राणीला म्हणजे ताराबाईला यश मिळाले आणि तिने तिचा मुलगा संभाजी (द्वितीय)च्या नावाने पुढील दहा वर्षे राज्यकारभार चालवला. (या संभाजीने पुढे बराच काळ मराठा राजकारणात महत्त्वाची भूमिका निभावली.)

संभाजी (द्वितीय)च्या राज्याभिषेकानंतर गटबाजी विकोपास गेली. ताराबाईला तिला पाठिंबा देणाऱ्या परशुराम त्र्यंबक आणि शंकराजी नारायण यासारख्या सरदारांवर स्वतंत्रपणे निर्णय घेणाऱ्या रामचंद्र निळकंठ आणि धनाजी जावधापेक्षा जास्त मेहेरनजर दाखवावी लागली.[२६]

राजारामाच्या निधनानंतर काही आठवड्यांतच औरंगजेबाने सातारचा आणि

---

२४) 'आज्ञापत्र'-संपादक प्र. न. जोशी (व्हिनस प्रकाशन, पुणे १९९७) ३.

२५) पहा - Grant Duff "*History,*" 390.

२६) पहा - Brij Kishor "*Tarabai and her times*" (Bombay, 1963) 65-66.

जवळचा परळीचा असे दोन किल्ले जिंकले. मराठ्यांची राजधानी कोल्हापूरच्या पूर्वेकडील ३० कि.मी. वरील विशाळगडावर हलवण्यात आली. विशाळगडाच्या पाडावानंतर ताराबाईने आपली राजधानी कमी प्रसिद्ध अशा 'प्रसिद्ध' गडावर हलवली. पुढील पाच वर्षे मोगल किल्ल्यांमागून किल्ले जिंकत गेले. नकाशा ५ पाहिल्यास या व्यापक होत गेलेल्या लढाईचा अंदाज येऊ शकेल.

या काळात वेढ्यात सापडलेला किल्ला जमेल तितके दिवस लढवत ठेवायचा आणि शेवटी शक्य होईल तेवढा खजिना आणि माणसे घेऊन किल्ल्यावरून निसटून जायचे अशी मराठ्यांची रणनीती होती. दरम्यानच्या काळात बऱ्याचशा स्वतंत्रपणे कार्यरत असलेल्या टोळ्या खानदेश आणि माळवा या मोगलांच्या मुलखावर हल्ले करीत राहिल्या. उदाहरणार्थ निमाजी शिंदेने बेररच्या साहाय्यक नियामक असलेल्या रुस्तमखानाचा पराभव केला आणि खानदेशात हल्ले वाढवले. इ.स. १७०२ मध्ये बुरहाणपूरसारख्या मोठ्या शहरावर त्याने छापा मारला.[२७] पुढील वर्षी निमाजीने बुरहाणपूर-सुरत रस्त्यावर जकात चौक्या बसवल्या आणि तापी नदीच्या खोऱ्यात बरेच छोटे किल्ले बांधले. (पहा नकाशा क्र. ७) मोगल सेनानी फिरोज जंगने निमाजीला हुसकून लावून, त्याचा पाठलाग करत, त्याला उत्तरेला माळवा ओलांडून पार बुंदेलखंडात पळवून लावले; पण त्याचा फारसा उपयोग झाला नाही. इ.स. १७०४ या पूर्ण वर्षात उत्तरेकडून येणारी धान्य, पैसा आणि पत्रे यांची वाहतूक वरचेवर खंडित होत राहिली.

महाराष्ट्रातील या संघर्षामुळे संपूर्ण मुलूख उजाड झाला. दोन्ही बाजू कर आणि खंडणी वसूल करण्याचा आणि फौजांसाठी अन्न आणि चारा मिळवायचा प्रयत्न करत होत्या. इ.स. १७०३-०४ मध्ये महाराष्ट्रात भीषण दुष्काळ पडला. ह्या दुष्काळामुळे गावेच्यागावे उजाड झाली आणि लोक मोठ्या संख्येने परागंदा झाले. यामुळे मराठ्यांच्या फौजा कमकुवत झाल्याचा कोणताही पुरावा नाही. उलट या खालावलेल्या आर्थिक परिस्थितीत सैनिकी टोळ्यांमध्ये सामील होणे हा एक व्यवहार्य पर्याय होता. धनाजी जाधव आणि निमाजी शिंदे यांच्या फौजेची वेगात झालेली संख्यात्मक वाढ याचेच द्योतक म्हणावे लागेल.

इ.स. १७०५ च्या उत्तरार्धात परिस्थिती आमूलाग्र पालटली. औरंगजेबापुढे उत्तरेकडील मोठे पेच उभे राहिले. त्याचे सैन्य थकले होते आणि महाराष्ट्राचा उजाड भाग सोडून उत्तरेकडे जाण्याचे वेध त्याला लागले. मराठे आणि मोगलांपैकी हरेकजण बादशहाच्या मरणाची वाट पाहत होता. गट आणि मैत्रीपूर्ण संबंध प्रस्थापित होत होते, मोडत होते, पुन्हा प्रस्थापित होत होते. मराठ्यांचे छापे सुरूच होते. उदाहरणार्थ धनाजी

---

२७) पहा - Grant Duff, "History" 399.

जाधवाने इ.स. १७०६-०७ या वर्षी मोहिमेच्या काळात बडोद्यावर हल्ला करून तेथील मोगलांच्या नियामकाला आणि शहराच्या फौजदाराला हरवले आणि बडोदा लुटले. याच वर्षी बुरहाणपूरवर पुन्हा एकदा मोठा हल्ला झाला.[२८]

वयाची जवळजवळ ४० वर्षे दक्षिणेतील मोहिमेवर व्यतीत केलेला औरंगजेब मराठे आणि महाराष्ट्र न जिंकताच इ.स. १७०७ च्या मार्च महिन्यात कालवश झाला. तो हयात असतानाच त्याच्या सर्व वारसांनी आणि सेनानींनी मोर्चेबांधणी केली होती. तो जाताच वारसाहक्काच्या संघर्षाला सुरुवात झाली. या लांबलेल्या संघर्षात सुरवातीच्या काळात महाराष्ट्राच्या दृष्टीने घडलेली एक महत्त्वाची घटना म्हणजे, संभाजीचा मुलगा आणि वारस शाहूची झालेली सुटका. शाहू मोगलांच्या छावणीत अठरा वर्षे कैदेत असला, तरी त्याला अतिशय चांगली वागणूक देण्यात आली होती. त्याची माळव्यात झालेली 'सुटका' अगदी आरामदायी आणि आखणीबद्ध होती. दक्षिणेत महाराष्ट्रात येताना वाटेत त्याने अतिशय गाजावाजा करत औरंगजेबाच्या थडग्याला भेट दिली. यापुढील दहा वर्षे महाराष्ट्रात शाहूचे सैन्य आणि ताराबाईचे सैन्य यांच्यात मोठे यादवी युद्धच चालू राहिले. ताराबाई तेव्हा संभाजी (द्वितीय)च्या नावाने कारभार बघत होती.

महाराष्ट्रातील गुंतागुंतीच्या राजकारणाचे विवेचन करण्याआधी आपण मोगल साम्राज्यापुढील प्रश्न पाहू या. बऱ्याचशा पुराव्यांवरून असे दिसते की, त्यांच्या वारसाहक्काच्या संघर्षात १०००० पेक्षा जास्त तरबेज सैनिक मारले गेले. यात बऱ्याच सेनानींचाही समावेश होता. शेवटी बहादूरशहाचा विजय होईपर्यंत साम्राज्याच्या एकूण रचनेलाच तडे गेले होते. सगळ्यात गंभीर गोष्ट म्हणजे बादशहाच्या हातातील केंद्रित सत्ताच ढासळली. बादशहा मनाला येईल त्याप्रमाणे एखाद्याची नवीन नेमणूक करू शकत नव्हता. अशा बाबींना आज्ञेचे स्वरूप न राहता चर्चेचे स्वरूप आले. नेमणूक झालेली व्यक्ती दरबारातील आपल्या मित्रांकरवी ही नको असलेली नेमणूक लांबवू शकत होता अथवा रद्द करू शकत होता. केंद्र सरकारकडे दूरच्या भागातून माहिती येणे कमी कमी होत गेले आणि एकूण आर्थिक स्थिती खालावत गेली. रजपूतांबरोबरच्या रेंगाळलेल्या संघर्षामुळे भारतातील कैक वर्षांचे निष्ठावान मांडलिक दुरावले गेले. पंजाबमधील शिखांबरोबरच्या आणि आग्र्याजवळील जाटांबरोबरच्या लढाया निर्णायक झाल्या नाहीत आणि त्यांच्या प्रादेशिक अस्मितेचा प्रश्न चिघळत राहिला. गंगा-यमुना दुआब वगळता इतर भागांतील कायदा आणि सुव्यवस्था आणि महामार्गांवरील सुरक्षेचा प्रश्न दिवसेंदिवस बिकट होत गेला. अगदी अलीकडील काळात मिळलेले विजापूर, गोवळकोंडा आणि मराठ्यांविरुद्धचे विजय काही फारसे फायदेशीर नव्हते. या सगळ्यांचा

---

२८) पहा - Brij Kishor "*Tarabai and her times*" (Bombay 1963) 65-66.

एकूण परिणाम लवकरच दिसू लागला. दरबारातील गटबाजी पराकोटीची वाढली. एखाद्या धोरणाविषयी अथवा एखाद्या प्रश्नाच्या प्राधान्याविषयी जशी गटबाजी वाढली, तशी एखाद्या पैसा आणि लष्करी सामर्थ्य असलेल्या आणि ज्याच्यात एखादा प्रश्न सोडवण्याची धमक असलेल्या मनसबदाराभोवतीही गट बनू लागले. या सगळ्या गंभीर समस्यांचा विचार केला, तर पुढील दशकातील मोगलांच्या मराठ्यांविषयीच्या अनिश्चित आणि विसंगत धोरणांच्या कारणांचा अंदाज येऊ शकतो.[२९]

महाराष्ट्रातील स्थितीकडे केवळ मराठ्यांमधील यादवी अशा दृष्टीने बघता येणार नाही, तर हा संघर्ष त्रिकोणी होता. शाहू, ताराबाई आणि मोगल हे तिघेही देशमुख घराण्यांची आणि मराठा सैनिकी टोळ्यांच्या म्होरक्यांची निष्ठा आणि त्यांचा पाठिंबा आपल्याप्रती मिळवायचा प्रयत्न करत होते. मोगलांचे धोरण काहीसे धरसोडीचे आणि खर्चिक असले, तरी त्यामुळे मराठ्यांच्या हल्ल्यांना काहीसा अटकाव होत होता. औरंगजेबाच्या अखेरच्या काळात प्रबळ मराठा सरदारांना मनसबदारीचे आमिष दाखवून आपल्या सेवेत आणणे हे मोगलांचे धोरण होते. माळवा आणि खानदेशात धुमाकूळ घालणाऱ्या निमाजी शिंदेला त्याच्या मुला-नातवंडांसकट सात हजारी मनसबदारीवर मोगलांच्या सेवेत आणण्यात आले. ही निर्वाहाची सनद खूप मोठी होती. एका मोगल दस्तऐवजानुसार या सनदेपाटी औरंगाबाद भागातील बरीच जमीन निमाजीला देण्यात आली आणि तेथील एक हजारांपेक्षा जास्त मोगल जमीनदारांना दुसरीकडे हलवावे लागले.

महाराष्ट्रातील या संघर्षाचे प्रमुख वैशिष्ट्य म्हणजे एकही बाजू मराठा सैनिकी टोळ्यांच्या म्होरक्यांची निष्ठा आपल्याप्रती फार काळ टिकवून ठेवू शकली नाहीत. शाहूची सुटका झाली, तेव्हा प्रत्येकाने आपली निष्ठा ताराबाईच्याप्रती व्यक्त केली. पण काही महिन्यांतच त्यांतील बऱ्याच जणांना आपल्याकडे वळवण्यात शाहूला यश आले आणि त्यांच्या जोरावर त्याने ताराबाईच्या सैन्याचा खेड आणि सातारा येथे पराभव केला.[३०] शाहूच्या सैन्याने ताराबाईच्या सैन्याचा दक्षिणेला कोकणात पाठलाग केला आणि पन्हाळ्यासकट बरेच महत्त्वाचे किल्ले जिंकून घेतले. ताराबाई किनारपट्टीवरील आंग्रे घराण्याच्या आश्रयाला गेली. पण शाहूचा विजय हा केवळ एक आभास होता; कारण जसा तो उत्तरेकडे पुण्याच्या दिशेने जायला लागला, तसे ताराबाईने बरेचसे महत्त्वाचे

---

२९) पहा - Satish Chandra *Parties and Politics at the Mughal Court* 1707 - 1740, (Delhi, 3rd ed. 1978) 44-53.

३०) उदा. पहा - शाहूने यादव घराण्याची केलेली मनधरणी Pawar *Tarabaikalin Kagadpatre* 187-188. यातच पान ३६७-३८० मध्ये साटम घराण्याने ताराबाईला सोडून शाहूला दिलेला पाठिंबा.

किल्ले पुन्हा जिंकून घेतले. दोघांनीही दक्षिणेकडील महसुलाच्या सनदा मोगलांकडे मागितल्या ज्यात चौथाई (सरकारी महसुलाच्या १/४ भाग) आणि सरदेशमुखी (सरकारी महसुलाच्या १/१० भाग) यांचा समावेश होता. मोगल दरबाराने याविषयीचा निर्णय घेण्यास बराच अवधी घेतला; पण शेवटी अशा सनदा शाहूला प्रदान केल्या.

जसाजसा हा संघर्ष लांबू लागला, तसे हे म्होरके स्वतंत्रपणे निर्णय घेऊ लागले आणि महाराष्ट्राच्या सीमेवरील मोगल प्रदेशात छापे मारू लागले. यांतील काही छाप्यांविषयी माहिती घेऊ. औरंगजेबाच्या मृत्युपूर्वी गुजराथमधील कैक छाप्यांचा उल्लेख आधी आलाच आहे. हे छापे नंतरही सुरूच राहिले. इ.स. १७०७ मध्ये खंडेराव दाभाडेने दक्षिण गुजराथवर हल्ला केला आणि अहमदाबादला धोका उत्पन्न केला. या वेळी मोठी खंडणी देऊन त्याचा हल्ला थोपवण्यात आला.[३१] इ.स. १७१० मध्ये सुरतला मोठा धोका उत्पन्न झाला, त्या वेळी तेथील नागरिकांनी शहराभोवती तटबंदी बांधायला घेतली.

उत्तर महाराष्ट्रात मराठा टोळ्या अहमदनगर भागात सतत छापे मारत होत्या आणि बुरहाणपूरच्याजवळची गावे लुटत होत्या. इ.स. १७१० मध्ये अशाच एका टोळीने औरंगाबादच्या सुभेदाराचा पराभव केला आणि शहराचा काही भाग लुटला. पुढील वर्षामध्येही असाच प्रकार चालू राहिला. इ. स. १७११ मध्ये मराठ्यांच्या हल्ल्यापासून बुरहाणपूरचे रक्षण करताना तेथील सुभेदार मारला गेला.

दक्षिण आणि पूर्व महाराष्ट्रात इ.स. १७१० मध्ये चंद्रसेन जाधवाने विशाळगडाला वेढा दिला आणि गुलबर्ग्यावर हल्ला केला. हैबतराव निंबाळकराने विजापूरवर हल्ला केला; पण तेथील मोगल सुभेदाराने प्रतिहल्ला चढवला. मोगलांच्या नोंदीनुसार एका मोठ्या टोळीने जुन्नरवर हल्ला केल्याचे समजते. इ.स. १७११ मध्ये मराठ्यांनी कर्नूल, सोलापूर आणि कर्नाटकातील बऱ्याच ठिकाणांवर हल्ले चढवले. (पहा नकाशा क्र. १३)

इ.स. १७१२-१३ पर्यंत परिस्थिती आणखी खालावली. महाराष्ट्र सर्वथा अराजकाच्या गर्तेत लोटला गेला. शाहूच्या ताब्यात केवळ पुण्याच्या जवळपासचाच भाग होता. फितुरी आणि आर्थिक चणचणीमुळे सैन्याचा पगार भागवण्याचीही मारामार होत असल्यामुळे, शाहूचे वैयक्तिक सैन्य संख्येने स्वतंत्र मराठा टोळ्यांपेक्षाही खूपच कमी होते. ताराबाईचीही तीच अवस्था होती. तिचे वास्तव्य असलेला कोकणातील प्रदेश हा उजाड झाला होता. औरंगजेबाच्या काळात रूढ झालेली मराठ्यांविषयीची वैरभावना पूर्णपणे शमली असली, तरी मोगलांना पूर्णत्वाने मराठ्यांची निष्ठा मिळवणे

---

३१) पहा-V.G. Dighe, *Peshwa Bajirao I and the Maratha Expansion* (Bombay, 1944)
22. गुजराथमधील विजयाविषयी बरीच कागदपत्रे वाचण्यासाठी G. S. Sardesai *Selections from the Peshwa Daftar, XII : The Dabhades and the Conquest of Gujarat* (Bombay, 1931)

शक्य झाले नाही. त्यांचे धोरण काहीसे विसंगत होते. एकीकडे ते या टोळ्यांचा बीमोड करायचा प्रयत्न करत होते, तर दुसरीकडे त्यांच्यातील प्रबळ म्होरक्यांना मोगलसेवेचे आमिष दाखवत होते. मोगलांचे लक्ष प्रामुख्याने शिखांचे पंजाबमधील बंड, त्या पाठोपाठ जाट, मेवाती आणि अफगाणींकडून दिल्लीला उत्पन्न झालेला धोका या गोष्टींकडे असल्यामुळे महाराष्ट्राविषयीचे धोरण ठरवण्याची जबाबदारी वजिरावर येऊन पडली आणि जसेजसे हे वजीर बदलत गेले, तसेतसे हे धोरणही बदलत गेले.

आता आपण या तत्कालीन राजकीय विश्लेषणापासून विषयांतर करून शाहूने आपली शक्ती कशी वाढवली आणि राजसत्ता कशी मजबूत केली या प्रक्रियेचा विचार करू. प्रथम आपण मराठ्यांच्या इ.स. १७१५ मधील मोठ्या सेनानींचा विचार करू आणि सुमारे चाळीस वर्षांपूर्वी शिवाजीच्या सैन्यातील अशा सेनानींशी तुलना करू. दुसरी बाब म्हणजे दिल्लीच्या गटबाजीच्या राजकारणातील मराठ्यांचा हस्तक्षेप, ज्यायोगे इ.स. १७१९ मध्ये शाहूला महाराष्ट्राच्या विस्तृत हक्कांच्या सनदा प्राप्त झाल्या. या दोन गोष्टीची संगत लावून, त्यानंतर आपण शाहूच्या कायदेशीर स्थानाविषयी आणि त्याच्या वाढलेल्या ताकदीविषयी चर्चा करू.

शाहूचे इ.स. १७१५ मधील सेनानी विचारात घेतले तर असे निदर्शनास येते की, शिवाजीच्या जवळची काही मोजकीच घराणी शाहूच्या काळात प्रबळ राहिली अथवा अठराव्या शतकात त्यांची भरभराट होत राहिली. काही सेनानींचे या लांबलेल्या संघर्षकाळात निधन झाले होते. बऱ्याच जणांच्या ताकदीला मराठ्यांच्या अंतर्गत गटबाजीमुळे ओहोटी लागली. संभाजीने त्याच्या विरुद्धच्या इ. स. १६८३ मधील विषप्रयोगाच्या कारस्थानापायी महत्त्वाच्या घराण्यांमधील पंचवीस जणांचा वध केला, ज्यात शिवाजीच्या मंत्रीमंडळातील सदस्यांचाही समावेश होता. वीस वर्षांनंतर ताराबाई आणि शाहूतील संघर्षात आणखी बऱ्याच घराण्यांची अधोगती झाली. उदाहरणार्थ शिवाजीनंतरच्या काळातील संताजी घोरपडे या बलाढ्य सेनानीच्या घराण्याला ताराबाईकडून कोल्हापूर जिल्ह्यातील काफी गावची एक छोटी जहागिरी देण्यात आली आणि नंतरच्या काळात मराठ्यांच्या इतिहासात या घराण्याची काहीच कामगिरी दिसत नाही. मोगलांना जिंजीच्या वेढ्यात आणि इतरत्र इ.स. १६९० च्या दशकात सतत मात देणाऱ्या धनाजी जाधवासारख्या सेनानीचा मुलगा चंद्रसेन जाधवही प्रबळ होता. त्याने इ.स. १७००-१७१० या दशकात खानदेश आणि माळव्यात मोगलांविरुद्ध मराठ्यांच्या मोठ्या तुकडीचे नेतृत्व केले. पण त्याचे शाहूचा नवीन पेशवा बाळाजी विश्वनाथ याच्याबरोबर पराकोटीचे मतभेद झाले आणि या घराण्याचा वेगाने ऱ्हास झाला. इ.स. १७१३ नंतर जाधवांनी मराठ्यांच्या राजकारणात कोणतीही महत्त्वाची भूमिका निभावली

नाही. पुढे अठराव्या शतकात त्यांच्याकडे काही थोड्या जमिनी होत्या आणि एकोणिसाव्या शतकात एखाद्या छोट्या संस्थानाचे संस्थानिक म्हणूनसुद्धा त्यांचे महत्त्व उरले नाही. आणखी दोन उदाहरणे लक्षात घेऊ. माने-थोरात हा शिवाजीचा एक जवळचा सरदार होता आणि तत्पूर्वी त्याने बराच काळ विजापूरची चाकरीही केली होती. मराठ्यांच्या यादवीत त्याने शाहूच्या विरुद्धची बाजू घेतली आणि या घराण्याकडे त्यांच्या मूळ पिढीजात कराड गावची जहागिरीच उरली. उदाजी चव्हाण हा शिवाजीच्या काळात एक दुय्यम सेनानी होता. त्याने ताराबाईला पाठिंबा दिला. त्याबद्दल त्याला 'हिंमत बहाद्दूर' असा किताब देण्यात आला. अठराव्या शतकात या घराण्याचा ऱ्हास होऊन कोल्हापूर भागातील एक छोटीशी जहागिरीच त्यांच्याकडे उरली. इ.स. १७१० ते १७१२ च्या दरम्यान कधीतरी रामचंद्र निळकंठ, ज्याने राजाराम जिंजीला निसटून गेल्यावर महाराष्ट्रातील संघर्षाची धुरा समर्थपणे वाहिली, अशा व्यक्तीला शाहूच्या पक्षात आणण्यात आले. त्याला त्या बदल्यात त्याच्या मागणीप्रमाणे हक्क देण्यात आले. यात सरदेशमुखी, मोकासा हक्क आणि बऱ्याच किल्ल्यांची अखत्यारी देण्यात आली. त्याच्या मुलांना मोठ्या पगारावर सेवेत समाविष्ट करण्यात आले. संपूर्ण कारभाराची जबाबदारी त्याच्यावर सोपवण्यात आली. परंतु दोन वर्षांनंतर तो ताराबाईच्या पक्षात आला आणि अधिक मोठे लाभ मिळवले. काही वर्षांत शाहूची सरशी झाली आणि त्याची जागा शाहूचा प्रमुख मंत्री बाळाजी विश्वनाथने घेतली.[३२] प्रकरण एकमध्ये आपण अवलोकन केलेल्या एका विशिष्ट पद्धतीला अनुसरूनच या घराण्यांचे चढ-उतार असल्याचे दिसून येते. पूर्वीच्या दख्खनी राजवटीप्रमाणेच मराठ्यांच्या राज्यातही महसुलाचे हक्क हे कायमच दरबारातील बृहत् राजकारणाशी निगडित होते असे दिसून येते. दोन पक्षांतील वारसाहक्कांच्या संघर्षात ज्यांनी हरलेल्या पक्षाची बाजू घेतली, अशी घराणी क्वचितच आपल्या पूर्वीच्या उच्चभ्रू स्थानावर परत येऊ शकली.

आता इ.स. १७१८ मध्ये जेव्हा शाहूच्या पक्षाची सरशी झाली आणि त्याचे स्थान बळकट झाले, तेव्हा त्याच्या नवीन महत्त्व प्राप्त झालेल्या सरदारांनीयुक्त दरबाराची रचना कशी होती ते पाहू या. जुन्या काळातील तीन घराण्यांचे स्थान या दरबारात अबाधित होते. त्यांपैकी एक म्हणजे फलटणचे निंबाळकर, ज्यांचे प्राबल्य मागील जवळपास शंभर वर्षे तसेच होते. सोळाव्या शतकात ते विजापूरच्या सेवेत होते आणि नंतर सतराव्या शतकात शिवाजीच्या सेवेत होते. हैबतराव निंबाळकर शाहूच्या दरबारातील महत्त्वाचे सरदार होते. शिवाजीच्या काळापासून आपले स्थान टिकवून असलेले दुसरे घराणे म्हणजे भोरचे पंतसचिव. शिवाजीच्या काळात सचिवपद सांभाळल्यामुळे या देशस्थ ब्राह्मण

३२) संबंधित कागदपत्रांसाठी पहा - पवार *ताराबाईकालीन कागदपत्रे* २७४, २९१

घराण्याचे नावच पंतसचिव पडले होते.[33] तिसरे घराणे होते हिंगणकर-भोसले घराणे, मूळच्या पुण्याच्या पूर्वेकडे सोलापूर रस्त्यावर ८० कि.मी. वरील हिंगणी गावचे. साधे पाटील असलेल्या हिंगणीकरांपैकी रूपाजी आणि त्याचा पुतण्या परसोजी यांनी शिवाजीच्या काळात मोठी मर्दुमकी गाजवून सरदारकी मिळवली होती. परसोजीच्या नेतृत्वाखालील स्वतंत्र तुकडीने इ.स. १७०७ च्या सुमारास खानदेशात पराक्रम केला. इ.स. १७०७ मध्ये शाहूची सुटका झाल्यावर त्याला सर्वांत प्रथम पाठिंबा परसोजीने दिला. याबद्दल शाहूने त्याचा मोठा सन्मान केला. त्याला बेरर भागातील एकूण १४७ महाल असलेल्या सहा सरकारांची सरंजामशाही देण्यात आली आणि 'सेना साहिब सुभा' अशी पदवीही देण्यात आली. इ.स. १७०९ मध्ये परसोजीच्या मृत्यूनंतर त्याच्या मुलाने म्हणजे कानोजीने आपला सरंजाम व्यवस्थित सांभाळला नाही आणि त्याने मोगलांबरोबर वाटाघाटी सुरू केल्या. शाहूने त्याच्या पुतण्यावर म्हणजे रघुजीवर कानोजीचा बीमोड करण्याची जबाबदी टाकली. या कामगिरीत यश आल्यावर रघुजीकडे ही सरंजामशाही आली. याच पायावर पुढे रघुजी भोसल्याने नागपूरच्या मराठा राज्याची उभारणी केली.

यांच्या व्यतिरिक्त शाहूचे सरदार हे स्वतंत्र मराठा टोळ्यांचे म्होरके होते. त्यांतील एक दाभाडे घराणे होते. त्यांना शिवाजीच्या राजवटीत तळेगाव या खेड्याची पाटीलकी देण्यात आली होती. घराण्यात चालत आलेल्या समजुतीनुसार इ.स. १६९९ मध्ये राजारामाच्या जिंजीच्या वेढ्यातील सुटकेत त्यांचा सहभाग होता. परंतु याविषयी कागदोपत्री पुरावा नाही. कागदोपत्री उल्लेखांनुसार आपल्याला खंडेराव दाभाडे गुजराथ मध्ये इ.स. १७०१ पासूनच छापे मारत असल्याचे समजते. त्यांच्या मुलाने हेच काम बागलाणातील एका गढीत वास्तव्यास राहून चालू ठेवले. त्यानेही ऐन वेळी इ.स. १७१३ मध्ये शाहूचा पक्ष घेतला.[34] इ.स. १७१५ पर्यंत त्याने जवळपास पाच हजारांचे घोडदळ उभे केले. इ.स. १७१६ मध्ये सुरतेहून दख्खनकडे जाणारा मार्ग दाभाड्याने बंद केला आणि बुरहाणपूर-सुरत मार्गावरील सगळ्या काफिल्यांकडून त्याने कर आकारणी चालू केली. त्याने अहमदनगरजवळ मोगलांशी सामना केला आणि त्याला मंत्रीमंडळात सेनापती पदापर्यंत बढती मिळाली.

३३) शिवाजीच्या 'प्रशासना' विषयी भाष्य करताना काही जुन्या ग्रंथांमध्ये 'मंत्रीमंडळातील' व्यक्तींना काही ठराविक कामे देण्यात येत (उदा. सचिव) असे वर्णन आढळते. परंतु अलीकडील संशोधनानुसार अशा मंत्र्यांचे स्थान सल्लागाराएवढेच असे. अंतर्वर्तुळातील प्रबळ व्यक्ती दरबारात जमत. त्यांना सचिवासारखे हुद्दे देण्यात येत. परंतु याची तुलना आजच्या काळातील मंत्रीमंडळाबरोबर करणे अयोग्य ठरेल.

३४) पहा - Dighe, *Peshwa Bajirao* 25

दुसरा स्वतंत्र सेनानी म्हणजे फतेहसिंग भोसले (हिंगणीकर भोसल्यांशी त्याचे काहीही नाते नाही.) हे मूळचे दौलताबादपासून साधारण ४० कि.मी. दक्षिणेकडील पराड गावचे पाटील घराणे. या घराण्याचा प्रमुख इ.स. १७०७ मध्ये शाहूच्या सैन्याबरोबरील लढाईत कामी आला. त्याच्या विधवेने शाहूपुढे विनंती केल्यावर शाहूने तिचा एकुलता एक मुलगा फतेहसिंगला स्वत:च्या मुलाप्रमाणे वागवण्याचे वचन दिले. नंतर शाहूने त्याला दक्षिण सोलापूर जिल्ह्यातील अक्कलकोटची कायमस्वरूपी जहागिरी दिली.[३५] इ.स. १७१५ पर्यंत तो एक मोठा सेनानी म्हणून नावारूपास आला.

तिसरा सेनानी म्हणजे निमाजी शिंदे. आपल्याला त्याचा प्रथम उल्लेख इ.स. १६९० च्या दशकात जिंजीच्या बाहेरून लढणाऱ्या मराठा सैन्यात सापडतो. त्यानंतर या दशकाच्या उत्तरार्धात खानदेशात स्वतंत्रपण लढणारा म्होरक्या म्हणून तो आपल्यासमोर येतो. अठराव्या शतकाच्या पहिल्या दशकात बुरहाणपूर, माळवा आणि खानदेशात सतत छापे घालणारा निमाजी शाहूचा खंदा समर्थक होता. परंतु त्या काळातील अनिश्चिततेचा परिणाम म्हणून दहा वर्षांत त्याचा कागदोपत्री उल्लेख दिसेनासा होतो आणि नंतर या घराण्याचा थांगपत्ता लागत नाही.

आता आपण शाहूच्या आतील गोटातील 'नवीन' ब्राह्मण अधिकाऱ्यांविषयी जाणून घेऊ. या अधिकाऱ्यांमधे मूळ कराडचा देशस्थ ब्राह्मण परशुराम पंतप्रतिनिधी याचा समावेश होता. त्याशिवाय भट या कोकणस्थ ब्राह्मण घराण्याचा समावेश होता. याच घराण्याकडे पुढे पिढीजात पेशवेपद चालत आले आणि पुढील साठ वर्षे त्यांनी मराठा राज्याची धुरा सांभाळून राज्य केले. मुंबईच्या दक्षिणेस साधारण १०० कि. मी. वरील दंडा राजापुरी या कोकण किनाऱ्यावरील गावाची देशमुखी मूलत: या घराण्याकडे होती.

शाहूच्या यशात महत्त्वपूर्ण योगदान देणारे आणि जे घराणे नंतर मराठ्यांच्या इतिहासात केंद्रस्थानी राहिले, त्यांचा पहिला वारस बाळाजी विश्वनाथ याचा उदय आणि उत्कर्ष कसा झाला, याची चर्चा केल्यास ते प्रस्तुत ठरेल. विशीच्या उंबरठ्यावर असलेल्या बाळाजी विश्वनाथाने जंजिऱ्याच्या सिद्दीच्या मिठागरावर कारकुनी करणे सोडले आणि तो देशावर आला. येथे त्याला इ.स. १७०० च्या सुमारास पुण्याचा सुभेदार म्हणून नोकरी मिळाली. नंतर तो काही काळ दौलताबाद जिल्ह्यातही अधिकारी होता.[३६] त्याने

---

३५) पहा -A. R. Kulkarni, "The revolt of zamindars in Akkalkot, 1830, in S. B. *Bhattacharya Essays in Modern Indian Economic History* (Delhi, 1987), 147

३६) इ.स. १७०८ मध्ये बाळाजी विश्वनाथ हा धनाजी जाधवाच्या कारभाऱ्यांपैकी एक होता. पहा *मराठी इतिहासाची साधने* ४, १७०. त्यानंतर त्याने सेनापतीचा दिवाण म्हणून काम केले. पहा दिघे *पेशवा बाजीराव* २-३.

सुरुवातीपासूनच शाहूला पाठिंबा दिला आणि लष्करीदृष्ट्या आणि यशस्वी मध्यस्थाच्या भूमिकेत तो शाहूचा मोठा आधार बनला. त्याने प्रबळ अशा धनाजी जाधवाचा शाहूप्रती पाठिंबा मिळवला. त्याने धनाजीच्या मुलाने केलेल्या बंडाविरुद्ध लष्करी मोहिमेचे नेतृत्व केले. पेशवा म्हणून नेमणूक झाल्यावर इ.स. १७१३ मध्ये त्याने ताराबाईचे मुख्य समर्थक कोकणातील कान्होजी आंग्रे यांचेबरोबर वाटाघाटी करून, त्यांना शाहूच्या पक्षात आणले. कान्होजी आंग्रे शाहूला मिळताच ताराबाईचा आधारच सुटला आणि तिला अटकेत टाकण्यात आले. इ.स. १७१३-१५ मध्ये निजामाच्या नेतृत्वाखालील मोगल फौजेविरुद्ध शाहूच्या सैन्याचे त्याने नेतृत्व केले. या विवेचनावरून असे लक्षात येते की, बाळाजी विश्वनाथाच्या रूपात शाहूच्या सुरुवातीच्या राज्यकारभाराचेच रूप प्रतीत होते. याद्वारे शाहू आणि ताराबाई यांच्यातील योग्य पक्षाला पाठिंबा दिल्यामुळे नवीन मराठा सरदार आणि ब्राह्मण कारभाऱ्यांचा कसा उत्कर्ष झाला हेच दिसून येते.[३७]

आता आपण शाहूच्या सुरुवातीच्या कारकिर्दीकडे वळू या. या काळातील घटनांमुळे मोगलांकडून मराठ्यांच्या महाराष्ट्रातील हक्कांना मान्यता मिळाली. इ.स. १७१६ पर्यंत महाराष्ट्रातील मोगल सैन्य एकत्रित मराठ्यांविरुद्ध जिंकू शकणार नाही हे स्पष्ट झाले. गुजराथ, खानदेश आणि त्याहून दक्षिणेकडील मराठा सेनानींनी जहागिऱ्या विभागून आपल्यालाही सामावून घ्यावे यासाठी दबाव आणला. बाळाजी विश्वनाथाने मोगल बादशहाकडे दक्षिणेकडील सहा मोगल सुभ्यांचे (औरंगाबाद, बेरर, बिदर, गोवळकोंडा, विजापूर ज्यात पूर्ण कर्नाटकाचा समावेश होता आणि खानदेश) चौथाई (१/४ हिस्सा) आणि सरदेशमुखी (१/१० हिस्सा) हक्क देणाऱ्या सनदेची मागणी केली. यात गुजराथ आणि माळव्याचे चौथाई हक्क आणि महाराष्ट्राच्या अंतर्गत भागातील संपूर्ण स्वतंत्र राजवटीस मान्यता, यांचाही अंतर्भाव होता. याचा अर्थ मोगलांच्या ताब्यातील उरलेल्या किल्ल्यावरील त्यांचा हक्क त्यांनी सोडून द्यावा असा होता. परसोजी भोसल्याने जिंकून घेतलेल्या बेरर आणि गोंडवनाच्या प्रदेशावरील मराठ्यांचा हक्क मान्य करण्यात यावा अशीही मागणी केली गेली आणि कर्नाटकातील काही जमिनी फतेहसिंग भोसल्याच्या नावे कराव्यात असेही मागण्यात आले. या बदल्यात कायदा आणि सुव्यवस्था

३७) रामचंद्र नीळकंठाने आपल्या राजनीतीवरील 'आज्ञापत्र' या प्रबंधात राजाच्या मंत्र्यांची योग्यता, एखादा मंत्री अधिक वरचढ झाल्यास अथवा राजाचे लक्ष विचलित झालेले असल्यास उत्पन्न होणारा धोका या विषयांवरील सर्वांत दीर्घ चर्चा केली आहे. पहा - ''आज्ञापत्र,'' संपा. प्र. न. जोशी (व्हीनस प्रकाशन १९९७) यातच रामचंद्र नीळकंठाने बलवान राजा, बंदुका-तोफांसह सुसज्ज अशी राजाने दिलेल्या वेतनावर काम करणारी सेना यांच्या आवश्यकतेवर विशेष भर दिला आहे. सैनिकाला सरकारने घोडा पुरवला पाहिजे असेही नमूद केले आहे. शिवाजीकडे असे सैन्य होते; पण शाहूला असे सैन्य उभे करण्यास दहा वर्षांहून अधिक काळ लागला.

राखण्यासाठी, मोगल खजिन्यात उरलेला महसूल जमा करण्यासाठी; दक्षिणेकडील मोगल सुभेदाराच्या दिमतीला शाहूचा प्रतिनिधी या नात्याने पेशवे १५००० ची फौजे देतील आणि शाहू दरवर्षी रु.१००००० इतकी खंडणी मोगलांना देईल असेही सांगण्यात आले.

दक्षिणेच्या मोगल सुभेदाराने जरी अशा कराराला मान्यता दिली, तरी बादशहाला हा करार म्हणजे तापीच्या दक्षिणेकडील सर्व मोगल सत्ता संपवण्यासारखेच होते. त्याने हा तह धुडकावून लावला आणि लढाईची तयारी केली. एका वर्षात बाळाजी विश्वनाथाच्या नेतृत्वाखालील मराठा सैन्याने थेट दिल्लीला धडक दिली. दिल्लीच्या पातशाहीवर दावा सांगणाऱ्या एका गटातील सय्यद बंधूंना त्याने पाठिंबा दिला. मराठे दिल्लीत येताच काही महिन्यांतच सय्यदबंधूंनी एका कळसूत्री वारसाला बादशहा बनवले आणि त्याच्याकरवी मराठ्यांच्या तहातील सर्व अटींना मान्यता मिळवली. इ.स. १७१९ च्या मे महिन्यात विजयी बाळाजी विश्वनाथ शाहूच्या नावाच्या सनदा आणि इ.स. १७०८ मध्ये त्याची सुटका झाल्यावरही अटकेत असलेल्या त्याच्या कुटुंबीयांसह महाराष्ट्रात परतला.[३८]

आता आपण शाहूच्या कायदेशीर वारसत्वाविषयी आणि त्याच्या सत्तेच्या दृढीकरणाविषयी थोडी विस्तृत चर्चा करू. आपण पाहिलेच आहे की, नामधारी वारसा हक्काचे रूपांतर एका बळकट सत्ताकेंद्रात करण्यासाठी, शाहूशी निष्ठावान असलेल्या लोकांना त्याच्या आंतर्वर्तुळात आणणे आणि त्यांच्या शिबंदींच्या निर्वाहासाठी सरंजामी हक्क देणे अशी प्रक्रिया अवलंबिण्यात आली. काही वर्षांतच शिवाजीच्या काळातील थोडीच घराणी सत्ताकेंद्राच्या या आंतर्वर्तुळतात स्थान टिकवू शकली. दुसरे असे की, ज्यांची शाहूप्रती निष्ठा अनिश्चित होती, त्यांच्याविरुद्ध रीतसर लष्करी कारवाई करण्यात आली. ही घराणी काही काळ माघार पत्करून स्वत:च्या मूळच्या जहागिरीवर परतली असावीत आणि पुन्हा योग्य संधी येण्याची वाट पाहत असावीत अशी आपली समजूत होऊ शकते, परंतु तसे काही घडले नाही. शिवाजीच्या काळातील ही घराणी वारसा संघर्षात चुकीच्या पक्षाला पाठिंबा दिल्यामुळे पराभूत झाली आणि कायमची विस्मृतीत गेली. बहुतेक मराठा घराण्यांकडे लहान-लहान वतने होती. त्यांच्या पूर्वीच्या विशेष

---

३८) या सनदा प्रत्यक्ष पाहिलेला ग्रँट डफ हा एकमेव इतिहासकार आहे. त्यानंतरच्या काळात या सनदा गायब झाल्या. ग्रँट डफच्या मजकुरात बऱ्याच लक्षणीय बाबी समजतात. दखखनच्या सहा सुभ्यांचा रोख महसूल त्या काळात रु. १८ कोटी असावा असा अंदाज होता. याच्या १०% रक्कम सरदेशमुखीप्रीत्यर्थ नक्की करण्यात आली होती. या सनदेपोटी वरील सरदेशमुखीच्या सहा पट रक्कम शाहूने बादशहाला दर वर्षी नजराण्याच्या स्वरूपात देणे बंधनकारक होते. पण त्याने त्याची पूर्तता केल्याचा काहीही पुरावा नाही. ग्रँट डफने या सनदेत ज्या सहा सुभ्यांचा उल्लेख केला आहे, त्याच देश आणि कोकणातील सुभ्यांवर शिवाजीने स्वराज्य उभे केले होते. पहा- Grant Duff, *History,* 324-325.

कामगिरीबद्दल त्यांना ती मिळाली होती. ही वतने कायमस्वरूपी आणि अनुवंशिक होती. त्यांचे उत्पन्न त्यांच्या देशमुखी, पाटीलकी अशा स्थानिक हक्कांवर अवलंबून होते. हेही हक्क काढून घेतले जाऊ शकत होते. असे झाल्यास या घराण्याच्या कर्त्या पुरुषाच्या स्थानाचे, एक साधा सैनिक अथवा काहीसा श्रीमंत शेतकरी असे अवमूल्यन होई. पराकोटीच्या राजकीय अराजकतेच्या अवस्थेत या स्थानिक हक्कांना फारसे महत्त्व उरत नसे आणि एखाद्या टोळीत सामील होऊन केलेल्या लुटीतील हिस्सा हेच उत्पन्नाचे साधन होत असे. जशी शाहूची सत्ता दृढ होत गेली, तशी राजकीय अराजकता कमी होत गेली आणि शिबंदीच्या निर्वाहासाठी मराठा सत्तेकडून सरंजामी हक्क मिळविणे अपरिहार्य झाले. नवीन उदयास आलेल्या लष्करी नेतृत्वास शिवाजीच्या घराण्याची राजवट खंडित करून स्वत:ची राजवट सुरू करण्याची महत्त्वाकांक्षा नव्हती, त्यांना हे सरंजामी हक्क मिळवण्यासाठी एका राजाची गरज होती.

आणखी एक विशेष बाब म्हणजे या काळात एक बंदिस्त राज्य किंवा बंदिस्त सरंजामशाही विकसित होत होती असेही नव्हते. ही बाब ठसवण्यासाठी एकच उदाहरण पुरेसे आहे. पूर्वी उल्लेखलेले शाहूच्या आंतर्वर्तुळातील दाभाडे घराणे खरे तर मूळचे तळेगाव या खेड्याचे पाटील. एका लष्करी टोळीचे नेतृत्व करताना त्या घराण्याचे कार्यक्षेत्र होते, उत्तर-पश्चिम महाराष्ट्रातील बागलाण. त्या घराण्याला मिळालेले सरंजाम तळेगावचे नव्हते, तर गुजराथमधील होते. यातून भौगोलिक दृष्टीने एक विकसनशील राज्यव्यवस्था आणि सरंजामशाही समोर येते.

यातूनच आपल्यापुढे आणखी एक विषय उपस्थित होतो, तो म्हणजे राज्यसत्तेच्या बळकटीकरणासाठी सरंजामी देणग्यांसाठीची अवलंबलेली पद्धत. प्रकरण तीन मध्ये आपण बघितले आहे की, शिवाजीपुढील मुख्य प्रश्न त्याच्या कायदेशीर स्थानाविषयी निगडित होता. बऱ्याच घराण्यांकडे आधीच्या अहमदनगर आणि विजापूर या दक्षिणी सलतनतींकडून मिळालेले देशमुखी आणि इतर हक्क होते. शिवाजीच्या राज्याभिषेकापासून त्याच्या मृत्यूपर्यंत त्याने ही देणगी देण्याची पद्धत अधिक घट्ट केली. त्यायोगे सर्व नवीन हक्क देण्याचे अधिकार सर्वस्वी त्याच्याकडे आले आणि घराण्यांकडे जे जुने हक्क होते, ते शिवाजीच्या अनुमोदनाने पुढे चालू राहतील असे ठरविण्यात आले.[३९] त्याच्या मृत्यूनंतर आणि विशेषत: इ.स. १६९९ मध्ये राजारामाचा मृत्यू झाल्यानंतर हे हक्क देणारे वाढले. ताराबाईच्या कारभारात तिने बऱ्याच जहागिऱ्या दिल्या.[४०]

३९) आपल्याला ज्ञात आहे की, सत्य परिस्थिती अधिक गुंतागुंतीची होती, कारण असे हक्क मोगल आणि विजापूरही देत होते. इतकेच नव्हे, तर पोर्तुगीज आणि सिद्दीनेही हक्क दिल्याचे आढळते.

४०) इ.स. १७१६-१७ मध्ये संभाजी द्वितीयने दिलेल्या सनदी हक्कांविषयी पहा - पवार, *ताराबाईकालीन कागदपत्रे* ३३२-३९.

काही स्वतंत्र टोळ्यांच्या म्होरक्यांनीही आपल्या अखत्यारीत छोटे छोटे हक्क दिले. या हक्कांबाबत आणखी एका गोष्टीत सूत्रबद्धता आणणे आवश्यक होते, ती गोष्ट म्हणजे देशमुख आणि पाटलांकडून येणारी ग्रामीण भागातील जमिनी आणि शेतीच्या उत्पन्नाची योग्य माहिती आणि त्यातून उत्पन्न होणाऱ्या महसुलाची वसुली. इ.स. १७१९ मध्ये मोगलांकडून शाहूच्या नावे सनदा मिळवण्यासाठी बाळाजी विश्वनाथाने तीव्र संघर्ष केला. याद्वारे नर्मदेच्या दक्षिणेकडील भारतात महसूल वसुलीचे कायदेशीर हक्क शाहूच्या सरकारला प्राप्त झाले. दुसऱ्या कोणालाही मग तो पक्ष असो वा टोळ्यांचे म्होरके असोत, ही मान्यता मिळाली नाही. या सनदेनुसार मध्यम किंमतीचा वैयक्तिक जमीनजुमला मिळालाच; पण आपल्याप्रती निष्ठावंत असलेल्यांना वाटण्यासाठी प्रचंड मोठा जमीनजुमला उपलब्ध झाला. त्याचबरोबर एखाद्याचा सरंजाम काढून घेण्याचा हक्कही शाहूस प्राप्त झाला. जरी ही पद्धत इ.स. १७४० पर्यंत सुरळीत झाली नव्हती, तरी शाहूच्या वतीने पेशव्यांच्या हातात सरंजाम, देशमुखी, पाटीलकी, इनामकी आणि इतर असे सर्व हक्क वाटण्याचे अथवा काढून घेण्याचे अधिकार आले. यामुळे मराठ्यांची एक बळकट केंद्रीय राज्यसत्ता उभी राहिली.[४१]

शिवाजीच्या घराण्यातील दुय्यम वारस असलेल्या ताराबाईचा मुलगा शिवाजी द्वितीय याची योग्य व्यवस्था लावण्या साठी एका दशकाचा कालावधी लागला. सरते शेवटी इ.स. १७३१ च्या वारण्याच्या तहाद्वारे त्याला कोल्हापूर भागात एक स्वतंत्र राज्य काढून देण्यात आले. याद्वारे ताराबाईला तिच्या समर्थकांच्या निर्वाहासाठी छोट्या देणग्या देण्याचे आणि कर्नाटक विभागात स्वतंत्रपणे राजकारण करण्याचे अधिकार प्राप्त झाले. अशा प्रकारची विभागणी झाल्याचे आपण यापूर्वीही पाहिले आहे. शहाजीने त्याच्या जहागिरीची वाटणी आपल्या दोन मुलांमध्ये म्हणजे शिवाजी आणि एकोजीमध्ये केली होती. शिवाजीच्या वाट्याला पुण्याची जहागिरी आली, तर एकोजीच्या वाट्याला तंजावरची जहागिरी आली. शिवाजीनेही त्याच्या शेवटच्या काळात संभाजी आणि

---

४१) पहा - Andre Wink "*Land and Sovereignty in India : Agrarian Society and Politics under the Eighteenth Century Maratha Svarajya* (Cambridge, 1986) 240-41. रामचंद्र नीळकंठाने आपल्या 'आज्ञापत्र' या प्रबंधात वतन-हक्क देण्याची प्रक्रिया अधिक दृढ करण्यावर भर दिला आहे. *"हक्क इनाम आज्ञेविरहित घेऊन द्यावे. जे चालत असेल त्याहून जाजती किंवा जवभर कमीही होऊ न द्यावे, आणि देशाधिकारी यांचे आज्ञेत वर्तावे."* पहा 'आज्ञापत्र' संपा. प्र. न. जोशी, (व्हीनस प्रकाशन १९९७) २९-३०.

राजारामात त्यांच्या राज्याची वाटणी करण्याचा विचार केला होता.[४२] शाहू आणि ताराबाई यांच्यातील ही वाटणी यशस्वी ठरली. कोल्हापूरचे राज्य अठराव्या शतकात स्वतंत्रपणे तगून राहिले. (एकोणिसाव्या-विसाव्या शतकात त्याचेच रूपांतर एका स्वतंत्र संस्थानात झाले.)

शाहू स्वत: जर तेजस्वी लष्करी सेनानी असता, तर अधिक फायदेशीर झाले असते. त्यामुळे त्याचे कायदेशीर वारसत्व अधिक लवकर सिद्ध झाले असते आणि सत्ताग्रहणाचा मार्ग सोपा झाला असता. परंतु अशी परिस्थिती नव्हती. त्याऐवजी शाहूजवळ एक दुसरा गुण होता. त्याला माणसांच्या कर्तृत्वाविषयी अचूक अंदाज होता. बाळाजी विश्वनाथ आणि नंतर त्याच्या मुलामधे लक्षणीय नेतृत्वगुण असल्याचा त्याचा अंदाज अचूक होता. त्याकाळी वजीर, दिवाण अथवा पेशवा यांनी फौजेचे नेतृत्व करण्याची पद्धतच होती. त्यामुळे शाहूने पेशवेपदासाठी योग्य व्यक्तीची निवड केली असेच म्हणावे लागेल.

मराठ्यांच्या नवीन पेशव्यात केवळ प्रखर लष्करी नेतृत्वगुणच नव्हते, तर त्याच्याकडे फायदेशीर वाटाघाटी करण्याचे कसबही होते. परंतु या दोन गोष्टींशिवाय सत्तेच्या दृढीकरणासाठी आणखी दोन गोष्टी त्याने केल्या. पहिली गोष्ट म्हणजे त्याने इतर चित्तपावन ब्राह्मणांची सरकारात नेमणूक केली. या सुशिक्षित ब्राह्मणांची संख्या वाढत गेली आणि त्यांनी कर संकलक आणि व्यवस्थापनाच्या इतर पदांवर आपला ठसा उमटवायला सुरुवात केली. नोंदी ठेवणे हे काम तोपर्यंत काहीसे विस्कळीतपणे चालत असे. पण या नेमणुकांनंतर ते व्यवस्थितपणे होऊ लागले. या कर्तृत्वसंपन्न उच्चभ्रू ब्राह्मण घराण्यांचे पेशव्यांच्या घराण्याशी लग्न-संबंध निर्माण झाले आणि त्यांची पेशव्यांप्रती निष्ठा अधिक दृढ होत गेली. याच ब्राह्मणांमधून पुढील काळात कुशल लष्करी नेतृत्वही उभे राहिले. बाळाजी विश्वनाथाने केलेली दुसरी गोष्ट म्हणजे, त्याने शाहूच्या राज्यात पतपेढ्या आणि कर्ज-सुविधा सुरू केल्या. आपण जाणतो की, शिवाजीच्या काळात व्यवहारात रोख पैसा खूप कमी होता आणि नंतरच्या संघर्षाच्या काळात आर्थिक स्थिती आणखीनच खालावली होती. शाहूच्या सरकारला सैन्य उभे करायला आणि एका सुगीच्या काळापासून दुसऱ्या सुगीपर्यंत सरकारी निर्वाहासाठी रोख पैशांची मोठ्या प्रमाणात गरज भासू लागली. ही कर्जाऊ रक्कम उभी करण्यासाठी बाळाजी विश्वनाथाने केवळ

---

४२) राज्यातील जमिनी वतनांमध्ये विभागल्या जाण्यामुळे काही मूलभूत प्रश्न उपस्थित होतात. संपूर्ण राज्य हे राजाच्या मालकीचे होते का? कारण उदाहरणादाखल देशमुखी हक्क गहाण ठेवता येत होते, विकता येत होते किंवा विभागताही येत होते. याचा अर्थ असे हक्क उत्पन्नदायी मालमत्ता समजली जात होती.

ब्राह्मणांनी चालवलेल्या सावकारी पतपेढ्याबरोबर संबंध प्रस्थापित केले. त्यांच्या कर्जाच्या जोरावर शाहू आपल्या सत्तेचे दृढीकरण करू शकला. विशेषत: इ.स. १७१९ मध्ये शाहूच्या नावे मोगल सनदा मिळाल्यानंतर प्रस्तावित महसूल वसुलीच्या अंदाजावर या पेढ्या आगाऊ कर्ज देऊ लागल्या. आपण पुढे पाहणारच आहोत की, पुढील एका दशकातच या प्राथमिक अवस्थेतील व्यवस्थेचे रूपांतर एका प्रगत अशा सरकारी अर्थव्यवस्थेत झाले.

या सर्व गोष्टींमुळे मराठ्यांचा राज्यकारभार सुरळीतपणे सुरू झाला असे नव्हे. सत्तेच्या दृढीकरणात शाहू आणि बाळाजी विश्वनाथाच्या मार्गात कैक अडथळे होते. त्यांपैकी केवळ दोघांचा येथे उल्लेख करू. पहिले म्हणजे लष्करी सरंजाम देण्याचा अधिकार पेशव्याला प्राप्त झाला आणि ब्राह्मण कारभारी आणि सावकार हेदेखील त्याच्या अधिकाराखाली आले. त्यामुळे पुढील काळात राजा नाममात्र होऊन, पेशवाच खरा राज्यकर्ता म्हणून उदयास आला याचे आश्चर्य वाटायला नको. दुसरे असे की, तंजावर आणि कोल्हापूर असे मराठा राज्याचे दोन तुकडे झाले. त्याचा परिणाम म्हणजे, जिंकून घेतलेल्या प्रदेशावर राजाबरोबरच मोहिमेचे नेतृत्व करणाऱ्या सेनानीचाही अधिकार उत्पन्न झाला. याचा उल्लेख इ.स. १७१९ च्या मोगल सनदेतही आढळतो. पुढील दशकभरातच हे सेनानी माळवा आणि गुजराथेत विजय मिळवल्यावर, तेथील सत्तेत वाटा मागू लागले.

५

बाजीरावाची उत्तर-भरारी (इ.स.१७२० - १७४०)

इ.स. १७२० मध्ये बाळाजी विश्वनाथाचा मृत्यू झाला. इतर मंत्र्यांचा विरोध डावलून शाहूने पेशवाईची वस्त्रे बाळाजीच्या मुलाला म्हणजे बाजीरावाला दिली. मराठ्यांच्या इतिहासातील शिवाजीनंतरचा एक तेजस्वी आणि चैतन्यपूर्ण नेता बाजीरावाच्या रूपात आपल्यासमोर येतो. पेशवाईची वस्त्रे स्वीकारताना तो केवळ वीस वर्षांचा होता. परंतु शीघ्र निर्णयक्षमता आणि लष्करी साहसाची तीव्र ओढ या त्याच्या गुणांची कीर्ती सर्वदूर पसरली होती. इ.स. १७१९ च्या दिल्ली मोहिमेत बाजीरावाचा सहभाग होता. मोगल साम्राज्याचा पाया डळमळीत झाला असून आणि मराठ्यांनी माळवा आणि त्याच्या उत्तरेकडे हल्ला केल्यास त्याचा प्रतिकार करण्याची ताकद मोगलांकडे राहिली नसल्याचे त्याने हेरले. ह्याच आकलनावर पुढील वीस वर्षे अखंडपणे बाजीरावाच्या लष्करी कारवाया आणि कारभार आधारित होता.

बाजीरावाचा हा अंदाज अचूक होता. आपण मोगल साम्राज्याच्या उत्तरेपासून दक्षिणेपर्यंत पसरलेल्या विविध भागांचा विचार करू. इ.स. १७१३ मध्ये पंजाबात नेमणूक झाल्यानंतर अब्दुल समाद खानाने वार्षिक खंडणी सोडता, कोणतीही वार्ता दिल्ली दरबाराकडे पाठवली नव्हती. इ.स. १७२६ मध्ये त्याच्या पश्चात त्याच्या मुलाकडे अधिकार येईपर्यंत कारभार दृष्ट्या पंजाब हे स्वतंत्र खंडणी देणारे मांडलिक राज्य (शिखांच्या प्रश्नासकट) झाल्यासारखेच होते. अवध भागाचीही तीच स्थिती होती. इ.स. १७२२ मध्ये सादत अली खानाची अवधचा सुभेदार म्हणून नेमणूक होताच, त्याने स्वत:च्या अधिकारात मनसबदार आणि जहागिऱ्यांमध्ये फेरबदल केले. चार वर्षांनंतर त्याला पदच्युत करण्याचा प्रयत्न हाणून पाडून त्याने अवधवर कब्जाच केला. त्यामुळे या मोगल सुभ्याकडून थोडीफार खंडणी येत होती; पण तेथे मोगल दरबाराचा कोणीही

अधिकारी उरला नाही. इ.स. १७२७ मध्ये बंगालमधे मुर्शीद कुली खानाकडे त्याच्या वडलांच्या पश्चात सुभेदारी आली आणि हा सुभाही कारभाराच्या दृष्टीने स्वतंत्र झाला.[१] रजपूत राज्ये तशीही आतून स्वायत्तच होती. दिल्लीची सत्ता दुबळी होताच इ.स. १७२० च्या दशकात त्यांनी आपली राज्ये वाढवायला सुरुवार केली. जोधपूर आणि जयपूर राज्यांनी त्यांच्या सीमेवरील मोगल भागांवर कब्जा केला. दिल्लीच्या नजीकच्या भागावरही मोगलांचा अंमल फारसा प्रभावी राहिला नव्हता. फारूखाबादच्या अफगाणांनी तर दिल्ली आणि अवधच्यादरम्यान एक छोटे राज्यच निर्माण केले आणि इ.स. १७२८ पासून दक्षिण सीमेलगतच्या बुंदेल्यांवर हल्ले सुरू केले. दिल्लीभोवतीचा बराचसा प्रदेश जाटांच्या ताब्यात होता. आणखी दक्षिणेकडे नजर टाकल्यास माळवा भागात मोगल आणि मराठ्यांमध्ये विवाद उत्पन्न झाला होता. इ.स. १७२४ नंतर गुजराथमध्ये तर दिल्लीने उत्तराधिकारी म्हणून नेमलेल्या प्रत्येक सुभेदाराला आधीच्या सुभेदारावर लष्करी कारवाई करूनच सुभेदारी मिळवावी लागली; कारण प्रत्येक सुभेदार या सुभ्याला स्वत:चे स्वतंत्र राज्य म्हणूनच समजत असे. इ.स. १७२४ पर्यंत निजामाने विरोधातील मोगल सैन्याचा दोनदा पराभव करून, स्वतंत्र राजा बनूनच दक्षिणेकडे प्रस्थान केले. मोठ्या खजिन्यांच्या बळावर लढाया करणाऱ्या मोठ्या मोगल सैन्याचा काळ मागे पडला. मराठ्यांना आता जमवता येईल तेवढी साधनसामग्री जमवून आपल्या लाभासाठी सुभ्यांच्या सुभेदारांशी लढणे अधिक सोपे झाले.

इ.स. १७२० च्या सुमारास वर वर्णन केलेले राजकीय चित्र तितकेसे स्पष्ट नव्हते आणि बाजीरावाला दरबारी लोकांच्या शंकांचे समाधान करावे लागले. मराठ्यांचा राज्यविस्तार उत्तरेकडे माळवा, गुजराथमध्ये मुख्यत्वे होईल का दक्षिणेकडे कर्नाटकात? दक्षिणेतील मोगलांचा सुभेदार निजामाबरोबर मराठ्यांचे संबंध सलोख्याचे असतील का संघर्षाचे? स्वतंत्रपणे वावरणाऱ्या बऱ्याचशा मराठा टोळ्यांना काबूत कसे आणणार? कार्यक्षम प्रशासन कसे उभे करणार? महाराष्ट्र अजूनही उजाड असताना या राज्यविस्तारासाठी पैसा कोठून उभा करणार? असे प्रश्न उपस्थित झाले होते.

काही महिन्यांतच या प्रश्नांची उकल करण्यासाठी बाजीरावाने प्रस्तुत केलेल्या योजनांनी शाहू आणि इतर दरबाऱ्यांचे लक्ष वेधून घेतले. मोगलांच्या दुर्बलतेचा फायदा उठवून गुजराथ आणि माळव्यावर आक्रमण करायचे. दक्षिणेतील मोहीम आणि निजामावरील कारवाई काही काळ पुढे ढकलायची. निजामाला दिल्लीची सत्ता दुबळी झाली तर हवीच आहे. बाजीरावाने व्यक्तिश: उत्तरेतील हल्ले आखले आणि त्याचे नेतृत्व

---

१) पहा - J. N. Sarkar, *A Study of Eighteenth Century India* (Calcutta, 1976) I, 167

केले, तर स्वतंत्रपणे कार्यरत असलेल्या मराठा टोळ्या आपसूकच शाहूच्या अधिकारात येतील. नवीन जिंकलेल्या प्रदेशाचा कारभार सुरळीत झाला, तर तेथून नक्कीच सरकारी खजिन्यात भर पडेल. आपल्या सीमा उत्तरेकडे सरकल्या, तर मध्य महाराष्ट्रातील हल्ले कमी होऊन परिस्थिती सावरायला थोडी उसंत मिळेल. या सर्व धोरणात्मक बाबींना शाहूची आणि दरबाराची मान्यता मिळाली.[२]

हे धोरण अवलंबल्यामुळे पुढील दशकात हरेक मोहिमेच्या काळात वेगवेगळ्या मराठा टोळ्या दोन दोन किंवा कधी तीन आघाड्यांवर लढताना दिसतात. पहिल्याप्रमाणेच आताही या टोळ्या एका ठराविक दिशेने हल्ले करून, पावसाळ्यात आपआपल्या मूळ भागात सुरक्षितपणे परतलेल्या दिसतात. आपण दाभाडे (वडील खंडेराव आणि मुलगा त्र्यंबकराव) घराण्यापासून सुरुवात करू. खानदेशाच्या नैऋत्येकडील बागलाणात त्यांचा मुख्य तळ होता. तेथून लवकरच त्यांनी गुजराथमध्ये आपली ठाणी निर्माण केली. या काळात दमाजी गायकवाड हा अत्यंत कर्तबगार सेनानी दाभाड्यांच्या सेनेतून वर आला. या महत्त्वपूर्ण दशकाच्या सुरुवातीला त्याने दाभाड्यांच्या सेनेचे नेतृत्व केले. इ.स. १७२१ मध्ये त्याच्या मृत्यूनंतर त्याचा मुलगा पिलाजी याने ही धुरा सांभाळली. याच काळात गुजराथमध्ये नेमलेल्या नव्या सुभेदाराला आपले पद मिळवण्यासाठी आधीच्या सुभेदाराबरोबर दोन हात करावे लागत. आणि दोघेही मराठ्यांच्या मदतीसाठी प्रयत्न करत.[३]

केवळ दाभाडे-गायकवाडांची फौजच गुजराथमध्ये हल्ले करत होती असे नव्हे. आणखी दोन फौजा लवकरच तयार झाल्या. एकाचे नेतृत्व करत होता कंठाजी कदमबांडे, तर दुसऱ्याचे उदाजी पवार. दोघांचेही मुख्य तळ खानदेशात होते आणि दोघेही माळव्यात

---

२) पहा - Satish Chandra, "*Parties and Politics at the Maghal Court*", (1707 - 1740), (Delhi, 3rd ed. 1982), 190-91. अतिशय शीघ्र अशा मराठ्यांच्या साम्राज्यवृद्धीच्या कालखंडाविषयी बरेच कागद उपलब्ध आहेत. पहा - G. S. Sardesai (ed.) "*Selections from Peshwa Daftar* (Bombay 1931), XIII, XIV पुणे जिल्ह्यातील काही ठराविक गावांतील नोंदीचा अभ्यास केल्यास पीक परिस्थिती झपाट्याने सुधारल्याचे लक्षात येते. मराठ्यांच्या पद्धतीत मूळ शेतकी महसुलावरून किती एकर जमीन पिकाऊ होती हे लक्षात येते. एका गावातील नोंदींनुसार औरंगजेबाच्या आक्रमण काळातील प्रतिकूल परिस्थितीतही पिकाऊ जमीन आणि शेतकी उत्पन्न दुपटीने वाढल्याचे दिसून येते. (इ.स. १६९८ ते १७२४) इ.स. १७३० पर्यंत ते अजून दुपटीने वाढले. पहा - Harold H. Mann, "*The Social Framework of Agriculture*" (Bombay, 1967), 126-128.

३) पहा - V. G. Dighe, "*Peshwa Bajirao I and the Maratha Expansion*" (Bombay 1944), 27, Also Yusef Husein "*The First Nizam, Life and Times of Nizam-ul-Mulk, Asaf Jah (I)*" (Bombay, 2nd ed. 1963), 143-46.

आणि गुजराथमध्ये कार्यरत होते. या दोघांचे वैशिष्ट्य म्हणजे दोघेही बाजीरावाशी एकनिष्ठ होते. बाजीरावाने याच दोघांच्या सैन्यबळावर इ.स. १७२२ मध्ये या भागातील अर्धी चौथाई तेथील मोगल सुभेदाराकडून एका तहाद्वारे मिळवली. त्याने वसुलीचा काही हिस्सा उदाजी पवारला जोडून दिला. पिलाजी गायकवाड फारसा पेशव्यांशी संलग्न नव्हता. त्याने गुजराथमध्ये काही स्थानिक फौजबंद उमराव आणि राजपिपलाचा राजा यांच्याबरोबर संधान बांधून, या मित्रांच्या जोरावर गुजराथमधील आपले स्थान घट्ट केले होते. इ.स. १७२२ च्या मोहिमेच्या आधी एकूण राजकीय स्थिती अशी होती.

आपण माळव्यातील परिस्थिती बघितली, तर तेथे काही मतभेद होते. वर उल्लेख केल्याप्रमाणे उदाजी पवार आणि कदमबांडे त्यांच्या खानदेशातील तळावरून माळव्यात हल्ले करत होतेच; पण त्यांच्याच फौजेतून उदयाला आलेले भिकाजी शिंदे आणि मल्हारराव होळकर हेही काही वर्षांत स्वतःच्या फौजा बाळगून माळव्यात सक्रीय झाले होते.

त्या काळातील एक अतिशय वेगाने विकसित झालेले लष्करी नेतृत्व म्हणून आपण मल्हारराव होळकराच्या कारकिर्दीचा विचार करू. इ.स. १७१५ च्या सुमारास आपल्या वयाच्या विशीच्या आतच मल्हारराव खानदेशात कदमबांडेच्या फौजेत चाकरीला लागला. इ.स. १७१९ मध्ये तो बाजीरावाच्या दिल्ली मोहिमेत सहभागी झाला आणि इ. १७२० मध्ये निजामाविरुद्धच्या बालापूरच्या लढाईत लढला. याच सुमारास त्याने पूर्व गुजराथमधील बरवाणी राजाच्या पदरी चाकरी पत्करली. पण यात वेगळे असे काहीच नव्हते, कारण इ.स. १७२० च्या दशकात स्थानिक वादांमध्ये कोणी बोलावल्यास मराठा सैनिक आणि त्यांच्या टोळ्या भाडोत्री सैनिक म्हणून त्याच्या चाकरीत रुजू होत.

इ.स. १७२१ मध्ये कदमबांडेशी मतभेद झाल्यावर मल्हाररावाने तरुण बाजीराव पेशव्याकडे चाकरीसंबंधी अर्ज केला आणि त्याला सुरुवातीला एक साधा सैनिक म्हणून चाकरीला ठेवण्यात आले.[४] काही वर्षांनंतर तो एका छोट्या शिबंदीचे नेतृत्व करू लागला. याच सुमारास कदमबांडे आणि पेशव्यामधील वादात मल्हारराव मध्यस्थ होता असा उल्लेख मिळतो.

पेशव्याबरोबरचे वैयक्तिक संबंध प्रस्थापित होणे आणि इ.स. १७२३-१७२९ या काळातील राज्यविस्तार या गोष्टी एकदमच जुळून आल्या. इ.स. १७२३-२४ च्या मोहिमेत मल्हारराव पेशव्याबरोबर होता आणि त्याच्यावर पूर्व माळव्यातील भोपाळमधील करवसुलीची जबाबदारी टाकण्यात आली.[५] इ.स. १७२५ पर्यंत मल्हारराव पाचशे सैनिकांच्या तुकडीचे नेतृत्व करत होता. या काळात जरी मराठ्यांना मोगलांचा पराभव

---

४) गो. स. सरदेसाई, *पेशवा दप्तर* (Bombay, 1934 - 40) XVIII Letter I

५) गो. स. सरदेसाई, *पेशवा दप्तर पत्र २७*

करण्यात फारसे यश मिळाले नाही, तरी मल्हाररावला त्याच्या शिबंदीच्या खर्चासाठी इ.स. १७२७ च्या ऑगस्ट महिन्यात माळव्यातील तोपर्यंत न जिंकलेल्या काही जिल्ह्यांचे सरंजामी हक्क देण्यात आले.[६]

इ.स. १७२८ च्या पालखेडच्या लढाईत मोगलांची रसद मारून आणि संपर्क यंत्रणा विसकळीत करून मल्हाररावाने आपली विशेष कर्तबगारी सिद्ध केली. या कामगिरीमुळे आणि काही अंशी पवार बंधूंच्या निष्ठेविषयी साशंक असल्यामुळे बाजीरावाने मल्हाररावाचा दर्जा वाढवला. पुढील चार वर्षांत मल्हारराव पेशव्याशी एकनिष्ठ असलेल्या कैक हजार घोडदळाचे नेतृत्व करू लागला. त्याच्या कर्तबगारीबद्दल इ.स. १७३२ मध्ये पेशव्याकडून माळवा प्रांतातील एक मोठा हिस्सा त्याला बक्षिस म्हणून देण्यात आला.

पेशव्याने मल्हाररावचीच निवड का केली या प्रश्नाचे उत्तर काही अंशी त्या वेळच्या माळव्याच्या एकूण स्थितीत दडलेले आहे. इ.स. १७२३-२४ या काळात जोवर पेशव्याने स्वत: वेगवेगळ्या टोळ्या एकत्र जमवून, त्याचे नेतृत्व करत माळव्याची मोहीम केली नव्हती, तोवर माळव्यात एकूणच शिस्तीचा अभाव होता. या यशस्वी मोहिमेनंतरही शिस्त कोलमडून पडली. खंडणी वसूल करण्यासाठी आणि कारभाराची किमान जुजबी घडी बसवण्यासाठी तीन सरदारांची नेमणूक केली होती. परंतु हे काम सोडून त्यांनी अमझेरा, झाबुआ आणि सैलाना या पूर्व राजस्थानातील गावांच्या (पहा नकाशा क्र. ७) रजपूत जमीनदारांच्या गटबाजीत स्वत:सकट भाडोत्री सैन्य पुरवण्याचा उद्योग केला. यावरून मोगलांचा त्यांच्या जमीनदारांवरील वचक कसा राहिला नव्हता हे तर सिद्ध होतेच; पण मराठ्यांच्या स्वतंत्र टोळ्यांवर वचक बसवण्यात तरुण पेशव्याला किती अडचणी येत असतील, याचाही अंदाज येतो. जेव्हा होळकरासारखा निष्ठावंत सरदार मिळाला, तेव्हा पेशव्याने त्याला बढती दिली. येथे एक महत्त्वाचा मुद्दा समोर येतो. अठराव्या - एकोणिसाव्या शतकात जी मोठी मराठा घराणी नावलौकिक बाळगून होती; त्यांचे मूळ पुरुष हे ऐन विशीत असताना, त्यांची कर्तबगारी आणि निष्ठा शाहूला किंवा पेशव्याला जाणवली होती आणि त्यांना बढती देण्यात आली होती. ही घराणी म्हणजे नागपूरचे भोसले, अक्कलकोटचे फत्तेसिंह भोसले, धार आणि देवासचे पवार, इंदूरचे होळकर, उज्जैनचे शिंदे आणि बडोद्याचे गायकवाड. एक महत्त्वाची गोष्ट येथे अधोरेखित करायला हवी. यांच्यापैकी कोणाचेही पूर्वज दक्षिणी सलतनतींमध्ये मोठे सेनानी नव्हते. त्यांना 'देशमुख' म्हणून संबोधणे योग्य होणार नाही, कारण त्यांचे सरंजामी हक्क महाराष्ट्रात कमीच होते. त्यांना त्याऐवजी 'सरदार' (लष्करी नेता) असे संबोधणेच योग्य होईल;

---

६) पहा - V. V. Thakur *"होळकरशाहीच्या इतिहासाची साधने"* (इंदोर, १९४४), I, १०

कारण त्यांची ताकद आणि मालमत्ता ही मराठा राज्य वेगाने वाढत असतानाच्या या काळात, केवळ त्यांच्या यशस्वी लष्करी नेतृत्वामुळेच त्यांना प्राप्त होत गेली.

आता आपण इ.स. १७२० ते १७३० हाच कालखंड लक्षात ठेवून त्या वेळच्या दक्षिणेकडील मराठ्यांचा प्रतिस्पर्धी असलेल्या निजामाकडे (असफजहाँ प्रथम) वळू. आपण येथे या अत्यंत नामांकित मोगल सरदाराच्या पूर्वेतिहासाबद्दल किंवा त्याच्या कुटुंबाबद्दल चर्चा न करता, त्याच्या दक्षिणेतील कारकिर्दीविषयीच चर्चा करू. इ.स. १७२० च्या सुमारास निजाम हा दक्षिणेच्या राजकारणात मोठा अनुभव असलेला, मोठी ताकदवान फौज बाळगून असलेला; महत्त्वाकांक्षी मोगल सेनानी होता. त्याला दिल्लीच्या कारभारात माजलेली अंदाधुंदी आपल्या आवरण्याच्यापलीकडे असल्याची जाणीव होती आणि तेथील जीवघेण्या सत्तास्पर्धेपासून तो अलिप्तच राहिला. इ.स. १७२३ च्या सुरुवातीला माळव्यातील झाबुआच्याजवळ त्याची आणि तरुण बाजीराव पेशव्याची गाठभेट झाली. या भेटीच्या तपशिलाविषयी कागदोपत्री पुरावा नसला, तरी त्यांनी थोडा काळ एकत्रितपणे मोहीम चालवली होती, यावरून त्यांच्यात सावध मित्रत्वाचे नाते असावे असे वाटते. मराठ्यांना विरोध तर करायचा; पण त्यांना संबंध तुटेपर्यंत डिवचायचे नाही असे जे धोरण पुढे निजामाने मराठ्यांबरोबर कायम ठेवलेले दिसते, त्याची जणू सुरुवातच वरील निजाम - बाजीराव मोहिमेत दिसून येते. इ.स. १७२३ च्या उत्तरार्धात निजामाला वजीर या अधिकारपदावर मोगलांनी दक्षिणेत पाठवल्यानंतर, त्यांना जाणवले की, कोणत्याही परिस्थितीत तो त्याच्या बलवान फौजेच्या जोरावर स्वतंत्र राजवट स्थापू शकतो. हे टाळण्यासाठी मोगल दरबारींकडून निजामाचा बंदोबस्त करण्यासाठी मोठी फौज पाठवण्यात आली. या फौजेने निजामाला औरंगाबाद जवळ गाठले खरे; पण बाजीरावाच्या वैयक्तिक नेतृत्वाखालील घोडदळाच्या मदतीने, निजामाने दिल्लीच्या फौजेचा सपशेल पराभव केला.[७]

परंतु या बाजीराव-निजामाच्या एकत्रित विजयाचा परिणाम मात्र विपरीत झाला. निजाम हा केवळ त्याच्या हैदराबाद प्रांतातच नव्हे, तर कर्नाटकात, (जेथे दोघेही महसुली हक्क सांगू लागले) खानदेशात, (जेथे इ.स. १७१७ च्या तहानुसार मराठे आणि मोगल यांच्यात महसूल विभागला गेला होता) आणि गुजराथमध्येही (जेथे निजामाचे नातलग सत्ताधीश होते) मराठ्यांचा प्रतिस्पर्धी बनला. येथे परत राजकीय दृष्ट्या राज्याच्या सीमांना अर्थ नसल्याचे दिसून येते. निजाम आणि मराठ्यांचे महसुली हक्क एकमेकांत केवळ मिसळलेलेच नव्हते, तर ते एकाच परगण्यात अथवा गावात महसूल वसूल करत

---

७) पहा - Satish Chandra, "*Party and Politics*" 171-73. See also Husein "*First Nizam*" 131, 150 for the best biography of Asaf Jah.

होते. येथे एक बाब लक्षात ठेवायला हवी, ती म्हणजे हैदराबाद ही निजामाची राजधानी एकोणीसाव्या शतकात झाली, परंतु तोवर त्याची राजधानी औरंगाबाद होती.

बाजीराव आणि निजामातील शांततापूर्ण स्पर्धा साधारण दोन वर्षे टिकली. या काळात दोघेही दुसऱ्या समस्यांचे निवारण करत होते. निजाम त्याची दक्षिणेतील हुकमत मजबूत करत होता, तर बाजीराव माळव्यातील मोहिमांमध्ये व्यस्त होता. दोघेही अत्यंत महत्त्वाकांक्षी लष्करी सेनानी होते. त्यांच्या दिमतीला तगड्या फौजा होत्या. दोघांच्याही सरंजामी हक्कांची सरमिसळ झाली होती. या पार्श्वभूमीवर दोघांनीही एकमेकांवर कुरघोडी करायचा अथवा दुसऱ्याचा बीमोड करायचा प्रयत्न करणे अपरिहार्य होते.

या संघर्षाच्या पहिल्या टप्प्याची सुरुवात इ.स. १७२५ मध्ये झाली. आपली सत्ता दृढ करण्याच्या उद्देशाने निजामाने कर्नाटकातील मराठ्यांच्या महसूल वसुली अधिकाऱ्यांना हुसकून लावण्यासाठी सैन्य पाठवले.[८] मराठ्यांकडून दोन महिन्यांत याला प्रत्युत्तर देण्यात आले. फतेहसिंग भोसल्याच्या नेतृत्वाखाली ५०००० मराठा घोडदळ कर्नाटकाच्या मोहिमेवर निघाले. फत्तेहसिंग भोसले मूळचा अक्कलकोटचा असल्यामुळे त्याला या भागाची माहिती होती. बाजीराव त्याच्याबरोबर होता; पण नेतृत्व करत नव्हता. या वेळी निजामाने मराठ्यांवर कुरघोडी केली आणि त्यांना माघार घ्यायला लावली. पावसाळ्यानंतरच्या दुसऱ्या मोहिमेतही निजामाच्या सैन्याला आवर घालणे मराठ्यांना शक्य झाले नाही. बाजीरावाने या अपयशाचा उपयोग करून घेतला आणि जेथे फारसा प्रतिकार होणार नाही, अशा उत्तरेकडेच लक्ष केंद्रित करणे कसे फायद्याचे आहे, हे शाहूला पटवून दिले.

एका वर्षात निजाम मराठ्यांना जुमानेसा झाला. मोगलांचा दक्षिणेतील सर्वश्रेष्ठ प्रतिनिधी या नात्याने त्याने मराठ्यांना चौथाई आणि सरदेशमुखी देण्यास नकार दिला. शाहू आणि ताराबाईच्या पक्षाचा संभाजी यांतील मराठ्यांच्या राज्याचा खरा वारस कोण, हे संदिग्ध असल्याचे कारण त्याने पुढे केले. दहा वर्षांपूर्वीच मराठ्यांच्या राज्याची कोल्हापूर आणि सातारा अशी वाटणी झालेली असतानाही, निजामाने आपण मध्यस्थी करू असेही वर कळवले. मराठ्यांमध्येही काहींना बाजीरावाचा आणि त्याच्याशी निष्ठावंत असलेल्या सेनानींचा उत्कर्ष झालेला बघवत नव्हता. शाहूच्या दरबारात अशांपैकी एक होता, परशुराम पंतप्रतिनिधी. हा देशस्थ ब्राह्मण असल्यामुळे चित्तपावन ब्राह्मण असलेल्या बाजीरावाच्या विरोधात होता. ह्याला निजामाने हाताशी धरले. त्याचप्रमाणे ताराबाईच्या दरबारातील चंद्रसेन जाधवाची बाळाजी विश्वनाथाबरोबरच दहा वर्षांपूर्वी लढाई झाली

---

८) पहा -Andre Wink, "*Land and Sovereignty in India : Agrarian Society and Politics Under the Eighteenth Century Maratha Suarajya.*" (Cambridge, 1986), 96-98.

होती. तेव्हापासूनच तो पेशव्यांच्या विरोधात होता. निजामाने चंद्रसेन जाधवालाही आपले प्रतिनिधित्व दिले होते.

निजाम अशी मध्यस्थाची भूमिका घेऊन ताराबाईच्या पक्षाला पाठिंबा देईल आणि मराठ्यांच्या राज्याला आपल्या हातात घेईल, हे बाजीरावाने शाहूला पटवून दिले. ऑगस्ट १७२७ मध्ये मराठे आणि निजाम यांच्यात युद्ध सुरू झाले, ज्याची समाप्ती मार्च १७२८ मध्ये झाली.[९]

बाजीराव (मुख्यत्वे शिंदे, होळकर आणि पवार बंधूच्या साहाय्याने) निजामाच्या खानदेशातील भागावर चालून गेला. निजामाने पुण्यावर हल्ला केला. त्र्यंबकराव दाभाड्याला बाजीरावाचे गुजराथवर अधिकार मिळवण्याने प्रयत्न पसंत नव्हते. निजामाने त्याच्याबरोबर मैत्री केली. अखेर बाजीरावाच्या सैन्याने औरंगाबादपासून ३०-३२ कि.मी. वरील पालखेडला निजामाला कोंडीत पकडले. हा गोदावरीजवळील शुष्क टेकड्यांचा भाग आहे. बाजीरावाने निजामाची रसद बंद केली आणि अखेरीस ६ मार्च १७२८ ला निजामाला तह करण्यास भाग पाडले.

ही घटना मराठे-निजाम संबंधांना एक वेगळे वळण देणारी ठरली. त्याविषयी विस्तृत चर्चा करण्याआधी गुजराथ आणि माळव्यात या सुमारास घडलेल्या घटना जाणून घेऊ या. पालखेडनंतर वर्षभरातच घडलेल्या या घटनांमुळे मराठ्यांना फायदा झाला. माळव्यात मुख्यत्वे शिंदे, होळकर आणि पवार बंधू कार्यरत होते हे आपण जाणतोच. पालखेडच्या विजयानंतर बाजीराव आपले सैन्य माळव्यात आणेपर्यंत (म्हणजेच इ. स. १७२८ च्या पावसाळ्यानंतर) मोगल मराठ्यांच्या आक्रमणाला यशस्वीरित्या तोंड देत होते. बाजीरावाची कुमक येताच बाजी पलटली. मोगलांच्या सुभ्याची राजधानी असलेल्या उज्जैनच्या आणि नैऋत्य माळव्यातील इतर मोगल फौजांचा पराभव झाला. तेथील सुभेदार मारला गेला. पेशव्यांच्या फौजा धीम्या गतीने पश्चिम माळव्यातून उत्तरेकडे खंडणी वसूल करत करत निघाल्या आणि फेब्रुवारी १७२९ मध्ये राजस्थानात पोहोचल्या.[१०]

गुजराथची परिस्थिती जरा गुंतागुंतीची होती. इ.स. १७२० च्या पूर्वार्धात तेथे मराठ्यांच्या वेगवेगळ्या टोळ्यांमध्ये स्पर्धा होती. त्यांपैकी एक-दोघेच पेशव्यांशी एकनिष्ठ होते. निजामाने बऱ्याच मराठा म्होरक्यांशी वाटाघाटी केल्या आणि काही काळ कदमबांडेबरोबर मैत्री प्रस्थापित केली. या परिस्थितीत लवकरच फरक पडला. इ.स. १७२६ पर्यंत बाजीरावाशी एकनिष्ठ असलेले उदाजी पवार आणि कदमबांडे या सरदारांनी बाजीरावाच्या विरोधातील दाभाडे-गायकवाड गटाबरोबर युती केली. (या काळात

९) पहा - Brij Kishor, "*Tarabai and Her Times*" (Bombay, 1963), 161.

१०) पहा - S. N. Gordon, "The Slow Conquest : administrative integration of Malwa into the Maratha Empire, 1720-1760. "*Modern Asian Studies*", 2, I (1977), 8 - 10.

बाजीराव निष्फळ अशा कर्नाटकच्या मोहिमेत गुंतला होता.) मोगलांच्या ताब्यात शहरे आणि किल्ले होते, तर मराठ्यांच्या टोळ्या ग्रामीण भागात मिळेल तेवढी वसुली करत फिरत होत्या.[११] याच दशकात सुरतेचा व्यापार वेगात डबघाईला आला आणि त्याला पुन्हा कधीच पूर्वीचे वैभव प्राप्त झाले नाही.[१२]

बाजीरावाने आपला भाऊ चिमणाजी बल्लाळ ऊर्फ चिमाजी अप्पाला गुजराथेत मोठ्या सैन्यासह पाठवले. तेथील मोगल सुभेदाराने इ.स. १७२७ आणि इ.स. १७२८ मध्ये नवीन करार केले; ज्यांच्याद्वारे पेशवा आणि शाहूला चौथाई, सरदेशमुखी आणि इतर कर मिळून महसुलाच्या जवळपास ६०% हिस्सा मिळाला. हा करार दाभाड्यांनी आधीच्या वर्षात मोगलांबरोबर केलेल्या स्वतंत्र करारापेक्षा अधिक लाभदायी होता. आधी उल्लेख केल्याप्रमाणे इ.स. १७२७ - २८ मध्ये निजामाने शाहूच्या प्रतिपक्षातील वारसदाराला राज्याभिषेक करायचा प्रयत्न केला होता. त्या वेळी दाभाडे-गायकवाड गट शाहूला गुजराथवर अधिकार मिळवून देण्याच्या विरुद्ध होता आणि निजामाशी मैत्री ठेवून होता. पालखेडनंतर शाहूने या गटाचा पाठिंबा काढून घेतला आणि दाभाडे, गायकवाड आणि कदमबांडेला गुजराथमधून हुसकून लावायला परवानगी दिली. पेशव्यांच्या फौजेने तिघांच्या एकत्रित फौजेचा इ.स. १७३१ मध्ये पराभव केला.

भविष्यकाळाकडे बघितल्यास पुढील वीस वर्षांत दाभाडे घराण्याचा ऱ्हास झालेला दिसतो. पेशव्यांच्या अधिकाराविरुद्ध आणखी एकदा अयशस्वी बंड केल्यानंतर तर मराठ्यांच्या इतिहासातूनच ते घराणे लुप्त झाल्याचे दिसते.[१३] गायकवाड घराणे मात्र गुजराथच्या अर्ध्या चौथाई आणि सरदेशमुखीवर तग धरून राहिले. कदाचित बाजीरावाच्या वाढत्या प्रभावाला काहीसा अटकाव करण्यासाठी, शाहूनेच गायकवाड घराण्याला पाठिंबा दिला असावा. इ.स. १७३७ पर्यंत मोगलांचे शासन केवळ अहमदाबाद शहरापुरतेच मर्यादित राहिले आणि बाकी संपूर्ण गुजराथवर गायकवाड घराण्याचेच आधिपत्य राहिले.[१४] पुढील दशकामध्ये या घराण्याने पेशव्यांप्रती निष्ठा कायम ठेवली.

---

११) पहा - Andre Wink : "*Land and Sovereignty*", 114 - 27

१२) पहा - Ashin Das Gapta, "Trade and Politics in eighteenth century India." in D. S. Richards, *Islam and the Trade of Asia* (Philadelphia, 1970) 187 - 96.

१३) दाभाड्यांचे महत्त्व कमी झाले, तरी ते अगदीच पूर्वीच्या साध्या सैनिकाच्या दर्जाला आले नव्हते. त्यांनी तळेगाव भागात मोठ्या प्रमाणात जमीनदारी हक्क सांभाळले होते. यात कैक खेड्यांची पाटीलकी होती, इंदुरी गावात त्यांची शिबंदी होती आणि बरीच इनाम जमीनही होती. पहा : Frank Perlin's research on this family archive in "Money use in late pre-colonial India" in J. F.Richards (ed.) *The Imperial Monetary System of Mughal India* (Oxford, 1987), 274 -75

१४) पहा - Dighe, "*Peshwa Bajirao*", 42

त्यामुळे दाभाड्यांचे हक्क हळूहळू गायकवाडांकडे वर्ग झाले आणि महसुलाचा निम्मा हिस्सा त्यांच्याकडे आणि निम्मा हिस्सा पेशव्याकडे अशी विभागणी झाली. कदमबांडे घराण्याची कथा सोपी आहे. गायकवाडांनी त्यांना हुसकावून लावले. गुजराथ आणि माळव्याच्या सीमेवर एका छोट्या भागावर त्या घराण्याची सत्ता राहिली. याच भागाचे पुढे एका छोट्या संस्थानात रूपांतर झाले.[१५]

मराठ्यांच्या इतिहासात मैलाचा दगड ठरलेली पालखेडची लढाई (इ.स. १७२८) ते दाभाड्यांचे पारिपत्य (इ.स. १७३१) या कालखंडात काय निष्पन्न झाले? पालखेडच्या तहात निजामाकडून पुढील प्राप्ती झाली.

१) मराठ्यांचा एकमेव राजा म्हणून शाहूला मान्यता.
२) शाहूच्या दख्खन प्रांतातील चौथाई आणि सरदेशमुखी हक्कांना मान्यता.
३) ज्या मराठा वसुली अधिकाऱ्यांना हुसकवून लावण्यात आले, त्यांची पुन्हा नियुक्ती करणे.
४) चौथाई आणि सरदेशमुखीच्या देय बाकीचा मराठ्यांकडे भरणा करणे.

या कलमांमधून अभिप्रेत होणारा अर्थ अधिक महत्त्वाचा होता. बाजीरावाने मोगलांच्या तत्कालीन सर्वोत्तम सेनानीच्या नेतृत्वाखालील सुसज्ज अशा फौजेचा पराभव केला. रसद मारणे आणि फौजेची जलद हालचाल करणे या डावपेचांपुढे मोगलांचा अत्युत्कृष्ट तोफखाना निकामी ठरला.[१६] हेच डावपेच नंतर माळव्यात वापरण्यात आले. इ.स. १७२६ ते १७२८ या काळात मोगल सुभेदारांना मराठ्यांना अटकाव करण्यात अपयश आले. पुन्हा पुन्हा त्यांची रसद मारून कोंडी करण्यात आली. दुसरा मुद्दा म्हणजे, या विजयाद्वारे शाहूचे मराठी राज्याचा वारसदार म्हणून स्थान पक्के झाले. इ.स. १७३१ मध्ये वारण्याचा तह होऊन कोल्हापूर राज्याची निर्मिती झाली. या गादीवर ताराबाईच्या वारसदारांचा हक्क मान्य करण्यात आला; पण ते दुय्यम, धोकादायक नसलेल्या दक्षिण महाराष्ट्रातील जमीनजुमल्याचेच केवळ अधिपती झाले.[१७] तिसरा मुद्दा म्हणजे बाजीरावला यशामागून यश मिळत गेल्याने, त्याच्या वाढत्या ताकदीला मराठ्यांमधूनच गंभीर आव्हान उभे राहिले होते. परंतु इ.स. १७३१ मधील दाभाडे-गायकवाड-कदमबांडे गटाच्या

---

१५) माळव्याच्या पश्चिम सीमेलगतच्या छोट्या संस्थांनाच्या माहितीसाठी पहा : Raghubir Singh, "*Malwa in Transition or a century of Anarchy*" *: The First Phase,* 1698 - 1765 (Bombay, 1960)

१६) निजामाच्या ताब्यातील बरेच प्रदेश या वेळेपर्यंत चौथाई द्यायला लागले होते. पहा : Z. Malik, "Chauth Collection in the Subah of Hyderabad 1726 - 1748, "*Indian Economic and Social History Review,*" 8, 4 (December 1971) 395 - 414.

१७) पहा - Brij Kishor "*Tarabai*" 164.

पराभवानंतर दरबारातील गटबाजी पुढील वीस वर्षे तरी थंडावली. याचाच अर्थ पेशव्यांच्या हातात संपूर्णपणे मराठी सत्तेची सूत्रे आली.

पुढील दशकात अशी एक हाती सत्ता एकवटल्यामुळे नवे नेतृत्व (आणि त्यामुळे उत्पन्न झालेले प्रश्न) आणि बऱ्याच भागात परिणामकारक महसूल-वसुली-यंत्रणा या गोष्टी कशा उभ्या राहिल्या, याचा विचार तर करणारच आहोत; पण तत्पूर्वी इ.स. १७४० पर्यंत घडलेल्या मुख्य राजकीय आणि लष्करी घटनांचा आढावा घेऊ आणि त्यानंतर त्यांच्या विशिष्ट आकृतीबंधांचा विचार करू.

इ.स. १७३३ मध्ये बाजीरावाचा बराच वेळ कोकण किनाऱ्यावरील बलाढ्य अशा जंजिऱ्याचा वेढा लढवण्यात गेला. आपल्याला माहीत आहे की, सिद्दीची (अॅबिसिनियातील हबशी मुसलमान) जंजिऱ्यावरील पकड गेली १०० वर्षे तितकीच मजबूत होती. जंजिरा जिंकण्याचा प्रयत्न केलेल्या शिवाजी, पोर्तुगीज, डच आणि इंग्लिश अशा सर्व बाह्य शक्तींना ते पुरून उरले होते. शिवाजीच्या मृत्यूनंतर सिद्दीने त्याच्या ताब्यातील भूभागाची व्याप्ती वाढवली होती आणि आता उत्तर कोकणपट्टी आणि मध्य कोकणातील बराचसा भाग त्यांच्या अधिकारात आला होता. (सिद्दीचे मुख्य स्पर्धक होते, दक्षिण कोकणातील किल्ले आणि आरमार बाळगून असलेले मराठा आंग्रे घराणे.) बाजीरावाने जंजिरा न घेता, त्याच्याजवळच्या मुख्य भूमीवरील बराचसा भाग ताब्यात घेतला आणि इ.स. १७३७ च्या अनुकूल तहाद्वारे सिद्दीचा बहुतेक सगळा प्रदेश मराठ्यांच्या अखत्यारीखाली आला. इ.स. १७३०-४० च्या उत्तरार्धात कोकणात तीव्र लढाया झाल्या. पेशव्यांचा भाऊ चिमाजी अप्पाच्या नेतृत्वाखाली मोठ्या मोहिमेद्वारे पोर्तुगीजांवर चहूबाजूने हल्ला चढवण्यात आला. साळशेत, वसई आणि चौल मराठ्यांच्या ताब्यात आले.[१८] यातून इंग्रज आणि डच यांसारख्यांबरोबर गुंतागुंतीचे मैत्री करार तर झालेच; पण महत्त्वाचा परिणाम म्हणजे सिद्दीची ताकद कमी झाली आणि पोर्तुगीजांचे कोकण किनाऱ्यावरून उच्चाटन झाले. आता त्यांच्याकडे केवळ गोवा आणि दमण हेच उरले. आता महाराष्ट्राच्या कोकणपट्टीत वर्चस्वासाठी स्पर्धा करणारे मराठे आणि इंग्रज एवढे दोनच स्पर्धक उरले.

माळवा आणि उत्तरेकडील घडामोडींकडे वळण्याआधी आपण थोडक्यात हिंगणीकर भोसल्यासंबंधी घटनांचा आढावा घेऊ. हे घराणे शिवाजीच्या भोसले

---

१८) जंजिऱ्याच्या मोहिमेसाठी पहा : सरदेसाई (संपा.) *पेशवे दप्तर* (Bombay 1934 - 40) XIII and III वसईच्या मोहिमेसाठी पहा. *पेशवे दप्तर* XII. आपल्या अंतर्गत आणि बाह्य विरोधकांविरुद्ध यशस्वी होताच बाजीरावाने इ.स. १७३२ मध्ये शनिवारवाडा बांधायला घेतला, यात आश्चर्य वाटण्यासारखे काहीच नाही. दोन्ही मोहिमांसाठी पहा : Dighe *Peshwa Bajirao*, 43 - 83, 154 - 91.

घराण्यांपैकी नव्हते. इ.स. १७२० मध्ये जेव्हा बाजीराव पेशवा झाला, तेव्हा रघुजी भोसले एका मोठ्या मराठा फौजेचे नेतृत्व करत होता. त्याला तत्परतेने बेरर भागातील जहागिरी देण्यात आली. या बदल्यात त्याने शाहूसाठी ५ हजारांचे घोडदळ तयार ठेवण्याचे मान्य केले. इ.स. १७२० च्या दशकात तो बहुधा बेरर भागात आणि पूर्वेकडे गोंडवनात कार्यरत होता. इ.स. १७३० च्या दशकात गोंड राज्यातील कैक गटांना तो भाडोत्री फौज पुरवत होता. गोंडांची राजधानी होती नागपूर. इ.स. १७४० पर्यंत गोंड राजाला नावापुरता गादीवर बसवून रघुजीने बाकी सगळी सत्ता आपल्याकडे घेतली. याद्वारे त्याने शाहू आणि पेशव्यापेक्षा आपले स्थान स्वतंत्र असल्याचे दाखवून दिले. आपण पुढे पाहणारच आहोत की, रघुजी हा पेशव्यांचा कायमचा प्रमुख प्रतिस्पर्धी झाला. इ.स. १७३० च्या दशकात रघुजीने उत्तरेकडे आणि इशान्येकडे ओरिसाच्या किनाऱ्यापर्यंत आपल्या हल्ल्याची आणि खंडणी वसूल करण्याची व्याप्ती वाढवली. (इ.स. १७४० पर्यंत त्याच्या फौजा बंगालवर हल्ले करू लागल्या.[१९]

इ.स. १७३० च्या दशकात मराठ्यांची मुख्य आघाडी मात्र माळवा आणि त्यापुढील गंगा-यमुना दुआब, दिल्ली आणि राजस्थान हीच होती. या दशकाच्या मध्यास मराठ्यांच्या शिंदे, होळकर, पवार आणि चिमाजी अप्पाच्या नेतृत्वाखाली मोठ्या फौजा या भागांत तैनात होत्या. ते सरदार स्वतंत्रपणे कार्यरत होते, परंतु त्यांच्या मोहिमांमध्ये एक सूत्रबद्धता होती. मोगलांच्या मुख्य सुभेदाराचा म्हणजे जयसिंगाचा पराभव झाला. मार्च १७३३ मध्ये एका तहाद्वारे त्याने तत्काळ काही रोख रक्कम आणि चौथाई आणि सरदेशमुखीसाठी माळव्यातील २८ परगण्यांचा महसूल देण्याचा प्रस्ताव ठेवला. दिल्ली दरबाराकडून या प्रस्तावाला मान्यता न मिळाल्याने माळव्यातील लढाई सुरूच राहिली. उदाहणार्थ होळकरांची फौज माळवा ओलांडून पुढे गेली आणि वायव्य माळव्यातील बुंदीचा किल्ला जिंकून घेतला. आणि तेथून राजस्थानात हल्ले सुरू केले.[२०]

इ.स. १७३५ मध्ये मोगलांनी मोठी पण अनियंत्रित फौज गोळा केली. यात राजस्थानातील काही तुकड्याही समाविष्ट होत्या. या फौजेने माळव्यात प्रवेश केला. या वेळीही मोगलांनी मराठ्यांचा पराभव करण्याची कोणतीही योजना आखली नव्हती, असेच दिसून येते. गेली चाळीस वर्षे मराठे जे डावपेच वापरत होते, तेच त्यांनी तेव्हाही वापरले. त्यांनी मोगलांची रसद मारली, त्यांच्या त्या भागातून धान्य मिळविण्याच्या

---

१९) पहा - Wink "*Land and Sovereignty*", 108 - 109. मराठ्यांच्या सततच्या हल्ल्यांमुळे बंगालमधे भीतिदायक वातावरण तयार झाले होते. याविषयीचे वर्णन तत्कालीन 'महाराष्ट्र पुराण' या बंगाली ग्रंथात पाहायला मिळते. पहा : E. C. Dimmock and P.C. Gupta (trans and annot) "*The Maharashtra Purana : An Eighteenth Century Bengali Historical Text*" (Honoulu, 1965)

२०) पहा - Dighe : "*Peshwa Bajirao*" 112 - 15.

प्रयत्नांना अटकाव केला आणि समोरासमोर निर्णायक लढाई करणे टाळले. मोगल फौजेवर उपासमारीची वेळ आली आणि सरते शेवटी त्यांच्या सेनानीला मराठ्यांना मोठी खंडणी देऊन आपल्या फौजेची सुटका करून घ्यावी लागली. इ.स. १७३० च्या दशकाच्या मध्यावर मराठ्यांबरोबर शांतता करार करावा असे म्हणणारा एक गट आणि मराठ्यांबरोबर युद्ध करावे असे म्हणणारा दुसरा गट, यांच्यामुळे मोगल दरबारची अवस्था दोलायमान झाली होती.[२१] त्यामुळे मराठ्यांविरुद्ध मोहीम आखण्याच्या योजनेबरोबरच, बादशहाने बाजीरावाबरोबर मैत्रीपूर्ण बैठका घ्याव्यात असे विचारही पुढे आले. इ.स. १७३५ - ३६ या काळात मध्यस्थांकरवी बाजीरावाच्या मोगलांबरोबर बराच वेळ वाटाघाटी चालू होत्या. या सगळ्या वाटाघाटी अपयशी ठरल्या; कारण बाजीराव दर वेळी आपल्या मागण्या वाढवत होता. सरते शेवटी त्याने स्वत:साठी वारसाहक्काचे एक संस्थान, त्याच्यात निष्ठावंत सरदारांना जहागिऱ्या, तत्काळ रोख खंडणी, रजपूत आणि अफगाण जमीनदारांसकट माळवा प्रांताचा संपूर्ण ताबा, दक्षिणेकडील मोगल अधिकाऱ्यांच्या नेमणुकीचे सर्वाधिकार आणि दक्षिणेकडील महसुलाच्या ५% रक्कमेवर वैयक्तिक अधिकार अशा मागण्या केल्या.[२२] या मागण्या मंजूर झाल्या नाहीत आणि बाजीराव दक्षिणेत परतला आणि त्याने युद्धाची तयारी केली.

इ.स. १७३७ ची मोहीम बाजीरावाने दिल्लीवर हल्ला करून काही काळासाठी बादशहाला ओलीस धरले, तरीही अनिर्णितच राहिली. पुढील वर्षी हा विषय निकालात निघाला. मोगल बादशहाने निजामाला दक्षिणेतून बोलावून घेतले. त्याला माळव्यातील जमीनदारांवर कर लादून काही रक्कम खर्चासाठी जोडून दिली. त्याला राजस्थानातील फौजेच्या काही तुकड्या आणि दिल्लीची फौज दिली. ही प्रचंड फौज दिल्लीहून पूर्व माळव्यातील भोपाळला पोहोचली. (पहा नकाशा क्र. ७) तेथे आता काहीसा तोचतोचपणा आलेले डावपेचच वापरले गेले. या फौजेची रसद बंद करण्यात आल्याबरोबर फौज उपाशी राहायला लागली. अन्नाचा तुटवडा गंभीर झाल्यावर निजामाबरोबरचे जमीनदार आणि राजस्थानातील फौजा मोहीम सोडून गेल्या. पुन्हा वाटाघाटींना सुरुवात झाली आणि त्याची परिणती इ.स. १७३९ च्या जानेवारीमधील वैशिष्ट्यपूर्ण भोपाळच्या तहात झाली.[२३] निजामाने माळव्याचा संपूर्ण सुभा पेशव्याला

---

२१) माळव्यावरील मराठ्यांच्या विजयाचा हा कालखंड जाणून घेण्यासाठी पहा : J. N. Sarkar "The Mughal Maratha Contest in Malwa, 1728 - 1741 *Islamic Culture* 6 (1932) 535 - 52. Also interesting are letters from Nizam to Mughal Emperor translated in Setu Madhava Rao Pagdi's *Eighteenth Century Deccan* (Bombay 1963) 139 - 48.

२२) पहा- Sardesai (ed.) *Selections from Peshwa Daftar* (Bombay, 1934-40) XV 93 - 96.

२३) पहा - Sardesai (ed) *Selections from the Peshwa Daftar* (Bombay 193 - 40) XV, 84.

दिला. तसेच नर्मदा आणि चंबळमधील सर्व भूप्रदेशावरील मालकीही मराठ्यांना देण्यात आली. निजामाने बादशहाकरवी मोठी रोख खंडणी मिळवून देण्यासाठी प्रयत्न करण्याचे आश्वासन दिले. बाजीरावाने मागील वर्षी मागितलेल्या गोष्टी त्याला मिळाल्या नाहीत. त्याने स्वतःसाठी स्वतंत्र संस्थान आणि त्याच्या सरदारांसाठी जहागिऱ्या मागितल्या होत्या, त्या त्याला मिळाल्या नाहीत. बाजीरावाला निजामाच्या बलाढ्य तोफखान्याविषयी अजूनही भीती वाटत होती. त्यामुळे त्याने जे मिळाले, ते स्वीकारून तात्पुरता विषय मिटवला.

इ.स. १७३९ मध्ये पर्शियाचा बादशहा नादिरशहा दिल्लीवर चालून आला. या हल्ल्यात २०००० स्थानिक नागरिक मारले गेले. १५ लाख रुपये किंमतीचे दागदागिने लुटले गेले आणि त्याचबरोबर मोगलांचे मयूर सिंहासनही लुटून नेण्यात आले. नादिरशहा परतल्यानंतर लगेचच काही महिन्यांत अफगाणिस्तान, पंजाब आणि या सीमेवरील भागाचा दिल्लीचा ताबा नष्ट झाला. शिखांच्या टोळ्या राजधानीजवळच्या भागात हल्ले करू लागल्या आणि दिल्लीची बरीच उपनगरे उद्ध्वस्त झाली.[२४] याचा परिणाम म्हणजे दिल्लीतील सत्ताकेंद्रच लयाला गेले.

बाजीरावाच्या धोरणांना माळवा, गुजराथ, कोकण आणि गोंडवन या भागांमध्ये मिळालेल्या उत्तुंग यशामागे वीस वर्षांचे अथक परिश्रम तर होतेच; पण काही सूत्रबद्धता होती, याविषयी आपण चर्चा करू. (यानंतर वर्षभरात वयाच्या अवघ्या चाळीसाव्या वर्षी बाजीरावाचे निधन झाले.) प्रथम आपण मराठ्यांच्या आणि अठराव्या शतकाच्या संदर्भात 'विजय' या संज्ञेचा अर्थ समजावून घेऊ. मोगलांचा महसुली उत्पन्न मिळवून देणारा एखादा परगणा मराठ्यांचा झाला, म्हणजे काय झाले? याविषयीच्या व्यवस्थित आणि व्यापक नोंदी पेशव्यांच्या ताब्यातील माळवा प्रांतात बघायला मिळतात. ही कागदपत्रे पुणे दप्तरात उपलब्ध आहेत.[२५] आपण पाहिलेच आहे की, सुरुवातीचे हल्ले मराठ्यांच्या स्वतंत्र टोळ्या करत होत्या. यांतील काही ५००० घोडेस्वारांइतक्या मोठ्या होत्या. बाजीरावाने इ.स. १७३० च्या दशकात एकत्रितपणे हल्ले सुरू करेपर्यंत, खऱ्या अर्थाने या टोळ्यांना माळव्यावर विजय मिळाला नव्हता. या टोळ्या जाता जाता वाटेतील गावा-शहरांमधून मिळेल तेवढी रक्कम आणि धान्य, वस्तू गोळा करत पुढे जात.[२६] अशा मोहिमा काही वर्षे सुरू राहिल्यानंतर पेशवे दप्तरात अशा भागांची ऐपत काय

---

२४) पहा - J. N. Sarkar *Nadir Shah in India* (Calcutta 1973) 78 - 86.

२५) पहा - The revenue documents in the Modiscript are located in the Pune Daftar, Prant Azmas Hindustan Rumals (hereafter referred to as H. R.) with some additional papers in the zamau Rumals.

२६) पहा - See the receipts of expedition in H. R. 154 and H. R. 190.

असावी याविषयी जुजबी अंदाज व्यक्त होताना दिसतात. इ.स. १७३० च्या संपूर्ण दशकात मराठ्यांकडे मोगलांच्या माळवा सुभ्यात कोठेही महसूल वसुलीचे अधिकार नव्हते. तरीही दिल्ली दरबारात ते या महसुलावर हक्क सांगत राहिले. गावपातळीवर मात्र मराठे पद्धतशीरपणे मोगलांची शासकीय यंत्रणा खिळखिळी करत होते. समोरासमोर युद्ध टाळून ते मोगलांची रसद मारत. आधी सरकारपातळीवरील छोट्या मोगल सेनेचा पराभव केल्यानंतर, मराठे सुभ्यांकडे मोर्चा वळवत. त्यानंतर दिल्लीहून बंदोबस्तासाठी विशेषत्वे पाठवलेल्या मोगल सेनेशी लढत. त्यातही महत्त्वाचे म्हणजे मराठा वसुली अधिकाऱ्यांनी संपूर्ण माळव्यातील जमीनदारांबरोबर संधान बांधले आणि पेशव्याने दर वर्षी खंडणीसंबंधात त्यांना पत्रे पाठवणे सुरू केले.[२७] इ.स. १७३० च्या दशकात कितीतरी जमीनदारांनी बरीच वर्षे खंडणी दिल्याची नोंद आढळते. हिशेब पुस्तकांनुसार यात खंड पडल्याचे आणि पुन्हा वसुली सुरू झाल्याचे दिसते. मोगलांच्या लष्करी छावण्या आणि नगरे यांच्यातील संपर्क मराठ्यांच्या फौजा सतत तोडत असल्याने, जनतेचे जीवित आणि वित्त यांना संरक्षण पुरवण्यास मोगल प्रशासन असमर्थ होते. काही व्यापारी आणि नगरांमधील धनिक परस्पर मराठ्यांशी संधान साधून संरक्षण पुरवण्याची मागणी करू लागले.

भोपाळच्या तहानंतर सर्वांना परिस्थिती बदलल्याची जाणीव झाली. कैक जमीनदारांना मराठे एखादा प्रदेश जिंकल्यावर पाचारण करत. लगेचच खंडणीची रक्कम नक्की करून, त्या भागात वसुली अधिकाऱ्याची नेमणूक होई. परंतु लक्षात घेण्यासारखी बाब म्हणजे, या काळात मराठ्यांनी जमिनीचे मूल्यमापन केलेले नव्हते. कर वसुली सुरू केली नव्हती आणि गावच्या पाटलांशीही थेट संपर्क प्रस्थापित झाला नव्हता. कोणतेही कज्जे सोडवण्यास आणि दंड आकारण्यासही सुरुवात झाली नव्हती. वसुली अधिकाऱ्याची एकमात्र जबाबदारी म्हणजे, ठरलेल्या खंडणीची जमीनदारांकडे दर वर्षी मागणी करत राहणे ही होती.[२८] बहुतेक वेळी ही पद्धत कुचकामी ठरे, जमीनदार भरणा करत नसत आणि मराठ्यांच्या मुख्य फौजेला या वसुलीसाठी धाक दाखवावा लागे. पुढील दहा वर्षांत या पद्धतीत सुधारणा झाली आणि त्या जागी एक व्यापक, माहितीवर आधारित अशी कारभाराची पद्धत रूढ झाली.

या 'विजय' प्रक्रियेचे कैक पैलू लक्षणीय आहेत. पहिले वैशिष्ट्य म्हणजे, असे विजय मुख्य किल्ले अथवा शहरे जिंकून न मिळवता गावपातळीवर मिळवण्यात आले.

---

२७) पहा- See for example, the receipts in H. R. 179 (1731) and H. R. 154 (1732)

२८) खंडणीच्या करारांसाठी पहा H. R. 165 आणि H. R. 185 माळव्यातील भोपाळच्या अफगाणी राजवटीने मान्य केलेल्या खंडणीविषयीचे हे करार आहेत.

दुसरे म्हणजे सुरुवातीच्या चढायानंतर मराठ्यांचा जो फायदा झाला, त्याला भोपाळच्या तहासारख्या (इ.स. १७३८) तहांमुळे कायदेशीर मान्यता मिळाली आणि मराठ्यांना माळव्यात महसुली हक्क मिळाले. तिसरी गोष्ट म्हणजे या हक्कांचे रूपांतर जमीनदारांबरोबरच्या करारांमध्ये त्वरित झाले. यावरून असे दिसते की, मराठ्यांनी स्थानिक बलवान जमीनदारांना हुसकावून लावण्याचा प्रयत्न केल्याचे दिसत नाही. या सुरुवातीच्या काळात मराठ्यांची पकड तितकीशी मजबूत नव्हती आणि स्थानिक घराणी त्यांच्या जमिनी आणि गढ्या-किल्ले सांभाळून होती. चौथी गोष्ट म्हणजे पेशव्याविषयी निष्ठावंत असलेल्या अधिकाऱ्यांच्या साहाय्याने केंद्रीभूत अशी महसुली कारभार व्यवस्था नुकतीच रुजू लागली होती. माळव्याच्या ग्रामीण भागातून माहितीचा ओघ मराठ्यांच्या दप्तरात येणे सुरू झाले होते. पाचवी गोष्ट जी माळव्यात दिसून येते, ती मराठ्यांनी कब्जा केलेल्या सर्व भागांत समान दिसते. थोडाफार वेळेत फरक पडला इतकेच. उदाहरणार्थ गुजराथमध्ये स्थानिक घराण्यांबरोबरचे संबंध इ.स. १७३० च्या दशकाच्या सुरुवातीस स्थिरावले होते. खानदेशात ही व्यवस्था इ.स. १७१९ पासूनच अस्तित्वात आली आणि इ.स. १७२० च्या मध्यापर्यंत वसुली-यंत्रणा कार्यक्षम झाली होती.

याच काळातील (इ.स. १७२० ते १७४०) आणखी एक लक्षणीय गोष्ट म्हणजे युद्धतंत्रातील बदल. आपण पाहिलेच आहे की, मोगलांचे युद्धतंत्र या काळात कुचकामी ठरू लागले होते. मोगल चिलखती घोडदळ, संथ गतीने मार्गक्रमण करणारी मोठी सेना आणि निर्णायक मैदानी लढायांवर अवलंबून होते. किल्ले हे ताकदीचे लक्षण होते आणि आसरा घेण्यास उपयुक्त होते. शहरांमधून राज्याचा कारभार चालत असे. मराठ्यांना जेव्हा लक्षात आले की, रसद हा मोगलांचा कच्चा दुवा आहे, तेव्हा त्यांनी छापे मारण्याचे तंत्र विकसित केले. मराठ्यांच्या फौजा सामान्यपणे किल्ल्यांकडे दुर्लक्ष करत, शहरे लुटत आणि मोगल फौजेला मैदानी प्रदेशातच; पण जरा बिकट मुलखात येणे भाग पाडत. असे झाले की, ते मोगलांची रसद मारत आणि नवी कुमक येऊ देत नसत. प्रत्युत्तरादाखल मोगल त्यांची फौज वाढवत. त्यामुळे या फौजेच्या हालचालींवर मर्यादा येत आणि त्यांच्यावर हल्ला करणे सोपे होई.

याच संदर्भात आणखी दोन बदल जाणवतात. पहिला बदल मराठ्यांशी संबंधित आहे. मराठ्यांच्या फौजाही संख्येने मोठ्या झाल्या. इ.स. १७००-१७२० या काळात या फौजेत ५००० पेक्षा जास्त सैनिक क्वचितच असत. परंतु इ.स. १७२०-१७४० या काळात ही संख्या १०००० ते २०००० इतकी वाढली. या फौजेच्या शिधासामग्रीची व्यवस्था करणे सतत जिकिरीचे होऊ लागले. जवळपासच्या प्रदेशातील उत्पादनावर अवलंबून राहणे अवघड झाले. याशिवाय या सैन्यात अधिक प्रमाणात सैनिकी पेशा

असलेले भरती करण्यात आले होते. त्यामुळे पावसाळ्यात अशा सैनिकांची राहण्याची व्यवस्था करणेही आवश्यक होऊन बसले. इ.स. १७३० च्या मध्यास प्रथमच बऱ्याच तुकड्या पावसाळ्यात महाराष्ट्रात परतण्याऐवजी माळव्यातच मुक्कामाला राहिल्या. याचा परिणाम म्हणून हे सैन्य अधिक खर्चिक होऊ लागले. हा खर्च भागवण्यासाठी अनुदानित जमिनींमधील उत्पन्न कमी पडू लागले आणि रोख रकमेची तजवीज करणे भाग पडू लागले. या परिस्थितीमुळे महसुली कारभारातील सुधारणा, सावकारी आणि पतपेढ्या या गोष्टी प्रचलित झाल्या. याविषयी आपण पुढे बोलणारच आहोत. मराठ्यांच्या शत्रूकडे म्हणजे मोगलांकडेही एक लक्षणीय बदल होत होता. हा बदल तोफखान्याशी निगडित होता. इ.स. १७४० पर्यंत मोगलांना तोफांविषयी मोठा अनुभव प्राप्त झाला होता. ओतकामातील प्रगतीमुळे रणांगणात वापरण्यायोग्य अशा हलक्या वजनाच्या आणि अधिक अचूक निशाणा साधणाऱ्या तोफा बनवण्यात मोगल वाकबगार झाले. मराठ्यांना या तोफांची भीती वाटत होती. उदाहरणार्थ इ.स. १७३८ मध्ये भोपाळच्या निजामाविरुद्धच्या लढाईत त्याच्या तोफखान्याच्या भीतीमुळेच मराठ्यांनी समोरासमोरची लढत टाळली. भारताबाहेरही या तोफांमध्ये शीघ्र सुधारणा होत होत्या. इ.स. १७३९ मध्ये नादीरशहाच्या उत्तर हिंदुस्थानातील मोहिमेत त्याने प्रथमत: वेगाने गोळाफेक करणाऱ्या, छोट्या आकाराच्या तोफांचा वापर घोडदळाविरुद्ध केला. या गोलाकार फिरू शकणाऱ्या तोफा उंटावर चढवलेल्या होत्या आणि त्या अत्यंत परिणामकारक ठरल्या.[२९] अशा पद्धतीच्या हलक्या, वाहून नेण्यास सुलभ आणि वेगाने मारा करणाऱ्या तोफांचा युरोपात तर अधिक शीघ्र विकास होत होता. पेशव्याच्या पत्रोल्लेखानुसार त्याला स्वत:कडे अशा तोफा नसल्याची जाणीव असल्याचे दिसते. तसेच युरोपातील या क्षेत्रातील प्रगतीविषयी त्याला माहिती होती असेही दिसते. असे असूनही प्रामुख्याने घोडदळावर भिस्त असलेल्या सैन्यात असा हलता तोफखाना कसा सामावून घ्यायचा, हा प्रश्न अनुत्तरितच राहिला.

या काळातील अखेरची पण महत्त्वाची बाब म्हणजे सामाजिक परिवर्तनशीलता. कालौघात अस्तंगत झालेल्या दाभाडे, जाधव, कदमबांडे, पवार अशांविषयी आणि वेगाने उत्कर्ष झालेल्या होळकर, शिंदे, गायकवाड आणि नागपूरकर भोसल्यांविषयी चर्चा केलीच आहे. हे स्थित्यंतर प्रामुख्याने बाजीरावाबद्दलची निष्ठा आणि कौशल्यपूर्ण सेना-नेतृत्व यांच्यावर अवलंबून होते. याच काळात ज्यांचा आणखी नेत्रदीपक उत्कर्ष झाला, ते होते ब्राह्मण. यांनाही बाजीरावाने विशेष आश्रय दिला. खानदेश, गुजराथ

---

२९) पहा - Sarkar, *Nadir Shah*, ५३-५४.

आणि माळवा या नव्याने जिंकलेल्या प्रदेशांचा कारभार पाहण्यासाठी सुशिक्षित अधिकाऱ्यांची तातडीची गरज बाजीरावाला भासली. त्याने प्रामुख्याने आपले नातेवाईक, इतर चित्तपावन ब्राह्मण आणि कमी प्रमाणात सारस्वत, देशस्थ अशा इतर पोटजातींतील ब्राह्मणांना संधी दिली. यांतील कैक घराण्यांनी पिढ्यानपिढ्या दक्षिणी सलतनतींमध्ये मध्यम आणि कनिष्ठ कारभारी पदांवर काम केले होते. इ.स. १७२० ते १७४० या काळात असे शेकडो ब्राह्मण मराठ्यांच्या चाकरीत रुजू झाले. त्यांच्याच सुबत्तेवर पुण्याचा जुना भाग उभा राहिला.

बाजीरावाच्या या विस्ताराच्या काळात आणखी एका गटाचा उत्कर्ष झाला. हा गट सावकारांचा होता. हे सावकार मुख्यत्वे ब्राह्मण होते आणि पेशवे घराण्याशी नातेसंबंध बाळगून होते. ते महसुली पावत्यांच्या बदल्यात पेशव्याला कर्ज देत. पेशव्याच्या मोहिमेसाठी किंवा एखाद्या मोठ्या उत्सवासाठी अधिक मोठे कर्ज ते उपलब्ध करून देत.[३०] या सावकारांकडे लोक व्यक्तिगत ठेवी ठेवत असत. सावकार व्यवसायासाठी कर्ज देतच; पण त्यांची हुंडी पद्धतही अतिशय कार्यक्षम होती.

आपल्याबद्दलची निष्ठा टिकवण्यासाठी आणि लष्करी सेनानी, दप्तरी अधिकारी आणि सावकारी घराणी यांच्यावर हुकमत राहावी, यासाठी पेशव्यांनी काय पद्धत वापरली याचा विचार करू. प्रथम जहागिरी अथवा इतर कोणतेही हक्क देण्याचे सर्वाधिकार पेशव्याने स्वत:कडे घेतले. यापूर्वी ज्या घराण्यांकडे अथवा व्यक्तीकडे असे अधिकार होते, त्यांच्याकडून ते काढून घेतले गेले. दुसरे म्हणजे या जहागिऱ्या अथवा हक्क देताना ते विखरून आणि एकमेकांत मिसळून दिले. त्यामुळे कोणत्याही एका सरदाराकडे ज्याच्या जिवावर बंड करता येईल, इतका प्रदेश एकत्रित दिला गेला नाही. तिसरे म्हणजे त्याने स्वत: मात्र नव्याने जिंकलेल्या माळव्यात आणि गुजराथमध्ये सत्तेत वाटा घेतला. त्यातही माळव्यातील सत्तेची पेशवा, शिंदे, होळकर आणि छोटा हिस्सा पवार याला अशी वाटणी करण्यात आली. या वाटण्या करताना पेशवा हक्क देणारा होता आणि पेशव्याप्रती निष्ठा बाळगणे, ही हे हक्क वाटताना घातलेली अट होती. ही योजना यशस्वी झाली. शिंदे आणि होळकर पुढे कैक दशके पेशव्याशी एकनिष्ठ राहिले. चौथी गोष्ट म्हणजे कर निर्धारण, वसुली आणि त्याचे वितरण या पद्धती मुद्दामच गुंतागुंतीच्या ठेवण्यात आल्या. त्यामुळे पेशव्याने नेमलेल्या अधिकाऱ्यांचे स्थान अधिक बळकट झाले आणि

---

३०) बाजीरावाच्या मृत्युसमयी त्याच्यावर या सावकार घराण्यांकडून घेतलेले प्रचंड कर्ज होते. त्याने केलेल्या आक्रमक मोहिमा खर्चिक होत्या आणि जिंकलेल्या प्रदेशातून तितकासा महसूल अजून मिळत नव्हता. हे कर्ज फेडण्यासाठी पुढील दहा वर्षांचा कालावधी लागला. पहा Brij Kishor, *Tarabai*, 165.

वाद उत्पन्न झाल्यास त्याचा निवाडा करण्याचे अधिकार पेशव्याकडे आले. पाचवी गोष्ट म्हणजे काही वेगळी कामगिरी करणाऱ्या त्याच्या सेनानींना आणि इतरांना महाराष्ट्रातील गावे इनाम देण्याची प्रथा पेशव्याने सुरू केली. त्यामुळे अशा इनामदारांना एका ठराविक उत्पन्नाची सोय झाली आणि ती गावे महाराष्ट्रात असल्यामुळे, कोणी गैर वागल्यास त्याचे इनाम जप्त करणे सोपे झाले. सहावी गोष्ट म्हणजे राज्याचा खजिना पेशव्याने त्याच्या राजधानीत हलवल्यामुळे प्रत्येक महसुली अधिकाऱ्याला दर वर्षी राजधानीत येऊन आगाऊ भरणा करावा लागे आणि त्याच वेळी पेशव्याला व्यक्तिश: भेटावे लागे. मगच तो अधिकारी त्याच्या भागात परतत असे. सरते शेवटी पेशव्याचे सावकारी घराण्यांशी लग्नसंबंध होते आणि इतरही सावकारांशी आणि कारभाऱ्यांशी नातेसंबंध होते ही गोष्टही राजकारणाच्या दृष्टीने महत्त्वपूर्ण होती.

६ विजय आणि प्रशासन (इ.स. १७४० - १७६०)

इ.स. १७४० मध्ये बाजीरावाच्या मृत्यूनंतर पेशवेपदासाठी थोडा काळ, पण नगण्य अशी हालचाल सुरू झाली होती. पण शाहूने सर्व विरोधकांना डावलून बाजीरावाच्या मुलाला म्हणजे बाळाजी बाजीरावाला ऊर्फ नानासाहेबाला पेशवाईची वस्त्रे दिली. या वेळी नानासाहेब एकोणीस वर्षांचा होता. (आपल्याला माहीत आहे की, बाजीराव पेशवा झाला तेव्हा वीस वर्षांचा होता.) त्याला बाजीरावासह मोहिमांचा विशेष अनुभव नव्हता; पण कारभाराची चांगली जाण होती.[१]

आपण नानासाहेबाच्या पेशवेपदी आरूढ होण्यापासून, पानिपतच्या पराभवापर्यंतचा (इ.स. १७६१) कालखंड दोन विभागांमध्ये विभागून घेऊ. प्रथम आपण या काळात मराठ्यांच्या ताब्यात येत असलेल्या वेगवेगळ्या भूभागांविषयी जाणून घेऊ. मराठ्यांच्या फौजा राजस्थानात घुसल्या, दिल्लीजवळ घिरट्या घालू लागल्या आणि तेथून पंजाबातही शिरल्या. त्यांनी बुंदेलखंडावर आणि तेथून पुढे उत्तरप्रदेशाच्या सीमेवर हल्ले चढवले. पूर्वेकडे मराठ्यांनी ओरिसामध्ये आणि बिहार-बंगालच्या सीमाभागात हल्ले केले. दक्षिणेकडे कर्नाटकात वरचेवर घुसून खंडणी वसूल केली. त्यानंतर आपण या नव्या भागात कोणती राजकीय प्रणाली विकसित झाली हे पाहू. यात विविध पैलू आपल्यासमोर येतात. उदाहरणार्थ स्वायत्त मराठा राजवटीचा विकास, जिंकून घेतलेल्या प्रदेशात कार्यरत असलेल्या इतर शस्त्रबद्ध उच्चभ्रू गटांनी उभ्या केलेल्या समस्या, गटबाजीचे प्रकार आणि सामाजिक परिवर्तन इत्यादी.

---

१) पहा- Jagdish N. Sarkar, *A Study of Eighteenth Century India : Vol. I, Political History* (1707 - 1761), (Calcutta, 1976) 219.

मराठ्यांच्या पूर्वेकडील सरहद्दीवर म्हणजेच ओरिसा, बंगाल आणि बिहारवर नागपूरचा रघुजी भोसले हल्ले करत होता. (पहा नकाशा क्र.६) नागपूरकर भोसले नेहमीच पेशव्याच्या विरोधात होता आणि गोंडराजा त्याच्या कह्यात आल्यावर त्याने स्वत:चे स्वतंत्र अस्तित्व जाहीर केले. बाजीरावाच्या मृत्यूच्या वेळी बंगाल आणि बिहार हे ज़री दिल्लीपासून विलग झाले असले, तरी अलिवर्दी खानाच्या अधिकाराखाली अजूनही ते मोगल सुभेच होते. इ.स. १७४१ - ४२ मध्ये रघुजीच्या फौजा ओरिसा पादाक्रांत करून बंगालपर्यंत पोचल्या. पावसाळ्यानंतर अलिवर्दी खानाने त्यांना अटकाव केला आणि दक्षिणेच्या दिशेने त्यांना ढकलून दिले.[२] पुढील वर्षी मोगल बादशहा, नानासाहेब आणि अलिवर्दी खान यांच्यात वाटाघाटी झाल्या आणि रघुजी भोसल्यांविरुद्ध संयुक्त मोहीम काढण्यात आली. इ.स. १७४३ मध्ये शाहूने पेशव्यात आणि रघुजीत समेट घडवून आणला. त्याद्वारे रघुजीला ओरिसा, बंगाल आणि बिहार देऊन टाकण्यात आले.[३] इ.स. १७४५ ते १७५१ या काळात दर वर्षी रघुजीच्या फौजेने ओरिसावर हल्ले केले आणि अलिवर्दी खानाच्या प्रतिकारामुळे बंगाल आणि बिहारवरील हल्ल्यांना तितकसे यश आले नाही. या घटना अशासाठी महत्त्वाच्या आहेत की, त्यांच्यामुळे मराठ्यांची राजकीय व्यवस्था किती गुंतागुंतीची होती ते अधोरेखित होते. रघुजी भोसले पेशव्याचा अधिकार जुमानत नसला, तरी त्याला शाहूचा अधिकार मान्य होता. असे असूनदेखील शाहूला पेशवा आणि रघुजीवर आपली हुकमत गाजवता आली नाही. दोघांच्याही स्थानाला धक्का न लावता त्याला समेट घडवून आणावा लागला. याच धर्तीवर दहा वर्षांपूर्वी माळव्याचीही वाटणी करण्यात आली होती.

इ.स. १७५१ पर्यंत रघुजी भोसले आणि अलिवर्दी खान युद्धबंदीला तयार झाले. अलिवर्दी खान एव्हाना म्हातारा झाला होता आणि त्याच्या सुभ्यात गटबाजी सुरू झाल्याची जाणीव त्याला झाली होती. रघुजी भोसल्याला खंडणीत नियमितता आणायची होती. त्यांच्यात तह झाला आणि त्यानुसार मराठ्यांना अनुकूल अशा व्यक्तीची ओरिसाचा सुभेदार म्हणून नेमणूक करण्यात आली. त्याचबरोबर बंगाल, बिहार आणि ओरिसा या तीनही भागांतील चौथाई दरसाल रु. १२०००० अशी ठरवण्यात आली. यामुळे ओरिसा मराठ्यांचा प्रांत झाला आणि बंगाल आणि ओरिसातील सीमारेषा दृढ

---

२) रघुजी भोसल्याने केलेले हल्ले आणि नंतरच्या वाटाघाटींसाठी प्रस्तुत लेखकाने पुढील प्रबंध संदर्भासाठी वापरला आहे. B. C. Ray, *Orissa under the Marathas (1751 - 1803)* (Alahabad, 1960), 10 - 20.

३) पहा- Yusef Husein, *The First Nizam : Life and Times of Nizam-ul-Mulk, Asaf Jah I* (Bombay, 2nd ed. 1963), 209 - 210

झाली. इ.स. १७५० ते १७६० या दशकात बंगालमध्ये अंतर्गत वाद उत्पन्न झाले आणि युरोपीय प्रभाव वाढत जाताना दिसला, तरी मराठ्यांनी कधीही बंगालवर हल्ला केल्याचे दिसून येत नाही.

इ.स. १७४० आणि इ.स. १७५० च्या दशकामध्ये मराठ्यांची दुसरी सरहद्द होती कर्नाटक. इ.स. १७३८ मध्ये निजाम मराठ्यांविरुद्धची भोपाळची लढाई हरल्याचे स्मरणात असेलच. त्यानंतर तो आपले दख्खनचे राज्य मजबूत करण्यासाठी दक्षिणेत परतला. त्याने त्याच्या मुलाचे छोटेसे बंड मोडून काढले आणि मोठ्या फौजेनिशी कर्नाटकात जे मराठा अधिकारी चौथाई वसूल करण्याचा प्रयत्न करत होते, त्यांना हुसकून लावण्याची मोहीम हाती घेतली.[४] नानासाहेबाने उत्तरेकडे आपले लक्ष केंद्रित केल्यामुळे आणि दक्षिणेत मराठ्यांचा कोणीही वजनदार सरदार नसल्यामुळे कर्नाटक प्रांत पुन्हा एकदा निजामाच्या ताब्यात गेला.

निजामाचा वार्धक्याने मृत्यू झाल्यावर वारसाहक्काच्या लढ्याचे दक्षिण भारतावर परिणाम होतील याची सर्वांना कल्पना होती. निजाम इ.स. १७४८ मध्ये मृत्यू पावला. वारसाहक्कासाठी त्याचा मुलगा आणि पुतण्या यांच्यात संघर्ष झाला. इ.स. १७४८ ते इ.स. १७५८ या काळात निजामाच्या वारसांमध्ये असे संघर्ष होत राहिले आणि हे संघर्ष दक्षिणेतील चोलामंडलम अथवा कॉरोमॅण्डल किनारपट्टीवरील वर्चस्वासाठीच्या इंग्लिश आणि फ्रेंच यांच्यातील व्यापक युद्धाचा एक भाग बनले. (आत्तापर्यंतच्या आपल्या विवेचनात आपण फ्रेंचाचा उल्लेख केलेला नाही. याचे कारण म्हणजे ते फक्त भारताच्या पूर्व किनारपट्टीवर व्यापार करत होते आणि आत्तापर्यंत मराठ्यांच्या इतिहासात दखल घेण्याइतपत त्यांचा संबंध नव्हता. निजामाला पाठिंबा देत असताना फ्रेंच इतर युरोपीयांसारखे पश्चिमेकडून महाराष्ट्रात न येता पूर्वेकडून आले.)

मराठ्यांनी या काळात निजामाविरुद्ध एकच मोठी मोहीम काढली. याची सुरुवात मराठ्यांनी निजामाची राजधानी असलेल्या औरंगाबादला वेठीस धरल्यापासून झाली. बुसी या फ्रेंच सेनाप्रमुखाने तेव्हा निजामपदासाठी सलाबत जंगाला पाठिंबा दिला होता आणि त्याला घेऊन तो औरंगाबादला आला.

शाहूच्या मृत्यूनंतर त्याने मराठ्याच्या मुलखावर हल्ला केला. इ.स. १७५१ च्या हिवाळ्यात दोन्ही बाजूंची मोर्चेबांधणी चालू होती. बुसीच्या हल्ल्यामुळे मराठ्यांना पुण्यापासून अगदी २५ कि.मी.पर्यंत मागे हटावे लागले. परंतु याच वेळी बुसीपुढील

---

४) पहा - For a reading of these events different from the English or French records, see the *Tarikh-e-Rahat Afza*, a contemporary chronicle translated by Setumadhavrao Pagdi *Eighteenth Century Deccan* (Bombay 1963) 191 - 219.

समस्या वाढत चालल्या. त्याने सलाबत जंगाला दुय्यम पद्धतीने वागवल्यामुळे आणि त्याच्या ताकदीविषयी इतरांमध्ये मत्सराची भावना असल्यामुळे, त्याला लागत असलेली रोख रक्कम हैदराबादहून आली नाही. बुसीला नानासाहेब पेशव्याच्या विरोधात असलेल्या मराठा सरदारांविषयी भरवसा वाटत होता. हे सरदार नानासाहेबाविरुद्ध कारस्थान करत होते, पण त्यांनी बुसीला साथ दिली नाही. यापूर्वी वारंवार जे घडले, ते आत्ताही घडले. मराठ्यांनी बुसीच्या छावणीची रसद तोडली आणि त्याला गरजेच्या वस्तूंसाठी अहमदनगरपर्यंत माघार घ्यायला लावली.[५] इ.स. १७५१ च्या नोव्हेंबर महिन्यात सलाबतजंगाने भालक्याचा तह केला. या तहाद्वारे खानदेशातील उर्वरित महसूल, बेररचा पश्चिमेकडील अर्धा भाग आणि खानदेशालगतचा बागलाणाचा छोटासा प्रदेश मराठ्यांना देण्यात आला. सलाबत जंगाने स्वत:कडे औरंगाबाद आणि बुरहाणपूर ही शहरे आणि त्यांच्याजवळचे दौलताबाद आणि असिर हे किल्ले ठेवले.[६]

आता या घटनेचा कर्नाटकाशी काय संबंध आहे ते पाहू. या काळात निजामाची ताकद फ्रेंचांच्या त्याच्या पाठीमागील ताकदीवर अवलंबून होती आणि इंग्लिश-फ्रेंच युद्धातील चढउतारांप्रमाणे ती कमीजास्त होत होती. त्यामुळे कर्नाटकात मराठ्यांना विरोध करण्यासारखे सैन्य कायम उपलब्ध नव्हते. कैक दशकांप्रमाणे मराठे कर्नाटकाकडे एखाद्या खजिन्यासारखेच बघत होते. त्याचबरोबर ते काही दीर्घकालीन महसुलाची व्यवस्था उत्पन्न होईल, अशी आशाही बाळगून होते. नानासाहेबाने भालक्याच्या तहानंतर श्रीरंगपट्टण (इ.स.१७५३), बागलकोट (इ.स.१७५४) बिदनूर (इ.स.१७५४-५५) साबनूर (इ.स.१७५५-५६) श्रीरंगपट्टण (इ.स.१७५७) अशा मोहिमा दर वर्षी कर्नाटकात राबवल्या. या मोहिमांच्यानंतर किंवा निजाम आणि पेशव्यातील दीर्घकालीन वाटाघाटी चालूनही मराठ्यांसाठी कर्नाटक हा अधून मधून खंडणी वसूल करण्याचा प्रांतच राहिला.

---

५) पहा- *Tarikh-e-Rahat Afza* या ग्रंथातील नोंदीनुसार मराठ्यांना मुजफ्फरखान गारदीच्या नेतृत्वाखालील कार्यक्षम तोफखान्याची मदत झाली. शाहनवाझ खानाच्या पत्रांमध्येही असाच उल्लेख सापडतो. पहा SetuMadhavRao Pagdi *Eighteenth Century Deccan* पान २०६. फ्रेंच साधनांमधील नोंदीनुसार मराठ्यांनी त्यांच्या हुकमी पद्धतीने बिकट भौगोलिक प्रदेशात शत्रूला गाठून, त्याची रसद मारून, अधिक बलवान फ्रेंच तोफखान्याचा पराभव केला. पहा : V. G. HatalKar, *French Records of Maratha History* (Bombay, 1978) I 94 - 95.

६) पहा- The documents of this treaty are found in G. S. Sardesai (ed.), *Selections from Peshwa Daftar (Bombay 1934-40)* XXV, no. 149. See also P.M.Joshi (ed.) *Selections from the Peshwa Daftar, new Series*, (Bombay, 1957-62), I, letter 155. A translated extract from the records of qanungo (head record keeper of Aurangabad is found in the papers of sir Charles Malet, *India office Library, MSS European*, F 149.

हक्क उपस्थित केले गेले; पण ते खऱ्या अर्थाने अमलात कधीच आणले गेले नाही आणि स्थानिक लोकांकडून सतत विरोध होत राहिला. पुढील काही काळात म्हैसूर राज्याचा उदय झाला आणि कर्नाटकाच्या राजकारणाचे रूपच पालटले.

तिसरी सरहद्द महाराष्ट्रापासून बरीच उत्तरेला होती. खानदेश खरे तर आता सरहद्दीवरील भाग राहिला नव्हता. या भागावर पेशवा आणि निजाम दोघेही मागील वीस वर्षे सत्ता बाळगून होते. खानदेश प्रगतीशील होता आणि चांगले उत्पन्न मिळवून देत होता. इ.स. १७५७ मध्ये तर संपूर्ण खानदेश फार मोठी लढाई न करताच मराठ्यांच्या ताब्यात आला.[७] इ.स. १७३१ मधील दाभाड्याचे बंड वगळता गुजराथमध्येही परिस्थिती शांत होती. अहमदाबाद आणि सुरत वगळता मोगलांचे अस्तित्व संपलेले होते आणि महसुलाची वाटणी मुख्यत्वे गायकवाड आणि नानासाहेब यांच्यातच होत होती.[८] इ.स. १७३८ मधील भोपाळच्या तहानंतर माळव्यातही मोगलांचा अधिकार नामशेष झाला होता आणि ज्याविषयी आपण पुढे चर्चा करणार आहोत त्याच शिंदे-होळकरांच्या कारभाराबरोबर पेशवाही आपल्या कारभाराचा जम बसवू लागला होता.

मराठ्यांची उत्तर सरहद्द माळव्याच्या उत्तर टोकापर्यंत पुढे गेली होती. यापुढे पश्चिमेस आणि उत्तरेस राजस्थान होता. हा भागही तसा अपरिचित नव्हता. इ.स. १७२८ मध्येच बाजीरावाने पश्चिम माळव्यातून राजस्थानात खंडणी वसूल करण्याची मोहीम पार पाडली होती. परंतु बाजीरावाची आणि जयपूरच्या जयसिंगाची मैत्री असल्यामुळे इ.स. १७३० च्या दशकात खंडणी वसुलीसाठी फारसा जोर करण्यात आला नाही. बाजीरावाच्या मृत्यूनंतर मात्र दर वर्षी मराठ्यांच्या फौजांनी राजस्थानात घुसखोरी केली.

हरेक प्रांतात मराठ्यांचा शिरकाव झाल्यानंतर, त्यांनी वापरलेले तंत्र इतके सारखे होते की, एका प्रांताविषयी विस्तृत चर्चा केल्यास इतर प्रांतांची कल्पना येऊ शकेल.[९]

---

७) पहा- S. N. Gordon, "Recovery from adversity in eighteenth century India : rethinking 'villages', 'peasants' and 'politics' in pre-modern kingdoms" *Peasant studies* 17, 4 (fall 1979) 61-79.

८) गुजराथमध्ये शांतता असली तरी तेथे काहीच बदल झाला नव्हता असे नाही. मोगलांचा आश्रय गेल्यामुळे कारखान्यांवर मोठा परिणाम झाला. अहमदाबादच्या नव्या मराठा राजवटीने विणकाम, चित्रकला, हस्तिदंतावरील नक्षीकाम, लाकडी वस्तू अशा चैनीच्या वस्तूंच्या कारखान्यांना आश्रय देण्यास फारसा उत्साह दाखवला नाही. कैक कारागीरांनी सुरतेला स्थलांतर केले. पहा : James Forbes, *Oriental Memoirs* (London, 1813) 257-58

९) याविषयीचा ढोबळ तपशील जाणून घेण्यासाठी पहा सरकार, *Eighteenth Century India* २५५-६०. विस्तृत तपशिलासाठी पहा Lt. Col. James Tod *Annals and Antiquities of Rajasthan* (London 1829)

इ.स. १७४३ मध्ये जयसिंगाच्या मृत्यूनंतर त्या गादीवर हक्क सांगणारे दोघे वारस होते, ईश्वरसिंग आणि माधोसिंग. त्यांच्यातील लढाईत दोघांनीही मराठा सरदारांची मदत घेतली. माधोसिंगाने होळकरांचा आधार घेतला, तर ईश्वरसिंगाने जयप्पा शिंदेची मदत घेतली. लढाई खूप दिवस रखडली. अखेर ईश्वरसिंग-जयप्पा गटाचे पारडे जड झाले. याच सुमारास पेशव्याने मध्येच हात घातला आणि मोठी रक्कम घेऊन मध्यस्थी करण्याचे आश्वासन दिले. पेशव्याने (दिल्लीहून परतताना) जयपूरमध्ये प्रवेश केला. मोठ्या खंडणीची मागणी केली आणि त्याचा पाठिंबा असलेल्या माधोसिंगाबरोबर प्रांताची वाटणी करावी असा प्रस्ताव ईश्वरसिंगापुढे ठेवला. इ.स. १७४८ च्या ऑगस्ट महिन्यात असा तह ईश्वरसिंगावर लादण्यात मराठ्यांना यश आले. या तहाद्वारे माधोसिंगाला पाच परगणे देण्याचे आणि मराठ्यांना पाच लक्ष रुपयांची खंडणी देण्याचे कबूल करवून घेण्यात आले. माधोसिंगाला पाच परगणे मिळाले; पण मराठ्यांना एकही रुपया मिळाला नाही. दोन वर्षांनंतर इ.स. १७५० मध्ये खंडणीतील बाकी रक्कम वसूल करण्यासाठी पेशव्याने पुन्हा एकदा जयपूरवर हल्ला केला. मराठ्यांचे देणे चुकवायची किंवा त्यांच्या फौजेला तोंड द्यायची ताकद नसल्यामुळे ईश्वरसिंगाने आत्महत्या केली. माधोसिंग जयपूरच्या गादीवर बसला; पण तोही खंडणी देऊ शकला नाही. शिंदे-होळकर त्याच भागात होते. एक महिन्यानंतर त्यांनी जयपूरवर हल्ला केला आणि राज्याचा १/४ ते १/३ हिस्साच मागितला. याचा परिणाम म्हणून जयपूरमध्ये नागरिकांनी मराठ्यांविरुद्ध उत्स्फूर्त उठाव केला. यात तीन-चार हजार लोक मृत्युमुखी पडले. माधोसिंगाने दरवर्षी ५०००० रुपये खंडणी द्यायचे कबूल केल्यावरच, मराठ्यांच्या फौजा जयपूरमधून बाहेर पडल्या.

या घटनेतून एकच तात्पर्य समोर आले ते म्हणजे, वारसाहक्काच्या संघर्षात मराठ्यांची मदत कधीही घ्यायची नाही. तरीदेखील मराठ्यांच्या प्रबळ घोडदळाची मोहिनी कमी झाली नाही. आपण यापूर्वी पाहिलेच आहे की, गोंड राज्याच्या वारसाहक्काच्या संघर्षात कशा पद्धतीने रघुजी भोसलेची मदत घेतली गेली. पुढील दहा वर्षांच्या कालावधीत आख्ख्या गोंड राज्याचा कारभार रघुजीच्या हातात आला. (याचेच पुढे नागपूर संस्थान झाले.) याच प्रकारे मराठ्यांच्या टोळ्यांना पश्चिम माळव्यातील वारसाहक्कांच्या संघर्षात वीस वर्षे भाडोत्री सैन्य म्हणून वापरण्यात आले. यात त्या प्रांताच्या महसुलाचे तर नुकसान होई; पण बऱ्याचदा मोठा भूभागही गमवावा लागे. येथे एक महत्त्वाची नोंद घ्यायला हवी, मोगल साम्राज्य कमकुवत झाल्यामुळे त्याच्यात वारसाहक्कांच्या संघर्षात लवादाचे काम करून, आपला निर्णय संबंधितांवर लादण्याची ताकद राहिली नाही. त्यामुळे छोट्यामोठ्या जमीनदारी मांडलिकी राज्यांमध्ये असे वाद विकोपाला जाऊन, मराठ्यांसारख्या बाह्यशक्तीची मदत त्यांना घ्यावी लागे. अशी ही

'बाह्य मित्रत्वाची' पद्धत ही काही फ्रेंच किंवा इंग्लिश लोकांनी अत्यंत चलाखपणे विकसित केलेली नव्हती, तर मोगलोत्तर काळातील एक सर्वसाधारण आणि अटळ अशी पद्धत होती.

राजस्थानातील एका पाठोपाठ एक अशा वारसाहक्काच्या संघर्षांमध्ये शिंदे, होळकर आणि पेशव्यांचे वाढते दावे आपण पाहू शकतो. इ.स. १७४४ ते इ.स. १७५१ या काळात होळकरांनी त्यांचा पाठिंबा असलेला वारस बुंदीच्या गादीवर बसवला. त्याने काही भूभाग आणि रु. ७५०००/- अशी सालाना खंडणी मराठ्यांना दिली. जोधपूरचीही तशीच गोष्ट घडली. लागोपाठच्या लढाया आणि वाटाघाटींमध्ये शिंद्यांनी लवादाचे काम केले. राज्याचे दोन तुकडे झाले आणि शिंद्यांना सालाना रु. ७५००० खंडणी आणि अजमेरचा किल्ला कबूल करण्यात आला. इ.स. १७५० च्या उत्तरार्धात पेशवा, शिंदे आणि होळकर यांनी बाकी खंडणी वसूल करण्यासाठी सतत फौजा पाठवल्या. कोटा, बुंदी, जयपूर आणि उदयपूरमधून कमी-अधिक खंडण्या वसूल करण्यात आल्या; पण त्या भागात कारभार वसवण्यात आला नाही. जशा मराठ्यांच्या फौजा तेथून बाहेर पडत, तसे लगोलग मराठा वसुली अधिकाऱ्यांना हुसकवून लावण्यात येई आणि खंडणीचा एक छदामही देण्यात येत नसे.

इ.स. १७५० च्या दशकात मराठा सरहद्द दिल्लीला जाऊन भिडली. या काळात मोगलांचा अधिकार दिल्लीभोवतीच्या ७०-८० कि.मी. च्या परिघातच उरला होता. यातदेखील तीव्र संघर्ष होता. जाट आणि रोहिल्यांमध्ये चढाओढ होती. वेगवेगळे गट गादीसाठी लढत होते आणि अफगाणचा राजा अहमदशहा अब्दाली परत परत दिल्लीवर चाल करून येत होता.

कोणत्यातरी गटाकडून मराठ्यांकडे सतत मदत मागितली जाई आणि मराठे दर वेळी खंडणी आणि प्रदेश मागत. दर वेळी मोठ्या रकमेची खंडणी मान्य केली जाई; पण सगळी खंडणी कधीच दिली जात नसे. त्यामुळे बाकी खंडणी वसूल करणे ही सबब मराठ्यांना पुन्हा एकदा हल्ला करण्यासाठी उपयोगी पडत असे. शिंदे-होळकर दोघेही चंबळ आणि यमुनेमधील प्रदेशात लढले आणि त्या दरम्यान त्यांनी बंगश अफगाण्यांचा पराभव केला. त्यामुळे इ.स. १७५२ मध्ये अहमदशहा अब्दालीने परत एकदा चाल केली.

मराठ्यांच्या दृष्टीने बहुदा सगळ्यांत लक्षणीय अशा दोन घटना या दिल्लीतील अंदाधुंदीत घडल्या. एक म्हणजे इ.स. १७५२ चा तह, ज्याद्वारे मोगल गादीचा रक्षणकर्ता म्हणून त्यांची नेमणूक झाली (ज्या बदल्यात त्यांना पंजाबात चौथाईचे हक्क मिळाले.) आणि दुसरी म्हणजे इ.स. १७५३ ची यादवी, ज्यात मराठ्यांनी पाठिंबा दिलेल्या

उमेदवाराला दिल्लीच्या तख्तावर बसवण्यात आले.[१०] त्यानंतर दोन वर्षे दिल्ली आणि जवळपासचा प्रदेश ते लुटत राहिले, ज्यामुळे हा भाग उजाड बनला.

अब्दालीच्या यानंतरच्या घुसखोरीनंतर म्हणजे इ.स. १७५७-५८ च्या मोहिमेच्या कालात मराठ्यांच्या फौजा नानासाहेबाचा भाऊ रघुनाथराव आणि मल्हारराव होळकर यांच्या नेतृत्वाखाली दक्षिणेतून आणि माळव्यातून उत्तरेत आल्या. मराठ्यांनी पंजाबवर स्वारी केली आणि याच वेळी अधिक लक्षणीय अशा शिखांच्या बंडाची सुरुवात झाली. मराठ्यांचे पंजाबमधील साहस तसे कमी काळापुरतेच मर्यादित राहिले. रघुनाथरावाने मोहिमेनंतर अतिशय तकलादू प्रशासन मागे ठेवले आणि दीर्घकालीन व्यवस्था होऊ नये, या शिखांच्या प्रयत्नांना यश आले. या घटनांनी अब्दालीच्या आणखी एका स्वारीचा आणि अतिशय महत्त्वाच्या पानिपतच्या युद्धाचा (इ.स. १७६१) पाया घातला.[११]

पानिपतच्या युद्धाकडे वळण्यापूर्वी सरहद्दीवरच्या प्रदेशातील हालचालींचा मागोवा घेऊ. इ.स. १७४० ते ६० या काळात कारभारातील वारसाहक्कांच्या संघर्षाच्या पद्धतीत महत्त्वाचे बदल घडले. नव्या सामाजिक घटकांमध्ये परिवर्तन घडले आणि युद्धतंत्रातही मोठे बदल झाले. या ढोबळ मुद्द्यांची चर्चा करू.

प्रथम कारभारातील बदल पाहू.[१२] महाराष्ट्र बहुतांशी सुरक्षित होता; पण त्यातील बराचसा प्रदेश मराठ्यांच्या सेवेतील लष्करी आणि सनदी अधिकाऱ्यांमध्ये वाटलेला होता. खानदेशात मराठे आणि निजाम अशा दोघांचा अधिकार चालत होता. गुजराथ पेशवा आणि गायकवाड घराण्यांत विभागला होता, तर माळव्यात भोपाळच्या तहानंतर चार हिस्सेदार होते.

कारभारातील बदल जाणून घेण्यासाठी उपयुक्त अशा कागदपत्रांचा उत्तम स्रोत म्हणजे माळवा दप्तर. याचे कारण म्हणजे, माळव्याचा बराचसा प्रदेश पेशव्याने सैनिकी खर्च निभावण्यासाठी स्वत:च्या अखत्यारीत ठेवला होता आणि ही सगळी कागदपत्रे पुण्याच्या पुराभिलेखागारात उपलब्ध आहेत. आता माळव्याचा एका किरकोळ खंडणी मिळवून देणाऱ्या प्रदेशापासून, एका भरभराटीच्या प्रदेशात कसा बदल झाला ते पाहू.

---

१०) या काळाविषयी आणि तहाविषयी विस्तृत चर्चा धर्मा भानू यांच्या 'The Mughal Maratha treaty of April 1752' *Journal of Indian History* 29 / 30 / 1951 / 52, 242 - 57 या प्रबंधात (*Journal of Indian History (1951-52)*) 29/30/242-57 वाचायला मिळते.

११) तत्कालीन दिल्ली आणि पंजाब यांच्याविषयीच्या माहितीसाठी पहा - Sarkar, *Eighteenth Century India,* 259.

१२) पहा : सरकार *Eighteenth Century India,* 223 / 26 / 237 / 40. असे विशेषत्वे सांगितले जाते की, मराठ्यांची महसूल व्यवस्था इ. स. १७५० च्या मध्यापर्यंत अत्यंत भ्रष्ट आणि अकार्यक्षम होती या समजाचे खंडन या परिच्छेदांत केलेले आहे.

इ.स. १७३८ च्या भोपाळच्या तहानंतर पेशव्यावर पूर्वेकडील अर्ध्या माळव्यावर कारभार करण्याची वेळ आली. (उरलेला अर्धा माळवा शिंदे, होळकर आणि पवार यांच्यात विभागला होता. या प्रदेशाविषयीचे कोणतेही कागद पेशवे दप्तरात पाहायला मिळत नाहीत.) प्रकरण ५ मध्ये वर्णन केल्याप्रमाणे पेशव्यांनी ज्याला आपण 'खंडणीची स्थायी व्यवस्था' असे म्हणू शकतो, अशी व्यवस्था येथे बसवली. यात स्थानिक फौजबंद घराणे (ज्यांचा दस्त्यात जमीनदार असे उल्लेख केलेला असे) आणि मराठा प्रतिनिधी यांच्यात बऱ्याच वर्षांच्या कालावधीसाठी करार केला जाई.

लवकरच अशी खंडणीची स्थायी व्यवस्था अयोग्य असल्याचे लक्षात आले. प्रथमत: या मोठ्या जमीनदारांच्या अखत्यारीत माळव्यातील बराच प्रदेश येत नव्हता. काही भागांत १५-१०० खेड्यांवर एक देशमुख (या भागात त्याला चौधरी म्हणत) नेमलेला असे. इतर काही भागांत तर गावच्या पाटलाव्यतिरिक्त दुसरा स्थानिक सरकारी कारभारी नव्हता. दुसरे असे की, मराठा सरकार दीर्घ कालावधीच्या करारात अडकल्याने शांततेमुळे आलेल्या सुबत्तेचा काहीच फायदा झाला नाही. जमीनदारांकडून 'नजराणा' अथवा 'कर्ज' स्वरूपात महसूल वाढवण्याचे सरकारतर्फे प्रयत्न झाले; पण त्याला फारसे यश आले नाही. तिसरी अधिक गंभीर समस्या म्हणजे, जमीनदार कराराद्वारे ठरलेल्या खंडणीचा भरणा कधीच करत नव्हते. या भागात एक चक्राकार पद्धतीचा भरणा बघायला मिळतो. करारानंतर एक-दोन वर्षे मोठी रक्कम भरणा व्हायची. त्याच्यापुढे काही काळ किरकोळ रक्कम भरली जाई. वसुलीसाठी मराठ्यांच्या फौजांचा बडगा आला की, पुन्हा भरण्यात वाढ होई.[१३]

मराठ्यांना या वरचेवर करायला लागणाऱ्या दंडात्मक कारवाईचा त्रास होऊ लागला. सुरुवातीला त्यांनी काही जमीनदारी भागांमध्ये जरब म्हणून काही खड्या फौजा ठेवल्या; पण लवकरच त्यांनी एका नव्या पद्धतीचा अवलंब केला. प्रत्येक दंडात्मक कारवाईच्या वेळी मराठे अधिक मोठी महसुलाची रक्कम जमीनदारावर लादू लागले. प्रथम करारांमधील गावांची यादी करण्यात आली आणि जर करारानुसार भरणा झाला नाही, तर अशा गावांकडून थेट करवसुली करण्याची धमकी देण्यात आली. महसूल वसूल झाला नाही, तर जमीनदाराच्या नावाने मराठ्यांचा वसुली अधिकारी वसुली करत असे. सरते शेवटी जर का कैक वर्षांची महसुलाची बाकी थकली, तर मराठे करारानुसार त्या भागाचा संपूर्ण कारभार स्वत:कडे घेण्याची कारवाई करत. माळव्याच्या आग्नेय दिशेच्या भोपाळ परगण्यातील निम्मा परगणा अशा रितीने थेट पेशव्याच्या महसूल-

१३) पहा- S. N. Gordon, "The slow conquest : Administrative integration of Malwa into the Maratha Empire, 1720-1760" *Modern Asiatic Studies*. 2, I (1977) 15-23.

वसुली अधिकाऱ्याच्या कक्षेत आला. कुटवड (आग्नेय माळवा) सारख्या काही भागांत काही गावे थेट कारभारासाठी आणि वसुलीसाठी पेशव्याकडे आली आणि उरलेल्यांमधून खंडणी वसूल होऊ लागली. भिल्सा, चंदेरी आणि करवाई (पूर्व माळवा) सारख्या काही मोठ्या जमीनदाऱ्या इ.स. १७४० च्या दशकात खालसा झाल्या आणि पेशवा दप्तरात तेथील जमिनींचा 'थेट कारभाराखालील जमिनी' असा उल्लेख दिसून येतो.

नवीन प्रशासकीय प्रणाली तशी सोपी होती. पेशव्यातर्फे अशा भागात कमावीसदाराची नियुक्ती होई. अशा कमावीसदाराकडे विस्तृत अधिकार असत. तो कर निश्चित करे, वसुली करे, न्यायनिवाडा करे आणि त्याला योग्य वाटेल त्याप्रमाणे करातील काही रक्कम शेतीच्या वाढीसाठी खर्चही करू शके. त्याच्या दिमतीला काही कारकून, निरोपे आणि साधारण २० सैनिकांची शिबंदी असे. त्याच्या अहवालांची आणि नोंदींची छाननी केली जाई. (जे वाचक एकोणिसाव्या शतकातील भारतातल्या ब्रिटिश कारभाराविषयी माहितगार असतील, त्यांना या कमावीसदाराच्या विस्तृत अधिकाराविषयी जाणून घेणे अधिक सोपे जाईल; कारण ब्रिटिश जिल्हाधिकाऱ्याचे स्वरूप मराठा कमावीसदारावरच आधारित होते.)

शासकीय कारभार वार्षिक चक्रावर चालत असे. कमावीसदार आणि पेशव्यातील सुरुवातीच्या करारातील रक्कम ही उपलब्ध सरासरी आकडेवारीवर अवलंबून असे. बऱ्याचदा ही आकडेवारी योग्य असे. (जर त्या भागातील खंडणी काही वर्षे व्यवस्थित वसूल केली जात असेल तर) यात आश्चर्यकारक काहीच नाही; कारण सर्वसाधारणपणे स्थानिक महसुलाच्या नोंदी गावपातळीवर आणि परगणापातळीवर ठेवलेल्या असत. यात प्रत्येक गावाची आणि त्या गावातील प्रत्येक शेतजमिनीची नोंद असे. अशा तऱ्हेच्या नोंदी यापूर्वीच्या मोगल शासनाला करनिर्धारण आणि वसुलीसाठी आवश्यकच होत्या. वार्षिक चक्रातील पुढील पायरी म्हणजे पहिल्या रकमेचा भरणा किंवा रसद. ही रसद एकूण कराराच्या १/३ ते १/२ असे आणि ती कमावीसदाराने पेशव्यांना दिलेली आगाऊ रक्कम असे. पेशव्याने जास्तीत जास्त रक्कम आगाऊ कशी जमा होईल, या दृष्टीनेच ही पद्धत जारी केलेली होती. कमावीसदाराचा पगार हा एकूण महसुलाच्या काही टक्के नव्हता, तर या रसदीच्या काही टक्के होता. सर्वसाधारणपणे कमावीसदार अशी रसद पुण्यातील सावकारांकडून कर्जाऊ घेत असत. याविषयीच्या कैक नोंदी या सावकार घराण्यांतील कागदपत्रांमध्ये उपलब्ध आहेत. या रसदींपैकी काही रसदींचा तपशील अभ्यासला असता, विविध सावकार असे कर्ज देत होते आणि दर वर्षी ते बदलले जात. कमावीसदार एकाच सावकाराशी बांधील नसे.

एकदा रसदीचा पहिला हप्ता चुकता झाला की, कमावीसदार आपल्या भागात

परतत असे. त्याच्या प्रांतातील सर्वांत मोठ्या गावात तो राहत असे. तेथेच त्याची कचेरी आणि त्याची रक्षक फौज असे. (या कचेरीचा आणि फौजेचा खर्च कमावीसदाराच्या हिशेबपत्रात सगळीकडे पाहायला मिळतो.) त्यानंतर कमावीसदार त्याच्या परगण्यात नियमितपणे फेरफटका मारत असे. (याचा पुरावा विविध गावांच्या हिशेबात त्याचा भोजन खर्च असा टाकलेला दिसतो, त्यावरून मिळतो.) बऱ्याचदा तो जेथून वाहतूक कर वसूल करायचा, अशा ठिकाणी दुय्यम कचेऱ्या उघडत असे आणि थोडी शिबंदी ठेवत असे. आपल्या विचाराधीन असलेल्या इ.स. १७४०-६० या काळात नोकरशाहीत वाढ होऊन, त्यात ग्रामीण आणि शहरी पोलिसांचा म्हणजे फौजदार आणि कोतवालांचाही समावेश झालेला दिसतो.

कमावीसदाराच्या स्थळवार सर्वेक्षणाला सुरुवात झाल्यानंतर, अशा परगण्यांमधून पुण्यातील पेशव्याच्या कारकुनाकडे येणाऱ्या माहितीत संख्यात्मक आणि वैविध्यपूर्ण अशी लक्षणीय वाढ झाली. वर्षातून एकदा येणारे कागद आता कमी-कमी कालावधीत येऊ लागले. सहामाही हिशेब पद्धती जाऊन, व्यवस्थित बस्तान बसलेल्या परगण्यांमधून (उदा. सिरोंज अथवा भिल्सा) दरमहा आणि धामधुमीच्या काळात तर दररोज शेकडो गावांचे हिशेब आणि कोशागाराच्या पावत्या येऊ लागल्या. कमावीसदाराच्या अहवालातील माहिती ही इतकी विस्तृत असायची की, अशी माहिती मराठ्यांना तत्पूर्वी कधीही मिळाली नव्हती. उदाहरणार्थ एका 'देहेजादा' अशा शीर्षकाखालील एका कागदात परगण्यातील खेड्यांची विस्तृत यादी, जी खेडी जमीनदारांकरवी कर भरतात अथवा पाटलाकरवी कर भरतात त्यांची माहिती, पूर्वीपासूनची गावे आणि नव्याने वसलेली गावे, उजाड झालेली गावे आणि कमावीसदाराला न सापडलेली गावे इतकी सखोल माहिती मिळते. त्याच्याबरोबरच्या जोडकागदात प्रत्येक गावातील प्रत्येक शेतकऱ्याचे नाव, तो किती बिघे कसतो त्याची माहिती आणि त्याच्या खरीप आणि रब्बी पिकांची माहिती मिळते.

या अशा मोठ्या आणि विभाजित नोकरशाहीचा एक परिणाम म्हणजे, इ.स. १७३० च्या दशकात मोगलांच्या कारभाराची घडी पूर्णपणे विसकटल्यानंतर आर्थिक आणि सामाजिक संबंधांमध्ये जो विसकळीतपणा आला होता, त्यात पुन्हा सुसूत्रता येऊ लागली. मराठ्यांनी महसुलावरील प्रत्येक मोठ्या सरकारबाह्य बोजाची फेरतपासणी केली. याद्वारे प्रत्येक प्रांतातील सगळ्या प्रबळ घराण्यांची आणि धार्मिक देणग्यांची तपासणी केली गेली. या कारवाईचा अंदाज येण्यासाठी इ.स. १७५२ मधील पूर्व माळव्यातील आष्टा गावच्या एका प्रकरणाची चर्चा करू. येथे विष्णू महादेव नावाच्या व्यक्तीला पेशव्याने आष्ट्याचे महसुली हक्क दिले होते. येथीलच प्रतापसिंग नावाच्या

रजपूताला सालाना रु. २००/- चे इनामी हक्क दिले होते. विष्णू महादेवाने या इनामाला हरकत घेतली आणि या प्रकरणाला सुरुवात झाली. विष्णू महादेवाच्या प्रतिनिधीने मूळचे मोगल बादशहाचे इनामपत्र तपासून पाहण्याची विनंती पेशव्याकडे केली. आष्ट्याच्या कमावीसदाराने सदर कागद तपासला आणि तो अस्सल असल्याची खात्री करून घेतली. पण त्याने प्रतापसिंगाच्या भावाऐवजी त्याच्या नावे इनाम का देण्यात आले, अशी शंका उपस्थित केली. पेशव्याने कमावीसदाराच्या अहवालाचे व्यक्तिशः पुनरावलोकन केले आणि प्रतापसिंगाच्या प्रतिनिधीची जबानी ऐकून घेतली. त्यात या प्रतिनिधीने भाऊ वारल्यामुळे प्रतापसिंगाचे नाव आल्याचे सांगितले. शेवटी पेशव्याने इनाम पुढे चालू ठेवले आणि ज्या दोन गावांमधून प्रतापसिंगाला रु. २००/- मिळत होते, त्याच दोन गावांची नावे असलेली नवीन मराठा सनद दिली. पेशव्याच्या कारकुनाने या निर्णयावर आधारित आज्ञापत्र विष्णू महादेव, कमावीसदार, प्रतापसिंग आणि दोन्ही गावांचे पाटील यांना पाठवले.[१४] विशेष नोंद घेण्यासारखी गोष्ट म्हणजे, महाराष्ट्राप्रमाणे माळव्यातही पेशव्याने अशा तऱ्हेच्या महसुली वादात निवाडा करण्याचा स्वतःचा हक्क दाखवून दिला आणि शिवाय स्वतःच्या अधिकारात मोगल सनदेच्या जागी मराठ्यांची सनदही जारी केली.

नवीन पेशवा कारभारात केवळ आर्थिक नव्हे, तर इतरही व्यवहारांमध्ये सुसूत्रता आली. नवीन फौजदार आणि कोतवाल, दिवाणी आणि गुन्हेगारी स्वरूपाच्या विविध कज्जांवर कारवाई करू लागले. उदाहरणार्थ उद्योगधंदे आणि व्यापारी दृष्ट्या महत्त्वाच्या सिरोंज गावचे उदाहरण पाहू या. सिरोंज हे पूर्व माळव्यातील आग्रा आणि दक्षिणेला जोडणाऱ्या एका व्यापारी मार्गावरील एक नगर. इ.स. १७४३ मधील नोंदीनुसार केसरी बार्मी नावाच्या व्यक्तीला त्याने त्याचे कर्ज चुकवले नाही, म्हणून रु. ११४/- दंड ठोठावण्यात आला. वर्षाच्या अखेरीस सदाराम नावाच्या व्यक्तीने खोटी वजने वापरल्यामुळे त्याला ठोठावण्यात आलेल्या रु. ४७५/- च्या दंडापैकी रु. ३७५/- बाकी होते. होला बोराने व्यभिचार केल्यामुळे त्याला रु. ५००/- चा दंड ठोठावण्यात आला. याच व्यापारी मार्गावरच्या भिल्सा गावातील इ.स. १७४९ मधील एकोणचाळीस खटले आणखीनच वैविध्यपूर्ण होते. एका तेल्याने आत्महत्या केल्यानंतर सरकारने त्याच्या मालमत्तेतून रु. ५०/- वसूल केले. नवरदेव आणि नववधूच्या जातीबाह्य विवाहातून झालेल्या दोन्ही कुटुंबांच्या वादाचे पर्यवसान त्यांच्याकडून रु. ५०/- चा दंड वसूल

---

१४) पहा- S. N. Gordon, "The slow conquest : Administrative integration of Malwa into the Maratha Empire" *Modern Asian Studies,* 2 I (1977), 15-23.

करण्यात झाले. कितीतरी लोकांनी विधवांच्या पुनर्विवाहाबद्दलचा कर 'पटदाम' भरल्याची नोंदही आढळते.[१५]

वरील विवेचनावरून मराठ्यांचे प्रशासन किती तळागाळापर्यंत पोहोचले होते हे लक्षात येते. आता आपण प्रशासनातील काही नव्या, पण व्यापक प्रथांचा विचार करू. प्रथमत: इ.स. १७५० च्या दशकात मोगलांच्या भरभराटीच्या काळात माळव्यातून जितका महसूल उत्पन्न होई, त्या पातळीपर्यंत महसूल वाढला होता. ही वाढ जोर जबरदस्तीने झाली नव्हती, तर नवीन जमिनी पिकाखाली आणण्यासाठी उपयुक्त कर्जे उपलब्ध केल्यामुळे आली होती. दुसरी बाब म्हणजे आपल्याला एखादा प्रदेश जिंकणे म्हणजे काय याविषयी अंदाज आहे. बव्हंशी ही जिंकण्याची प्रक्रिया मंदच होती. सुरुवातीला छापे मारून गावोगावची जंगम मालमत्ता लुटून घ्यायची. गावाकडून नंतर शहरांकडे मोर्चा वळवला जायचा. जमीनदार पातळीवरची प्रशासन व्यवस्था मोडली जायची. शहरे एकाकी पाडण्यात येत आणि मग त्यांच्यावर छापे मारण्यात येत. विजयाच्या शेवटच्या टप्प्यात मोगलांच्या मुख्य फौजेचा पराभव करण्यासाठी आणि त्यांच्याकडून त्या भागांचे हक्क मिळवण्यासाठी, साधारण दहा हजारांची फौज तैनात करावी लागे. आपण आधी पाहिलेच आहे की, यानंतर स्थायी स्वरूपाची कर वसुली, प्रशासकीय सुधारणा आणि स्थानिक पातळीवरील वादात न्यायनिवाड्याची व्यवस्था या गोष्टी अमलात येत.

इ.स. १७५० च्या दशकापर्यंत दक्षिणेकडे जाणारे मुख्य रस्ते आणि नगरे मराठ्यांच्या ताब्यात आली होती, ही बाब लक्षात ठेवली पाहिजे. तेथील गड-कोटांवर त्यांच्या शिबंदी तैनात असत आणि लुटारूंवर त्यांचे लक्ष असे. त्यांचे शासकीय अधिकारी त्यांच्या भागाचे सर्वेक्षण करत, कर संकलन करत, निवाडे करत आणि बाजारांना शिस्त लावत. आता सैनिकी कारवाईत विसकळीत झालेल्या संपर्क यंत्रणेवर आणि व्यापारावर पेशवा अवलंबून असे. त्याने लुटलेल्या परगण्यांची पुनश्च उभारणी करण्याची गरज असे आणि त्याला गावोगावच्या महसुलावर अवलंबून असलेल्या कर्जाविषयीची काळजी वाटत असे.

---

१५) पहा - S. N. Gordon, "The slow conquest : Administrative integration of Malwa into the Maratha Empire- *Modern Asian Studies*, 2, I (1977), 28. येथे एक गोष्ट लक्षात घेण्यासारखी आहे. मराठा प्रशासनाने त्यांच्या प्रदेशांमध्ये समान न्यायव्यवस्था आणि शिक्षा विकसित केल्या नाहीत. एखाद्या गुन्ह्याबद्दलच्या शिक्षेचे स्वरूप त्या भागातील स्थानिक प्रमुख घराणे किती बलवान आहे यावर अवलंबून असे. पहा : Sumit Gaha, An Indian Penal Regime : Maharashtra in the eighteenth Century, Past and Present, No. 147 (May 1995) PP. 101 / 126.

ही मराठ्यांची व्यवस्था बव्हंशी मोगलांसारखी वाटत असल्यास त्यात गैर काही नाही. कोणतीही मोठी राज्यव्यवस्था उभारताना शेकडो जमीनदार, पाटील आणि देशमुखांबरोबर वाटाघाटी करणे आवश्यकच असे. खानदेश, गुजराथ आणि माळव्यात प्रशासकीय भाषेवर मोगली संज्ञांचाच प्रभाव होता. करांची नावे मोगल पद्धतीचीच होती. त्यांची निश्चिती मोगल पद्धतीनेच करण्यात येई आणि वसुलीही ठरलेल्या मोगल महिन्यांमध्येच केली जाई. मोगल काळात वाहतुकीसाठी हिंदू व्यापाऱ्यांकडून मुसलमान व्यापाऱ्यांपेक्षा दुप्पट पट्टी आकारली जात असे. मराठ्यांनी हीच भेद करणारी प्रणाली सुरू ठेवली.[१६] मराठ्यांची महसुलाची मागणी मोगलांनी निश्चित केलेल्या महसुलापेक्षा कधीच वाढली नाही. मराठ्यांनी मोगलांच्या सनदा बदलून मराठ्यांच्या सनदा दिल्या; पण त्यांतील हक्क आणि कर्तव्ये यांचे वर्णन करताना मोगली संज्ञाच वापरण्यात आल्या. मराठ्यांनी न्यायालये, शहरी आणि ग्रामीण पोलीस अशा कायदा आणि सुव्यवस्थेच्या दृष्टीने आवश्यक असलेल्या संस्थांची घडी बसवताना, त्यांची नावे आणि कार्यपद्धती मोगलांसारखीच ठेवली.

असे असले तरी मराठ्यांचा माळवा हा काही केवळ मोगल माळव्यासारखाच होता असे नव्हे. शहरी व्यवस्थेत लक्षणीय बदल झाला. मराठ्यांनी मोगल शहरे केवळ ताब्यात घेतली असे नव्हे, तर भिल्सा किंवा सिरोंजसारख्या मोगलांच्या दृष्टीने गौण असलेल्या नगरांमध्ये मराठे वस्तीला आले. त्यामुळे मोगलांच्या दृष्टीने महत्त्वाच्या असलेल्या सारंगपूर किंवा शहाजहानपूर अशा शहरांचे महत्त्व कमी झाले. आग्र्यावरून चालणारा मोगल व्यापार बसला तो बसलाच. मराठा सरदारांनी ग्वाल्हेर आणि इंदूरसारख्या नव्या राजधान्या विकसित केल्या. सावकारी व्यवहारांचे केंद्र आता आग्र्याऐवजी पुणे बनले. आणि पूर्वी जो महसूल दक्षिणेकडून उत्तरेस जात असे, तो आता उत्तरेकडून दक्षिणेकडे जाऊ लागला. माळव्यातील चंदेरी रेशमाचा व्यापारी मार्ग आता पुण्या-मुंबईकडे वळला. कैक मोठ्या जमीनदारांना याची चांगलीच झळ बसली. काहींचे विस्थापन झाले, तर काहींना आपली बरीच जमीन गमवावी लागली. याउलट बऱ्याच जणांनी मराठ्यांचे आक्रमण यशस्वीरित्या निभावून नेले आणि क्वचितच खंडणीचा भरणा केला. सर्वसाधारणपणे मराठ्यांचे नियंत्रण ठिगळ लावावे तसेच राहिले. आपण माळवा, खानदेश आणि गुजराथ या प्रदेशांची अठराव्या शतकातील एकूण अवस्था पाहिल्यास, आपल्या लक्षात येते की, कितीतरी शस्त्रसज्ज स्थानिक घराणी अस्तंगत

---

१६) करांची टक्केवारी आणि प्रत्यक्ष जमा यांच्या आकडेवारीसाठी पहा : पुणे दप्तर, प्रांत अजमास, रुमाल क्र. १९६.

झाली नाहीत किंवा दुसऱ्या कोणी त्यांची जागा घेतली नाही. काही भागांत मराठ्यांच्या अधिकाराची घडी व्यवस्थित बसलेली आढळते. येथे महसुलाची नीट रचना केलेली आढळते. काही भागांत स्थानिक छोट्या शस्त्रसज्ज घराण्यांचे प्राबल्य थोडे अधिक जाणवते, तर काही भागांतील शिरजोर जमीनदार भक्कम किल्ल्यांच्या आधाराने मराठ्यांच्या हुकमांना जुमानत नसत.

कारभाराची घडी बसतानाच्या या काळात सामाजिक स्तरांमध्ये कैक बदल घडले. वसुली अधिकारी महसुलासंबंधी सर्व कागदपत्रे लिहीत असत. पेशव्याच्या प्रदेशात हे सगळे चित्तपावन ब्राह्मण होते, तर सारस्वत आणि देशस्थ ब्राह्मण दुय्यम स्थानांवर काम करत. सामाजिक आणि आर्थिक स्तर उंचावण्याचा हा मार्ग फौजेतील सेवेपेक्षा वेगळा होता. उदाहरणार्थ पेशव्यांच्या अखत्यारीतील माळव्यात जवळपास पन्नास ब्राह्मण कारभारी जहागिरी प्राप्त केलेल्या व्यक्तींच्या यादीत दिसत नाहीत. याचा अर्थ ते प्रशासकीय काम सोडून फौजेचे नेतृत्व करू लागल्याचे दिसत नाही.[१७] याबाबतीत मराठा प्रशासन आणि मोगल प्रशासनात फरक दिसून येतो. मोगलांकडे लष्करी आणि दिवाणी हुद्दे आणि पगारांची रचना सारखीच होती. या दिवाणी कारभारातील ब्राह्मण घराण्यांविषयी फारसे संशोधन झालेले दिसत नाही. त्यामुळे त्यांचे पुण्याच्या सावकारी ब्राह्मण घराण्यांबरोबर असलेले संबंध, यासारख्या कैक बाबींविषयी फारशी माहिती उपलब्ध नाही.[१८]

पेशव्यांच्या वैयक्तिक कारभाराबाहेरील प्रदेशात मात्र वेगळी स्थिती होती. इ.स. १७३२ मध्ये शिंदे आणि होळकरांमध्ये विभागल्या गेलेल्या माळव्यात नवे प्रशासकीय अधिकारी चित्तपावन ब्राह्मण नव्हते, तर मूळचे गोवा भागातील सारस्वत ब्राह्मण होते. त्यांचे चित्तपावन ब्राह्मणांबरोबर वैवाहिक संबंध नसत. या ब्राह्मणांना या चाकरीचा मोठा फायदा झाला आणि कैक घराणी महाराष्ट्रात आणि माळव्यात भरभराटीला आली. इतर नव्या 'राज्यां'मध्ये म्हणजे गुजराथच्या गायकवाडांकडे आणि नागपूरच्या भोसल्यांकडेही चित्तपावन ब्राह्मण नव्हते. दोघांकडेही चांद्रसेनिय कायस्थ प्रभू (सीकेपी) लोकांचे प्राबल्य प्रशासकीय सेवेत दिसून येते. या जातीतील लोक मराठी बोलणारे लेखनिक होते आणि अठराव्या शतकात तेही भरभराटीला आले.

---

१७) पुणे दप्तर, जमाव विभाग, जहागिऱ्या आणि इनामांच्या याद्या (१७५०-५५). फारशी प्रसिद्धी नसलेल्या एका ब्राह्मण कुटुंबाच्या सामाजिक स्तरातील सरकारी नोकरीमुळे झालेल्या बदलाचे स्वरूप जाणून घेण्यासाठी पहा- अशी आहे श्री शांतादुर्गा, लेखक शांताराम सुंठणकर (बेळगाव १९७३)

१८) या संशोधनासाठी आवश्यक असलेली माहिती चित्तपावन ब्राह्मणांच्या प्रसिद्ध झालेल्या डझनावारी कुलवृत्तांतांमधून वाचायला मिळते.

या घराण्यांनी उमटवलेला सांस्कृतिक ठसा कसा होता हे जाणून घेऊ. त्यांच्या एकूण राहणीमानावरून हा अंदाज येऊ शकतो. या काळात चैनीच्या वस्तूंची मागणी वाढली. यात काश्मिरी शाली; माळवा, गंगेचे खोरे आणि बंगालमधील रेशीम अशा गोष्टींचा समावेश होता. आग्र्याचे वैशिष्ट्य असलेल्या खड्यांचे जडावकाम केलेल्या वस्तू आणि बिदर-हैद्राबाद कडील बिद्रीकाम केलेल्या वस्तूंनाही खूप मागणी होती. व्यक्तिगत वापरासाठी चांदी, पितळ, तांबे आणि हस्तिदंत अशांपासून बनवलेल्या आरसे, शाईच्या दौती, पानदान, घोड्यांच्या सजावटीच्या वस्तू अशा वस्तूंचा समावेश होता. या वस्तू उत्तरेकडून आयात होत किंवा मुद्दाम बनवून घेतल्या जात.[१९] या घराण्यांनी कवी, भाट आणि गायकांना आश्रय दिला होता. चित्रकलेतील नव्या प्रवाहांचे स्वागत केले गेले आणि त्यांनाही या घराण्यांनी आश्रय दिला.[२०] हा काळ मोठ्या प्रमाणातील घरबांधणीचा काळही होता. पुणे (मुठा नदीच्या काठाने), सातारा अशी शहरेच नव्हे, तर छोट्या नगरांमधेही मोठ्या प्रमाणात नवीन घरे बांधली गेली. देशमुखांनी त्यांची घरे मोठी केली, नवश्रीमंतानी सुंदर घरे बांधली. नक्षीदार खांब, दारांच्या महिरपी, नक्षीदार छते आणि खिडक्यांनी ही घरे सजवलेली होती.[२१] धार्मिक बाबींना आणि स्थळांना वाढता लोकाश्रय मिळाला. पुण्यात आणि महाराष्ट्रात इतरत्र नवी मंदिरे, घाट आणि पाण्याचे हौद बांधले गेले.[२२] पंढरपूरची वारी अधिक दिमाखदारपणे होऊ लागली. नाशिक, जेजुरीसारख्या इतर धार्मिक स्थळांचीही भरभराट झाली. याच काळात प्रांताबाहेरील तीर्थयात्रांचे प्रमाण वाढले. महाराष्ट्रातील ब्राह्मण आणि मराठ्यांनी वाराणसीचे पूर्वापार आश्रयदाते असलेल्या रजपूतांची जागा घेतली. धर्मशाळा, मंदिरे आणि घाट बांधण्यात

---

१९) यांपैकी बऱ्याच वस्तू राजा दिनकर केळकर संग्रहालय, पुणे येथे जतन केलेल्या पाहायला मिळतील. याविषयीच्या विस्तृत माहितीसाठी पहा : 'Treasures of everyday art : Raja Dinkar Kelkar Museum" *मार्ग* ३४, २, अशा श्रीमंती जीवनपद्धतीविषयीचे उल्लेख पेशवे दप्तरातील कागदपत्रांमध्ये वाचायला मिळतात. पहा : B. G. Gokhale, *Poona in the Eighteenth Century : An Urban History* (Delhi, 1988) 65 / 75.

२०) 'मार्गच्या' बऱ्याच अंकांत या काळातील सांस्कृतिक अभिवृद्धीविषयी माहिती मिळते. पहा : 'The art of the Chatrapatis and Peshwas' 34, 2, "Maharashtra : traditions in art" 34, 4, आणि "Maharashtra, religious and secular architecture" 37, 1.

२१) पुण्याची जेव्हा वाढ होत होती, त्याच काळात मोगल वारसा सांगणाऱ्या इतर राज्यांच्या हैदराबाद, लखनऊ, फारूखाबाद अशा राजधान्यांचाही विकास होत होता. पुण्यातील पेठांच्या वाढीविषयीच्या माहितीसाठी पहा : Gokhale, *Poona*, 16-44.

२२) पहा : *पेशवेकालीन महाराष्ट्र*, लेखक वा. कृ. भावे (वरदा प्रकाशन)

आणि तेथील ब्राह्मणांना आश्रय देण्यात महाराष्ट्रातील श्रीमतांनी पुढाकार घेतला.[२३] हजारोच्या संख्येने मराठी लोक दर वर्षी काशी, गया आणि मथुरेच्या तीर्थयात्रेला जाऊ लागले. अशांना धार्मिक आणि इतर सोयीसुविधा पुरवण्यासाठी महाराष्ट्रातील ब्राह्मण मोठ्या संख्येने वाराणसीला स्थायिक झाले. विशेषत: पेशव्यांच्या कृपाछत्राखाली ब्राह्मणांना दक्षिणा म्हणून घरे, जमिनी, रोख पैसे आणि कपडालत्ता अशा गोष्टी वाटण्यात येऊ लागल्या.[२४]

इ.स. १७४० ते १७६० या काळातील दुसरी महत्त्वपूर्ण घटना म्हणजे, इ.स. १७४९ मध्ये शाहूचा मृत्यू झाल्यानंतर पेशव्याच्या सत्तेत आणि अधिकारात झालेली लक्षणीय वाढ. मृत्यूच्या आधी दोन वर्षे आपल्यानंतर गादीच्या वारसासाठी मराठा सरदारांमध्ये यादवी होऊ शकते, याची कल्पना शाहूला आली होती. गादीला सर्वमान्य वारस नव्हता. कोल्हापूरच्या गादीवरील संभाजीही वयस्कर झाला होता. जवळपास २५ वर्षे तो शाहूचा प्रतिस्पर्धी होता आणि पेशव्याच्या मनात त्याच्याविषयी आकस होता. दुसरे कोणी वारसही नव्हते.

याच द्विधा अवस्थेत पुन्हा एकदा ताराबाई कार्यरत झाली. ताराबाईने इ.स. १७०७ आणि इ.स. १७३१ मध्येही छत्रपतीच्या गादीसाठी वारस उभे केले होते. या वेळी तिने राजारामाच्या रामराजा या नावाच्या नातवाला पुढे आणले. तिने याला गुप्तपणे वाढवल्याचा दावा केला. कित्येकांच्या मनात शंका असतानाही, शाहूने त्याचा स्वीकार केला. त्याच्या मृत्यूपत्रात त्याने सर्वांना रामराजाला वारस म्हणून स्वीकारायची आज्ञा केली आणि त्याच्या संगोपनाची आणि कारभाराची धुरा पेशव्यावर सोपवली.[२५]

शाहूच्या निधनानंतर वातावरण गढूळ व्हायला सुरुवात झाली. रामराजा, जो शेतकऱ्यांमध्ये वाढला होता. त्याला दरबारी रीतीरिवांजाची माहिती नव्हती; पण त्याला राज्य करायचे होते. त्याच्या वतीने राज्यकारभार बघण्याची ताराबाईची इच्छा होती; पण नानासाहेबाला ते दोघेही नको होते. दोन्ही बाजूंकडून रघुजी भोसले, मल्हारराव होळकर, जयप्पा शिंदे अशा महत्त्वाच्या सेनानींचा पाठिंबा मिळवण्यासाठी प्रयत्न केले गेले.

---

२३) पहा- C. A. Bayly, *Rulers, Townsmen and Bazars : North Indian Society in the Age of British Expansion*, 1770 - 1870 (Cambridge, 1983), 137.

२४) ब्राह्मणांना मिळत असलेल्या या आश्रयाविषयीच्या बऱ्याच नोंदी 'पेशवे दप्तरातील निवडक कागदपत्रे' यांच्या बऱ्याच खंडांमध्ये वाचायला मिळतात. हा आश्रय नियमित असे अथवा श्रावण महिन्यातील मोठ्या देणग्यांच्या स्वरूपात असे किंवा मुलाच्या जन्माच्या अथवा लग्नाच्या वेळी देण्यात येत असे. पहा : *पेशवे दप्तर* खंड ३, पत्र १३७, खंड ५, पत्र २६, ३६, खंड ३२, पत्र १८३

२५) पहा- Brij Kishor, *Tarabai and Her Times* (Bombay, 1963), 170-73.

यानंतर एक अभूतपूर्व अशी शिखर परिषद भरवून बऱ्याच बाबींवर निर्णय झाला. या परिषदेसाठी ताराबाई स्वत: साताऱ्याहून पुण्याला आली. तिच्याबरोबर तिच्या पक्षातील लोक होते. (यात मुख्यत्वे सेनापती, सचिव आणि प्रतिनिधी असे मोठे अधिकारी होते, ज्यांची जागा पेशव्याने घेतली होती.) शिंदे, होळकर, भोसले, नानासाहेबाचा चुलत भाऊ सदाशिव भाऊ, रामचंद्र मल्हार, सखाराम बापू आणि महादोबा पुरंदरे असे सरदारही उपस्थित होते.[२६] नानासाहेबाने मागितलेल्या आणि मंजूर करवून घेतलेल्या धोरणांमध्ये खालील बाबींचा समावेश होता.

१) संपूर्ण कारभार साताऱ्याहून पुण्यास हलविण्यात यावा, ज्यामुळे दरबारी संगनमत आणि विरोधी कारवायांपासून तो मुक्त राहील.

२) प्रतिनिधी, सचिव आणि सेनापती या दरबारातील उच्चाधिकाऱ्यांकडे स्वतंत्र अधिकार राहणार नाहीत. सर्व सनदा पेशव्याकडून जारी होतील.

३) सततच्या संघर्षाचे कारण असलेली सरंजामी प्रदेशांची सरमिसळ थांबवण्यात येईल आणि सरंजामदाराकडे एकाच भागातील जमिनी देण्यात येतील.

४) या धोरणामुळे प्रतिनिधी आणि सेनापतीचे (म्हणजे आपल्याला माहीत असलेले गुजराथमधील दाभाडे) मोठे सरंजाम पुन:श्च चालू झाले. रघुजी भोसल्याकडे बेरर भागातील प्रतिनिधीचे अधिकार आले आणि पेशव्याकडे खानदेशातील दाभाड्यांचा प्रदेश आला.

५) ताराबाईशी एकनिष्ठ असलेला सिंहगड किल्ला पेशव्याकडे आला.

६) रामराजाचे वैयक्तिक कर्मचारी नेमण्याचे अधिकार पेशव्याकडे आले.

या परिषदेनंतर लगेचच दोन उठाव झाले. प्रतिनिधी घराण्याने सातारा परगण्यातील महत्त्वाच्या किल्ल्यांवरील ताबा सोडण्यास नकार दिला. पेशव्याने फौज पाठवून हा ताबा मिळवला. खानदेशातील प्रदेश गमावल्यामुळे दाभाड्याने मोठे बंड पुकारले आणि त्यात खानदेशातील कित्येक गावे उजाड झाली. या काळातील कागदपत्रांमधील महसुलातील कमी बघता याचा अंदाज येऊ शकतो.[२७] दोन वर्षांतच हे बंड मोडून काढण्यात आले. महसूल-वसुली पहिल्यासारखी झाली आणि दाभाडे घराणे मराठ्यांच्या इतिहासातून कायमचे अस्तंगत झाले. याच बंडात दाभाडे आणि ताराबाईला पाठिंबा देणाऱ्या गायकवाडांना गुजराथच्या महसुली उत्पन्नाच्या जिल्ह्यांमधील बराच मोठा भाग पेशव्याला

---

२६) या परिषदेच्या वार्तांकनासाठी पहा : सरदेसाई (संपा.) *पेशवा दप्तर* खंड ६, पत्र क्र. ३६, ४५, ५७, ५९, ६४, ८३, ८९.

२७) *पुणे दप्तर, प्रांत अजमास खानदेश* रुमाल क्र. २०, ३०, १२८, १८९, १९१, २०१, २१७.

द्यावा लागला. या विभागणीमुळे पेशव्याला दर साल जवळपास रु. ३० लाखांचा महसूल मिळू लागला.

इ.स. १७४० ते १७६० या काळातील शेवटची महत्त्वाची बाब म्हणजे युद्धतंत्रातील धोरण, डावपेच आणि सैन्यदल यांच्यातील महत्त्वपूर्ण बदल. या काळात मराठ्यांच्या सरहद्दी रुंदावल्या होत्या. त्यामुळे शेतीच्या काळात अशा दूरच्या प्रदेशातून आपल्या गावी परतणे सैनिकांना शक्य नव्हते. पावसाळ्यात उत्तरेकडून दक्षिणेकडे शेतीच्या कामासाठी सैनिकांनी मोठ्या संख्येने परतण्याची शेवटची घटना इ.स. १७३० च्या मध्यास घडली होती. फौजेत पूर्ण वेळ भाडोत्री सैनिकांचे प्रमाण वाढले होते. ते माळव्यातील आणि गुजराथमधील छावण्यांमधून राहत असत. फौजेतील या नवीन प्रवाहाचे बरेच परिणाम झाले. त्यांचे पगार वेळचेवेळी द्यावे लागत. पावसाळ्यात त्यांच्या राहण्याची सुरक्षित सोय करावी लागे. यामुळे मराठा सरदारांना मोठ्या प्रमाणात रोख रकमेची गरज भासू लागली. दुसरी बाब म्हणजे मराठ्यांच्या फौजेत मोठी संख्यात्मक वाढ झाली होती. मुख्यत्वे पेशव्याच्या हातात सत्ता केंद्रित झाल्यामुळे आणि जिंकलेल्या प्रदेशाची वाटणी थोड्याशाच निष्ठावंत सरदारांमध्ये झाल्यामुळे, छोट्या स्वतंत्र मराठा टोळ्या नामशेष झाल्या. अशा टोळ्या एकतर मोठ्या फौजेत विलीन झाल्या किंवा ज्या त्रासदायक वाटल्या त्यांना मोठ्या सरदारांनी दाबून टाकले.

धोरण आणि डावपेचांमध्ये लक्षणीय बदल झाले. पूर्वीच्या डावपेचांनुसार मराठे मोठ्या शत्रूबरोबर समोरासमोरची लढाई टाळत असत. त्याऐवजी रसद मारणे, संपर्क तोडणे, चारा नष्ट करणे आणि संथ गतीने मार्गक्रमण करणाऱ्या शत्रूवर उपासमारीची वेळ आणणे, अशी नीती अवलंबण्यात येत असे. याच्या जोडीला शत्रूला माघार घ्यायला लावण्यासाठी, त्याच्या प्रदेशात खोलवर जाऊन मराठ्यांच्या काही तुकड्या छापेमारी करत. असे धोरण रघुजी भोसल्याने इ.स. १७४० च्या दशकात बिहार, बंगाल आणि ओरिसात अवलंबिले आणि याच धोरणामुळे निजामाविरुद्ध भोपाळच्या लढाईत (इ.स. १७३८) आणि अगदी अलीकडील इ.स. १७५२ मधील भाल्क्याच्या लढाईत यश मिळाले.

इ.स. १७४० नंतर मराठ्यांचा मुख्य प्रतिस्पर्धी पठारी प्रदेशातून संथ गतीने चालणारी मोठी मोगल सेना नव्हती, तर आश्चर्यकारकरित्या मजबूत किल्ल्यांमधे राहणारी नाठाळ आणि शस्त्रसज्ज अशी घराणी होती. सुमारे एक शतक मराठ्यांनी तोफखान्याकडे दुर्लक्ष केले होते; पण यापुढे ते शक्य नव्हते. या काळात तांत्रिक विकास खूप वेगात झाला. मराठ्यांनी प्रथम पोर्तुगीज आणि नंतर फ्रेंच आणि इंग्रजांना हे काम दिले. त्यांना तोफा ओतणे, त्या तैनात करणे आणि विशेष तोफखान्याच्या

तुकड्या विकसित करणे याविषयीचे ज्ञान आणि अनुभव होता.[२८] अशा तोफखान्यामुळे आग्र्याच्या दक्षिणेकडील जाटांच्या डिगच्या किल्ल्यावर, राजस्थानातील प्रमुख किल्ल्यांवर आणि कोकण किनाऱ्यावरील वसईच्या बेलाग किल्ल्यावर विजय मिळवणे शक्य झाले.[२९]

मराठ्यांचे सैन्य जसेजसे तोफखान्यावर अवलंबून रहायला लागले, तसेतसे सेनानींच्या रोख रकमेच्या गरजा वाढू लागल्या. तोफा बनवणे हे खर्चिक काम होते. नळ्या आणि गोळे बनविण्यास व्यावसायिक कारखाने असणे गरजेचे होते. त्यासाठी लागणारे धातू, विशेषत: तांबे महागड्या किमतीत आयात करावे लागे. उत्तम स्फोटकाची दारू परदेशातून आयात करावी लागे आणि केवळ पोर्तुगीज अथवा इंग्रजांकडूनच रोखीने विकत घ्यावी लागे. जे सैनिक तोफा चालवू शकत, ते त्या कामात अतिशय प्रवीण असत आणि इतरांच्या मानाने त्यांचा पगारही जास्त असे. त्यांच्या दिमतीला असणारे वाहक आणि इतर सैनिकांनाही रोख पगार द्यावा लागे. दुसरी महत्त्वाची गोष्ट म्हणजे तोफखान्यामुळे फौजेचा वेग बैलगाडीच्या वेगाइतका मंदावत असे. अशा बैलगाड्यांच्या मोठ्या तांड्यांसाठी चारा आणि इतर गोष्टींची तजवीजही करावी लागे.

जरी मराठ्यांचा तोफखाना किल्ल्यांच्या बाबतीत यशस्वी ठरला असला, तरी तो अत्यंत प्राथमिक अवस्थेत होता. तोफा आकाराने मोठ्या आणि जड असल्यामुळे त्या वाहून नेणारे गाडे नेहमी मोडत. त्या ओतत असताना त्यांची भोके एका आकाराची नसत, त्यामुळे थोडेच गोळे त्यांतून उडवता येऊ शकत. या तोफांमध्ये जी सगळ्यात मोठी उणीव होती ती म्हणजे, त्या तोफा वेगवेगळ्या उद्देशांसाठी वापरल्या जात; पण त्यात यश येत नसे. म्हणजे आकारमानाने मोठ्या असलेल्या तोफा किल्ल्याची तटबंदी अथवा दारे तोडण्यासाठी उपयुक्त होत्या; पण त्याच अवजड तोफा हलवण्यास अवघड असल्याने ऐन धुम:श्चक्रीत निरुपयोगी ठरत. लढाईत त्या धावून येणाऱ्या सैन्याला थोपवू शकत नसत किंवा माघार घेण्यासाठी सुरक्षित मार्गही निर्माण करू शकत नसत. त्यांची नेम साधण्यासाठीची यंत्रणा निकृष्ट होती आणि बऱ्याचदा फेकलेले गोळे लक्ष्य साधू शकत नसत.

येथे एक महत्त्वाची नोंद घेणे आवश्यक आहे. या दशकांमध्ये युरोपात आणि

---

२८) इ.स. १७३९ मध्ये एका इंग्रज निरीक्षकाने मराठ्यांच्या आयुध-निर्मिती कारखान्याला भेट दिली आणि तो कार्यक्षमपणे चालू असल्याचे नोंदवले. पहा : G. W. Forrest (ed.) *Selection from the Letters, Dispatches and State papers preserved in the Bombay Secretariat* (Bombay 1885) 79.

२९) वसईच्या किल्ल्यावरील मोहिमेत मात्र तोफांऐवजी सुरुंग पेरून तट उडवणे यशस्वी झाले.

त्यातही इंग्लंडमध्ये वजनाने हलक्या आणि हलवण्यास सोप्या अशा मैदानी तोफा विकसित झाल्या. अठराव्या शतकातील धातूशास्त्र, ओतकाम आणि नळीच्या समान आंतर्गोलाईमध्ये झालेल्या संशोधनाचे फलित म्हणजे या तोफा होत्या. थेट राजाच्या आश्रयाखाली अत्यंत शास्त्रशुद्ध पद्धतीने अशा तोफांची निर्मिती होत होती. प्रमाणबद्ध ओतकाम आणि भोकांचे आकार, बळकट वाहक व्यवस्था, प्रमाणबद्ध गोळे आणि सखोल परीक्षणाबरोबरच तोफखान्याच्या सैन्याला देण्यात येणारे प्रशिक्षण, हरेक सैनिकाला नेमून दिलेल्या कामांचे व्यवस्थित नियोजन आणि तंत्रज्ञानात सतत विकास व्हावा या दृष्टीने मोठ्या प्रमाणातील लिखित साहित्याची निर्मिती, अशा गोष्टींकडेही लक्ष पुरवण्यात आले होते. युद्धाच्या वेळी गोळाफेकीचा वेग ताशी काही गोळ्यांवरून दर मिनिटाला सहा ते आठ गोळ्यांपर्यंत वाढला होता. या नव्या तोफा युरोपात घोडदळाच्याविरुद्ध अत्यंत प्रभावी ठरल्या होत्या आणि इ.स. १७५० च्या दशकातील इंग्लिश आणि फ्रेंचांमधील संघर्षाच्या निमित्ताने त्या भारतात येऊन पोचल्या होत्या.[३०]

याच काळात सैन्यात पायदळाची उपयुक्तताही वाढली होती. मराठ्यांनी अगदी शिवाजीच्या काळापासून पायदळाचा वापर केला होता. आपण पाहिल्याप्रमाणे शिवाजीच्यानंतर मराठ्यांचे युद्धतंत्र मुख्यत्वे हलक्या घोडदळावर आणि त्याच्या वेगवान हालचालींवर अवलंबून होते. इ.स. १७४० ते १७६० या काळात पायदळाचे महत्त्व पुन्हा वाढले. ठासणीच्या बंदुका आणि त्यातील तंत्रज्ञानाचा विकास या गोष्टी या पुस्तकाच्या कक्षेबाहेरच्या असल्या, तरी आपण एवढे नक्कीच म्हणू शकतो की, अशा बंदुकांचे प्रशिक्षण घेतलेल्या सैन्याच्या परिणामकारक वापराचा प्रत्यय काही लढायांमध्ये आला होता. तोफांप्रमाणेच या तंत्रज्ञानामागेही कमालीची प्रयोगशीलता आणि युरोपातील युद्धांमधील वापरामुळे आलेली मोठी अनुभवसिद्धता होती.

पायदळाकडील बंदुका वजनाने हलक्या, अधिक अचूक आणि जलद गतीने ठासता येण्याजोग्या विकसित होत गेल्या होत्या. पायदळाच्या प्रशिक्षणात बंदुका ठासून उडवणे आणि आज्ञेबरहुकूम एकाच वेळी गोळीबार करणे यांसाठी लागणारी कवायती शिस्त अंतर्भूत झाली होती. अशा प्रशिक्षित तोफदळाची आणि पायदळाची यशस्वी प्रात्यक्षिके इ.स. १७५७ ते १७६३ या काळात इंग्रजांनी विजय मिळविलेल्या बंगालमधील प्लासीच्या लढाईत, बिहारमधील बक्सरच्या लढाईत आणि दक्षिणेकडील

---

३०) तंत्रज्ञानाच्या या विकासासाठी पहा : B. P. Hughes, *Firepower : Weapons Effectiveness on the Battefield : 1630 - 1850* (New york 1975) आणि U. D. Chandler, *The Art of War in the Age of Marlborough* (London 1978)

इंग्लिश-फ्रेंच युद्धात पाहायला मिळाली होती.[३१] त्याचप्रमाणे या तंत्राचे अपयशही दिसून आले होते. या तंत्रज्ञानाने युक्त अशा बुसीच्या फ्रेंच सैन्याचा भाल्क्याच्या लढाईत (इ.स. १७५१) मराठ्यांनी त्यांच्या पारंपरिक तंत्राच्या जोरावर पराभव केला होता. मोगलांच्या फौजेपेक्षाही अशी फौज रोख रक्कम आणि रसदीवर अधिक अवलंबून असे.[३२] परंतु शिस्तबद्ध हालचाली आणि प्रशिक्षणाच्या जोरावर मोगलांप्रमाणे संपूर्णपणे पराजित न होता, ही फौज अडचणीच्या प्रसंगी कमीत कमी नुकसान होत, माघार घेण्यात यश मिळवू शके. दक्षिणेकडील इंग्लिश-फ्रेंच युद्धांमध्ये या नव्या फौजा डोंगराळ प्रदेशात कुचकामी असल्याचेही दिसून आले. याचे कारण म्हणजे अशा भागात तोफखाना आणि पायदळ एकाच वेळी एकमेकांस पूरक हालचाली करू शकत नसत. तोफखान्याच्या पाठिंब्याअभावी वेगात येणाऱ्या घोडदळापुढे पायदळ हतबल होत असे.

तोफखान्याप्रमाणेच या पायदळामुळेही एकूण युद्धतंत्रावर परिणाम झाल्याचे दिसून येते. एकूण फौजेचा वेग पायी चालण्याच्या वेगाइतका मंदावला. पायदळाचे सैनिक प्रशिक्षित व्यावसायिक सैनिक असत आणि त्यांची शस्त्रे घोडदळाकडील ढाल-तलवारीपेक्षा अधिक महाग असत. जोवर गोळा आणि दारू उपलब्ध आहे, तोवरच त्यांची उपयुक्तता असे. पायदळाचे इतरही काही सूक्ष्म परिणाम झाले. चालून गेलेल्या मुलखातील पिकांवर गुजराण करणे पायदळास शक्य होत नसे, त्यामुळे शिधासामग्रीचा साठा बरोबर न्यावा लागे आणि असा साठा सतत ठेवावा लागे. त्याशिवाय या काळातील भारतीय बनावटीच्या बंदुका ठासण्याच्या आणि बार उडवण्याच्या बाबतीत तुलनात्मक दृष्ट्या मंद होत्या, त्यामुळे अशा बंदूकधाऱ्या सहा-आठ तर कधीकधी एकामागे एक अशा दहा फळ्या तयार ठेवाव्या लागत. या एकाच पद्धतीने वेगवान मारा होऊ शके आणि वेगात येणाऱ्या घोडदळापासून आघाडीच्या फळीचा बचाव होऊ शके. अशा पायदळाची उपयुक्तता वाढण्यासाठी लढ्याचे शिस्तबद्ध नियोजन करावे लागे. अशा कैक फळ्यांमधील बंदुका एकाच दिशेने बार उडवणाऱ्या होत्या, त्यामुळे त्यांना त्यांच्या

---

३१) इंग्रजांच्या सैनिकभरती आणि सैनिकी प्रशिक्षणाविषयी पहा : Philip Mason, *A Matter of Honour*, (New york 1974) 60-116. पहा : James P. Lawford, *Britains Army in India : From its Origins to the Conquest of Bengal* (London 1978)

३२) या काळातील सेनानींनी मोहिमांच्या खर्चासाठी पैशांची तजवीज पुण्याच्या सावकारी पतपेढ्यांकडून कशी केली याच्या विस्तृत माहितीसाठी पहा : V. D. Divekar, The Emergence of an Indigenous Business Class in Maharashtra in the Eighteenth Century Maharashtra, *Modern Asiatic Studies*, Vol. 16, No 3 (1982) pp 427-443 याची तुलना Andre Wink च्या "Revenue Farming" *Modern Asian Studies*, Vol. 17, No. 4 (1983) pp 591 - 628 या निबंधाशी करणे उपयुक्त होईल.

भोवती शत्रूच्या घोडदळाचा वेढा पडल्यास, बचावासाठी दोन्ही बाजूंनी घोडदळाचा आधार असावा लागे.

इ.स. १७६१ मध्ये पानिपतच्या लढाईपूर्वी मराठ्यांमध्ये तीन वेगवेगळी युद्धतंत्रे प्रचलित होती.[३३] मल्हारराव होळकरासारख्या जुन्या सरदारांची पूर्वीप्रमाणे वेगवान आणि हलक्या घोडदळावर भिस्त होती आणि समोरासमोरची निकाली लढाई टाळण्याकडे त्यांचा कल होता. त्यांच्यापुढील पिढीतील काहींना तोफखान्याच्या परिणामकारकतेचा अनुभव होता; पण त्यांच्या फौजा तत्कालीन युरोपीय फौजांपेक्षा मोगल फौजेसारख्या होत्या. अशा फौजा म्हणजे भाजी मंडई, नाचणाऱ्या बायकांसह सर्व गोष्टी असलेले एखादे फिरते नगरच असायच्या. या सरदारांपैकी फक्त एका सरदाराने प्रशिक्षित पायदळ आणि तोफखाना असलेली फौज बाळगली होती. तो होता इब्राहिम गारदी. परंतु यांतील कोणालाही वेगवान मराठा घोडदळ, पायदळ आणि तोफखाना यांच्यात मेळ साधण्याचा अनुभव नव्हता.[३४]

मराठ्यांच्या युद्धतंत्राविषयीचा वरील दृष्टिकोन लक्षात ठेवून आता आपण पानिपतच्या लढाईविषयी चर्चा करू. (पहा नकाशा क्र. ८) यात अहमदशहा अब्दालीने मराठ्यांच्या एकत्रित फौजांचा दिल्लीच्या उत्तरेकडील मैदानी भागात पराभव केल्यामुळे, या लढाईविषयी भारतीय इतिहासातील इतर महत्त्वाच्या लढायांप्रमाणेच चर्चा आणि तिचे पृथक्करण होत असते. यात सेनानींच्या मानसिकतेपासून अफगाणी घोडदळाच्या चिलखताच्या जाडीपर्यंत सर्व बाबींची चर्चा होत राहिली आहे. त्यामुळे आपण लढाईच्या आधीच्या घडामोडींविषयी त्रोटक चर्चा करून, मुख्य लक्ष लढाई आणि त्याचे परिणाम यांच्याकडे देऊ.

आपण वरील विस्तृत चर्चा आरंभ करताना मराठ्यांच्या इ.स. १७५९ मधील पंजाबातून घेतलेल्या माघारीपाशी थांबलो होतो. जशी मराठी फौज पंजाबातून माघार घेत होती, त्याच सुमारास अब्दाली पुन्हा एकदा संथ गतीने चाल करून येत होता. मराठे आणि अब्दाली या दोघांनाही शिखांचे बंड मोडून काढण्यात अपयश आले.[३५] दत्ताजी शिंदेच्या नेतृत्वाखालील मुख्य मराठा फौजेने नजीब उद्दौला या अब्दालीच्या प्रतिनिधीला

---

३३) पानिपतविषयीच्या चर्चेसाठी प्रस्तुत लेखकांने त्र्यं. शं. शेजवलकर लिखित 'पानिपत' : १७६१ (पुणे, डेक्कन कॉलेज, १९४६) हा ग्रंथ संदर्भासाठी वापरला आहे.

३४) तत्कालीन बखर आणि कागदपत्रांसाठी पहा : Ian Raeside - (The Decade of Panipat (1751 - 61) (Bombay, 1984). महत्त्वाचा पानिपतकालीन ग्रंथ उजेडात आला असून त्यासाठी पहा : Uday S. Kulkarni, *Solstice Panipat Campaign* (Pune : Mula Mutha Publishers) 2011.

३५) पहा : H. R. Gupta *History of the Sikhs,* (New Delhi, 3rd ed, 1978) II, 142 - 156.

घेरले. पण कमकुवत तोफखान्यामुळे नजीब तग धरून राहू शकला. पुढील काही महिन्यांत (जानेवारी-मार्च १७६०) अब्दालीच्या एका सेनानीने दत्ताजीच्या काही फौजांचा पराभव केला आणि मल्हारराव होळकराच्या नेतृत्वाखालील फौजेला माघार घ्यायला लावली.[३६] सूरजमल जाटाच्या ताब्यातील डिगचा किल्ला वेढा घालून घेण्यात अब्दालीला अपयश आले आणि तो दक्षिणेकडे खंडणी वसूल करण्यासाठी राजस्थानात घुसला. अब्दालीचे मित्र असलेल्या अफगाण रोहिल्यांच्या प्रदेशावर मराठ्यांनी हल्ला केला, त्यामुळे अब्दाली पुन्हा उत्तरेकडे वळला.

या वर्षीच्या उन्हाळ्यात आणि जून ते सप्टेंबर या पाऊस काळात मराठे आणि अब्दाली अशा दोघांकडूनही मित्र मिळवण्याचे प्रयत्न होत राहिले. यात दिल्लीजवळील अफगाणी वंशाचा बंगश, सूरजमल जाटाच्या नेतृत्वाखालील जाट, रजपूत, अफगाण रोहिले आणि सर्वांत महत्त्वाचा अवधचा शुजा उद्दौला यांचा समावेश होता. अब्दालीला बंगश, बरेचसे अफगाण रोहिले आणि शुजा उद्दौलाचे सहकार्य मिळवण्यात यश आले. मराठ्यांना जाटांचा आणि काही रोहिल्यांचा पाठिंबा मिळवता आला. रजपूतांनी कोणत्याही पक्षाला पाठिंबा दिला नाही. याच काळात अब्दालीपुढे काहीशा कमकुवत पडत असलेल्या स्थानिक मराठा सरदारांच्या मदतीसाठी नानासाहेबाने दक्षिणेतून मोठी फौज पाठवली. ही संथ गतीने मार्गक्रमण करणारी फौज ऐन पावसाळ्यात उत्तरेत आली आणि नावा नसल्यामुळे यमुना ओलांडू शकली नाही आणि अलिगढजवळच्या अब्दालीच्या छावणीवर हल्ला करू शकली नाही. दोन्ही बाजूंकडून तहाच्या काही शर्ती सुचवण्यात आल्या. पण काही तड लागू शकेल अशा परिस्थितीत दोन्ही पक्ष नव्हते. पावसाळ्यानंतर मराठ्यांची फौज पानिपतच्या दिशेने हलली आणि तेथे (ऑक्टोबर १७६०) त्यांनी सुरक्षित अशी मोठी छावणी उभी केली. यात सैनिक, मदतीचे कर्मचारी आणि बाजार-बुणगे मिळून ६०००० ते ८०००० लोक वास्तव्यास होते. पावसाळा मराठ्यांच्या दृष्टीने खूपच हानीकारक ठरला. घोड्यांमध्ये रोगाची लागण झाली आणि हजारो घोडे दगावले. एवढ्या मोठ्या फौजेकडील खजिना रोडावत चालला. अब्दाली पानिपतजवळ आला, तेव्हा त्यालाही विविध समस्या सतावत होत्या. त्याचा त्याच्या अफगाणिस्तानातील राज्याबरोबरचा संपर्क तुटला होता, कारण मधल्या पंजाबचा शिखांनी ताबा मिळवला होता. दोन्ही बाजूंना अन्नाची चणचण भासत होती. जवळपासचा मुलूख संपूर्ण उजाड झाला होता. त्यामुळे मैलोनमैल अन्न उपलब्ध नव्हते. नोव्हेंबरच्या मध्यापासून वर्षाअखेरीपर्यंत दोन्ही बाजूंमध्ये छोट्या छोट्या लढाया होत होत्या; पण कोणालाही फारसे यश मिळत नव्हते.

---

३६) त्र्यं. शं. शेजवलकर : पानिपत १८-२३

मुख्य लढाई १४ जानेवारी १७६१ या दिवशी झाली. संख्यात्मक दृष्ट्या दोन्ही पक्ष तुल्यबळ होते. अफगाण फौजेत मुख्यत्वे वजनदार चिलखती घोडदळाचा समावेश होता. त्यांच्याबरोबर चिलखत घातलेले ठासणीच्या बंदुका चालवणारे होते. याच्याविरुद्ध मराठ्यांच्या सैन्यात हलक्या वेगवान घोडदळाचा समावेश होता. सैनिकांनी हलकी चिलखते घातली होती आणि ढाल-तलावार अशी हलकी आयुधे त्यांच्याकडे होती. त्याचबरोबर इब्राहिम गारद्याचा तोफखाना होता आणि दक्षिणेतून आणलेल्या मोठ्या आणि जड तोफा होत्या.

सकाळभर मराठ्यांच्या फौजांनी अब्दालीच्या फौजांना मधल्या आणि उजव्या फळ्यांमधून मागे रेटले. पण मराठ्यांच्या समस्या दिसू लागल्या. पायदळ आणि घोडदळाचा मेळ जमेना. पायदळ शिस्तीत पुढे चालले होते; पण मराठ्यांचे घोडदळ अब्दालीच्या घोडदळाला जमेल तसे भिडले. लढाईत आज्ञा देण्यात एकवाक्यता नव्हती. प्रत्येक सेनानी आपापले डावपेच चालवत होता. तोफखाना पूर्णत: निरुपयोगी ठरला. तोफा निश्चल झाल्या होत्या, संथ गतीने मारा करत होत्या आणि निशाणा साधण्यात चुकत होत्या. अब्दालीच्या हलक्या, चक्राकार फिरू शकणाऱ्या तोफा अधिक प्रभावी ठरत होत्या.

दुपारी उशिरा एका अतिशय महत्त्वाच्या क्षणी अब्दालीचे ५००० चे ताजेतवाने, राखून ठेवलेले घोडदळ चालून आले आणि त्याने मराठ्यांच्या मधल्या फळीत खिंडार पाडले. या अशा युद्धांमध्ये एखाद्या मुख्य सेनानीचा मृत्यू किंवा त्याचे पकडले जाणे फार निर्णायक ठरे आणि त्या सेनानीची फौज शिस्तबद्ध माघार न घेता सैरावैरा पळू लागे. मराठ्यांची सेना अशीच पळू लागली. अफगाण फौजेने रात्रभर त्यांचा पाठलाग केला. अंदाजांमध्ये बराच फरक असला, तरी किमान ५०००० सैनिक आणि इतर लोक मारले गेले. अब्दालीच्या सेनेने हजारो घोडे, बैल पकडले, बाजारातून लुटता येईल तेवढे लुटले. पुढील सहा महिने जगली-वाचलेली फौज आणि इतर लोक महाराष्ट्रात परतत होते.

७ सत्तेचे विकेंद्रीकरण (इ.स. १७६१ - १८०३)

पानिपतच्या युद्धानंतर काही आठवड्यांत अब्दाली त्याच्या अफगाणिस्तानच्या राज्यात परतला, त्यामुळे उत्तर हिंदुस्थानातील सत्तेचे स्वरूप पूर्वी होते तसेच पुढे चालू राहिले. यात जाट, शिख, बुंदेले आणि रजपूतांसारख्या स्थानिक शस्त्रसज्ज जमाती तर होत्याच; पण अवधचा शुजा उद्दौला आणि अब्दालीचा प्रतिनिधी नजीब उद्दौला या दोन मोठ्या सत्ताही होत्या. खरा फरक मराठ्यांमध्ये पडला होता. या एका लढाईत मराठ्यांनी पैसा, माणसे, विश्वासार्हता आणि प्रतिष्ठा गमावली. यात भर म्हणून केंद्रीय सत्ता नेतृत्वहीन झाली. पानिपतच्या पराभवानंतर काही महिन्यांत नानासाहेबाचा मृत्यू झाला. याव्यतिरिक्त कितीतरी मोठे सरदार या लढाईत कामी आले आणि त्यांच्यात वारसाहक्कांवरून वादंग सुरू झाले. अठराव्या शतकातही वाईट बातम्या लवकर पसरत. पानिपतच्या पराभवाचे पडसाद मराठ्यांच्या ताब्यातील हरेक प्रदेशात आणि जेथून अनिश्चितपणे खंडणी मिळे अशा प्रदेशांतही उमटले. या पराभवामुळे स्थानिक शस्त्रसज्ज घराण्यांकडून बंडाळी सुरू झाली. शेजारच्या राज्यांकडून घुसखोरी आणि कारभाराची घडी विसकटवण्याच्या कारवाया सुरू झाल्या. केंद्रात गटबाजी आणि सत्ता हस्तगत करण्याचे प्रयत्न सुरू झाले. परंतु आपल्याला पुढे दिसेलच की, पानिपतानंतरची दहा वर्षे ही महसुली भाग पुन्हा ताब्यात येऊन सुरळीत होण्याची, सैनिकी ताकद आणि प्रतिष्ठा वाढवण्याची, नवे परिणामकारक नेतृत्व निर्माण होण्याची आणि शेजारील शत्रूंवर सरशी मिळवण्याची होती. इ.स. १७७० नंतरच्या दशकांमध्ये दोन गोष्टी प्रभावी ठरल्या. पहिली म्हणजे मराठ्यांचे केंद्र असलेले पेशवा आणि शिंदे, होळकर, गायकवाड आणि भोसले या प्रादेशिक राजवटींमधील बदलती सत्ता-समीकरणे आणि दुसरी गोष्ट म्हणजे भारतीय उपखंडात मुख्य प्रतिस्पर्धी म्हणून पुढे आलेले इंग्रज.

प्रथम आपण राजधानी पुण्यातील गटबाजीच्या समस्येची चर्चा करू आणि नंतर बाह्य भागाचा विचार करू. नानासाहेबाच्या मृत्यूनंतर त्याच्या दुसऱ्या मुलाला म्हणजे माधवरावाला पेशवाईची वस्त्रे मिळाली. तो केवळ १७ वर्षांचा असल्यामुळे त्याचा काका रघुनाथराव सत्तेत हिस्सा मागेल अथवा माधवरावाला आपल्या दबावाखाली ठेवेल असे वाटत होते. (पेशवाईची वस्त्रे छत्रपतींच्या वारसाकडून मिळत, जे आता नाममात्र सत्ताधीश होते.)

कित्येक सरदारांचा ज्यात नागपूरकर भोसले, फलटणचे निंबाळकर आणि दक्षिण महाराष्ट्रातील मोठे जहागिरदार गोपाळराव पटवर्धन यांचा समावेश होता; सरकारातील चित्तपावन ब्राह्मणांच्या वर्चस्वाला विरोध होता. काही महिन्यांतच त्यांनी निजामाशी (पहिला निजाम आसफजहाँचा नातू) संधान बांधले. निजामाने पूर्वेकडून महाराष्ट्रावर हल्ला केला.[१] या असंतुष्ट सरदारांच्या पाठिंब्यावर निजाम पुण्याच्या २५ कि.मी. इतका जवळ आला. त्याच्याशी तडजोड करून मराठ्यांच्या ताब्यातील औरंगाबाद, बिदरजवळचा प्रदेश त्याला दिला. यात फारसे काही नुकसान झाले नाही, कारण कबूल केलेले किल्ले मराठ्यांनी सोडले नाहीतच आणि खंडणीही किरकोळच दिली. निजाम हैदराबादला परत गेला.[२]

तरुण माधवराव जशी आपली सत्ता चालवू लागला, तशी त्याच्याविरुद्ध गटबाजीला सुरुवात झाली. वरिष्ठ अधिकार पदांवर त्याने नवीन माणसांची नेमणूक केली आणि स्वीय कारकून म्हणून अत्यंत कर्तबगार माणसे नेमली. दशकानंतर हीच माणसे मराठेशाहीची एक मोठी ताकद बनली. माधवरावाच्या काकाला म्हणजे रघुनाथरावाला हे अमान्य होते. तो पुण्याबाहेर पडला, स्वत:ची फौज उभारली आणि निजामाच्या सेनापतीच्या साहाय्याने त्याने पुण्यावर स्वारी केली. तरुण पेशव्याच्या फौजेचा खातमा होणार हे उघड होते. अशा वेळी पेशव्याने एक राजकीय खेळी केली. त्याने फौज सोडून दिली आणि एकटाच आपल्या काकाला भेटायला आला. राज्यात फूट पडू नये आणि लढाई टळावी याचसाठी त्याने काकाला पेशवाई बहाल करण्याची तयारी दाखवली.

रघुनाथराव पुण्याला परतल्यावर त्याने माधवरावाने नेमलेल्या बऱ्याचशा लोकांना काढून टाकले. माधवरावाला पाठिंबा देणाऱ्या मिरजेच्या गोपाळराव पटवर्धनांच्याविरुद्ध

---

१) पहा- P. M. Joshi (ed.), *Selections from Peshwa Daftar, new series* (Bombay, 1957 - 62) III, letters 1-6.

२) पहा- James Grant Duff, *History of the Marathas* (Jaipur, reprinted edition, 1986), II, 119 - 20.

फौज पाठवली. या मोहिमेत पटवर्धनाच्या ताब्यातील किल्ले आणि सरंजाम जप्त केले. काही आठवड्यांतच पटवर्धनाभोवती नवीन गट तयार झाला. रघुनाथरावाविरुद्ध मित्र मिळवणे सोपे होते. यांत प्रामुख्याने नागपूरकर भोसले, निजाम आणि रघुनाथरावाने काढून टाकलेल्या मोठ्या अधिकाऱ्यांचा समावेश होता.

इ.स. १७६३ मध्ये रघुनाथरावाशी निष्ठावंत असलेल्या फौजा (आणि माधवराव ज्याचा आपल्या काकाला पाठिंबा होता) थोड्याच होत्या. त्यांच्याकडे दोनच सरदार होते. निजाम-भोसले-पटवर्धनांच्या संयुक्त फौजेशी समोरासमोर टक्कर देण्याची त्यांच्यात ताकद नव्हती. त्यामुळे त्यांनी निजामाच्या आणि भोसल्याच्या मुलखात हल्ले चढवले. हीच पद्धत वापरत निजामाने पुण्याजवळ अगदी पश्चिमेकडे भीमानदीपर्यंत हल्ला चढवला.

दोन्ही बाजूंना पावसाळ्यात आडोसा शोधणे गरजेचे होते. निजामाची फौज औरंगाबादच्या दिशेने गेली. काही आमिष दाखवून भोसल्याच्या फौजेला निजामापासून अलग करण्यात रघुनाथरावाला यश आले. ऑगस्ट १७६३ मध्ये गोदावरीच्या काठावरील राक्षसभुवनच्या मोठ्या लढाईत रघुनाथरावाच्या फौजेने निजामाचा पराभव केला.[३] निजामाची जी काही थोडी फौज गोदावरी ओलांडू शकली, तेवढीच वाचली. औरंगाबादच्या किल्ल्यात अडकलेल्या निजामाने सुटकेसाठी बिदर भागातील बराच प्रदेश दिला आणि ऐन वेळी रघुनाथरावाची बाजू घेतलेल्या जनकोजी भोसलेलाही काही प्रदेश मिळाला.[४] या तहामुळे निर्माण झालेले पेशवा-निजाम संबंध पुढे तीस वर्षे टिकले.

रघुनाथरावाने हुशारी दाखवून विरोधी गटातील काहींशी जुळवून घेतले. पटवर्धनाला जप्त केलेला सरंजाम पुन्हा देण्यात आला. माधवरावाच्या माणसांची पुनर्नेमणूक करण्यात आली आणि माधवरावाचे स्वीय कारकूनही त्याला परत मिळाले. यांतच एक नाना फडणवीस होता. त्याला कारभारात बढती देण्यात आली. असे होऊनही माधवराव आणि रघुनाथरावातील स्पर्धा संपली नाही. काही वर्षांनंतर उत्तरेकडील मोहिमेहून परतत असताना रघुनाथरावाला माधवरावाने अटक करून तिकडेच कैदेत टाकले. इ.स. १७७२ मध्ये माधवरावाचा मृत्यू होईपर्यंत रघुनाथराव कैदेतच राहिला. नागपूरकर भोसल्याचा प्रश्न काही सुटत नव्हता. शेवटी इ.स. १७६० च्या दशकाच्या उत्तरार्धात माधवरावाने निजामाबरोबर भोसल्याविरुद्ध संयुक्त मोहीम उघडली. याद्वारे भोसल्याची सत्ता आणि त्याच्या ताब्यातील प्रदेश कमी करण्यात आणि पेशव्याचे वर्चस्व दाखवून देण्यात माधवरावाला यश आले.

---

३) राक्षसभुवन नाशिकच्या उत्तरेला ९५ कि.मी. वर आहे.

४) पहा- A. C. Banerjee *Peshwa Madhavrao I* (Calcutta 1943) 32-33.

आता असा प्रश्न उपस्थित होतो की, दक्षिणेकडील गटबाजीच्या राजकारणाचा मराठ्यांच्या ताब्यातील इतर प्रदेशांवर काय परिणाम झाला? मराठी राज्याच्या परिघावरील प्रदेशांचे थोडक्यात सर्वेक्षण करू. गुजराथपासून सुरुवात करून मग उत्तर-पूर्वेकडील भागांचा विचार करू.

दमाजी गायकवाड पानिपतच्या लढाईत बचावला आणि फौजेचीही फारशी हानी न होता गुजराथमध्ये परतला. हिंदू आणि मुस्लीम गटांची कैक बंडाळी त्याने मोडून काढली. इ.स. १७६० च्या दशकातील दक्षिणेतील गटबाजीत तो सहभागी झाला; पण सतत रघुनाथरावाला पाठिंबा दिल्याने सरते शेवटी त्याला हार मानावी लागली.[५] याच दशकाच्या उत्तरार्धात पेशव्याने गायकवाडाकडून मोठी खंडणी वसूल केली. दमाजीच्या मृत्यूनंतर त्यांच्या मुलांमध्ये वारसाहक्कासंबंधी वाद सुरू झाले आणि त्यात पेशव्याला आपला अधिकार दाखवून देण्याची संधी मिळाली. (नंतर यात ईस्ट इंडिया कंपनीही सहभागी झाली.) मात्र यापुढे उरलेल्या संपूर्ण अठराव्या शतकात गुजराथमध्ये सतत लढाया होत राहिल्या आणि त्यामुळे व्यापार, शेती आणि कापड उत्पादन रोडावले.[६] सुरतेचा बराचसा व्यापार मुंबईतून होऊ लागला.

गुजराथच्या उत्तरेकडे आणि पूर्वेकडे नजर टाकल्यास पानिपतानंतर रजपूतांनी मराठ्यांचे वर्चस्व झुगारल्याचे दिसते. मल्हारराव होळकर आपल्या फौजेसह पानिपतात बचावला होता. त्याने इ.स. १७६१ मध्ये रजपूतांवर हल्ला केला आणि मंगरोळच्या लढाईत त्यांचा पराभव केला. या विजयामुळे पुन्हा एकदा मराठ्यांचे वर्चस्व सिद्ध झाले आणि पाच वर्षांपूर्वी नागोरच्या तहानंतर जेवढी खंडणी मिळत होती, ती पुन्हा मिळू लागली. उदाहरणार्थ मारवाडातून एक ठोक खंडणी मिळू लागली आणि काही भाग मराठ्यांच्या आधिपत्याखाली आला. ही स्थिती पुढील काही दशके अबाधित राहिली. अठराव्या शतकाच्या अंतापर्यंत राजस्थानात फारशा लढाया झाल्या नाहीत.[७]

---

५) पहा- P. M. Joshi (ed.) *Peshwa Daftar letters* 210-20.

६) इ.स. १७७० च्या दशकाच्या मध्यास सुरतेत असलेल्या St. Lubin या नावाच्या चाणाक्ष निरीक्षकाच्या नोंदीनुसार मागील वीस वर्षांत सुरतेचा व्यापार निम्म्याहून कमी झाला होता. पहा : V. G. Hatalkar, *French Records of Maratha History* (Bombay, 1978 , 71- 74 सुरत आणि तेथील समस्येविषयी आणखीही संशोधन झाले आहे. पहा : Ashin Das Gupta *Indian Merchants and the Decline of Surat* (Wiesbaden, 1979) and M. Torri, "In the deep blue sea : Surat and its merchant class during the dyarchic era (1759 - 1800), *Indian Economic and Social History Review 19*, 3-4 (July, December, 1982)

७) पहा- G. R. Parihar, "The political impact of the Marathas on Marwar, *Quarterly Review of Historical Studies, 6* (1966 - 67), 148-52.

दिल्लीभोवतीच्या प्रदेशात गंगा-यमुनेच्या दुआबात आणि दक्षिणेकडे माळव्याच्या पठारापर्यंत स्थानिक जहागीरदार आणि उरलेल्या मुस्लीम सत्ता पानिपतानंतरच्या दशकात सतत भांडत राहिल्या. (पहा नकाशा क्र. ८) यावर वचक ठेवण्याच्या दृष्टीने मराठे फारसे काही करू शकत नव्हते. मल्हारराव होळकराच्या राजस्थान मोहिमेनंतर तो आणि इतर मुख्य मराठा सरदार पुढील सहा वर्षे दक्षिणेत गुंतले होते. दुय्यम मराठा सरदारांकडे फौजही कमी होती; त्यामुळे ते जाट, रोहिले किंवा नजीब उद्दौलाच्या मोठ्या मुस्लीम फौजांचा सामना करू शकत नव्हते. त्यातल्यात्यात ते कौटुंबिक झगड्यांमध्ये भाग घेत होते अथवा कुठल्यातरी पक्षाला पाठिंबा देत होते.[८] इ.स. १७६० च्या मध्यावरील रघुनाथरावाने आखलेली मोहीम ही उत्तरेकडील एकमेव मोहीम होती. परंतु ती निर्णायक ठरू शकली नाही, कारण नवीन प्रदेश जिंकण्याऐवजी रघुनाथरावाचा बराचसा वेळ होळकरांच्या घराण्यातील वारसाहक्काचे वाद सोडवण्यात गेला.[९] अखेर इ.स. १७६९ मध्ये मोठी मराठा फौज उत्तरेकडे आली आणि त्यांनी त्या भागावर ताबा मिळवला. इ.स. १७७० च्या दशकात महादजी शिंदेच्या फौजेने जाट आणि अफगाण रोहिल्यांचा पराभव केला आणि दिल्ली ताब्यात घेतली. (दिल्ली नंतर दोन दशके मराठ्यांच्या ताब्यात होती.)

बंगालमध्ये प्लासीच्या लढाईनंतर स्थितीत फरक पडला. (पहा नकाशा क्र. ६) अलिवर्दी खानाने नागपूरच्या भोसल्यांना कबूल केलेली चौथाई देण्याची जबाबदारी आता इंग्रजांवर आली. परंतु काहीही रक्कम देण्यात आली नाही. त्यामुळे इ.स. १७६० मध्ये मराठ्यांनी ओरिसातून बंगालवर हल्ला केला.[१०] पानिपतच्या पराभवाचा येथे काहीही परिणाम झाला नाही. नागपूरहून नेमण्यात आलेला सेनानी सतत वरचढ होत राहिला, खंडणी वसूल करत राहिला आणि सतत बंगालकडे चौथाई मागत राहिला. मराठ्यांविरुद्धच्या मोहिमेसाठी अर्थसाहाय्य करावे अशी मागणी ब्रिटिश बंगालच्या नबाबाकडे सतत करत राहिले; पण नबाब त्याला नकार देत राहिला. इ.स. १७६० च्या मध्यात ब्रिटिश बंगालमध्ये आणि मराठे ओरिसात जम देऊन राहिले. त्यानंतरची ब्रिटिश धोरणे मुंबईकर ब्रिटिशांवर अवलंबून राहिली. मुंबईकरांनी माधवराव आणि

---

८) पहा- P. M. Jashi (ed.) *Peshwa Daftar,* letters 77 - 130. यातून जाटांवर वर्चस्व मिळवण्यात मराठ्यांना अपयश का आले हे समजते.

९) पहा- A. C. Banerjee, "Revival of Maratha Power in the North (1761-69), "*Indian Historical Quarterly 17*, 3 sept 1941), 311-23.

१०) पहा- K. K. Datta, "The Marathas in Bengal after 1751" *Journal of Indian History*, 20, 3 (December 1941), 1-11

रघुनाथरावामधील वादाचा फायदा उठवण्याचा प्रयत्न केला.[११]

परिघावरील शेवटचा प्रदेश म्हणजे कर्नाटक. या काळातील या प्रदेशातील महत्त्वाची घटना म्हणजे हैदर अली या मोठ्या सेनानीने म्हैसूर राज्य वेगात बळकावले. मराठ्यांच्या पानिपतातील पराभवामुळे त्याला आपले स्थान बळकट करण्याची संधी मिळाली. तसे मराठे इ.स. १७५० च्या दशकाच्या उत्तरार्धात हैदर अलीवर हल्ले करत होते. इ.स. १७६१ ते १७६३ या काळात हैदर अलीने बऱ्याचशा स्थानिक राजांना खंडणी देणे भाग पाडले. माधवरावाने मात्र कर्नाटकात लष्करी कारवाई करण्यात व्यक्तिगत रस घेतला आणि इ.स. १७७२ मध्ये मृत्यू होण्यापूर्वी त्याने चार मोहिमांचे नेतृत्व केले. पण या चारही मोहिमा एकाच पद्धतीच्या झाल्या. हैदरला मराठ्यांचा सामना करणे शक्य होत नसे. मग तो एखाद्या किल्ल्याच्या आश्रयाला जात असे. मराठ्यांना मिळू नये, म्हणून त्या भागातील पीक जाळून टाकत असे आणि काही खंडणी देत असे. मराठे मागे एखादा दुय्यम सेनापती आणि थोडीशी फौज खंडणी वसुलीसाठी ठेवत असत. हैदरच्या फौजा त्यांना हुसकावून लावत असत. मग पुन्हा सर्व चक्र चालू होई. शेवटच्या मोहिमेत मात्र पेशव्याने जिंकलेल्या किल्ल्यांच्या रक्षणासाठी फौजा ठेवल्या. इ.स. १७७१ मधील सरळ लढाईत हैदरचा पराभव झाला. माधवरावाच्या आजारपणामुळे किंवा इतर कारणांमुळे मराठ्यांना कर्नाटकच्या सरहद्दीवरील काही भागावरच ताबा मिळवता आला आणि इतर भागांतून थोडीफार खंडणी मिळू शकली. कैक दशके जी परिस्थिती होती, तीत फारसा काही फरक पडला नाही.[१२]

याच काळात सीमांतर्गत भागात काय परिस्थिती होती ती पाहू. इ.स. १७६३ मधील निजामाचा हल्ला सोडल्यास मराठ्यांच्या मुख्य प्रदेशासाठी हा काळ शांततेचा आणि भरभराटीचा होता. देशावरील इंदापूरची कागदपत्रे पाहिली, तर इ.स. १७७३ ते १७९५ हा काळ त्या भागाच्या इतिहासातील सगळ्यात भरभराटीचा काळ होता असे दिसते. जे सैनिक या भागातील महसुलाशी जोडले गेले होते, ते खेड्यात राहत असले तरी त्यांचे जीवनमान चांगले होते.[१३] कोकणातही तीच परिस्थिती होती. उदाहरणार्थ इ.स. १७७० मध्ये फोर्बज नावाच्या इंग्लिश खलाशी कप्तानाने मुंबईच्याजवळ मोठा सरंजाम बाळगून असलेल्या सरदार रागोजी आंग्रे याची भेट घेतली. हा प्रदेश खूपच

---

११) पहा- P. M. Joshi (ed.) *Peshwa Daftar*, letters 25 - 71.

१२) पहा- A. C. Banerjee Peshwa Madhavarao I's last Carnatic expedition, *Journal of Indian History 20*, 3 (December 1941) 1-11

१३) पहा- A. R. Kulkarni, "Towards a History of Indapur in D. W. Attwood, M. Israel and N. K. Wagle (eds) *City, Countryside and Society in Maharashtra*, University of Toronto 1988)

सुपीक आणि प्रगत होता आणि या इंग्लिश माणसाला मोठ्या उंची पाहुणचाराचा लाभ झाला.[१४] तळेगावच्या दाभाडे दप्तराचा अभ्यास केल्यास, या काळात रोखीच्या आणि उधारीच्या व्यवहारांचे एक प्रकारचे जाळेच महाराष्ट्राच्या कानाकोपऱ्यांत पोचलेले दिसते. प्रत्येक मोठ्या शहरात आणि नगरांमध्ये या उलाढालींची केंद्रे होती. शंभर वर्षांपूर्वीपेक्षा आता लहान लहान गावांमध्ये रोख पैसा उपलब्ध झाला होता. छोटी छोटी देवघेव आणि नोकर-मजुरांचे पगार रोखीत होऊ लागले होते.[१५] पुण्यातील सावकारांच्या पेढ्यांवर लाखो रुपयांच्या रकमा सतत उभ्या राहत होत्या आणि पुढील काळात वसूल होणाऱ्या महसुलाच्या अंदाजावर कर्जाऊ दिल्या जात होत्या.[१६]

इ.स. १७६० च्या दशकात सुरुवातीला खानदेश आणि औरंगाबाद भागांत काहीसा खंड पडला होता, परंतु ते भाग सुशासित आणि उत्पादक होते. माळव्यात पानिपतानंतरच्या पाच वर्षांत शिंदे, होळकर आणि अहिर रजपूतांसारख्या स्थानिक शस्त्रबद्ध जमातींमध्ये थोड्या कुरबुरी आणि लढाया होत होत्या; पण त्यामुळे फारसे गंभीर परिणाम झाले नाहीत. माळवा मुळातच सुपीक प्रदेश होता आणि पुढील दशकात अहिल्याबाई होळकरांच्या उत्तम कारभारात त्याने आणखी प्रगती केली.[१७] पेशव्यांच्या थेट कारभारातील प्रदेशांची महसुलासंबंधी सविस्तर माहिती दर महिन्याला (कधी कधी तर

---

१४) पहा- James Forbes, *Oriental Memoirs* (London 1813) 223 - 25

१५) पहा- Frank Perlin, "Money use in late pre colonial India in J. F. Richards *The Imperial Monetary System of Mughal India* (Delhi, 1987) 279 - 85. See also F. Perlin, "ofwhite whale and countrymen in the 18th century Maratha Deccan : extended class relations, rights and the problem of rural autonomy under the old regime", *Journal of Peasant studies* 5 (1978)

१६) अठराव्या शतकातील पुण्यातील सावकार घराण्यांचा सखोल अभ्यास होणे अद्यापही बाकी आहे. एका घराण्याच्या माहितीसाठी पहा : G. T. Kulkarni "Banking in the eighteenth century a case study of a Poona banker" *Artha Vijnyan*, 15 / 2 / 1973 180 / 200. अधिक व्यापक सर्वेक्षणासाठी पहा : B. G. Gokhale, *Poona in the Eighteenth century : An urban History* (Delhi 1988) 131 / 37. गेशवा पराणे जेव्हा इ.स. १७३० च्या सुमारास पुण्यात स्थायिक झाले, तेव्हा बारामतीचे नाईक-जोशी, चासचे जोशी आणि रास्ते पुण्यात आले. हे सगळे पेशव्यांच्या नात्यातील होते. इतरांपैकी भिडे, ओंकार आणि दिक्षित-पटवर्धन इ.स. १७६० पूर्वीच मोठ्या सावकारांमध्ये गणले जात होते. हेदेखील लग्नसंबंधांतून पेशव्यांचे नातलग झाले होते. अठराव्या शतकाच्या शेवटी या ब्राह्मण सावकारांनी पुण्याबाहेरील गुजराथी आणि मारवाडी सावकारांना आपल्या मक्तेदारीने मोठे आव्हान उभे केले होते.

१७) पहा - M. W. Burway *Ahilyabai (Devi) Holkar* (Indore 1920)

दररोज) पुण्याला येत असे आणि बऱ्याच भागाविषयीचे अंदाज सहसा चुकत नसल्याने सावकारांना भविष्यातील जमेच्या अंदाजावर कमी व्याजदराने कर्ज उपलब्ध करून देणे सहज शक्य होत असे.[१८]

राजकारणाविषयीची चर्चा पुढे चालू ठेवण्यापूर्वी येथे थोडे विषयांतर करून अठराव्या शतकातील भारतातील असामान्य नेतृत्वगुण दाखवून दिलेल्या अहिल्याबाई होळकरांविषयी आणि त्या अनुषंगाने मराठ्यांच्या राजकारणातील महिला राज्यकर्त्यां- विषयी चर्चा करू. वारसाहक्कांच्या कडक नियमांनुसार या हक्कांमधून मुलींना वगळण्यात येत असे आणि त्या सत्तेवर येऊ शकत नसत. केवळ मुलेच सत्तेसाठी भांडत असत. असे असूनही मराठ्यांच्या राजकारणात स्त्रियांनी सत्ता मिळवल्याची बरीच उदाहरणे पाहायला मिळतात. यापूर्वीच्या चर्चेत आपल्याला ताराबाईची कर्तबगारी पाहायला मिळालीच आहे. तिने अठराव्या शतकाच्या सुरुवातीला मोगलांच्या महाआक्रमणाचा किती धैर्याने मुकाबला केला आणि नंतरही मराठ्यांच्या राजकारणात कशी महत्त्वपूर्ण भूमिका निभावली हे आपण पाहिले आहे. तिच्या उदाहरणावरून राजाची विधवा पत्नी किंवा एखाद्या अजाण वयातील राजाची आई या नात्यांनी स्त्रिया सत्ता चालवू शकत होत्या हे लक्षात येते. एखाद्या राणीला सत्ता चालवण्यासाठी विशेष बुद्धिमत्ता, शारीरिक क्षमता, नशिबाची साथ आणि तत्कालीन राजकीय स्थितीची अनुकूलता आवश्यक असे. अहिल्याबाईच्या बाबतीत तिच्यावर ओढवलेली परिस्थिती काहीशी कारणीभूत ठरली. इ.स. १७५४ च्या लढाईत तिच्या पतीचा मृत्यू झाला आणि एक छोटा मुलगा पदरात असताना तिला वैधव्य आले. सासरा मल्हाररावाने तिला लष्करी आणि कारभारी कामकाज शिकवले. मल्हाररावाने तिला लिहिलेल्या पत्रांवरून ती सुशिक्षित असून मल्हाररावाच्या मृत्युपूर्वी बराच काळ लष्करी आणि मुलकी कारभारात सहभागी असल्याचे दिसून येते. इ.स. १७६५ मध्ये मल्हाररावाने तिला पुढील सूचना केल्याचे दिसते.

Proceed to Gwalior after crossing the Chambal. You may halt there for four or five days. You should keep your big artillery and arrange for

---

१८) पहा : पुणे दप्तर प्रांत अजमास हिंदुस्थान रुमाल यातील या दशकातील कागदपत्रे. यातील प्रगत आर्थिक व्यवहाराच्या नोंदींवरून तत्कालीन ग्रामीण भागातील प्रगती आणि बाजारातील पैशाचे वाढलेले प्रमाण याविषयीच्या संशोधनास चालना मिळाली आहे. उदा. पहा H. B. Vashishta, *Land Revenue and Public Finance in Maratha Administration* (Bombay 1975), V. D. Divekar, "The emergence of an indigenous business class in Maharashtra in the eighteenth century", *Modern Asian Studies 16*, 3 (July 1982) 427 - 44.

its ammunition as much as possible... The big artillery should be kept at Gwalior and you should proceed further after making proper arrangements for its expenses for a month. On the march you should arrange for military posts being located for the protection of the road.[१९]

मल्हाररावाला अहिल्याबाई मुलकी आणि लष्करी कारभार समर्थपणे पुढे चालवू शकेल याविषयी विश्वास वाटत होता. कधीकधी मोलाचे लष्करी सल्ले मल्हाररावाने दिल्याचेही दिसून येते.

Whenever you reduce a fortress of the Gohad chief send adiquate number of artillery. In no case you should be entrenched before a fort. As far as possible get the object by means of prestige.[२०]

या प्रसंगानंतर काही आठवड्यांनी अहिल्याबाई इंदूरला परतल्यावर, त्याने तिच्यावर पूर्व माळव्यातील दोन जिल्ह्यांमध्ये कारभाराची घडी बसवण्याचे काम सोपवले. त्यामुळे मल्हाररावाच्या मृत्यूनंतर आणि नावापुरता वारस असलेला, परंतु वेडगळ असलेला अहिल्याबाईचा मुलगा वर्षभरातच वारल्यानंतर आणि अहिल्याबाईने यापूर्वीच आपली गुणवत्ता सिद्ध केलेली असल्यामुळे तिच्या हाती सत्ता येणे स्वाभाविकच होते. या वेळी ती तीस वर्षांची होती. कोणी वारस दत्तक घेण्याऐवजी तिने होळकरांच्या जहागिरीचा कारभार स्वत:च्या हाती घेण्याची परवानगी पेशव्याकडे मागितली.[२१] केंद्रात तिच्या या विनंतीला एका गटाचा विरोध असल्याची तिला कल्पना होती आणि संघर्ष उद्भवल्यास प्रत्युत्तर देण्यासाठी तिने लष्करही सज्ज ठेवले होते. पण पेशव्याने तिची विनंती मान्य केली आणि वातावरण निवळले.[२२] या अडचणीवर तिने एक अभूतपूर्व आणि अत्यंत

१९) पहा- M. V. Kibe, "Fragments from the records of Devi Shri Ahilyabai Holkar *Indian Historical Records Commission : Proceedings. XIII* (1930), 133.

२०) पहा- M. V. Kibe. "Fragments from the records of Devi Shri Ahilyabai Holkar *Indian Historical Records Commission." Proceedings XIII* (1930), 135.

२१) पहा– इतिहासकारांकडून असेही सुचवण्यात येते की, अहिल्याबाईने पेशव्याच्या पत्नीशी पत्राद्वारे संपर्क साधला होता आणि तिच्या मदतीने अहिल्याबाईने काही जहागिरी मिळवली. पहा : Burway, *Ahilyabai Holkar,* 22 - 24.

२२) पहा- J. Malcolm *A Memoir of Central India* (London, 3rd ed. 1832), I 161 - 162. जॉन माल्कम (१७६९ - १८३३) हा ब्रिटिश ईस्ट इंडिया कंपनीत ५० वर्षे होता. प्रथम मद्रास येथे सैनिक म्हणून कामगिरी केल्यानंतर, पर्शियात मुत्सद्दी म्हणून तो कार्यरत होता. इ.स. १८१८ मध्ये होळकरांचा पराभव करणाऱ्या ब्रिटिश सैन्याचा तो सेनापती होता. त्यानंतर तो आजच्या मध्यप्रदेशात तीन वर्षे वास्तव्यास होता. त्याच्या 'Memoirs' अथवा 'आठवणी' या पुस्तकात त्याने इ.स. १८२० च्या दशकाच्या सुरुवातीच्या काळातील स्वत:ची निरीक्षणे नोंदवली आहेत. त्याने इ.स. १८२७ ते १८३१ या काळात मुंबईचे गव्हर्नरपदही भूषविले.

हुशारीचा, कल्पक असा तोडगा शोधून काढला. तिने आपल्या नात्यातील नसलेल्या; पण घरगुती फौजांचा प्रमुख असलेल्या तुकोजी होळकरावर आपल्या लष्करी कारभाराची धुरा सोपवली. अशी ही सत्तेतील सोयिस्कर वाटणी पुढे इ.स. १७९० च्या दशकात दोघांचेही निधन होईपर्यंत म्हणजे जवळपास तीस वर्षे टिकली.

अहिल्याबाईने तिचे सर्व लक्ष मुलकी कारभारावर आणि मुख्यत्वे माळव्यातील होळकरांचा प्रदेश सुखी आणि समृद्ध कसा होईल यावर केंद्रित केले. (तुकोजी होळकराने बरीच वर्षे दक्षिणेत त्याचे मुख्य वास्तव्य असताना, या भागातील होळकरांच्या प्रदेशाचा कारभार सांभाळल्याचे आणि उत्तरेतील भागाचाही कारभार सांभाळल्याचे दिसून येते.) मराठ्यांमध्ये स्त्रियांना पडद्या आड ठेवण्याची किंवा समाजापासून दूर ठेवण्याची परंपरा नसल्यामुळे अहिल्याबाई रोज समक्ष जनतेला भेटून त्यांच्या समस्या समजून घेत असे. जॉन माल्कमने तिच्याविषयी पुढील निरीक्षणे नोंदवली आहेत.

Her first principle of government appears to have been moderate assessment and an almost sacred respect for the native rights of village officers and proprietors of land. She heard every complaint in person; and although she continually referred causes to courts of enquiry and arbitration and to her ministers, for settlement; she was always accessible and so strong was her sense of duty, on all points connected with the distribution of justice, that she is represented as not only patient, but unwearied, in the most in significant causes, when appeals were made to her decision.[२३]

अहिल्याबाईच्या संपूर्ण तीस वर्षांच्या कारकिर्दीच्या काळात उत्तरेत आणि दक्षिणेत सतत लढाया चालू असूनही माळव्यातील होळकरांच्या राज्यावर कोणीही हल्ला केला नाही, यावरून तिच्या मुत्सद्देगिरीची आणि चोख कारभाराची कल्पना येऊ शकते. शेत-जमिनीवर भिल्ल आणि गोंड अशा डोंगरीभागातील जमातींकरवी होणारे हल्ले थांबवण्यात, पूर्वीच्या कोणत्याही राजवटीपेक्षा अधिक यश अहिल्याबाईला मिळाले. तिने एकदा नेमलेल्या मंत्र्यांमध्ये आणि कारभाऱ्यांमध्ये कधीही बदल केले नाही. तिने इंदूरचे एका खेड्यातून एका सुंदर आणि प्रगतीशील शहरात रूपांतर केले. तिने एखाद्याच्या मृत्यूनंतर त्याची संपत्ती हावरट नातेवाइकांना किंवा व्यवस्थापकाच्या ताब्यात देण्याऐवजी किंवा

---

२३) पहा- J. Malcolm, *A Memoir of Central India*, Page 176. अहिल्याबाईच्या दरबारात समक्ष उपस्थित असलेल्या लोकांच्या तोंडी वर्णनावरून माल्कमने आपली निरीक्षणे नोंदवली आहेत.

सरकारजमा करण्याऐवजी त्याच्या विधवेला देण्यात यावी असा कायदा केला. या तिच्या विधवांविषयीच्या दृष्टिकोनामुळे ती ज्याप्रमाणे माल्कमच्या काळात (इ.स. १८३० - ४० चा सुमार) एक आदरणीय दंतकथा बनली होती, तशीच ती आजही आहे. तिने माळव्यात उभे केलेले किल्ले; बांधलेले रस्ते; माळव्यात आणि वाराणसी, द्वारका, गया आणि रामेश्वरसारख्या दूरच्या प्रदेशांतील तीर्थस्थळांमध्ये बांधलेली देवळे; नद्यांवरील घाट; धर्मशाळा; पाण्याचे हौद तिच्या मोठेपणाची ग्वाही देत आजही उभे आहेत. तिने कित्येक उत्सवांना देणग्या दिल्या. देवळांमधील नित्याच्या पूजेसाठी काही उत्पन्न बांधून दिले. तिच्या या समाजोपयोगी कारभारामुळे तिला प्राप्त झालेले संतत्व आजही टिकून आहे.

अहिल्याबाईच्या सुशासित प्रदेशाच्या बाहेरील प्रदेशात बराचसा विसकळीतपणा आला होता. आता आपण त्याविषयी चर्चा करताना पुनरुक्तीचा दोष पत्करून आणखी एका वारसाहक्कासंबंधीच्या वादग्रस्त कालखंडाविषयी जाणून घेऊ. इ.स. १७७३ मध्ये माधवरावाचा मृत्यू झाला. पेशवापदासाठी त्याचा धाकटा भाऊ नारायणराव हा एकच योग्य उमेदवार होता. दुसरा उमेदवार रघुनाथराव होता. या दशकाच्या सुरुवातीला त्याने माधवरावाबरोबर संयुक्तरीत्या सत्तापद भूषविले होते; पण नंतर त्याला कैदेत ठेवले होते. पेशवा म्हणून नेमणूक झाल्यावर केवळ नऊ महिन्यांतच एका राजकीय षडयंत्रात नारायणरावाचा उघड उघड खून करण्यात आला. पगाराची बाकी मागणाऱ्या गारद्यांनी त्याची हत्या केली; पण त्यासाठी रघुनाथरावाने त्यांना उद्युक्त केले होते. चौकशीअंती रघुनाथरावाने केवळ नारायणरावाला पकडून कैद करावे एवढीच आज्ञा दिली होती, ही बाब समोर आली. त्यामुळे रघुनाथरावाची काही काळासाठी पेशवेपदावर नेमणूक झाली. त्याने आल्या आल्या माधवराव आणि नारायणरावाच्या विश्वासातील सर्व कारभारी बदलून आपल्या विश्वासातील माणसे नेमली. ही माणसे यापूर्वी कधीही फारशी ज्ञात नव्हती आणि नंतरच्या मराठ्यांच्या इतिहासातून अदृश्य झाली.[२४]

पेशवापदावर आरूढ झाल्यावर रघुनाथरावाने निजामाविरुद्ध मोहीम हाती घेतली. यात त्याला लष्करी दृष्ट्या काहीसे यश मिळाले; पण त्यातून खंडणी किंवा नव्या प्रदेशाचा लाभ झाला नाही. रघुनाथरावाने कर्नाटक मोहीम सुरू केल्यावर काही महत्त्वाचे सरदार छावणी सोडून पुण्यात आले आणि खून झालेल्या नारायणरावाच्या येऊ घातलेल्या मुलाला या गटाने पाठिंबा दिला. यात प्रमुख भूमिका नाना फडणवीसाची होती. रघुनाथराव

---

२४) या वेगाने घडलेल्या घडामोडीविषयी आणि बदलत्या परिस्थितीविषयी पहा : Grant Duff, *History,* 173 - 92.

पुण्याकडे परतला. वाटेत एक लढाईही जिंकला; पण पुण्यात येण्याऐवजी तो बुरहाणपूरकडे वळला. पुण्यातील गटाने निजामाची मदत घेण्याचा प्रयत्न केला; पण निजामाचा प्रतिसाद थंडाच होता. रघुनाथरावाला शिंदे-होळकरांचा पाठिंबा मिळाला आणि त्याला गुजराथच्या गायकवाडाचा आणि नागपूरच्या भोसले घराण्यातील एका फुटीर गटाचा पाठिंबा मिळेल अशी आशा वाटत होती.

परंतु हळूहळू रघुनाथरावाची परिस्थिती खालावत गेली. विरुद्ध गटाने नाना फडणवीसाच्या नेतृत्वाखाली पुण्याच्या कारभारावरील आपली पकड घट्ट केली होती. लवकरच शिंदे-होळकरांनी आपला पाठिंबा काढून घेतला. रघुनाथरावाने गायकवाडाचा पाठिंबा मिळवण्यासाठी गुजराथमध्ये मोर्चा वळवला, परंतु गायकवाड घराण्यातील भावाभावात मोठा वाद उत्पन्न झाला होता.

बऱ्याच वाटाघाटींच्या अंती रघुनाथरावाला एक मित्र मिळाला. तो म्हणजे मुंबईचे इंग्रज. या घडीपर्यंत इंग्रजांचा संघर्ष किनारपट्टीवरील स्थानिक आणि विदेशी ताकदीविरुद्धच मर्यादित होता. मराठ्यांच्या राजकारणापासून ते तसे दूरच राहिले होते. फ्रेंचांबरोबरील संघर्षात इंग्रजांनी आपली फौज वाढवली होती. या फौजेच्या जोरावर मुंबईच्या इंग्रजांमध्ये प्रदेश बळकावण्याची मोठी महत्त्वाकांक्षा निर्माण झाली होती. त्यांनी भारतभर एकच धोरण राबवले होते. ज्या राज्यांमध्ये वारसाहक्कांमध्ये वाद असतील, तेथे एका पक्षाला पाठिंबा द्यायचा आणि जर तो पक्ष जिंकला, तर प्रादेशिक स्वरूपाचे फायदे उकळायचे असे हे धोरण होते. याच धोरणानुसार मुंबई सरकारने उघडपणे रघुनाथरावाला पाठिंबा जाहीर केला. या तहाद्वारे रघुनाथरावाने इंग्रजांना गुजराथमधील मोठा प्रदेश, मुंबईजवळची काही बेटे आणि ज्यात तोफखान्याचाही समावेश होता अशा २५०० च्या तयार फौजेच्या खर्चासाठी दरमहा रु. १,५०,००० ची रक्कम कबूल केली.

मार्च १७७५ मध्ये गुजराथमध्ये रघुनाथरावाच्या फौजेला आणखी एक पराभव सहन करावा लागला. त्यामुळे त्याने सुरतेला, म्हणजे आता एकमेव मित्र उरलेल्या इंग्रजांकडे प्रयाण केले. ईस्ट इंडिया कंपनीने मुंबईत आणि मद्रासकडे फौजेची जमवाजमव केली. पुढील काही महिन्यांत परिस्थिती आशादायक वाटू लागली होती. कंपनीला रघुनाथरावाकडून बऱ्याच सवलती मिळाल्या होत्या आणि गुजराथच्या गायकवाडांकडून पाठिंबा मिळेल अशी आशा कंपनी बाळगून होती.[२५]

या सुमारास पुन्हा एकदा स्थिती पालटली. मुंबई आणि मद्रासच्या सरकारपेक्षा बंगालातील इंग्रज सरकारचे स्थान वरचढ करण्यात आले होते. बंगाल सरकारने मुंबईच्या

---

२५) पहा- V. G. Khobrekar - *Maratha Administration of Gujarat* 1664 - 1820 (गुजराथेतील मराठी राजवट) (पुणे १९६२).

विस्ताराच्या योजनांवर हरकत घेतली आणि त्यांनी स्वत: एक मध्यस्थ कोलकत्त्याहून पुण्याला पाठवला. त्याच्याबरोबरच्या वाटाघाटींतून इ.स. १७७६ च्या मार्चमध्ये पुरंदरचा तह निष्पन्न झाला. या तहाद्वारे मराठे आणि इंग्रजांमधील वैमनस्य तात्पुरते संपुष्टात आले. इंग्रजांना सालशेत आणि वसई देण्यात आले, तसेच भडोचजवळील काही महसूल आणि रोख रक्कम देण्यात आली. त्या बदल्यात इंग्रजांनी रघुनाथरावाचा पाठिंबा काढून घेऊन त्याला खर्चासाठी सालाना काही पगार द्यावा असे ठरले.[२६]

परंतु या तहाला मुंबईकर अथवा कलकत्त्याच्या गव्हर्नरची मान्यता मिळाली नाही. त्यामुळे इ.स. १७७७ मध्ये पुन्हा संघर्षाला सुरुवात झाली. रघुनाथराव बंगालमधून निघालेल्या मोठ्या इंग्रज फौजेची वाट पाहत, मुंबईत इंग्रजाबरोबर राहिला होता. कैक अंतर्गत घडामोडींमुळे पुण्याची स्थिती काहीशी कमकुवत झाली होती. पण होळकर १०००० फौजेनिशी पुण्यात आले आणि स्थिती पालटली. सुरुवातीला त्याने नाना फडणवीसाला विरोध केला; पण लवकरच त्याला आपल्याकडे वळवण्यात नानाला यश आले. यामुळे रघुनाथरावाच्या विरुद्ध पक्षाचे बळ वाढले आणि त्याने पुण्यातील रघुनाथरावाच्या पक्षातील लोकांना कैदेत टाकले.[२७]

इ.स. १७७८ च्या उत्तरार्धात ३००० प्रशिक्षित सैनिक आणि तोफा आणि साधनसामग्री वाहून नेणाऱ्या १९००० बैलांसह इंग्रज मराठ्यांविरुद्धच्या मोहिमेसाठी मुंबईहून निघाले. बंगालहून निघालेली कुमक अजूनही पोहोचलीच नव्हती. दरम्यान पुण्यातील गटाने शिंदे, होळकर आणि नाना फडणवीसाच्या नेतृत्वाखाली मोठी फौज उभी केली, किल्ल्यांची कोठारे भरली आणि पैशांची तजवीज केली. इंग्रज फौजा दर दिवसाला एक मैल एवढेसे अंतर कापत घाट चढून वर आल्या. तिसऱ्या आठवड्यातच इंग्रजांकडील शिधा संपत आला आणि सेनाप्रमुखाने माघार घेण्याचा निर्णय घेतला. फेब्रुवारी १७७९ मध्ये मराठा फौजांनी चाल करून वडगावजवळ इंग्रज फौजेला घेरले. शिंद्यांनी तहाची बोलणी केली. इंग्रजांनी रघुनाथरावाला मराठ्यांच्या ताब्यात दिले आणि

---

२६) मराठ्यांच्या उत्तरकाळातील महत्त्वाची व्यक्तिरेखा म्हणजे नाना फडणवीस (इ.स. १७४२ – १८००) नाना फडणवीसचे घराणे चित्तपावन ब्राह्मण घराणे होते आणि पहिला पेशवा बाळाजी विश्वनाथाच्याजवळचे होते. इ.स. १७५० च्या दशकात पेशवा कारभारात वेगवेगळ्या हुद्यांवर त्याने काम केले. मराठ्यांच्या पानिपतावरील पराभवानंतर तो सुखरूप परत आला. पेशव्याच्या वारसाहक्कांच्या वादात त्याने कारभार आपल्या हातात घेतला आणि पुढील दशकांत राजकारण, अर्थकारण आणि युद्धांमध्ये एक प्रमुख व्यक्तिमत्त्व म्हणून कामगिरी बजावली आणि आपला ठसा उमटवला.

पहा : A Macdonald (compiler) *Memoir of the Life of Nana Phandnavis compiled from Family Records and Extant Works* (London, reprinted ed. 1927) 26 - 29.

२७) पहा– A. Macdonald - Page 30 - 34

इ.स. १७७३ मधील माधवरावाच्या मृत्यूनंतर बळकावलेला संपूर्ण प्रदेश आणि त्याचे उत्पन्न परत केले. अंतिमत: पराभूत इंग्रज फौज मुंबईला परतली.[२८]

दरम्यानच्या काळात कोलकत्त्याहून कर्नल लेस्लीच्या नेतृत्वाखाली निघालेल्या इंग्रज फौजेने बुंदेलखंडातील मराठ्यांचे किल्ले घेण्यात वेळ घालवला. त्यामुळे लेस्लीची उचलबांगडी झाली. पुढे माळव्यातून मजल दरमजल करत फौज नर्मदेपाशी येऊन, पावसाळा संपायची वाट पाहत थांबली आणि नागपूरच्या भोसल्याशी संगनमत करून त्याच्या भागातून फौज पुढे रवाना झाली. ही फौज तापी नदीवरील बुरहाणपूरला पोचेपर्यंत मुंबईच्या फौजेचा पराभव झाला होता आणि सुरतेला पोचेपर्यंत तहावर सह्या होऊन एक महिना उलटून गेला होता.[२९] या मोठ्या इंग्रज सैन्याचा खरा परिणाम गुजराथमधील फसलेल्या राजकारणावर झाला. इंग्रजांनी दक्षिण गुजराथमधील बराचसा पेशव्याला देण्यात येणारा महसूल आपल्याला देण्यास फत्तेसिंग गायकवाडाला भाग पाडले. या मोहिमेत ज्या सहजतेने अहमदाबादची तटबंदी फोडण्यात इंग्रजांना यश आले, त्यावरून त्यांच्या तोफखान्याची परिणामकारकता सिद्ध झाली.[३०]

या पेशव्याच्या गादीसाठी चाललेल्या या संघर्षाचे बरेच दूरगामी परिणाम झाले. प्रथमत: मराठ्यांच्या राज्याच्या परिघावर निर्माण झालेली; पण मराठी राज्याचाच भाग असलेली जी छोटी राज्ये होती, त्यांच्याकडे केंद्रीय सत्तेचे विकेंद्रीकरण झाल्याचे दिसून येते. उदाहरणार्थ रघुनाथरावाच्या विरोधी गटाची ताकद उत्तरेहून शिंदे आणि होळकराच्या फौजा येऊन मिळाल्यावर वाढली. इ.स. १७३० च्या दशकात सैनिकी पराक्रमाबद्दल जे सरंजाम शिंदे, होळकर, भोसले आणि गायकवाड घराण्यांना मिळाले होते; तेथे त्यांनी महसूल वसुली आणि न्यायव्यवस्थेसह आपल्या कारभाराची चोख घडी बसवली होती. ज्या दशकांची आपण चर्चा केली त्यात आपल्याला असे दिसून येते की, होळकरांकडे कारभार दृष्ट्या उत्तम असे प्रदेश होते. शिंदे सैनिकी दृष्ट्या अधिक बलवान होते. तसेच मुत्सद्दीगिरीतही शिंदे तरबेज होते. याउलट गायकवाड आणि भोसल्यांच्या घराण्यात

---

२८) पहा- A. Macdonald-page 39 - 41 Also see - R. Wallace, *The Guicowar and his Relations with the British* (Bombay 1863)-55

२९) गोदार्डच्या मोहिमेविषयीची कागदपत्रे आणि अहवाल मुख्यत्वे ब्रिटिश म्युझियममध्ये संग्रहीत आहेत. पहा- 29119, 38402, 28403. गुजराथमध्ये आल्यानंतर गोदार्डने पाठविलेली राजकीय आणि फौजेविषयीची पत्रे वाचण्यासाठी पहा - India office Library, Orme Mss Vol. 197, 7 - 9. या व्यतिरिक्त पहा - Raghubir Singh (ed.) *English Records of Maratha History (Extra Volume) Selections from C. W. Malet's Letter - Book, 1780 - 1784* (Bombay, 1940)

३०) पहा- R.Wallace, The Guincowar and His Relations with the British, page-60-63.

फूट पडली होती.[३१] बाह्य शक्तींकडून होणारा उपद्रव रोखण्यासाठी पुण्याला आपल्या या सरदारांपैकी दोन-तीन जणांची मदत घेणे आवश्यक होऊ लागले. दुसरी गोष्ट म्हणजे पुण्यातील केंद्रीय सत्तेची वाटचाल. महसूल वसुली करणाऱ्या कारभाऱ्यांवर नियंत्रण म्हणजे सत्ता, अशी सत्तेची व्याख्या बनली होती. या अनुषंगाने आपण मराठ्यांची सत्ता शिवाजीच्या घराण्याकडून पेशवे घराण्याकडे आणि नंतरच्या काळात पेशव्याकडून नाना फडणवीसाकडे कशी विस्थापित झाली हे पाहिले आहे. सुरुवातीला माधवरावांकडे साधी कारकुनी करणारा नाना फडणवीस नंतर संपूर्ण मराठी राज्यावर नियंत्रण ठेवू लागला. तिसरी गोष्ट म्हणजे इंग्रजांनी रघुनाथरावाला हाताशी धरून मराठ्यांच्या कारभारावर पकड मिळविण्याचा केलेला प्रयत्न. सुमारे एका दशकापूर्वी बंगाल आणि अवधची सत्ता काबीज करताना आणि सुमारे पंचवीस वर्षांनंतर इ.स. १८०३ मध्ये एक रक्षणकर्ता या नावाखाली त्यांनी मराठ्यांची सत्ता आपल्याकडे घेताना, वापरलेल्या नीतीचाच हा भाग होता. या वेळी त्यांना यश आले नाही, कारण केवळ रघुनाथरावावर नियंत्रण ठेवण्यात आलेले अपयश नव्हे, तर मुंबईच्या फौजेचा मराठ्यांनी केलेला सपशेल पराभव हेही कारण होते. जरी या काळात युरोपीय सत्तांकडे प्रशिक्षित पायदळ आणि तोफखान्याने युक्त असे सर्वोत्तम लष्करी सामर्थ्य असले, तरी ते अजिंक्य नव्हते. मुंबईच्या फौजेचा पराभव कठीण भौगोलिक स्थिती आणि रसद तुटल्यामुळे झाला. याच दोन गोष्टींच्या जिवावर शिवाजीने तत्कालीन महाशक्ती असलेल्या आदिलशाही आणि मोगल सत्तांशी यशस्वी टक्कर दिली. इ.स. १७७० च्या सुमारासही अवजड तोफा आणि साधनसामग्रीसह घाट चढणे अतिशय जिकिरीचे होते. सरासरी एका परगण्याकडून वर्षाला जेवढे महसुली उत्पन्न मिळे, तेवढा अशा सैन्याचा मासिक खर्च होता. जसे जसे अशा प्रकारचे सैन्य जास्त प्रमाणात वापरात येऊ लागले, तसे ज्याच्याकडे भक्कम आर्थिक पाठबळ आहे, तो जिंकणार असे समीकरण रूढ होऊ लागले.

या काळातील मराठी सत्तेचा कारभार मुख्यत्वे ज्यांच्या हातात होता, अशांमध्ये नव्या मराठा सरदारांची भर पडल्याचे दिसत नाही. या वेळेपर्यंत मुख्य कारभार ब्राह्मणांच्या (नाना फडणवीस, खासगीवाले, तुळशीबागवाले इ.) हातात होता. सावकारीही

---

३१) काही कागदपत्रांच्या आधारे ग्रँट डफ ने इ.स. १७७० च्या दशकाच्या सुरुवातीला केंद्रीय आणि परिघावरील लष्करी शक्तीविषयी अनुमान बांधण्याचा प्रयत्न केला. ही कागदपत्रे आत्ता उपलब्ध नाहीत. डफच्या अंदाजानुसार पेशव्याच्या घोडदळात ५०००० सैनिक होते. त्यांतील ४०००० सैनिक किल्ल्यांवर अथवा छावण्यांमध्ये असत आणि फक्त १०००० चे घोडदळ मोहिमेवर असे. भोसले आणि गायकवाडांकडे एकूण १५००० चे घोडदळ होते, तर शिंदे आणि होळकरांकडे ३०००० चे घोडदळ होते. पवार घराण्याकडे केवळ ३००० चे घोडदळ होते. पहा : Grant Duff, *History* 171 - 72

बारामतीकरांसारख्या ब्राह्मणांच्या हातात होती. एवढेच नाही; तर रास्ते, पुरंदरे, फडके, पटवर्धन असे सेनानीही ब्राह्मण होते. जहागिरींचे वाटप ब्राह्मणांच्या हातात गेल्यामुळे पूर्वी कधीही नव्हत्या, अशा संधी ब्राह्मणांसाठी उपलब्ध झाल्या.[३२] असे असूनही इ.स. १७३०-४० या काळात शिंदे, होळकर, गायकवाड आणि भोसल्यांनी ज्याप्रमाणे आपली अंतर्गत पण वेगळी सत्ताकेंद्रे निर्माण केली, तसे यश या ब्राह्मण सरदारांना मिळवता आले नाही. दर वर्षी कर्नाटकात मोहिमा काढूनही गुजराथ, माळवा किंवा नागपूरप्रमाणे कर्नाटकावर नियंत्रण मिळवता आले नाही. येथील स्थानिक फौजबंद जमीनदारांकडून मिळालेला महसूल थेट पेशव्याकडे किंवा नंतरच्या काळात नाना फडणवीसाकडे जात असे. याविषयी आपण शेवटच्या प्रकरणात चर्चा करणारच आहोत.

आता आपण आपले राजकीय कथानक इ.स. १८०३ मध्ये नेऊ या. या काळाचे महत्त्वाचे वैशिष्ट्य म्हणजे उत्तर आणि दक्षिणेच्या कारभारातील वाढते अंतर आणि प्रमुख राजकीय सत्तांचा अस्त. सगळ्या प्रमुख सत्तांमध्ये म्हणजे म्हैसूरचा टिपू सुलतान, निजाम, नाना फडणवीस आणि इंग्रज यांच्यात सतत वेगवेगळे तह होत होते. प्रत्येक जण आपले स्थान उंचावण्याचा प्रयत्न करत होता. याविषयीची विस्तृत चर्चा इंग्रजांच्या यशस्वी राजकारणावर आधारित इतर बऱ्याच ग्रंथांमध्ये वेळोवेळी झाली असल्याने, त्याची पुनरुक्ती आपण टाळू या. त्याऐवजी केवळ मराठ्यांच्या राजनीतीशी संबंधित बाबींविषयीच चर्चा करू.

आपण आपली घटनात्मक चर्चा इ.स. १७७९-८० मधील इंग्रजांच्या मुंबईतील फौजेच्या पराभावापाशी थांबवली होती. तेथून पुढच्या घटनांचा आता आढावा घेऊ. यानंतर एक वर्षाच्या काळातच इंग्रजांना भारतातून हाकलून देण्याच्या उद्दिष्टाने एकत्र आलेला एक मोठा गट तयार झाला. यात निजाम, म्हैसूरचा हैदर अली, नागपूरकर भोसले आणि पेशव्याचा समावेश होता. हा गट केवळ वर्षभरच टिकू शकला. याचे कारण म्हणजे सालबाईचा (ग्वाल्हेरजवळ) इ.स. १७८२ चा तह. महादजी शिंद्याच्या पुढाकाराने घडवून आलेल्या या तहाद्वारे मराठे आणि इंग्रजांमध्ये मैत्री उत्पन्न झाली आणि दोघांनी मिळून हैदर अलीचा काटा काढायची मोहीम राबवायची असे ठरले. (याच वर्षी हैदरचा मृत्यू झाला आणि टिपू म्हैसूरचा सुलतान झाला.)

हा सालबाईचा तह मराठ्यांच्या राजकारणात घडलेल्या बदलांना मोठ्या प्रमाणात कारणीभूत ठरला. मराठ्यांच्या सरदारांनी यापूर्वीही बाह्यशक्तीबरोबर स्वतंत्रपणे वाटाघाटी

---

३२) ग्रँट डफने माधवराव पेशव्याच्या सेनेतील अधिकाऱ्यांची यादी शोधून काढली. या यादीतील ४४९ अधिकाऱ्यांपैकी ९३ ब्राह्मण, ८ रजपूत, ३०८ मराठा आणि ४० मुसलमान होते. पहा : Grant Duff, *History,* 172

केल्या होत्या. फत्तेसिंग भोसले आणि गायकवाडांनी बऱ्याचदा निजामाबरोबर (निजाम उल मुल्क असफजहा २, इ.स. १७६२-१८०३) स्वंतत्रपणे वाटाघाटी केल्या होत्या. पण सालबाईच्या तहात पेशव्याचा सरदार महादजी शिंदे, संपूर्ण मराठा राज्याच्या वर्तणुकीची हमी देत होता. आपल्या मोठ्या आणि आधुनिक फौजेच्या बळावर मुख्य सत्ताधिशाऐवजी एक सरदार असे करू शकत होता. यात शिंदे आणि नाना फडणवीसांमधील मतभिन्नता दिसून येते. नाना फडणवीसांना दक्षिणेकडे राज्यविस्तार करण्यात अधिक रस होता, तर इंग्रजांचा काटा दूर करून उत्तरेकडे स्वतःचे राज्य विस्तारण्यात शिंद्याला रस होता. यात अखेरीस शिंदे विजयी झाला.[३३] इंग्रज या बदलांविषयी अतिशय जागरूक होते आणि मराठ्यांबरोबरची मैत्री टिकवण्यासाठी मोठी किंमत मोजायला तयार होते.[३४] पण मराठ्यांच्या बाबतीत इंग्रजांच्या मनाजोगत्या गोष्टी घडल्या नाहीत.

सालबाईच्या तहामुळे महादजी शिंदेला आपले पायदळ आणि तोफखाना वापरून माळवा आणि दिल्ली भागातील कैक शस्त्रसज्ज जमातींचा बंदोबस्त करणे शक्य झाले. पुढील पाच वर्षांत त्याने रजपूत, अहिर आणि बुंदेल्यावर हल्ले केले. जयपूर विरुद्ध लालसोटची लढाई जिंकली. असे यश मिळालेले दिसत असले, तरी शिंदे या धामधुमीत कर्जबाजारी झाला आणि दिल्ली आणि जवळपासच्या मुलखावरचे त्याचे नियंत्रण कमी झाले. नवीन प्रशिक्षित कवायती फौजा मोठ्या मराठा राज्यालाही परवडणाऱ्या नव्हत्या.

दक्षिणेकडे टिपूने इंग्रजांना मंगलोर येथे 'मैत्रीचा' तह करणे भाग पाडले आणि त्यांना नाना फडणवीसापासून अलग केले. नानाने टिपूविरुद्धची लढाई सुरूच ठेवली आणि आता निजामाबरोबर हातमिळवणी केली. इ.स. १७८० पर्यंत टिपूने आपल्या प्रशिक्षित पायदळ आणि तोफखान्याच्या जोरावर निजामाचा पराभव करून खंडणी आणि काही प्रदेश मिळवला. इ.स. १७८६-१७८७ या काळात मराठ्यांनी टिपूविरुद्धची लढाई चालूच ठेवली. टिपूविरुद्ध कोणत्याही प्रकारच्या हालचाली न करण्याचा हुकूम इंग्रजांना थेट लंडनहून आल्यामुळे, त्यांनी माघार घेतली. मराठे आणि टिपूमधील लढाई अनिर्णित राहिली. मराठ्यांनी टिपूचे काही फरशी किल्ले घेतले; पण खंडणी आणि हक्क मिळू शकले नाहीत. सरते शेवटी मार्च १७८७ मध्ये टिपूबरोबर शांतता करार करण्यात आला.

इ.स. १७८८-८९ या काळात सर्व पक्षांची मोर्चे बांधणी सुरू होती. दक्षिणेकडील राजकारणात इंग्रज पुन्हा सक्रिय झाल्यास, लढाईचा भडका उडेल याची सर्वांना खात्री होती. इ.स. १७९० मध्ये इंग्रजांनी निजामाशी आणि मराठ्यांशी संधान बांधले. शेवटपर्यंत

---

३३) पहा- A. Macdonald - *Nana Phadnavis* 48 - 49.

३४) पहा- Wallace, *Guincower* 66 - 67.

मराठ्यांना टिपूला नामशेष करण्यात फारसा रस नव्हता, त्यामुळे तसे ते इंग्रजांसह टिपूविरुद्ध कारवाई करण्यास फारसे राजी नव्हते. त्यामुळे कॉर्नवॉलिसने इ.स. १७९१ मध्ये जेव्हा टिपूची राजधानी श्रीरंगपट्टण घेण्याचा प्रयत्न करून अनर्थ ओढवून घेतला, तेव्हा त्याच्याबरोबर मराठे सहभागी नव्हते. परंतु या संयुक्त फौजांनी तुंगभद्रा नदीच्या काठावरील टिपूचे बरेच किल्ले जिंकले आणि इ.स. १७९१-९२ मध्ये बंगळुरू ते श्रीरंगपट्टण यातील बरेच किल्ले जिंकले. (पहा नकाशा क्र. ३) टिपूने इ.स. १७९२ च्या फेब्रुवारी महिन्यात वाटाघाटी केल्या आणि बराचसा मुलूख तोडून दिला. मराठ्यांना सावनूर, लक्ष्मेश्वर आणि धारवाड प्रांतातील कुंदगोळ इतकी गावे मिळाली. त्याचबरोबर तुंगभद्रेपर्यंतचा बराचसा प्रदेश मिळाला. निजामाला कडप्पा, गूटी आणि कृष्णा आणि तुंगभद्रा नद्यांमधील बराचसा प्रदेश मिळाला. सगळ्यात मोठा फायदा इंग्रजांचा झाला. त्यांना बारामहाल, दिंडीगुल, सालेम, कुर्ग आणि मलबार किनारपट्टीवरील मोठा प्रदेश मिळाला.

दरम्यान उत्तरेकडे द बॉईन या फ्रेंच सेनानीच्या हाताखाली तयार झालेल्या पायदळ आणि तोफखान्याच्या जोरावर महादजीच्या मोहिमा सुरूच होत्या. इ.स. १७९० च्या मे महिन्यात जयपूर घेतल्यानंतर, पुढील काही महिन्यांत महादजीने जोधपूरही जिंकून घेतले. या दोन विजयांमुळे माळवा, राजस्थान आणि दिल्लीजवळच्या भागावर शिंद्यांचे निर्विवाद वर्चस्व स्थापित झाले आणि ते पुढील चार वर्षे म्हणजे महादजीच्या मृत्यूपर्यंत अबाधित राहिले. काही आठवड्यांतच महादजीने तोफखान्याच्या जोरावर चितोडसारखा अत्यंत अवघड किल्ला जिंकला. त्याच वेळी स्वत:च्या बचावासाठीचे हुकमी आश्रयस्थान, असा जो या किल्ल्यांचा पूर्वापार उपयोग होता, तो संपुष्टात आला. प्रगत तोफखान्यापुढे कोणताही किल्ला यापुढे टिकणार नव्हता. या नवीन तैनाती फौजांच्या खर्चाचा प्रश्न महादजीला भेडसावत होता. हा खर्च भागू शकेल इतक्या उत्पन्नाचा मुलूख महादजीने द बॉईनला वैयक्तिक मालकी हक्काने दिला. ही व्यवस्था पुढील काही वर्षे निभावून नेण्यात उपयुक्त ठरली.[३५] इ.स. १७९२ मध्ये महादजी दक्षिणेकडे यायला निघाला. त्याने पेशव्याच्या नावाने मोगल अधिकार चिन्हे बरोबर घेतली होती. महादजी आता नाना फडणवीसाला पदच्युत करून मराठ्यांची केंद्रीय सत्ता स्वत:च्या ताब्यात घेईल, अशी

---

३५) शिंद्यांच्या अडचणी आणि रणनीतीविषयी पहा : P. M. Joshi (ed.) *Persian Records of Maratha History, Vol. II Shinde as a Regent of Delhi (1787 and 1789 - 91)* (Bombay 1954) या प्रशिक्षित गणवेशी फौजांच्या तुकड्यांविषयी काही गोष्टी विशेष नोंद घेण्यासारख्या आहेत. इ.स. १७९० मध्ये सुरुवातीला ७५० सैनिकांच्या १० तुकड्या बनविण्यात आल्या. त्यांच्याबरोबर ६० तोफा आणि ५०० घोडेस्वार देण्यात आले. पुढील दोन वर्षांत ही संख्या २४००० पर्यंत वाढली. या फौजेत युरोपिअन अधिकारी होते आणि ३०० तोफा होत्या.

शंका वाटायला लागली. त्याला पेशव्याला अधिकार चिन्हे देण्यात यश मिळाले, पण पुण्यातील मुक्कामात त्याची प्रकृती बिघडली आणि इ.स. १७९४ च्या फेब्रुवारी महिन्यात त्याचा मृत्यू झाला. त्याच्या जागी त्याचा दत्तक पुत्र दौलतराव शिंद्यांच्या गादीचा मालक झाला.

इ.स. १७९० ते १७९५ या काळात प्रशिक्षित कवायती फौजांनी त्यांचे वर्चस्व सिद्ध केले, तर इ.स. १७९५ ते १८०० या कालावधीत कैक मोठ्या सत्तांचा अस्त झाला. यात सर्वप्रथम निजामाची सत्ता संपली. इ.स. १७७३ पासूनच खरे तर निजाम मराठ्यांना खंडणी देत होता. टिपूबरोबरच्या लढाईतील विजयापोटी मिळालेल्या मुलखाच्या जोरावर, त्याने मराठ्यांपासून सुटका करून घ्यायचे प्रयत्न सुरू केले. प्रत्युत्तरादाखल मराठ्यांनी बिदर, बेदर आणि अडोणी भागातील चौथाईवर दावा केला. मोठ्या मराठा फोजेने (ज्यात शिंद्यांच्या फौजेचाही समावेश होता.) इ.स. १७९५ च्या एप्रिल महिन्यात खर्ड्याच्या लढाईत निजामाचा सपशेल पराभव केला आणि मोठा लाभ मिळवला. या पराभवामुळे निजामाचे संपूर्ण राज्य मराठ्यांच्या ताब्यात येणार अशी चिन्हे दिसू लागली होती; पण अशा काही घटना घडल्या की, पुढील काही वर्षे निजामाशी मैत्री टिकवणे मराठ्यांना भाग पडले.

खर्ड्याच्या लढाईनंतर मराठ्यांचे प्रमुख सेनापती आपआपल्या मुलखात परतले. दौलतराव शिंदे माळव्याला, राघोजी भोसले द्वितीय नागपूरला, तर परशुरामभाऊ पटवर्धन तासगावला परतले. पुण्यामध्ये फक्त तुकोजी होळकर राहिला आणि त्याचीही प्रकृती ढासळत चालली होती. हा काळ नाना फडणवीसाच्या कारकिर्दीतील सर्वोच्च काळ होता. शत्रूचा खातमा झाला होता आणि सगळे सेनानी समाधानाने आपल्या प्रदेशांत परत गेले होते; पण ही स्थिती अल्पकाळच टिकली. इ.स. १७९५ च्या उत्तरार्धात नाना फडणवीसाच्या जाचक धोरणांमुळे असाहाय्य झालेल्या सवाई माधवराव पेशव्याने आत्महत्या केली. या घटनेमुळे पुढील पाच वर्षे सगळे मराठा सरदार वारसाहक्कासाठीच्या यादवी युद्धात ओढले गेले.[३६] पेशव्याच्या गादीला वारस शोधणेच कठीण होते.

पेशव्याला मूलबाळ नव्हते. पेशव्याच्या दुसऱ्या शाखेतील रघुनाथरावाची दोन मुले हयात होती. पण नाना फडणवीस आणि रघुनाथरावात २५ वर्षांहून अधिक काळ वैरभाव होता. या वादात दौलतराव शिंदेने महत्त्वाची भूमिका निभावली. इ.स. १७९६ मध्ये मोठी फौज घेऊन तो पुण्याला यायला निघाला. पुण्यात पोहोचेपर्यंत गटबाजीचे स्वरूप सतत बदलत होते. रघुनाथरावाचा मोठा मुलगा बाजीराव आणि नाना

---

३६) विस्तृत माहितीसाठी पहा : ग्रँट डफ, *History*, 61 - 110.

फडणवीसातील सुरवातीचा करार फिसकटला होता. जून महिन्यापर्यंत बाजीराव दौलतराव शिंद्याच्या कैदेत अडकला आणि त्याच्या धाकट्या भावाला पेशवेपदावर बसवण्यात आले. नाना फडणवीस साताऱ्यास रवाना झाला आणि तेथून त्याने काहींचा पाठिंबा मिळवण्याचा प्रयत्न सुरू केला. यात त्याने शिंद्यांच्या कैदेतील बाजीरावाशीही संधान साधले. या त्याच्या प्रयत्नांना यश मिळून त्याच्या पक्षाला नागपूरच्या राघोजी (दुसरा) भोसल्याचा, पेशव्याच्या हुजराती फौजेचा आणि निजामाचा पाठिंबा मिळाला. खर्ड्याच्या लढाईत निजामाला गमवावा लागलेला संपूर्ण प्रदेश परत करण्याची हमी निजामाला देण्यात आली. इ.स. १७९६ च्या उत्तरार्धात अशा भक्कम पाठिंब्याच्या जोरावर नाना फडवणीस बाजीरावाला पुन्हा पेशवेपदावर बसवण्यासाठी पुण्याला परतला.

पुढील दोन वर्षांत वेगाने घटना घडल्या; पण त्यात पुण्याची मोठी हानी झाली. शिंदे आणि होळकर अशा दोघांच्याही फौजांच्या छावण्या पुण्याबाहेर उभारल्या गेल्या होत्या आणि त्यांची देणी थकत चालली होती. पुण्याच्या रस्त्यांवर तंटे होऊ लागले आणि संपूर्ण प्रशासन कोलमडून पडले. इ.स. १७९७ मध्ये तुकोजी होळकराच्या मृत्यूच्या आधीपासूनच त्याच्या वारसांमध्येही वाद निर्माण झाले होते. याच सुमारास बाजीरावाने नाना फडणवीसापासून मुक्त होण्याचा प्रयत्न केला. त्याने इ.स. १७९८ च्या जानेवारी महिन्यात शिंद्याला हाताशी धरून नाना फडणवीस आणि त्याच्या संपूर्ण गटाला अटकेत टाकायचा डाव आखला. त्यानंतर शिंद्यांच्या फौजेने पुणे लुटले. शेवटी होळकरांच्या फौजा माळव्याच्या दिशेने निघाल्या. महादजी शिंद्याच्या राण्यांनी उत्तर महाराष्ट्रात बखेडा उत्पन्न केल्याने दौलतरावालाही पुणे सोडावे लागले. या दोन्ही फौजांमध्ये चकमकी होत राहिल्या आणि त्याची झळ अहमदनगर आणि खानदेशातील प्रदेशांना सोसावी लागली.

यानंतरच्या काळात यादवी अधिक व्यापक झाली. पेशवा आणि शिंदे मित्र मिळवायच्या प्रयत्नात होते. पेशव्याने निजामाशी संधान बांधले, तर शिंद्यांनी टिपूशी संधान बांधायचा प्रयत्न केला. शिंद्याने वर्षभर कैदेत असलेल्या नाना फडवणीसाची सुटका केली आणि महादजीच्या राण्यांनी उभा केलेला बखेडा निवारण्याचा अयशस्वी प्रयत्न केला. हा वाद माळव्यात पसरला आणि महादजीच्या राण्या आणि यशवंतराव होळकराच्या फौजेने दौलतरावाच्या मुलखावर हल्ला केला.

या गोंधळाच्या परिस्थितीत इंग्रजांनी शिरकाव केला. इ.स. १७९८ च्या एप्रिल महिन्यात वेलस्ली दाखल होताच, इंग्रजांच्या धोरणात बदल झाला. आपणच पुढाकार घेऊन निजाम, टिपू आणि मराठे या सत्तांना फ्रेंचांबरोबर संधान बांधू द्यायचे नाही असे धोरण ठरवण्यात आले. निजाम मराठ्यांच्या दबावाखालून सुटण्यासाठी इंग्रजांची मदत घेण्यास उत्सुकच होता. त्याने इंग्रजांच्या अधीन होण्याचे मान्य केले आणि इ.स. १७९८

मध्ये तसा कारारही केला. मराठे जरा सजग होते. नाना फडणवीसाला इंग्रजांविषयी कधीच खात्री नव्हती आणि त्याने इंग्रजांबरोबर कोणत्याही प्रकारचा तह किंवा औपचारिक संबंध ठेवण्यासही विरोध केला.

टिपूबरोबर इंग्रजांनी वेगळे धोरण अवलंबिले. इ.स. १७९९ मध्ये आवश्यक फौजेची आणि खजिन्याची तजवीज होताच त्यांनी टिपूवर हल्ला केला आणि त्याचा पराभव केला. त्याच्या श्रीरंगपट्टणावर कब्जा मिळवला. त्याचा सर्व प्रदेश इंग्रजांच्या अधिकार क्षेत्राखाली आला. त्यांतील काही भाग निजामाला आणि छोटासा भाग पेशव्याला मिळाला. या घडामोडीनंतर इ.स. १८०० मध्ये फक्त दोनच सत्ता उरल्या. मराठे आणि इंग्रज. इतर सर्व सत्ता या दोघांपैकी कोणाच्या तरी मांडलिक होत्या. या दोघांमध्ये संघर्ष होणे अपरिहार्य होते, हे सगळे समजून होते.

इ.स. १८०० मधील महत्त्वपूर्ण घटना म्हणजे नाना फडणवीसाचा मृत्यू. नाना फडवणीसाने गेली पंचवीस वर्षे पेशवे आणि मराठ्यांचा कारभार आपल्या मुठीत ठेवला. अचाट मुत्सद्दीगिरीचे दर्शनही त्याने घडवले. पानिपताच्या लढाईनंतर उदयास आलेल्या तुकोजी होळकर, महादजी शिंदे किंवा सर्वोत्कृष्ट मराठा प्रशासक असलेल्या अहिल्याबाई होळकर यासारख्या नेत्यांच्या मांदियाळीतील तो शेवटचा नेता होता. या सगळ्यांचा मृत्यू इ.स. १७९५ ते १८०० या पाच वर्षांत झाला.

नाना फडणवीसाच्या मृत्यूनंतर गटबाजी ओसरली. पेशवा आता नाना फडणवीसापासून मुक्त झाला आणि स्वत: निर्णय घेऊ लागला. इ.स. १८०० पासून तो इंग्रजांबरोबर वाटाघाटी करत होता; पण शिंद्यांचा पाठिंबा असल्यामुळे त्याला इंग्रजांची तेवढी गरज वाटत नव्हती. यशवंतराव होळकराने शिंद्यांच्या प्रदेशात धुमाकूळ घालायला सुरुवात केली आणि त्याच्या बंदोबस्तासाठी शिंद्याला पुणे सोडावे लागले आणि पेशव्याची परिस्थिती पालटली. इ.स. १८०१ मध्ये दक्षिण माळव्यात शिंदे आणि होळकर लढत राहिले. शिंद्यांच्या काही फौजांचा उज्जैन परिसरात पराभव झाला. त्यानंतरच्या मोसमात दोन्ही फौजा बुरहाणापूर परिसरात भिडल्या. त्यानंतर शिंद्यांच्या फौजांनी होळकराचा पराभव केला आणि त्याची राजधानी इंदूर लुटली. होळकराने माळवा सोडून आपली लढाई दक्षिणेकडे वळवली आणि तेथे आपला प्रभाव नव्याने निर्माण करायची आशा बाळगली.

होळकर दक्षिणेकडे सरकल्यानंतर इ.स. १८०२ च्या मध्यास पेशवा आणि इंग्रजांमधील वाटाघाटींना वेग आला. २५ ऑक्टोबर १८०२ मध्ये यशवंतराव होळकराने शिंद्यांच्या आणि पेशव्यांच्या एकत्रित फौजांचा पुण्याजवळ पराभव केला. पुणे पुन्हा एकदा लुटले गेले आणि पेशवा पळून वसईला इंग्रजांच्या आश्रयाला गेला आणि

इंग्रजांबरोबर तह करायला राजी झाला. या तहाद्वारे इंग्रजांना सुरत आणि जवळचा प्रदेश मिळाला. इंग्रजांच्या फौजेचा खर्च उचलण्याची हमी पेशव्याने दिली आणि त्याचबरोबर पुण्यात जो कोणी इंग्रज प्रतिनिधी वास्तव्यास असेल, त्याच्या सल्ल्याने कारभार चालवण्यासही संमती दिली. दरम्यान होळकराकडील पैसा संपला आणि तो उत्तरेकडे वळला. इंग्रजांनी पेशव्याला पुण्यात आणून पुन्हा गादीवर बसवले. या एका घटनेने स्वतंत्र मराठा साम्राज्याचा अस्त झाला. या कथानकाचा उपसंहार म्हणजे जिंकलेल्या प्रदेशातील उत्पन्नाच्या जिवावर इंग्रजांनी संपूर्ण भारतावर मिळवलेली सत्ता हाच होय.

उपसंहार (इ.स. १८०३ - १८१८)

एकदा पेशवा इंग्रजांच्या आश्रयाला गेल्यावर, मग वारसा हक्काचा वाद नेहमीच्याच मार्गाने गेला. इंग्रजांनी कमकुवत वारसदाराला पाठिंबा दिला. त्या बदल्यात चांगले महसुली उत्पन्न असलेला प्रदेश आपल्या पदरात पाडून घेतला. मुख्य बाब म्हणजे इंग्रजांनी त्यांच्या उमेदवाराची कायदेशीर वैधता आणि अधिकार इतर मराठा घराण्यांना मान्य करायला भाग पाडले. (सुमारे पन्नास वर्षांपूर्वी रघुनाथरावाला हाताशी धरून इंग्रजांनी केलेले प्रयत्न, तसेच त्यांना समांतर अशा निजामाने केलेल्या कारवाया यांचे स्वरूप आत्तासारखेच होते.) प्रत्युत्तरादाखल होळकरांनी त्यांचा उमेदवार पुढे केला आणि इतरांचा पाठिंबा मिळवायचा प्रयत्न केला. या वेळी फरक इतकाच होता की, इंग्रजांची तयारी आणि संघटन अधिक मजबूत होते. लॉर्ड वेलस्ली आणि लॉर्ड लेक यांनी मिळून सूत्रबद्धपणे मोहिमा योजिल्या आणि त्याप्रमाणे हालचाली केल्या. वेगवेगळ्या आघाड्यांवर ६०००० प्रशिक्षित सैनिक तैनात करण्यात आले. प्रमुख उद्देश मराठ्यांची घराणी अलग करणे, शिंद्याची नवीन फौज मोडणे, त्याचे नियमित उत्पन्न खंडित करणे आणि उत्पन्न देणारे प्रदेश कब्जात घेणे हे होते. इ.स. १८०३ च्या पावसाळ्यात इंग्रजांनी होळकर आणि त्याच्या पेशवेपदाच्या उमेदवाराचा तह करून काटा काढला. तसेच पटवर्धनांसारख्या छोट्या सरदारांशीही तह केले.[१]

---

१) मराठा राज्यावरील ब्रिटिश विजयाविषयीची विस्तृत चर्चा मूळ नोंदींमधून आणि नंतरच्या ऐतिहासिक लिखाणामधून वाचायला मिळते. प्रस्तुत लेखकाने मुख्यत्वे पुढील साधनांचा वापर केला आहे.

G. S. Sardesai *New History of the Marathas* (Bombay 2nd ed. 1968), III P. C. Ghosh, *Bajirao II and the East India Company, 1796 - 1818,* (New york, 2nd ed. 1964), M. P. Roy The, *Origin, Growth and Suppression of the Pindaris* (New Delhi, 1973) शेवटच्या मोहिमेविषयी पहा : R.G. Burton, *the Mahratta and Pindari War,* Delhi, reprinted ed. 1975), John Pemble *Resources and Techniques in the second Maratha war, The Historical Journal Vol. 19, No. 2,* (June, 1976) pp 375 - 404.

पुढील काही महिने वेगवेगळ्या आघाड्यांवर लढाया होत राहिल्या. एका इंग्रज फौजेने उत्तर महाराष्ट्रात शिंदे आणि नागपूरकर भोसल्याच्या फौजांबरोबर मोठी लढाई लढली. यात दोन्ही बाजूंकडील शेकडो सैनिक कामी आले. मराठ्यांचा पराभव झाला आणि इंग्रजांनी बुरहाणपूर आणि त्याच्याजवळचा असिरचा किल्ला जिंकून घेतला. भोसल्यांच्या छापे मारण्याच्या पद्धतीला आळा घालण्यात इंग्रजांना यश आले. इंग्रज फौजांची दुसरी तुकडी दिल्ली, आग्रा आणि शिंद्यांच्या चंबळ नदीच्या उत्तरेकडील प्रदेशावर चालून गेली. इंग्रजांना शिंद्यांविरुद्ध यश मिळण्याचे दुसरे कारण म्हणजे, त्यांच्या तैनाती फौजेचे फ्रेंच अधिकारी ऐन वेळी फौज विसकळीत करून निघून गेले. या अधिकाऱ्यां-शिवाय शिंद्यांचे उत्कृष्ट सैनिक मोठ्या धैर्याने लढले; पण त्यांचा पराभव झाला. इंग्रजांच्या आणखी काही तुकड्यांनी गुजराथ, ओरिसा आणि बुंदेलखंडातील मराठ्यांच्या फौजांबरोबर लढाया करून विजय मिळवले.

डिसेंबर १८०३ पर्यंत इंग्रजांनी या पराभूत सत्तांना पांगळे करून सोडणारे तह करायला भाग पाडले. पेशव्याची पुण्यातील सत्ता निवासी इंग्रज अधिकाऱ्याच्या हातात गेली. तोच सर्व कारभार आणि सरकारी कामे पार पाडू लागला. इंग्रजांनी सर्व रजपूत राज्यांना मांडलिकत्वाचे तह स्वीकारायला लावले. तसेच माळव्याच्या उत्तरेकडील जाट, रोहिले आणि बुंदेल्यांच्या राज्यांचीही तीच अवस्था झाली. ही सर्व राज्ये पूर्वी मराठ्यांना कधी नियमित किंवा जमेल तसा कर देत होती. इंग्रजांनी ओरिसावर ताबा मिळवला. त्याद्वारे भारताचा संपूर्ण पूर्व किनारा इंग्रजांच्या ताब्यात गेला आणि नागपूरकर भोसल्यांकडील बहुतांश प्रदेशही त्यांच्या ताब्यात आला. शिंद्यांबरोबर केलेल्या तहाद्वारे त्यांच्या यमुनेच्या उत्तरेकडील मिळकती (दिल्ली आणि आग्र्यासहित), मोगल बादशहावरील ताबा, शिंद्यांचा गुजराथमधील प्रदेश आणि इतर मराठ्यांवरील त्यांचे हक्क या गोष्टी इंग्रजांच्या ताब्यात आल्या. या तहांद्वारे मराठ्यांमधील तंटे सोडवण्याचे पेशव्याचे अधिकार इंग्रजांनी मिळवले आणि त्याचबरोबर इतर युरोपीय लोकांना मराठा सैन्यात नेमण्यास संपूर्णपणे मज्जाव केला.

खरे तर इ.स. १८०३-०४ मधील या मोहिमांमुळे ईस्ट इंडिया कंपनी दिवाळखोरीच्या जवळ पोचली होती. सैन्याची देणी थकली. कंपनीच्या संचालकांना या विजयांपेक्षा नफा मिळवण्यात अधिक रस होता. त्यांनी वेलस्लीला माघारी बोलावले आणि त्याच्या जागी पुन: एकदा कॉर्नवॉलिसला नेमले. त्याच्याकडे वाटाघाटी करून मराठ्यांबरोबरचे खर्चिक युद्ध एकदाचे संपवण्याचे काम देण्यात आले. या धोरणात्मक बदलाचे तीन परिणाम झाले. प्रथम होळकर आणि शिंदेची परिस्थिती थोडीशी सुधारली; पण त्यांची सत्ता फक्त माळव्यापुरतीच मर्यादित झाली. दुसरे म्हणजे इंग्रजांनी रजपूत आणि

माळव्याच्या परिघावरील इतरांबरोबरचे मैत्रीकरार रद्द केले. आणि तिसरी महत्त्वाची गोष्ट म्हणजे, मराठा घराण्यांना कोणताही दावा सिद्ध करायचा असल्यास, तो इंग्रजांकरवी करण्याचे बंधन त्यांच्यावर लादण्यात आले. यामुळे मराठा घराणी एकमेकांपासून अधिक दुरावली गेली आणि पेशव्याची सत्ता मोठ्या प्रमाणात कमी झाली. निवासी इंग्रज अधिकाऱ्याच्या अनुमतीशिवाय पेशवा कर गोळा करू शकत नव्हता किंवा नाठाळ देशमुखांवर कारवाई करू शकत नव्हता.

ही परिस्थिती ज्यात केवळ नामधारी सत्ताकेंद्रेच उरली होती, पुढील दहा वर्षे टिकली. महाराष्ट्रासारखे काही प्रदेश चांगल्या कामगिरीच्या जोरावर प्रगती साधू शकले; पण माळवा आणि राजस्थानात शिंदे-होळकरांच्या फौजांमधील अनियमित सैनिक, ज्यांना पेंढारी म्हणतात, सतत हल्ले करून धुमाकूळ घालत होते. जून १८१७ मध्ये पेशव्याबरोबर आणखी एक तह करण्यात आला. याद्वारे त्याचे सर्व अधिकार काढून घेण्यात आले. त्याला इतर मराठा सरदारांच्या दरबारात प्रतिनिधी नेमायला मज्जाव करण्यात आला. इतकेच नव्हे, तर मराठ्यांचा औपचारिक प्रमुख म्हणूनसुद्धा त्याचे अस्तित्व संपवण्यात आले. या नामुष्कीच्या तहामुळे स्थिती पालटली. पुणे आणि नागपूर येथे इंग्रज वसाहतीवर हल्ले झाले आणि त्या जाळण्यात आल्या. पण इंग्रज फौजांनी नागपूरकर भोसल्याच्या आणि पेशव्याच्या फौजांचा पराभव केला. इ.स. १८१७ मध्येच इ.स. १८०३-०४ प्रमाणे मोठ्या सूत्रबद्ध आघाड्या उघडून, इंग्रजांनी पेंढाऱ्यांचा आणि एकमेक फौजबंद असलेल्या होळकरांचा पराभव केला.

इ.स. १८१८ च्या फेब्रुवारी महिन्यात एका घोषणेद्वारे इंग्रजांनी पेशव्याचे उच्चाटन केले आणि मराठा राजवटीचा अस्त झाला. काही महिन्यांतच पेशवा शरण आला. त्याचे सैन्य मोडून काढण्यात आले. आता जिंकून घेतलेले प्रदेश स्थिरावण्याचे आणि कारभाराखाली आणण्याचे किचकट काम इंग्रजांनी हाती घेतले. उरलेल्या मराठा घराण्यांबरोबर करार करण्यात आले आणि त्यांच्या प्रदेशांचे रूपातंर संस्थानांमध्ये करण्यात आले.

इ. स. १८१८ मध्येच इंग्रजांनी सातारा जिंकले आणि तेथील छत्रपतींच्या वारसांना ताब्यात घेतले. इ.स १८१९ मध्ये झालेल्या करारानुसार इंग्रजांनी आपला प्रतिनिधी नेमून साताऱ्याची अर्थव्यवस्था, तसेच लष्करी आणि मुलकी कारभार पाहायला सुरुवात केली आणि साताऱ्याचे स्वतंत्र मराठा राज्य बरखास्त झाले. याच साली कोल्हापूरच्या छत्रपतीचे स्वतंत्र अस्तित्वही संपुष्टात आले आणि कोल्हापूरचेही एका संस्थानात रूपांतर झाले.[२]

२) पहा - Thomas R. Hughes, *Memoir of the Satara Territory* (Bombay : Printed for Government at Bombay Education society's Press, 1857) 45.47 आणि Manohar Mulgaonkar, *The Chatrapatis Of Kolhapur* (Popular Prakashan, 1971) 315-390

काही निष्कर्ष

आता आपण मराठ्यांची राज्यववस्था म्हणजे नक्की काय होते, या प्रश्नाचे उत्तर शोधायचा प्रयत्न करू या. सुरुवातीलाच ऐतिहासिक साहित्यात प्रचलित असलेल्या काही संकल्पनांचा समाचार घेऊ. रोमन साम्राज्य किंवा मोगल साम्राज्याप्रमाणे मराठ्यांचे राज्य हे साम्राज्य नव्हते. त्यांच्या मुलकी आणि लष्करी व्यवस्थेत अधिकाराची चढती क्रमवारी आणि सर्वांत वरती राजाचा अधिकार अशी व्यवस्था नव्हती. अठराव्या शतकाच्या उत्तरार्धापर्यंत त्यांच्या फौजेतील असामी या व्यावसायिक सैनिक नव्हत्या. मराठ्यांच्या राज्यव्यवस्थेत समान नागरी कायदा, तसेच समान महसूल प्रणाली नव्हती. त्यांनी कधीही स्वत:ची वेगळी, उच्च प्रतीची चलनी नाणी व्यवहारात आणली नाहीत.[१] रोमनांना ज्याचा अभिमान वाटत असे, असे रस्तेही मराठ्यांनी बांधले नाहीत. मराठा राज्यव्यवस्थेचा मोठा घटक हा लष्करी ताकद बाळगून असलेल्या सरदारांशी निगडित होता. मराठा राज्यव्यवस्थेची एकूण उभारणी, ज्याला साम्राज्य म्हणता येईल अशी कधीही नव्हती.

मराठ्यांच्या राज्यव्यवस्थेचे वर्णन करताना एकोणीसाव्या शतकापासूनच्या लिखाणात आणखी एका संज्ञेचा वापर केला जातो. यात मराठ्यांच्या राज्यव्यवस्थेला 'राज्यसंघ' असे संबोधण्यात येते. परंतु ही संज्ञाही योग्य रितीने वर्णन करण्यात अपुरी

---

१) चलनी नाणी व्यवहारात आणण्याच्या बाबतीत मराठ्यांनी खुले धोरण अवलंबिले होते. ज्या कोणाकडे सोने, चांदी अथवा जुनी नाणी असतील, असा कोणीही मराठा टाकसाळीत ते नेऊ शके आणि काही शुल्क भरून नवीन नाणी पाडून घेऊ शकत असे. इ.स. १८ व्या शतकाच्या शेवटच्या काळातही जी सर्वसाधारण चांदीची नाणी होती, तिला सिक्का-रुपया असे म्हणत आणि ती बुरहाणपूरच्या टांकसाळीत पाडत असत. मराठ्यांच्या कितीतरी काळ आधीपासून ही नाणी वापरात होती.

पहा पुणे दप्तर, प्रांत अजमास खानदेश रुमाल क्र. १९६.

पडते. राज्यसंघाची व्याख्या करायची झाल्यास, 'एकमेकांच्या लाभासाठी समान ताकदीच्या व्यक्तींनी अथवा समूहांनी एकत्र येऊन, दीर्घकालावधीसाठी परस्पर सामंजस्याने सत्तेत सहभागी झाल्यास, अशी सत्ता म्हणजे राज्यसंघ', अशी करता येईल. उदाहरणादाखल जगाच्या इतिहासात अशा प्रकारची राज्यव्यवस्था स्विस छावण्यांमध्ये किंवा सातंत्र्ययुद्धापूर्वीच्या अमेरिकन वसाहतींमध्ये दिसून येते. राज्यसंघात योजना आखण्यासाठी आणि त्या अंमलात आणण्यासाठी काही व्यक्ती बऱ्याच कालावधीसाठी एकत्रितपणे कार्यरत असणे अपेक्षित असते. परंतु आपण पाहिलेच आहे की, मराठ्यांच्या बाबतीत याहून वेगळी परिस्थिती होती. प्रत्येक नवे नेतृत्व उदयास येताच, आधीच्या उच्चपदस्थ कारभाऱ्यांमध्ये बदल होत होता. काही काही वेळेला तर दहा वर्षांतच ही परिस्थिती उद्भवत होती. राज्यकर्त्याचे नेतृत्व जर बळकट आणि दीर्घकालीन असेल, तर ही आतल्या गोटातील माणसे टिकत, नाहीतर तीही बदलली जात. अशी बदलली गेलेली माणसे परत पहिली विश्वासार्हता मिळवू शकत नसत. जर ती विरोधात गेली, तर त्यांची कारकिर्दच संपुष्टात येत असे. त्यामुळे ऐतिहासिक कागदपत्रांमधूनही ती नाहीशी होत. राज्यसंघाच्या एकूण आकृतीबंधाच्या विरुद्ध अशी ही स्थिती म्हणता येईल.

ब्रिटिशांच्या काळातील प्रकाशित कागदपत्रांवरून मराठा राजवट ही गटबाजीने पोखरलेली होती, असा कोणाचाही समज होण्याची शक्यता आहे. 'निवडक पेशवा दप्तर'च्या खंडांमध्ये जी तह, सनदा आणि नेमणुकांविषयीची कागदपत्रे छापली आहेत, त्यात या गटबाजीचे दर्शन मोठ्या प्रमाणात होते. पण आपण एक गोष्ट लक्षात घेणे आवश्यक आहे की, या खंडांमधील कागदपत्रे निवडक आहेत. अजून कित्येक कागदपत्रे वाचली गेलेली नाहीत. साधारण शंभर वर्षांपूर्वी काही मोजक्या इतिहासकारांनी, काही राजकीय हेतू बाळगून; त्यांना 'लक्षणीय' वाटणाऱ्या या कागदपत्रांची निवड करून, ती प्रकाशित केली. त्यामुळे ही कागदपत्रे मराठा राज्याचे संपूर्ण चित्र उभे करू शकत नाहीत.

मराठ्यांच्या राज्यव्यवस्थेत गटबाजीमुळे उत्पन्न झालेल्या वादांचेच अधिक प्राबल्य होते, असे म्हणणे कैक कारणांमुळे अयोग्य असल्याचे दिसून येते. मराठ्यांच्या इतिहासाकडे नजर टाकल्यास यादवी युद्धाचे प्रसंग फक्त तीनदाच उद्भवले. इ.स. १७०८ ते १७१६ मधील ताराबाई-शाहू वाद, इ.स. १७७२ ते १७७८ मधील नारायणरावाच्या खुनानंतरचा वाद आणि इ.स. १७९५ ते १८०१ मधील अटकेत असलेल्या सवाई माधवरावाच्या आत्महत्येनंतरचा वाद. या वेळी खरोखरीच पराकोटीची गटबाजी दिसून आली. नुसती गटबाजीच नव्हे, तर त्यामुळे मोठ्या प्रमाणात मराठ्यांची साधन-संपत्ती खर्ची पडली. राज्यविस्ताराला खीळ बसली आणि राज्यांतर्गत प्रदेशही उजाड झाला. असे असूनही हे कालखंड तसे मर्यादितच होते. (हे तीनही संघर्ष अयोग्य वारसांच्या

दाव्यांमुळे उत्पन्न झाले होते. या गोष्टीची चर्चा आपण पुढे करणारच आहोत.) याबरोबरच आपण मराठ्यांमधील विविध बंडाळ्यांचा विचार केल्यास ती अतिशय कमी कालावधीची आणि मर्यादित प्रदेशात उद्भवलेली दिसून येतात. उदाहरणार्थ दाभाडे/ गायकवाडाचे बंड खानदेश, उत्तर महाराष्ट्र आणि गुजराथचा काही भाग इतपतच मर्यादित होते. या भागातील महसुलाच्या नोंदीवरून केवळ दोनच वर्षे महसुलात तूट आल्याचे दिसते. माणसांचे स्थलांतरही मर्यादित होते आणि बंड मोडून काढल्यावर वर्ष दोन वर्षांतच स्थिती पूर्वपदाला आली.

कमी-अधिक प्रमाणात देशमुखांच्या किंवा गावातील पाटलांच्या हक्कांविषयीच्या वादांबाबतही हीच स्थिती होती. प्रसिद्ध झालेल्या कागदपत्रांमध्ये अशा वादांचे उल्लेख आढळतात आणि दर वेळी ते वाद मिटवण्यासाठी केंद्रसत्तेने अधिक्षेप करावा अशी विनंती अशा घराण्यांकडून केलेली दिसते. (या केंद्रसत्ता म्हणजे आदिलशहा, निजामशहा किंवा नंतरच्या काळात पेशवा) परंतु आपण या घराण्यांच्या व्यक्तिगत कागदपत्रांचा अभ्यास केल्यास किंवा त्याहीपेक्षा त्या भागातील महसुलाच्या नोंदी तपासल्यास, या वादांमुळे तेथील उत्पादकतेत खंड पडल्याचे क्वचितच पाहायला मिळते. असे वाद एकतर फर्मान काढून मिटवण्यात येत किंवा केंद्र मध्यस्थी करून खरा हक्कदार कोण हे ठरवत असे आणि हे वाद पुढील पिढीपर्यंत मिटत असत. मराठ्यांच्या राज्यव्यवस्थेसाठी या देशमुखांची निष्ठा महत्त्वाची होती, ही गोष्ट निर्विवादच आहे; पण अशी निष्ठा बऱ्याचदा व्यक्तिनिष्ठ असे, म्हणजे अशा देशमुख घराण्यांचे प्रमुख राजाची अथवा नंतर पेशव्याची थेट भेट घेऊन आपल्या निष्ठेविषयी शपथ घेत असत. जेव्हा राजवट दुभंगलेली असे किंवा बिकट परिस्थितीत सापडलेली असे, (उदा. इ.स. १६९० ते १७०५ हा कालखंड) अशाच वेळी केंद्रीय सत्ताधीश अगदी लहान देशमुखांशीही स्वत: संपर्क साधून त्यांच्या पाठिंब्यांची मागणी करे.

सांगण्यासारखा मुद्दा असा की, मराठ्यांची राज्यव्यवस्था गटबाजी, बंडाळी किंवा देशमुख-पाटलांच्या पाठिंब्यातील अशाश्वतता अशासारख्या गोष्टींमुळे खचून जाणारी नव्हती, तर त्यापेक्षा अधिक गुंतागुंतीच्या पायावर ती उभारलेली होती. या राज्यव्यवस्थेचे वर्णन आधीच्या दख्खनी मुस्लीम सलतनतींचा वारसा चालवणारी राज्यव्यवस्था किंवा वारसाहक्काने चालत आलेली राजेशाही अशा रितीने करणे शक्य आहे आणि ते संयुक्तिकच आहे. आपण ही राज्यव्यवस्था समजून घेताना तिच्या तीन अंगांचा विचार करणार आहोत. १) सत्ता आणि व्यक्तिगत निष्ठा, २) महसूल आणि इतर गोष्टींसंबंधीची माहिती आणि ३) लष्करी सामर्थ्य.

आपण प्रथम सत्ता आणि व्यक्तिगत निष्ठा यांची चर्चा करू. मराठ्यांच्या १५० वर्षांच्या इतिहासात, कारभाराच्या अंतर्गत वर्तुळात बऱ्याच गोष्टी पूर्वापार चालत आलेल्या

दिसतात. या वर्तुळातील माणसांची संख्या १०-१२ माणसांपुरतीच मर्यादित होती. प्रत्येक पावसाळ्यात ही माणसे मोहिमांवरून मराठी मुलखात राजधानीला परत येत. दरबाराचे कामकाज सर्वांच्या उपस्थितीत चालत असे. निष्ठा आणि कर्तृत्वाचे बक्षीस एकच असे, ते म्हणजे शेतीच्या उत्पन्नावर आधारित महसुलातील काही हिस्सा. दुसऱ्या कोणत्याही प्रकारच्या महसुलाचा विचार केला जात नसे. या अशा सरंजामी, देशमुखी, पाटीलकी, इनामी हक्कांच्या अंतर्गत येणाऱ्या कर्तव्ये आणि हक्कांमध्ये फरक पडत नसे. निष्ठावंत सेवेसाठी देण्यात येणाऱ्या मान-मरातबातही फरक पडत नसे. यात मानाची वस्त्रे, पालखी, समारंभाचे हत्ती-घोडे आणि नगाऱ्याचा मान अशांचा समावेश असे. हे मान-मरातब स्वीकारण्यासाठी राजासमक्ष उपस्थित राहणे आवश्यक असे, मग राजा पुण्याला असो वा साताऱ्याला असो वा जिंजीला. ही मान-मरातबाची आणि राजासमक्ष उपस्थित राहून ते स्वीकारण्याची परंपरा दख्खनी सलतनतीपासून चालत आली आणि मराठ्यांच्या संपूर्ण राजवटीत चालू राहिली. या मान-मरातबाच्या बाबतीत आणखी एक नियम पूर्वापार चालत आला होता. तो म्हणजे असे मान-मरातब प्राप्त झालेल्या सगळ्यांनाच अंतर्गत वर्तुळात प्रवेश मिळत नसे. बऱ्याच देशमुखांना किंवा सेनानींना मरातब स्वीकारल्यानंतर लगेच आपल्या मुलखात किंवा मोहिमांवर परतावे लागे.

मराठ्यांच्या इतिहासात निष्ठा मिळवण्यासाठी काही विशिष्ट पद्धती वापरण्यात येत असत. उदाहरणार्थ प्रत्येक पेशवा किंवा राजा पदावर आरूढ झाला की, त्याच्यासारख्या तरुण वयाच्या उमेदवारांना संधी देत असे. थोडीशी कर्तबगारी दाखवताच त्यांना बढती देण्यात येत असे. त्यामुळे ऐन विशीतील तरुण घोडदळाच्या तुकड्यांचे किंवा टोळ्यांचे नेतृत्व करताना आपल्याला दिसतात. होळकर, शिंदे, गायकवाड, पवार यांच्यासारखे तर पंचविशीच्या आतच हजारोंच्या घोडदळाचे नेतृत्व करू लागले होते. वारसाहक्काच्या वादात आधीच्या शासकाने नेमलेल्या आणि आता वयस्क झालेल्या सरदारांपेक्षा हे नवे सेनानी आपल्या आश्रयदात्याच्या मागे अधिक खंबीरपणे उभे राहत, यात नवल वाटायला नको. निष्ठा मिळवण्यासाठी शिवाजीच्या वारसांनी आणि पेशव्यांच्या वारसांनी आणखी एका पद्धतीचा अवलंब केला. यात त्यांच्या अंतर्गत वर्तुळातील माणसांच्या घराण्यांशी लग्नसंबंध जोडले जात. परंतु याचा निष्ठा मिळवण्यासाठी फारसा उपयोग होत नसे. त्याउलट अशा घराण्यांची प्रतिष्ठा वाढत असे आणि अशा नात्यांमधून प्रतिस्पर्धी उत्पन्न होण्याचा धोका असे. या अशा नात्यांमधूनच अतिशय टोकाचे वाद उत्पन्न झाल्याची उदाहरणे सापडतात. (याच प्रकारे युरोपमध्येही विकोपाचे वाद निर्माण होऊन प्रतिस्पर्धी तयार झाल्याची उदाहरणे सापडतात.) निष्ठा मिळवण्याचा आणखी एक उपाय राजा किंवा पेशव्याकडून केला जाई आणि तो म्हणजे संभाषण कौशल्य. शिवाजीच्या घराण्यातील आणि पेशवा

घराण्यातील कैक जणांनी आपल्या संभाषण कौशल्याच्या जोरावर कित्येक मोहिमा अंतर्गत वर्तुळातील कारभाऱ्यांशी चर्चा करून आखल्या आणि तडीस नेल्या.

या दरबाराच्या बाहेर बघितल्यास काही ठराविक काळासाठी सत्ताधीश आपल्याविषयीची निष्ठा काही प्रसंगांमधून अजमावत असे. उदाहरणार्थ दर वर्षी पावसाळ्यानंतर मोहिमांसाठी बाहेर पडण्यापूर्वी, दसऱ्याला सैन्य एका ठिकाणी एकत्र होत असे. या दरबारात मोहिमांमधील सेनानींना शिरपेच देण्याचा सोहळा पार पडत असे. हा शिरपेच म्हणजे मानाचे पागोटे अथवा पगडी असे. हा शिरपेच देऊन त्या सेनानींकडून निष्ठेची ग्वाही मिळवण्यात येई. याच वेळी घोडे आणि सामग्रीची तपासणी करण्यात येई आणि दसऱ्याची शस्त्रपूजाही पार पडे.

काही वेळा लोकांनी आपणहून निष्ठा व्यक्त करावी, अशी सत्ताधाऱ्याची अपेक्षा असे. यात गादीवर आरूढ होताना जो दरबार भरवला जाई, त्या वेळी सरदारांनी उपस्थित राहून नजराणे पेश करावेत अशी अपेक्षा असे. इतर दुय्यम देशमुखांसाठीही असा दरबार भरवण्यात येई. सत्ताधीशाकडील मुलाच्या जन्माच्या वेळी, मुंजविधीच्या वेळी, सत्ताधीशांच्या लग्न समारंभाच्या वेळी अथवा दत्तकविधानाच्या वेळी असे दरबार भरवून नजराणे स्वीकारण्यात येत. या प्रसंगी महत्त्वाचे जमीनदार आणि राजा किंवा पेशवा यांच्यात समोरासमोर भेटीगाठी होत. मोठ्या जमीनदार घराण्यांच्या घरच्या प्रसंगांच्या वेळीही सत्ताधीशाला नजराणा दिला जाई. एखाद्याच्या निधनानंतर त्याचे हक्क त्याच्या वारशाच्या नावाने करण्यासाठी, सत्ताधीशाची संमती आवश्यक असे. अशा वेळी निष्ठेविषयी खातरजमा करूनच वारसाहक्क मान्य केले जात.

जेव्हा वारसदार म्हणून वेगवेगळ्यांनी दावा केल्यास आणि वाद उत्पन्न केल्यास, प्रत्येक उमेदवाराकडून आपल्याप्रती निष्ठा मिळवण्याचे प्रयत्न होत. इ.स. १७०८ ते १७१८, इ.स. १७७२ ते १७७८ आणि इ.स. १७९५ ते १८०१ या मराठेशाहीतील यादवीच्या काळात, हे प्रयत्न मोठ्या प्रमाणात केले गेले. याची सुरुवात सत्ताधीश जिवंत असतानाच अंतर्गत वर्तुळातील कारभारी वारस नेमण्याची प्रक्रिया सुरू करत, त्या वेळी होत असे. उदाहरणार्थ शिवाजीच्या मृत्युपूर्वी कैक वर्षे त्याच्या वारशासंबंधाने दरबारात गट पडलेले आपल्याला माहीतच आहे. उमेदवार प्रथम या अंतर्गत वर्तुळातील असामींशी संपर्क साधून पाठिंबा मिळवण्याचा प्रयत्न करत आणि नंतर मोगल किंवा निजामासारख्या बाह्य शक्तींशी संपर्क साधत. याच वेळी हे उमेदवार पुण्यातील सावकारी कुटुंबांशी जवळीक साधण्याचा प्रयत्न करत.[२] एखाद्या उमेदवाराच्या पक्षाकडे

---

२) या सावकारी घराण्यांमध्ये दिक्षित/पटवर्धन घराण्यांचा समावेश होता. ही घराणी नाशिकमध्ये वास्तव्यास होती; पण पुण्यात त्यांचे प्रतिनिधी होते.

कायमस्वरूपी चांगले महसुली उत्पन्न देणारा प्रदेश असल्यास अशा सावकारांचा पाठिंबा मिळवणे सोपे जात असे.

सत्ताधीश (राजा किंवा पेशवा) मृत्यू पावल्यानंतर ही प्रक्रिया पूर्वतयारी संपवून, लष्करी संघर्षात रूपांतरित होत असे. प्रथम फौजांची जमवाजमव करून स्वत:चे स्थान बळकट करण्याचा प्रयत्न होत असे. यात भौगोलिक स्थिती, आपल्या पक्षाकडील किल्ले आणि हवामान या गोष्टीही उपयुक्त ठरू शकत. उमेदवारांपैकी एकाकडे राजधानीचा ताबा असे आणि त्याचा पक्ष त्याला सत्ताधीश म्हणून घोषित करून टाकत असे. परंतु ही कृती तितकीशी निर्णायक नसे आणि असे केल्याने यादवीही थांबत नसे. ज्या वेळी दोन्ही पक्षांच्या फौजा मैदानात उतरत, अशा वेळी त्यांना पावसाळ्यात हक्काचा निवारा, पैसा अथवा आणखी कुमक या गोष्टी आवश्यक वाटत. त्या वेळी मग दोन्ही पक्ष देशमुखांशी संपर्क साधत. असे झाल्यास ही यादवी अधिक कडवट आणि बराच काळ चालेल, असे जाणवत असे. अशा दीर्घकालीन यादवीत मोठ्या निर्णायक लढाया क्वचितच होत, परंतु त्याऐवजी विरुद्ध पक्षाकडील प्रदेश उजाड करून महसुली नुकसान करण्याकडेच जास्त कल असे. अशी यादवी अनिर्णित अवस्थेत एका मोहीम काळापेक्षा अधिक काळ राहिल्यास, बाह्य शक्तींना पाचारण केले जाई. यामुळे परिस्थिती अधिक बिकट होई, कारण या बाह्यशक्ती 'मदती'च्या बदल्यात मोठा प्रदेश आणि खंडणी वसूल करत. या यादवीचा शेवट बऱ्याचदा निर्णायक लढाई होऊन, एक उमेदवार पकडला जाण्यात आणि विजेत्याने सत्ताग्रहण करण्यात होत असे. या प्रक्रियेत पराभूत उमेदावाराच्या बाबतीत काही ठराविक गोष्टी घडत. तो कदाचित कैद होत असे किंवा त्याला राज्याचा काही हिस्सा मिळत असे (उदा. ताराबाई) किंवा एखादी छोटी जहागिरी मिळत असे (उदा. रघुनाथराव).

अशा यादवीनंतर सगळ्या जहागीरदारांकडून मग ते यादवीत सहभागी असोत अथवा नसोत, विजेत्याप्रती निष्ठेची मागणी केली जाई. थेट विरोध करणाऱ्यांना दयामाया न दाखवता नेस्तनाबूत करण्यात येई. महत्त्वाच्या पदांशी निगडित कैक घराणी विरोधात गेल्याने आपल्या जहागिरीवर परत जाऊन राहिल्याचे उल्लेख सापडत नाहीत. विजेत्या पक्षाच्या घराण्यांकडील फौजांच्या निर्वाहासाठी दिलेले सरंजाम त्वरेने पूर्ववत सुरू करण्यात येत. पूर्वापार चालत आलेले देशमुखी, इनामी आणि पाटीलकीचे हक्क पूर्ववत चालू ठेवण्यात येत आणि त्या घराण्यांना पूर्ववत शिंबदी बाळगण्याचा हक्कही देण्यात येई. चुकीच्या पक्षाला पाठिंबा दिल्यामुळे, वाताहत होऊन कागदपत्रांतून नावनिशाणीही मिटलेली महत्त्वाची घराणी आपल्याला माहीत आहेत. अंतर्गत वर्तुळाबाहेरील कोणी विराधात गेले असेल, तर त्यांच्याविषयी फारशी कठोर कारवाई झाल्याचे दिसत नाही.

या कालखंडात राजधानीवर चाल करून येणे, मोठा किल्ला विरोधी पक्षाच्या हवाली करणे किंवा लढाईत निर्णायक क्षणी प्रतिपक्षाला जाऊन मिळणे या कृती गंभीर मानल्या जात. केवळ पराजित झालेल्या पक्षाची बाजू घेणे, हा पदच्युत करण्याइतका मोठा गुन्हा मानला जात नसे आणि अशा 'चुका' माफही केल्या जात. नव्या सत्ताधीशाला अशा देशमुखांची गरजही असे. विजेत्याला पाठिंबा देणाऱ्यांना मात्र वेगाने पदोन्नती देण्यात येईच; पण नवीन देणग्या, सत्तास्थाने आणि पगारही देण्यात येई.

आता आपण मराठा कालखंडातील दीर्घकालीन सत्ता आणि निष्ठा यासंबंधीच्या काही महत्त्वाच्या पैलूंचा विचार करू. इ.स. १६९० च्या दशकातील जिंजी प्रकरणाच्या काळात पूर्णतया खालावली गेलेली मराठ्यांची केंद्रसत्ता हळूहळू सुधारू लागली आणि इ.स. १७२० नंतर पुन्हा एकदा सत्तेचे केंद्रीकरण सुरू झाले आणि बाळाजी विश्वनाथ आणि शाहू यांनी आपल्याप्रती निष्ठेची मागणी वाढवत ठेवली. ज्या टोळ्या स्वतंत्रपणे कार्यरत होत्या, त्या पेशव्याच्या नेतृत्वाखाली मोठ्या फौजांमध्ये विलीन झाल्या. बाजीरावाच्या काळात इनाम, सरंजाम आणि देशमुखीसारखी वतने देण्याचा अधिकार छत्रपतींच्या नावे पेशव्याने आपल्या हातात घेतला. इ.स. १७३० नंतर माळवा आणि गुजराथच्या विभाजनानंतर तर सत्ता आणखीनच पेशव्याच्या हातात एकवटली गेली. सुरुवातीच्या काळात शिंदे, होळकर आणि गायकवाड घराण्यांच्या अखत्यारीतील प्रदेशांना स्वतंत्र राज्यांचा दर्जा नव्हता. हे प्रशासन राबवणारे सरदार पेशव्याच्या आधारावर मोठ्या पदांवर पोहोचले होते आणि ते पेशव्याविषयी निष्ठा बाळगून होते. या सरदारांमध्येही शिंदे-होळकरांनी स्वतंत्रपणे काही केल्याचा पुरावा इ.स. १७६१ मधील पानिपताच्या लढाईपूर्वी मिळत नाही.[३] इ.स. १७४० नंतर महाराष्ट्रापासून दूरच्या प्रदेशातील व्यक्तींवर आणि जनतेवर आपली सत्ता अधिक दृढ करण्यात पेशव्याला यश मिळाले. आपण पूर्व माळव्यातील विविध प्रकरणांमध्ये पेशव्याने कसा न्यायनिवाडा केला हे पाहिलेच आहे. याच काळात बाजीरावाने मोहिमांमध्ये स्वत: नेतृत्वाची धुरा सांभाळली आणि मार्गावरील स्थानिक जमीनदार आणि राजांना व्यक्तिश: आपल्याप्रती निष्ठा वाहण्यास भाग पाडले. या सत्तेच्या केंद्रीकरणात इ.स. १७७० ते १७९५ हा कालखंड मात्र समस्या उत्पन्न करणारा ठरला. काही प्रदेशांमध्ये सत्तेच्या केंद्रीकरणाची प्रक्रिया सुरू असल्याचे दिसते. उदाहरणार्थ गुजराथमध्ये गायकवाडांबरोबर पेशवाही सत्तेत वाटेकरी होता. छत्रपतीच्या अधिकारातील सातारा आणि जवळपासचा प्रदेशातून पेशव्याच्या वाढत्या सत्तेला विरोध

३) शिंदे होळकरांना महाराष्ट्रातही जमीनजुमला देण्यात आला होता. हा एक प्रतिष्ठेचा भाग होता. दोघांनाही या जमिनींविषयी आपलेपणा होता. पेशवा याचाच उपयोग या सरदारांवर अंकुश ठेवण्यासाठी करत. कारण पेशवा या जमिनी कधीही जप्त करू शकत होता. पुढे माळवा आणि त्याच्या उत्तरेकडे जसा शिंदे होळकरांचा जम बसला, तसे या महाराष्ट्रातील जमिनीचे महत्त्व त्यांच्या दृष्टीने कमी झाले.

होत नव्हता. परंतु त्याच वेळी इ.स. १७३० च्या सुमारास एके काळी फायदेशीर वाटत असलेले माळव्यातील विभाजित प्रदेश आता कारभाराच्या दृष्टीने स्वतंत्र प्रदेशांत रूपांतरित होऊ लागले होते. माळव्याच्या मोठ्या पठारी प्रदेशावर होळकराने अतिशय चोख अशी कारभाराची घडी बसवली होती. तेथून पेशव्याकडे माहितीही येत नव्हती आणि महसूलही येत नव्हता. या कालखंडात शिंदे सर्वांत फायद्यात राहिला. आपल्या माळव्याच्या प्रदेशाशी चंबळच्या उत्तरेकडील बराचसा प्रदेश त्याने जोडला. त्याचबरोबर त्याने दिल्लीच्या आसपासचा प्रदेश, पश्चिमेकडील आजच्या हरियाणातील प्रदेश यांवरही आपले वर्चस्व प्रस्थापित केले आणि राजस्थानातील बऱ्याच मोठ्या प्रदेशांतून खंडणीही वसूल करायला सुरुवात केली. इ.स. १७७० नंतर या परिघावरील राज्यांमध्ये आणि पेशव्याच्या केंद्रीय सत्तेमध्ये इतकी वर्षे जो तोल सांभाळला गेला होता, तो आता केंद्रापासून दूर झुकू लागला होता. आता पेशव्याच्या (आणि नंतर नाना फडणवीसाच्या) ताब्यातील प्रदेश आणि त्याचे उत्पन्न शिंदे-होळकरापेक्षा थोडेसेच अधिक होते. इ.स. १७८० नंतर कोणत्याही गंभीर आपत्तीचा सामना करण्यासाठी, केंद्रीय सत्तेला या परिघावरील सत्तांची गरज भासू लागली. आणखी एक लक्षणीय गोष्ट म्हणजे, या काळात कोणत्याही नवीन प्रादेशिक सत्तेचा उदय झाला नाही. अठराव्या शतकाच्या उत्तरार्धातील पटवर्धन, रास्ते किंवा हरीपंत फडके यांसारख्या सेनानींना, कर्नाटकात शिंदे-होळकरांप्रमाणे आपली स्वतंत्र सत्ताच काय, साधी राजवट उभी करणेही शक्य झाले नाही.

एकंदरीत पाहता यानंतरच्या काळात सत्ता तीन सत्ताकेंद्रांमध्ये विभागली गेली. पेशव्याचे सत्तास्थान बऱ्याच अंशी बळकट राहिले होते. त्याच्या अखत्यारीतील प्रदेशात कारभाराची घडी व्यवस्थित बसली होती. याच भागातून आपल्याला मराठ्यांच्या राजवटीतील सगळ्यात मोठा कागदपत्रांचा आणि नोंदीचा संग्रह पाहायला मिळतो. पेशव्याला जरी काही प्रदेश सोडावा लागला (उदा. शिंद्यांना बुरहाणपूर शहर द्यावे लागले), तरी गायकवाड आणि पवार पेशव्याच्या प्रभावापासून मुक्त राहण्यासाठी ज्या प्रकारे इंग्रजांची मदत घेण्याचा प्रयत्न करत होते, ते पाहिल्यास पेशवा अजूनही ताकदवान होता असे आपण म्हणू शकतो. त्यामुळे या काळात शिंदे, होळकर आणि पेशवा अशी तीन सत्ताकेंद्रे निर्माण झाली होती असे दिसते. परंतु याकडे अंदाधुंदी किंवा गोंधळाची स्थिती असे न पाहता, वेगळ्या स्थानांभोवतीचे सत्तेचे केंद्रीकरण आणि दृढीकरण असे पहायला हवे.

या सत्ता आणि निष्ठेतील दीर्घकालीन बदलांचा विचार करताना एक प्रश्न उपस्थित होतो. तो म्हणजे, मराठ्यांचे सत्ताकेंद्र मराठ्यांकडून जेव्हा ब्राह्मणांच्या ताब्यात आले, तेव्हा एकूण राज्यव्यवस्थेत किती फरक पडला? याचे उत्तर शोधत असताना

राज्यकारभाराच्या मूलभूत व्यवस्थेत फारसा फरक न पडल्याचे दिसून येते. पूर्वीच्या दख्खनी सलतनतींच्या काळात किंवा छत्रपतीच्या काळात ज्या प्रकारे मुसलमानांच्या पीर-दर्ग्यांना मदत देण्यात येत होती, तशीच मदत ब्राह्मणांकडे सत्ता आल्यावरही पुढे चालू राहिली. बाजारातील भिन्न करपद्धती अजूनही मुसलमान व्यापाऱ्यांना अनुकूल होती. असे असले, तरी काही बदल मात्र लक्षणीय होते. यांतील एक म्हणजे राज्यकारभाराशी संबंधित ब्राह्मण घराण्यांचा उत्कर्ष. त्यांनी केंद्रातील कारभारात आणि नव्याने जिंकलेल्या प्रदेशांतील विस्तारित कारभारात अधिकारपदांवर आपले स्थान पक्के केले. त्याचबरोबर मोठ्या संख्येने ब्राह्मण सेनानी निर्माण झाले. इ.स. १७७० च्या दशकातील हजेरीपटाकडे लक्ष दिल्यास, एक तृतीयांश सेनानी ब्राह्मण असल्याचे दिसते. (अठराव्या शतकाच्या शेवटी तर हे प्रमाण आणखी वाढल्याचे दिसते.) अठराव्या शतकाच्या उत्तरार्धात रास्ते-पटवर्धनांसारखी जी महत्त्वाची घराणी नावारूपाला आली, ती सर्व ब्राह्मण घराणी होती. सरकारला कर्ज देण्याची ऐपत असलेले जे सावकार नावारूपाला आले, तेही सगळे ब्राह्मण होते. याव्यतिरिक्त विद्वान, शिक्षक आणि देवस्थानच्या पुजाऱ्यांना आश्रय देण्याचे प्रमाण वाढले होते. तसेच दिवाळी आणि होळीसारख्या सणांनाही सरकारी अनुदान मिळत होते.[४] याशिवाय तितकीशी लक्षात न येणारी गोष्ट म्हणजे, तीर्थस्थानांच्या विकासासाठी देण्यात येणारी सरकारी मदत. गोवा, कोकणापासून ते देशावरील मराठा राज्यांत तीर्थक्षेत्रांना जमिनी आणि खेड्यांच्या स्वरूपात शाश्वत अशा देणग्या देण्यात येऊ लागल्या. (अशा कैक देणग्या आजही चालू आहेत.) ब्राह्मणी वर्चस्वामुळे निर्माण झालेली आणखी एक गोष्ट म्हणजे, गटांमधील वादांत ब्राह्मण विरुद्ध मराठा वादाची पडलेली भर. हा वाद फारसा विकोपास गेला नाही; पण ब्राह्मणांच्या हातात गेलेली सत्ता पुन्हा एकदा छत्रपतींच्या घराण्याच्या हातात यावी, यासाठी अधूनमधून प्रयत्न होत राहिले.

आता आपण विषयांतर करून, महसूल-वसुली आणि कागदोपत्री नोंदी या एका मोठ्या विषयाकडे वळू. संपूर्ण मराठा कालखंडातील या व्यवस्थेचे सातत्य जाणून घेऊ. ही संपूर्ण व्यवस्था दख्खनी सलतनतींनी घालून दिलेल्या नमुन्यानुसार चालत होती. यात बहुंताश समावेश पिकाऊ गावांकडून मिळणारे अपेक्षित उत्पन्न, जमिनींचे मूल्यांकन, बागायत/जिरायत/पडीक अशी जमिनीची वर्गवारी, पाटील-देशमुखांचे सनदी हक्क आणि त्यांची एकूण कामगिरी याविषयीच्या नोंदीचा असे. या व्यवस्थेतील सातत्य पुढील उदाहरणावरून समजून येईल. एका इ.स. १७६० च्या सुमाराच्या दस्तऐवजात उजाड झालेल्या एका प्रदेशाला पुन्हा पिकाऊ करण्यासाठी आणि तेथील गावे पुन्हा

---

४) प्रस्तुत लेखकाने अभ्यासलेल्या कागदपत्रांवरून पेशव्याच्या खर्चापैकी ५ ते ८% रक्कम अशा आश्रयापोटी खर्च होत होती असे दिसून आले आहे.

वसवण्यासाठी जी पद्धत दिलेली दिसते, ती, किंवा महसूल वसूल करताना इस्तवा (पायरी पायरीने वाढणारा महसूल) किंवा ताकावी कर्जे या सवलतीच्या उपाययोजना याच नावांसकट इ.स. १६५० मधील अशाच एका दस्तऐवजातही पाहायला मिळतात. यावरून मराठा राजवटीत कोणताही नावीन्यपूर्ण बदल न झालेली व्यवस्था, म्हणजे महसूल-व्यवस्था असे आपण म्हणू शकतो. निजामशाही किंवा आदिलशाहीत जारी करण्यात आलेल्या पाटीलकी, देशमुखी, सरंजामी किंवा इनामाच्या सनदा; त्यांतील वाक्यरचना, हक्क आणि जबाबदाऱ्यांचे उल्लेख यांच्यासह अठराव्या शतकाच्या मध्यास किंवा उत्तरार्धात देण्यात आलेल्या सनदांशी तंतोतंत मिळत्याजुळत्या आढळतात.[५]

या काळातील देशमुखांच्या स्थानातील सातत्यही लक्षणीय आहे. आपण या घराण्यांकडे असलेल्या हक्कांविषयी म्हणजे त्यांच्या मालकीच्या गढ्या, काही गावांची पाटिलकी, इनाम गावे आणि जमिनी यांविषयी चर्चा केलीच आहे. मोगल असो वा निजाम वा मराठे या सगळ्यांना त्यांच्याबरोबर चांगले संबंध ठेवावेच लागत. त्यांच्या भागातील माहिती आणि महसूल जमा करण्यासाठी, त्यांची कोणत्याही सरकारला गरज असे आणि ते, सरकार आणि त्यांच्या भागातील गावांना बांधील असत.

या पूर्वापार चालत आलेल्या पद्धतीशी प्रामाण्य आणि सातत्य राखून असलेल्या व्यवस्थेतही काही ठराविक आवर्तने दिसून येतात. यांतील पहिले वार्षिक आवर्तन म्हणजे, पेशवाकाळात त्याच्या थेट अखत्यारीतील प्रदेशांमधून माहिती आणि महसूल वसुलीचे आवर्तन होय. आपण पाहिल्याप्रमाणे या आवर्तनाची सुरुवात राजधानीतील पेशव्याच्या फडावर होई. यात पेशव्याचे कारकून प्रत्येक वसुली अधिकाऱ्याच्या म्हणजे कमावीसदाराच्या प्रदेशातील वसुलीचे अंदाज तयार करत. कमावीसदारांनी हे अंदाज मान्य केल्यानंतर, ते पुण्यातील सावकारांकडून कर्ज उचलत असत आणि सरकारात जमा करायच्या रकमेपैकी पहिला हप्ता जमा करत असत. त्यानंतर पावसाळ्याच्या बराच काळ आधी ते आपल्या प्रदेशाकडे जात असत आणि त्यातील एखाद्या नगरात त्यांचा मुक्काम असे. त्यानंतर ते आपल्या प्रदेशाचा दौरा करत. यात ते पिकांची पाहणी करत, गावोगावीचे कर निश्चित करत आणि जाताजाता वाटेत काही किरकोळ तंटेही निकालात काढत. कोणत्याही गावात त्यांचा १-२ दिवसांपेक्षा जास्त मुक्काम नसे. स्थानिक जमिनीच्या नोंदी आणि पिकाखालील जमिनीमध्ये काही बदल झाला आहे का, हे बघण्यासाठी इतका कालावधी पुरत असे. जो कर निश्चित केला जात असे, त्याची कागदपत्रे हे कमावीसदार त्यांच्या मुक्कामाच्या स्थळी पुढील काही महिन्यांत बनवत

५) दख्खनी सलतनतींबरोबर मराठा राजवटीने सातत्य राखल्यामुळेच, आजही फारसी भाषेतील कित्येक शब्द मराठीत रुळलेले दिसतात.

असत आणि त्यावर त्या त्या भागातील पाटील किंवा देशमुखांच्या स्वाक्षऱ्या घेत. गावचे पाटील होईल तसातसा स्थानिक सरकारी कोषागारात भरणा करत असत. महसुलीवर्षाच्या अखेरीस कमावीसदार मान्य केलेली रक्कम आणि जमा रक्कम पडताळून पाहत आणि प्रत्येक गावाचा ताळेबंद बनवत. हे कमावीसदार जेव्हा पुण्याला परतत, तेव्हा त्यांच्यावर उर्वरित रकमेचा भरणा करायची जबाबदारी असे. वाचकांना ही पद्धत कल्पनारम्य वाटली, तर यासंबंधी पुणे दप्तरातील हजारो कागदपत्रे बघण्यास उपलब्ध आहेत. ज्या ज्या संशोधकांनी ही कागदपत्रे अभ्यासली आहेत; त्यांना त्यात सखोलता, अनुमानक्षमता आणि तपशिलातील बाहुल्य आढळून आले आहे.

मराठ्यांच्या स्थिर प्रशासनाच्या बाहेरील प्रदेशातही एक वार्षिक आवर्तन बघायला मिळते. ज्या प्रदेशात स्थानिक फौजबंद घराण्यांचे प्राबल्य असे, अशा भागात मराठ्यांनी हल्ला करून हा भाग 'जिंकून' घेतला की, हे आवर्तन सुरू होत असे. या घटनाक्रमात काही घराण्यांना लवकरात लवकर मराठ्यांबरोबर लढाईऐवजी समेट व्हावा असे वाटे किंवा काही जण आपल्या किल्ल्याच्या आश्रयाला जाऊन मराठ्यांच्या वेढ्याची वाट पाहणे पसंत करत. साधारणपणे ते काही खंडणी लगेच देत आणि पुढील रकमेसाठी पुढील काही वर्षांची मुदत मागून घेत. या वर्षांमध्ये खंडणीची रक्कम एक तर कमी कमी होत जाई किंवा बऱ्याचदा दिलीच जात नसे. येथे नोंद घेण्यासारखी बाब म्हणजे, मराठ्यांच्या कमावीसदाराचा संबंध या घराण्यांच्या दरबाराशी असे आणि दर वर्षी तो खंडणी भरण्याची विनंती करू शकत असे. त्याला आसपासच्या गावांची माहिती नसे, त्याचा या गावांच्या पाटलांशी संपर्क नसे. त्याने जमिनीची मोजणी केलेली नसे किंवा तो थेटपणे महसूल वसूल करू शकत नसे. ही घराणी 'बंड' करत, म्हणजे या वसुली अधिकाऱ्याला हाकलून देत. ('जिंकणे' या शब्दाचा, विजेत्याने आपला वसुली अधिकारी त्या भागात नेमणे एवढाच अर्थ अभिप्रेत असे.) अशा बंडाच्या प्रसंगी परत एकदा मुख्य मराठा फौजा आक्रमण करत आणि खंडणी वसूल करायला सुरुवात करत. माळवा, खानदेश आणि गुजराथमधील काही भागांत हे आवर्तन लवकर बंद झाले आणि महसूल वसुलीची स्थिर यंत्रणा कार्यान्वित झाली. परंतु उर्वरित गुजराथ, जाट आणि रोहिल्यांचा दिल्लीजवळचा भाग, जवळपास संपूर्ण राजस्थान आणि संपूर्ण कर्नाटक या प्रदेशात स्थिर यंत्रणा कधीही कार्यान्वित होऊ शकली नाही आणि वर उल्लेखलेले खंडणी वसुलीचे आवर्तन वरचेवर घडत असे.

माहिती गोळा करणे आणि त्यानुसार महसूल वसूल करणे हा जो कित्येक वर्षांचा प्रघात मराठ्यांच्या राजवटीत दिसतो, तो म्हणजे मराठ्यांचे कारभारातील मोठे यशच मानायला हवे. इ.स. १७२० पासून मराठ्यांच्या थेट कारभाराखाली येणाऱ्या प्रदेशात

सतत वाढ होत होती. हा प्रदेश एकतर स्थानिक फौजबंद घराण्यांकडून ताब्यात आलेला असे अथवा निजामासारख्या शत्रूकडून जिंकलेला असे. या भागातून केंद्राकडे येणारी माहिती मुबलक, उपयुक्त आणि सातत्यपूर्ण होती. या नोदींमध्ये अनुमान लावण्याची क्षमता होती, कारण हे भाग खंडणी देण्यासाठी अथवा शिरजोरी करून खंडणी देण्याचे टाळण्यासाठी प्रसिद्ध झाले होते. याविषयी पुण्याच्या सावकारी पेढ्यांच्या नोंदीवरूनही दुजोरा मिळतो, कारण अशा भागातील महसुलाच्या अंदाजावर आगाऊ कर्ज देताना हे सावकार जास्त दराने व्याज आकारत असत. आपल्याला या नोंदींवरून पिकांची स्थिती, व्यापारी मार्ग आणि शहरे आणि जातींमधील आणि कुटुंबांमधील छोट्या छोट्या वादांबद्दलही माहिती मिळते. महसुलासंबंधीच्या माहितीबरोबर पेशव्याकडे भारताच्या सगळ्या भागांतून माहिती येत असे. ही माहिती वेगवेगळ्या दरबारांमधील व्यावसायिक बातमीदारांकडून येत असे. या कमावीसदार आणि बातमीदारांकडून अठराव्या शतकातील जी काही आर्थिक आणि सामाजिक माहिती संकलित झाली आहे, ती युरोप सोडल्यास जगात इतरत्र कोठेही बघायला मिळत नाही. भारतावर इंग्रजांचे राज्य सुरू होण्यापूर्वीच्या कालखंडातील कैक अनुत्तरित प्रश्नांविषयीचे संशोधन इतिहासकारांच्या कितीतरी पिढ्या करू शकतील, इतका मोठा माहितीचा ठेवा या नोंदींमधून मिळेल.

या माहिती आणि महसूल गोळा करण्याच्या प्रयत्नांबरोबर आणखी एका विषयाचाही विचार करायला हवा. हा विषय म्हणजे बाजारातील चलनाची स्थिती. सोळाव्या शतकातही बऱ्याच भागात व्यापार सुरू होता आणि रोख पैशांचा काही प्रमाणात वापर होत होता. मराठ्यांच्या कालखंडात गुजराथ, खानदेश आणि पूर्व माळव्यासारख्या नगदी पिके घेणाऱ्या प्रदेशांतून रोख पैसा उत्पन्न होऊन; रोखीची कमतरता असलेल्या देश, कोकण, ओरिसा आणि कर्नाटक यांसारख्या प्रदेशांमध्ये फिरवला जात असे. या विषयातील संशोधन अजूनही अपूर्ण आहे. काही शहरांमध्ये रोख पैशाची गरज वाढल्याचे दिसून येते. ही शहरे म्हणजे नव्याने भरभराटीला आलेली महाराष्ट्रातील सातारा, मुंबई, पुणे, कोल्हापूर, अहमदनगर, नाशिक, जुन्नर ही शहरे; तर इंदोर, ग्वाल्हेर, नागपूर, वडोदरा (बडोदा) ही मराठ्यांच्या नव्याने भरभराटीस आलेल्या राजधान्यांची शहरे होती. सुरत, बुरहाणपूर, विजापूर, शहापूर अशी मोगल काळातील शहरे या काळात उतरणीला लागली होती. किनारपट्टीवरील मुंबई, वसई, राजापूर, चौल यांसारख्या बंदरांमध्ये स्पर्धा होती आणि व्यापारी जेथे नव्या संधी उपलब्ध होत, अशा ठिकाणी वास्तव्यास जात. चलनी अर्थकारण वाढल्याचा आणखी एक पुरावा उपलब्ध आहे. पूर्वी विविध हक्कांबद्दलची देय रक्कम रोख पैसा उपलब्ध नसल्याने धान्याच्या किंवा इतर वस्तुरूपात सरकारला दिली जात असे; पण कागदोपत्री नोंदीनुसार या काळात ती रोखीत देण्यास सुरुवात

झालेली आढळते. याविषयी अजून मोठ्या प्रमाणात संशोधन होणे बाकी असले, तरी बऱ्याच संशोधकांना अशा प्रकारचे चलनीकरण अगदी छोट्या कोपऱ्यातील खेड्यांमध्येही आढळले आहे. साधारणपणे देशमुख-जहागीरदारांना सैन्यासाठी ठराविक चारा पुरवणे बंधनकारक असे किंवा सैन्याला काही काळासाठी रसद पुरवणे आवश्यक असे. या दोन्ही गोष्टींऐवजी त्याच्या किंमतीएवढी रक्कम रोख भरण्यात येऊ लागल्याचे उल्लेख मिळतात. अशाच रितीने बरीचशी धान्य किंवा वस्तुरूपातील देशमुखी देणी रोख रकमेच्या रूपात देण्याची सुरुवात अठराव्या शतकाच्या अखेरीस झाल्याचे दिसते. घोडेबाजार आणि गुरांचा बाजार यांच्यात झालेली मोठी वाढही याच चलनीकरणाची द्योतक मानायला हवी.

मराठ्यांच्या राज्याबद्दल चर्चा करताना आणखी एका वैशिष्ट्याची दखल घेणे भाग आहे. मोगल राजवटीप्रमाणे मराठ्यांची राजवट शहरांबरोबर फारशी निगडित नव्हती, तर खेड्यापाड्यांबरोबर जास्त निगडित होती. बराचसा काळ मराठ्यांच्या राजधान्या शहरांऐवजी किल्ल्यांवर होत्या. प्रदेश जिंकून घेताना मराठे आधी ग्रामीण भाग जिंकून घेत आणि मग नगरे जिंकत आणि सर्वांत शेवटी शहरांकडे मोर्चा वळवत. शहरे महसुलाच्या दृष्टीने फारशी उपयुक्त नसत. त्यांच्याकडून मिळणारे कराचे उत्पन्न एका छोट्याशा परगण्यातील शेतीतून मिळणाऱ्या महसुलापेक्षा कमी असे. कमावीसदाराचे वास्तव्य आणि त्याचे कार्यालय शहराऐवजी परगण्यातील नगरात असे. तो शहरांमध्ये फिरकतही नसे. मराठ्यांच्या राजवटीत कोणत्याही शहरात वैशिष्ट्यपूर्ण इमारतीचे बांधकाम केले गेले नाही. शहरांकडे असे दुर्लक्ष झाले असले, तरी काही बाबतीत शहरे महत्त्वाची भूमिका बजावत असत. एकूण अर्थव्यवस्थेत पैशाचे चलनवलन शहरांमधूनच होत असे. शहरांमधील हुंड्यांचे व्यवहार अत्यंत स्पर्धेच्या वातावरणात चालत. व्याजाचे दर वाहतुकीच्या मार्गावरील सुरक्षितता आणि हंगामाप्रमाणे कमीजास्त होत. शहरांमध्ये शेतीव्यतिरिक्तची उत्पादने होत आणि त्यासाठी ती शहरे प्रसिद्ध होती. (उदा. सुती कापडासाठी बुरहाणपूर प्रसिद्ध होते.) तसेच फौजेसाठी लागणाऱ्या वस्तूंचा साठा करण्यासाठीही शहरांमधील ठोक बाजार उपयुक्त ठरत.

मराठ्यांच्या राजवटीत इतर बऱ्याच गोष्टींमध्ये आढळणारे सातत्य सैन्याच्या बाबतीत मात्र आढळत नाही. सैन्यविषयक धोरण, डावपेच, भरती, सैनिक, तरतूद, शस्त्रास्त्रे आणि प्रमुख शत्रू या कोणत्याही बाबतीत दीर्घकालीन सातत्य आढळत नाही. फौजेतील बदलाविषयी अंदाज येण्यासाठी; शिवाजीच्या मावळी आणि हलक्या घोडदळाची तुलना शंभर वर्षांनंतरच्या महादजी शिंदेच्या कवायती, गणवेशी फौजेशी आणि तोफखान्याशी करून पहा. शिवाजीच्या सुरुवातीच्या फौजेत सह्याद्री घाटातील मावळ्यांचा समावेश

होता. ते शिवाजीच्या प्रभावी व्यक्तिमत्त्वामुळे आणि नेतृत्व गुणांमुळे त्याच्याकडे आकृष्ट झाले. कर्तृत्व दाखवायच्या संधी लवकर उपलब्ध झाल्या आणि ही मुले ऐन विशीच्या आत त्यांच्या तुकड्यांचे नेतृत्व करू लागली. घाटाबाहेरच्या लढाया मुख्यत्वे घोड्यावरून केल्या जाऊ लागल्या. यामुळे शारीरिक सुदृढता आणि भराऱ्या मारण्याच्या क्षमतेला विशेष महत्त्व आले. मोठी लढाई टाळण्यात येई आणि जिंकण्याच्या डावपेचात शत्रूची रसद मारणे आणि त्याच्या मुलखात दूरवर हल्ले करून त्याला माघार घेण्यास भाग पाडणे, या गोष्टीचा मुख्यत्वे समावेश असे. दऱ्याखोऱ्यांमध्ये पायदळ शत्रूला खिंडीत गाठून हल्ला चढवत असे. असा मोका साधण्यासाठी शिवाजीला या भागाची जी खडानखडा माहिती होती, ती किती उपयुक्त ठरत होती हे आपण जाणतोच. अशा लढायांमध्ये तोफखाना निरुपयोगी असल्याने बहुतेक काळ दुर्लक्षित राहिला. सुरुंग लावून किंवा किल्ल्यात घुसून किल्ले घेणे फारसे शक्य नसे. परंतु या किल्ल्यांचे महत्त्व फार मोठे होते. सह्याद्रीतील डोंगरी किल्ल्यांवर आश्रय घेणे अधिक सुरक्षित होते.[६] फौज मोहिमेवर असताना रसदीची तरतूद करणे अवघड होते आणि फौजेला जवळपासच्या मुलखावरच अवलंबून राहावे लागे. पावसाळ्यात शेतीच्या कामासाठी मराठी फौजेतील सैनिक आपापल्या गावी परतत असत. आपल्याला आठवत असेल की, शिवाजीने नंतरच्या काळात स्वत:च या व्यवस्थेत बदल केला. इ.स. १६७० च्या सुमारास शिवाजीकडे स्वत:चे ५ ते १० हजार घोडे होते आणि आपल्या सैन्यासाठी त्याने छावण्या उभ्या केल्या होत्या. इतर भारतीय राजांपेक्षा (सुमारे १०० वर्षांनंतरच्या टिपूचा अपवाद वगळता) शिवाजीला आरमाराचे महत्त्व कळले होते आणि कोकणातील गुंतागुंतीच्या राजकारणात आपले स्थान अधिक बळकट करण्यासाठी, आरमार उभारणीचे प्रयत्नही त्याने सुरू केले होते.

इ.स. १६८० ते १७०५ या काळातील मोगलांच्या आक्रमणाला तोंड देण्यासाठी मराठ्यांना पुन्हा सुरुवातीच्या डावपेचांचा आधार घ्यावा लागला. कमीतकमी सरकारी नियंत्रणाखाली आणि व्यक्तिगत नेतृत्वाखाली, छोट्या छोट्या वेगवान सैनिकी टोळ्यांच्या सहाय्याने बलाढ्य मोगलांना दिलेल्या टकरांनी हा कालखंड व्यापलेला आहे. काही हजारापेक्षा जास्त सैन्य एकत्र करणे दुरापास्तच होते. पायदळ फारसे नव्हतेच आणि आरमारही पूर्णपणे उद्ध्वस्त झालेले होते.[७]

---

६) किल्ल्यांवरील अन्नधान्य आणि दारूगोळा यांचा मुबलक साठा असण्याचे महत्त्व रामचंद्रपंत अमात्य लिखित 'आज्ञापत्र' या प्रबंधात वाचायला मिळते. पहा - आज्ञापत्र (संपा. प्र. न. जोशी) व्हिनस प्रकाश, १९९७.

७) आंग्रे घराण्याने मात्र छोट्या नौकांनी युक्त असे आरमार उभे केले होते आणि इ.स. १७३० च्या दशकापर्यंत किनारपट्टीवरील राजकारणात आपले महत्त्व राखले होते.

इ.स. १७२० ते १७४० या बाजीरावाच्या काळात यात बदल होत गेला. याच काळात विरोध करण्यापासून विजय मिळवण्याकडे मराठ्यांची वाटचाल झाली. छोट्या छोट्या टोळ्यांमधून आधीपेक्षा बरीच मोठी फौज उभी करण्यात बाजीराव यशस्वी झाला. अधिक महत्त्वाचे म्हणजे आश्वासक असे मूठभर तरुण सेनानी हेरण्यात आणि त्यांना नव्याने जिंकलेल्या माळवा आणि गुजराथमधील बऱ्याचशा प्रदेशांचे अधिकार देण्यात, बाजीराव यशस्वी झाला. इ.स. १७३० च्या मध्यापासून हे सैन्य या भागातच पावसाळ्यात मुक्कामास राहू लागले. ज्यामुळे मराठ्यांकडे संपूर्ण माळवा प्रांताचा अधिकार आला, त्या भोपाळच्या लढाईनंतर फौजेचे उद्दिष्ट आणि फौजेची कार्यपद्धती यांत बदल झाला. मोगलांबरोबरच्या मोठ्या मैदानी लढायांचे दिवस आता संपले होते. मराठ्यांना आपले राज्य स्थिरावण्यासाठी, शिरजोरी करणाऱ्या स्थानिक हत्यारबंद जमातींना काबूत आणणे जास्त गरजेचे होते. आता मुलूख लुटणे मागे पडले आणि खंडणी आणि महसूल रीतसर मार्गाने वसूल करणे अधिक आवश्यक झाले. या स्थानिक जमातींचे म्होरके ज्या किल्ले, गढ्यांच्या आश्रयास जात; त्यांना नामोहरम करण्यासाठी वेढ्यास उपयुक्त अशा तोफांची गरज शिंदे, होळकर आणि पेशव्यांना भासू लागली. त्यांनी असे तोफखाने उभारले आणि त्यांच्या रोख रक्कमेच्या गरजा वाढू लागल्या. अशा तोफखान्यासाठी पूर्ण वेळ पगारी आणि भाडोत्री सैनिकांसाठीही रोख रकमेची तजवीज करणे आवश्यक झाले.

बाजीरावाचा मृत्यू (इ.स. १७४०) ते पानिपतची लढाई (इ.स. १७६०) या कालखंडात ही बदलाची प्रक्रिया अधिक जलद झाली. सैन्याचा आकार एवढा वाढला की, आसपासच्या मुलखावर गुजराण होणे अशक्य झाले. एका वेळी तीस ते चाळीस हजारांचे सैन्य एकत्र होऊ लागले. हे सैन्य पूर्वीच्या पिढीतील हलक्या वेगवान घोडदळापेक्षा वेगळे होते. हजारो बैलगाड्या, तोफांचे गाडे आणि संपूर्ण बाजार असलेले हे सैन्य, एखादा फिरत्या शहरासारखे अजस्र असे. सोयी-सुविधा आणि दिमाखाच्या बाबतीत हे सैन्य मोगलांच्या तोडीसतोड बनले. असे दिमाखदार सैन्य मोगलांना ज्या कारणासाठी उपयुक्त ठरत होते, त्याच कारणासाठी ते मराठ्यांनाही उपयुक्त ठरू लागले. अशा दिमाखदार सैन्याचा स्थानिक लोकांवर इतका प्रभाव पडे की, लढाई न करताच मराठे त्यांच्याकडून खंडणी वसूल करत. सैन्यात असे दिखाऊ बदल झाले असले, तरी लढाईतील डावपेचांमध्ये फारसा फरक पडला नव्हता. कितीही मोठे सैन्य असले, तरी ते उजवी, डावी आणि मधली अशा तीन फळ्यांमध्ये विभागले जाई. हे सैन्य सेनानीचे वैयक्तिक सैन्य असे आणि आजकालच्याप्रमाणे नेतृत्वाच्या पायऱ्या नसल्याने, केवळ त्या सेनानीच्या आदेशाप्रमाणेच सैन्याच्या हालचाली होत आणि जर हा सेनानी मारला गेला किंवा त्याने व्यक्तिश: माघार घेतली, तर सैन्यात फूट पडून ते रणांगणावरून पळ काढायचा प्रयत्न करे.

इ.स. १७५० च्या दशकात इंग्रज आणि फ्रेंच सतत लढत होते आणि त्यांच्या

नवीन सैन्यरचनेचा प्रत्यय वारंवार येई. या सैन्यात प्रशिक्षित पायदळाचा समावेश होता. त्यांच्याकडील बंदुका भारतीय बनावटीच्या बंदुकांपेक्षा उच्च प्रतीच्या होत्या. त्यांच्या मदतीला वेगाने गोळाफेक करू शकणाऱ्या तोफा होत्या. अठराव्या शतकाच्या पूर्वार्धात युरोपात जी धातूशास्त्रात प्रगती झाली होती, त्याचाच प्रत्यय या बंदुका आणि तोफांमधून येत होता. भारतीय उपखंडात अशा नवीन सुसज्ज सैन्याविषयीचा दृष्टिकोन वेगवेगळा होता. निजामासारख्या काही शासकांनी या नवीन सैन्याला तातडीने जवळ केले, तर होळकरांसारखे काही शासक त्याच्याविषयी शंका बाळगून होते. खरे तर अशी शंका घेणारे अधिक बरोबर होते. या नवीन प्रकारच्या सैन्याने बरेच विजय मिळवले; पण त्यांचे काही पराभव फारच मोठे होते ही गोष्ट जितकी सत्य होती, तेवढीच सत्य गोष्ट म्हणजे हे सैन्य पराकोटीचे महाग होते आणि या सैन्याच्या निर्वाहासाठी निजामासारख्याला राज्याचे बरेचसे उत्पन्न तोडून द्यावे लागले होते. पानिपताच्या लढाईत वेगवान घोडदळ, प्रशिक्षित पायदळ/तोफखाना आणि मोगल पद्धतीचे सैन्य या विविध प्रकारांतील विसंगती दिसून आली. उदाहरणार्थ घोडदळाने पायदळाच्या दोन्ही बाजूंना आधार देणे आवश्यक होते; पण तेच हातघाईच्या लढाईत गुंतल्याने पायदळ उघडे पडले. तसेच नेतृत्वाच्या पायऱ्या ठरलेल्या नसल्याने, सेनानी पडल्याबरोबर मराठ्यांच्या फौजा फुटल्या आणि रणांगणावरून पळून गेल्या.

पानिपतानंतर वेगवेगळ्या शासकांनी वेगवेगळ्या सैन्यपद्धतींचा अवलंब केला. नागपूरकर भोसल्यांनी पूर्वापार हलक्या आणि वेगवान घोडदळावरच विसंबून राहणे पसंत केले आणि कधीही प्रशिक्षित पायदळ उभे केले नाही. याउलट शिंद्यांनी त्वरेने पायदळ उभे करणे सुरू केले आणि मोठ्या संख्येने तोफाही ओतल्या. त्यांनी मुख्यत्वे रजपूत आणि मुस्लिमांना आपल्या फौजेत भरती केले आणि एका दशकात त्यांची फौज 'मराठा' म्हणवण्यासारखी उरली नाही.[८] होळकर या दोघांच्या मधील अवस्थेत होते. त्यांच्याकडील फौजेत मुख्य भर पूर्वापार चालत आलेल्या घोडदळावर होता. प्रशिक्षित पायदळाच्या बाबतीत प्रयोग करण्यास ते फारसे उत्सुक नव्हते; पण तोफखाना अद्ययावत करण्यावर त्यांचा भर होता.[९] दक्षिणेकडे मुख्यत्वे सेनानींमध्ये बदल झाले. आधी चर्चा केल्याप्रमाणे

८) असे सुचवण्यात येते की, महादजी शिंदे हा औरस वारस नसल्यामुळे त्याला मराठा सैनिक भरती करण्यास अडचण येत होती. त्यामुळे त्याने तातडीने उत्तर हिंदुस्थानी, मुसलमान आणि इतरांना आपल्या फौजेत भरती करून घेतले. पहा - S. N. Sen, *The Military System of the Marathas* (Calcutta, reprinted edition, 1979), 62 - 63.

९) काही मराठा फौजा मात्र शेवटपर्यंत पानिपतच्या मोहिमेप्रमाणे मोठ्या संख्येच्या असत आणि त्यांच्या छावण्या एखाद्या शहरासारख्याच असत. सैनिकी भरतीदेखील पानिपताच्या वेळेसारखीच होई आणि सेनानी आपापले सैनिक भरती करत. त्यांच्या पगाराचा प्रश्न हा कायमच भेडसावणारा असे. पहा - W. H. Tone, *Illustrations of Some Institutions of the Maratha People* (London, 1818), 21 - 25.

पानिपतानंतर कोणतेही नवे मराठा नेतृत्व उदयास आले नाही. संधीचा अभाव होता असे नाही; पण अशा संधी मराठ्यांच्याऐवजी ब्राह्मणांना (रास्ते, पटवर्धन बंधू, हरीपंत फडके) देण्यात आल्या. याचे साधे-सोपे कारण म्हणजे, पुण्यातील उच्चभ्रू मराठ्यांच्या मनातील मराठ्यांबद्दलची अढी हे होते. या विषयात फारसे संशोधन आढळत नाही; पण आपण काही कारणे उपस्थित करू शकतो. प्रथमत: मराठ्यांच्या फौजेचे नेतृत्व करायला स्वत: मराठा राजा उपस्थित नसे. त्यामुळे एखाद्याची त्याच्याविषयीची निष्ठा किंवा गाजवलेला पराक्रम याची दखल घेतली गेली नाही. दुसरे कारण असेही असू शकेल की, पुण्यातील सावकारांबरोबर दीर्घकालीन संबंध बाळगणे हे मोठ्या फौजेच्या निर्वाहासाठी आवश्यक होते आणि या सावकारांचा ब्राह्मण सेनानींना अधिक पाठिंबा होता. याउलट फौजेच्या वेगवान घोडदळावर आधारित प्रचलित स्वरूपात बदल करून, त्यात नाविन्य आणण्याबद्दल ब्राह्मण सेनानींनी अधिक लवचिकता दाखवली.

इ.स. १७८० ते १७९० या काळात फौजांमध्ये दोन महत्त्वाचे फरक झाले. पहिला फरक म्हणजे, संख्यात्मक दृष्ट्या पुण्यातील पेशव्याकडील फौजेपेक्षा शिंदे-होळकरांकडील फौजा खूपच वाढल्या. माळवा प्रदेश महाराष्ट्रापेक्षा अधिक सुपीक आणि अधिक उत्पन्न देणारा होता. शिंदे-होळकरांनी या उत्पन्नाचा योग्य वापर केला. राजस्थानातून आणि उत्तरेतून वसूल होणाऱ्या खंडणीचाही दोघांना फायदा झाला. दुसरी गोष्ट म्हणजे, जसे जसे लढाईचे स्वरूप पायदळ आणि तोफखान्यावर आधारित होत गेले, तशी तशी शस्त्रास्त्र स्पर्धा वाढीस लागली आणि शिंदे-होळकरांमध्येच बखेडा उत्पन्न झाला. या स्पर्धेमुळेच दोघेही दिवाळखोरीच्याजवळ पोहोचले. यातून मार्ग काढण्यासाठी शिंद्यांकडे राजस्थानातून खंडणी वसूल करण्याशिवाय दुसरा मार्ग नव्हता. फौजेला पगार देण्याची दोघांचीही क्षमता कमी झाल्यामुळे, केवळ लुटीवर गुजराण करणाऱ्या आणि मुख्यत्वे अफगाण असलेल्या पेंढाऱ्यांवर अवलंबून राहण्याची परिस्थिती त्यांच्यावर आली. जेथे जेथे पेंढाऱ्यांचा वापर झाला, तेथील पिके आणि महसुलाची मोठी हानी झाली. अठराव्या शतकाच्या शेवटी अशा खर्चिक फौजांचा निर्वाह करण्यामागेच सरकारी धोरण केंद्रित झाले. पुण्याच्या सरकारने इ.स. १७९० नंतर एक प्रशिक्षित सैन्य-तुकडी उभी केली आणि अजून काही तुकड्या उभारण्याचा त्याचा मानस होता; पण त्यासाठी लागणारा पैसाच नव्हता.[१०] दुसरा फरक म्हणजे किल्ल्यांचे कमी झालेले महत्त्व. तोफखाना आता इतका सुधारला होता की, चितोडसारखा अवघड किल्लाही या तोफांच्या जोरावर शिंद्यांनी लीलया घेतला. याच वेळी इंग्रजांनी श्रीरंगपट्टणही सहज जिंकले.

---

१०) ग्रँट डफ - History of the Marathas (Jaipur, reprinted edition, 1986), III, 109.

महाराष्ट्रातील इतिहासकार साधारणपणे मराठ्यांच्या राजवटीच्या शेवटाला इंग्रजांना जबाबदार धरतात. नेतृत्वक्षमतेचा ऱ्हास, वेगवेगळ्या घराण्यांच्या एकत्रित प्रयत्नांचा अभाव किंवा उत्तम तोफा स्वत: भारतात बनविण्यात मराठ्यांना आलेले अपयश; अशा बऱ्याच कारणांची चर्चा केली जाते. ही अपयशाची कारणे कायम संकुचितपणे स्थानिक अवस्थेच्या पार्श्वभूमीवर विचारात घेतली जातात. पण आपण तत्कालीन जागतिक अवस्थेचा विचार केला, तर मराठ्यांच्या पराभवामागे एक वेगळे कारण दृग्गोचर होते. असा विचार केला तर त्या काळातील जगातील सर्वांत बलाढ्य लष्करी ताकदीबरोबर मराठ्यांनी लढा दिला हे दिसून येते. धातूशास्त्रातील प्रगती आणि अठराव्या शतकाच्या मध्यास युरोपातील युद्धांमध्ये विकसित झालेले भाडोत्री प्रशिक्षित सैन्यबळ, यांच्या जोरावर इंग्रज लष्करी महासत्ता झाले होते. भारताबद्दल बोलायचे, तर या वेळेपर्यंत बंगाल आणि तामीळनाडू हे भारतातील सर्वांत प्रगत प्रदेश इंग्रजांच्या ताब्यात आले होते. याच प्रदेशांतून मिळणाऱ्या रोख आणि कर्जाऊ रकमेवर इंग्रज प्रशिक्षित, शस्त्रसज्ज अशी १ लाखाची गणवेशी फौज उभी करू शकले होते. याच पैशांवर दोन मोठ्या मोहिमा इंग्रज जिंकू शकले. सरते शेवटी पैशाची मुबलकता, तोफखाना, प्रशिक्षित फौजा आणि नेपोलिअन विरुद्धच्या युद्धांमधील विजयांमुळे द्विगुणित झालेला आत्मविश्वास, या गोष्टींच्या जोरावर इंग्रज मराठ्यांचा पराभव करू शकले. विशेष लक्षणीय गोष्ट म्हणजे, जगातील कोणतीही शक्ती या काळात इंग्रजांचा पराभव करू शकली नाही हे लक्षात घेतले, तर मराठ्यांचा विजय किती दुरापास्त होता हे कळते.[११]

सरते शेवटी मराठा राजवटीच्या काही दीर्घकालीन परिणामांचा ऊहापोह करू या. याविषयी पुस्तकात वेळोवेळी भाष्य केलेच आहे; पण तरीही येथे त्याची विशेष दखल घेतल्यास अयोग्य होणार नाही. प्रथमत: मराठा राजवटीच्या कालखंडात महाराष्ट्रात मोठ्या प्रमाणात माणसांचे स्थलांतर झाले. उदाहरणार्थ चित्तपावन आणि कऱ्हाडे ब्राह्मण कोकणातून देशावर आले आणि पुण्यात, साताऱ्याला किंवा इतर सरदारांकडे चाकरी करू लागले. काही घराणी दुष्काळ आणि लढायांपासून सुटका करून घेण्यासाठी स्थलांतरित झाली. याशिवाय महाराष्ट्राबाहेरील मराठ्यांच्या अखत्यारीतील प्रदेशात येथून स्थलांतर झाले. अशी मराठी घराणी आजही गुजराथ, माळवा, बंगळुरु, तंजावर,

---

११) याला काही लक्षणीय अपवाद आहेत. चीन युरोपीयनांना युद्धात हरवू शकला नाही; पण त्यांचा वावर किनारपट्टीपुरता मर्यादित ठेवण्यात त्याला यश मिळाले. जपानने एकोणिसाव्या शतकाच्या उत्तरार्धापर्यंत त्यांचा शिरकाव होऊ दिला नाही. अफगाणिस्तान आणि थायलंड स्वतंत्र राहिले. एकोणिसाव्या शतकाच्या मध्यास ब्रिटिशांना अफगाणिस्तानात पराभव पत्करावे लागले. यावरून फौजा कितीही बलाढ्य असल्या, तरी भौगोलिक स्थिती विपरीत असेल, तर त्या पराभूत होतात असेच दिसून येते.

पूर्व राजस्थानातील कोटा-बुंदी हा प्रदेश आणि एकूणच राजस्थान अशा विविध भागांमध्ये आपले मराठीपण टिकवून आहेत. यातील कैक ब्राह्मण आणि मराठा घराण्यांचा सामाजिक स्तर उंचावला. त्यांना उच्च पदे मिळत गेली आणि काही जण तर ग्वाल्हेर, इंदूर, नागपूर, वडोदरा अशा संस्थानांच्या राजेपदी पोहोचले. एकोणिसाव्या-विसाव्या शतकातील भारतातील राजकारणात या संस्थानिकांचा पाठिंबा महत्त्वपूर्ण ठरला आहे. तसेच त्यांच्या दातृत्वाचा लाभ महाराष्ट्रातील आणि महाराष्ट्राबाहेरील तीर्थक्षेत्रांना मिळाला आहे.[१२] दुसरे म्हणजे मराठा राजवटीने महसूल-वसुली, नोंदी ठेवणे आणि कारभार या बाबतीत जी घडी बसवली होती, ती पुढे तशीच इंग्रजांच्या काळात आणि नंतरही चालू राहिली. इंग्रजांना महसूल व्यवस्थेत सुधारणा करताना आणि महसूल वाढवताना जमीन धारणेची पद्धत आणि देशमुखांसारख्या गावपातळीवरील उच्चभ्रू लोकांच्या सहकार्याचा विशेष उपयोग झाला. तिसरी गोष्ट म्हणजे शौर्याच्या आणि धैर्याच्या कित्येक कथा मराठा राजवटीने भविष्यकाळासाठी दिल्या. याच कथांच्या जोरावर महाराष्ट्राची अस्मिता फुलवली गेली. इंग्रजांच्या परिभाषेत ज्याला सैनिकी परंपरा म्हणतात, ती महाराष्ट्राच्या नसानसांत भिनली गेल्यामुळे हजारो मराठा तरुण एकोणिसाव्या आणि विसाव्या शतकात भारतीय सेनेत भरती झाले. अंतिमत: दोन शहरांचा वारसा कसा विसरून चालेल? एक ब्राह्मणी शहर म्हणून पुण्याने महाराष्ट्राला एक मोठी शैक्षणिक परंपरा दिली. ही परंपरा कित्येक नामवंत विद्यापीठांमुळे आणि शैक्षणिक संस्थांमुळे आजही टिकून आहे. दुसरे महत्त्वाचे शहर म्हणजे मुंबई. शिवाजीने सुरतेवर केलेल्या हल्ल्यांमुळे, तेथून परागंदा झालेली व्यापारी घराणी मुंबईत स्थिरावली आणि या संघर्षाच्या काळातही व्यापारवृद्धीच्या जोरावर मुंबईची भरभराट होत गेली. मुंबईच्या भरभराटीमागील हे मराठ्यांच्या राजवटीबरोबरचे नाते लक्षणीय आहे.

---

१२) आपण पाहिलेच आहे की, अहिल्याबाई होळकर हे मराठ्यांच्या इतिहासातील एक महान व्यक्तिमत्व होते. तिने होळकरांच्या राज्यावर अठराव्या शतकात चाळीस वर्षे राज्य केले. तिने कित्येक देवळे, घाट, विहिरी, तलाव आणि धर्मशाळा भारतभर बांधल्या. तिने शेकडो ब्राह्मणांना आणि वार्षिक उत्सवांना आश्रय दिला. पहा - V. V. Thakur, *Life and Life's work of Shree Devi Ahilyabai Holkar* (Indore, n. d.), Chapter 6, 8.

सूची

डायमंड पब्लिकेशन्सची
इतिहासविषयक इतर पुस्तके

श्री राजा शिवछत्रपती

भाग १ व २

गजानन भास्कर मेहेंदळे

किंमत : ₹ ३५००/- (भाग १ व २ एकत्रित)

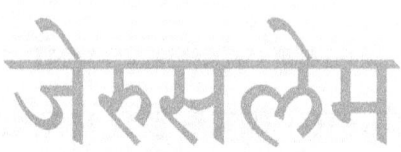

जेरुसलेम
एक चरित्रकथा
सायमन सीबग मांटफिऑरी
अनुवाद : सविता दामले

जेरुसलेम - एक चरित्रकथा

सायमन सीबग मांटफिऑरी, अनुवाद : सविता दामले

किंमत : ₹ ८९५/-

इतिहासातील नवे प्रवाह

संपादक : प्रा. जास्वंदी वांबूरकर

किंमत : ₹ २९५/-

ICHR पुस्तकांची यादी

www.ingramcontent.com/pod-product-compliance
Lightning Source LLC
Chambersburg PA
CBHW070310040726
47501CB00018B/1362
9788184836530